राजकीय अर्थकारण

महाराष्ट्रातील निवडणूकीय राजकारणातील मैलाचा दगड

संपादक
डॉ. प्रकाश पवार

डायमंड पब्लिकेशन्स

राजकीय अर्थकारण
संपादक : डॉ. प्रकाश पवार

Rajkiya Arthakaran
Edited by Dr. Prakash Pawar

पहिली आवृत्ती : ऑक्टोबर, २०१७

पुनर्मुद्रण : २०२२

ISBN 978-93-86401-25-0

मुखपृष्ठ
शाम भालेकर

अक्षरजुळणी
डायमंड पब्लिकेशन्स

प्रकाशक
डायमंड पब्लिकेशन्स
२६४/३ शनिवार पेठ, ३०२ अनुग्रह अपार्टमेंट
ओंकारेश्वर मंदिराजवळ, पुणे-४११ ०३०
☎ ८६०००१०४१६, ०२०-२४४५२३८७, २४४६६६४२
info@dpbooks.in

ऑनलाईन पुस्तक खरेदीसाठी भेट द्या
www.dpbooks.in

मनोगत

हा ग्रंथ वाचकांपुढे सादर करताना आम्हाला आनंद होत आहे. शिवाजी विद्यापीठाच्या राज्यशास्त्र विभागातील 'राजकीय प्रक्रियेचा पुनर्विचार' या प्रकल्पापासून या ग्रंथाची सुरुवात झाली. महाराष्ट्राच्या राजकारणाची जुळणी स्थानिक, राज्य आणि राष्ट्रीय राजकीय प्रक्रिया यांच्या सहसंबंधातून एकविसाव्या शतकाच्या दुसऱ्या दशकात झाली आहे. केंद्रात भाजपचे सरकार स्थापन झाले. त्याचा परिणाम राज्यांच्या स्थानिक राजकीय प्रक्रियेवर झाला. राष्ट्रीय पातळीवरून महाराष्ट्रातील राज्य व स्थानिक पातळीवरील राजकारणाची जुळवाजुळवी केली गेली. ही प्रक्रिया गेल्या चार वर्षांमध्ये अतिजलद गतीने घडली आहे. त्या प्रक्रियेसंबंधी संशोधन राज्यशास्त्र विभाग, शिवाजी विद्यापीठ, कोल्हापूर करत आला आहे. लोकसभा निवडणूक २०१४ या संदर्भात विश्लेषण करण्यात आले. राष्ट्र आणि राज्य पातळीच्यानंतर स्थानिक पातळींवरील राजकीय प्रक्रियेत बदल झाले. हे झालेले बदल समजून घेण्यासाठी 'महाराष्ट्राच्या राजकीय प्रक्रियेचा पुनर्विचार' असा प्रकल्प सुरू केला. ६, ७ व ८ डिसेंबर २०१६ रोजी महाराष्ट्र नगरपरिषद व नगरपंचायत निवडणूक २०१६ या विषयावर दोन दिवसांचे चर्चासत्र घेण्यात आले (लोकमत, १४ डिसेंबर, २०१६). स्थानिक राजकारण अर्थकारणामुळे बदलत आहे, हे लक्षात घेऊन डॉ. अरुणा पेंडसे, मुंबई विद्यापीठ, यांच्याबरोबर डिसेंबर (२०१६)मध्ये चर्चा करण्यात आली. तसेच डॉ. उषा ठक्कर यांनी 'महिलांचा राजकारणातील सहभाग' या विषयावर सविस्तर चर्चा केली. त्यावर आधारित महिला सरपंचाबरोबर महिलांच्या राजकीय सहभागाबद्दल सखोल चर्चा करण्यात आली (लोकमत, २९ डिसेंबर, २०१६). करवीर तालुक्यातील चौदा आजी-माजी महिला सरपंच यांनी सरपंच पदाच्या काळातील त्यांच्या प्रत्यक्ष अनुभवांचे कथन केले. तसेच नगराध्यक्षा स्वाती कोरी (गडहिंग्लज), नगराध्यक्षा डॉ. नीता माने (जयसिंगपूर) यांचे राजकीय अनुभव कथन केले. याबरोबरच डॉ. भारती पाटील, मेघा पानसरे यांनी महिलांच्या सहभागावर सखोल चर्चा केली. राज्य निवडणूक आयुक्त श्री. जगेश्वर एस. सहारिया यांनी निवडणुकीचा अभ्यास करण्यासाठी चर्चा केली. त्यांनी प्रशासकीय पातळीवरती मदत केली. या सर्व चर्चांमधून ग्रंथ निर्मितीची एक चौकट तयार झाली. हे चौकट निर्मितीचे काम सामूहिकपणे घडले. त्याबद्दल या सर्वांचे मन:पूर्वक आभार!

राज्यशास्त्र म्हणजे काय? हा एक कूटप्रश्न आहे. प्लेटो, ॲरिस्टॉटलने सार्वजनिक आणि खासगी क्षेत्रांचा समावेश राजकीय म्हणून केला होता. निकोलो मॅकॅव्हलीने

सार्वजनिक क्षेत्रांशी संबंधित घडामोडी म्हणजे राजकीय होय, असे राजकीय कार्यक्षेत्र मानले होते. २०व्या शतकाच्या ७व्या दशकात जे जे खासगी ते ते राजकीय अशी स्त्रीवादी अभ्यासकांनी भूमिका घेतली होती. याशिवाय, राजकीय अर्थकारण म्हणजेच राजकीय क्षेत्र होय अशी ही एक राजकीय विषयक चर्चा होती. ही ज्ञानशाखा कार्ल मार्क्सच्या 'राजकीय अर्थशास्त्र' ग्रंथापासून आखीवरेखीवपणे मांडली जाते. महाराष्ट्रातील मराठी साहित्य विश्वामध्ये राजकीय अर्थकारणाची चर्चा होते. नव्वदीच्या नंतरच्या राजकीय अर्थकारणाचे चर्चा विश्व राजन गवस, आसाराम लोमटे, प्रवीण बांदेकर यांनी मांडले आहे. महाराष्ट्राच्या राजकीय अर्थकारणाची सविस्तर चर्चा डॉ. जयंत लेले, डॉ. राजेंद्र व्होरा, डॉ. अशोक चौसाळकर यांनी केलेली आहे. दोन क्षेत्रांचे एकत्रीकरण करून एक विकासाचे प्रारूप तयार करण्याची राजकीय इच्छाशक्ती यामध्ये महत्त्वाची मानली गेली आहे. डॉ. जयंत लेले यांनी Elite Pluralism and Class Rule (1982) या पुस्तकात आरंभी ही सैद्धांतिक मांडणी केली होती. तसेच डॉ. राजेंद्र व्होरा यांनी 'महाराष्ट्राचे राजकारण आणि राजकीय अर्थकारण' यांच्या परस्पर संबंधावरती लेखन केले. जात व जमीन मालकी आणि राजकीय स्थान हा अभ्यास राजकीय अर्थकारणाबद्दलचा राजेंद्र व्होरा, सुहास पळशीकर, नितीन बिरमल, हर्ष जगझाप, अशोक चव्हाण अशा अनेकांनी केला. अशोक चौसाळकर यांनी कृषी औद्योगिक समाज या राजकीय अर्थकारणाच्या प्रारूपाची चिकित्सा केली आहे. तसेच पक्षीय राजकारण आणि राजकीय अर्थव्यवस्था यांच्या परस्पर संबंधांची चिकित्सा सुहास पळशीकर व राजेश्वरी देशपांडे यांनी केली आहे. शहरी, निमशहरी राजकारण हा देखील एक महत्त्वाचा अर्थकारण विषयक अभ्यास करणारा प्रवाह आहे. हे सर्व अभ्यास लक्षात घेऊन महाराष्ट्र याची राजकीय प्रक्रिया आणि अर्थकारण, राजकीय पक्ष आणि बदलते राजकीय अर्थकारण, बदलते राजकीय अर्थकारण आणि लोकशाही यांची चर्चा प्रस्तुत ग्रंथात केली आहे. बदलत्या राजकीय अर्थकारणामुळे मराठा वर्चस्वाला पडलेल्या मर्यादा या मुद्द्याची चर्चा प्रस्तुत पुस्तकामध्ये केलेली आहे. त्यामुळे निवडणुकीय राजकारण आणि राजकीय अर्थकारण यांचे सहसंबंध या पुस्तकामध्ये जोडून विश्लेषण केलेले आहे. हे पुस्तक तीन भागात विभागले आहे. भाग एक मध्ये, राजकीय अर्थकारण विषयक सखोल चिकित्सा करणारे सहा लेख आहेत. अशोक चौसाळकर, जे. एफ. पाटील यांनी ही चर्चा समीक्षात्मक पद्धतीने केलेली आहे. यामध्ये राजकीय अर्थकारणाचे प्रारूप सकारात्मक मानून चिकित्सा केलेली आहे. लोकशाहीमध्ये राजकीय अर्थकारणामुळे अंतर्गत फेरबदल होत आहेत. समूहाच्या किंवा लोकांच्या प्रतिनिधित्वाऐवजी व्यावसायिक प्रतिनिधित्वासारखी कल्पना पुढे येत आहे. हा नवीन मुद्दा या पुस्तकामध्ये मांडलेला आहे. ग्रामीण अर्थकारण हे शेतीवर अवलंबून होते त्याचा ऱ्हास होत आहे. तेथे रिअल इस्टेट आणि सेवाक्षेत्रे असे राजकीय अर्थकारणाचे

नवे आधार उभे रहात आहेत. रिअल इस्टेटचा ग्रामीण राजकारणावरती दूरगामी परिणाम झाला. त्यामुळे ग्रामीण राजकारण शेतीच्या हितसंबंधातून बाहेर पडून रिअल इस्टेटच्या हितसंबंधामध्ये गुंतत चालले आहे. अशी या पुस्तकाची नवीन मांडणी तीन भागात झाली आहे. दुसरा भाग ग्रामीण राजकारण व तिसरा भाग शहरी राजकारणाची चर्चा करणारा आहे. एकूण सतरा लेखकांनी या पुस्तकात 'निवडणुकीय राजकारण आणि राजकीय अर्थकारण' यांची सांगड घालणारे लेखन केले आहे. त्या सर्वांचा मी ऋणी आहे. त्यांच्या प्रयत्नाशिवाय असे नव्या आशयाचे पुस्तक येणे शक्यच नव्हते. विशेष म्हणजे, श्रावण पाटील व सचिन भोसले यांनी माहितीचे संकलन चिकाटीने केले. सचिन मरळे यांनी चर्चा घडवून आणल्या, म्हणून त्यांचेही आभार. डायमंड पब्लिकेशन्सचे श्री. दत्तात्रेय पाष्टे व श्री. निलेश पाष्टे यांनी या पुस्तकाच्या प्रकाशनाची जबाबदारी घेतली, म्हणून हे पुस्तक वाचकांच्या पुढे येत आहे, त्याबद्दल त्यांचा मी आभारी आहे.

डॉ. प्रकाश पवार

अनुक्रम

विभाग १

राजकीय अर्थकारण - नवहिंदुत्व जाणीव

१

संघटित राजकीय प्रक्रिया व लोकशाही

डॉ. प्रकाश पवार

लोकशाही एक प्रकारची नाही. जागतिक पातळीवर लोकशाही विषयक अनेक सिद्धांत आहेत. तसेच आशिया खंडात देखील लोकशाहीचे सिद्धांत विविध आहेत (बेसिक डेमॉक्रसी–आयुब खान, गायडेड डेमॉक्रसी–सुकार्नो, पंचायत डेमॉक्रसी–महेंद्र, डेमॉक्रसी वुईथ एशियन व्हॅल्यूज–ली–कुआन यू). या प्रमाणे भारतामध्ये देखील लोकशाही सिद्धांताचे विविध अर्थ आहेत (प्रातिनिधिक लोकशाही, निर्वाचनात्मक लोकशाही, सामाजिक लोकशाही, बहुमताची लोकशाही, आर्थिक लोकशाही). सुहास पळशीकरांनी भारतीय लोकशाहीच्या वाटचालीमधील विविध अर्थच्छटा स्पष्ट केल्या आहेत. त्यांनी भारतीय लोकशाहीचे योग्य आकलन होण्यासाठी बहुस्तरीय लोकशाहीची (मल्टिलेअर्ड कन्सेप्शन ऑफ डेमॉक्रसी) संकल्पना मांडली आहे. या संकल्पनेचे समर्थन सुमंत यांनी केले होते.

पळशीकरांनी लोकशाहीचे सहा पदर स्पष्ट केले आहेत– १) कार्यपद्धतीमूलक (Procedural), २) आशयघनता (Substantive) ३) निर्वाचनात्मक (Electoral), ४) आंदोलनात्मक (Agitational), ५) नियमनात्मक (Regulative) ६) पुनर्वाटपात्मक (Distributive) हे भारतीय लोकशाहीचे सहा पदर आहेत. त्यांचे परस्परांशी संबंध अन्योन्याश्रयी आहेत (व्होरा, राजेंद्र व पळशीकर, सुहास (संपा),२०१०, १२६–१६१). या सहा पातळ्यांवर नव्वदीच्या दशकापासून फेरबदल होत आहेत. नव्वदीच्या दशकापासून भारतीय लोकशाहीमध्ये मूलगामी फेरबदल सुरू झाले. घटनात्मक, सामाजिक, सहभागप्रधान लोकशाही स्वरूप बदलत गेले. स्थानिक शासन संस्थांमध्ये ओबीसी व महिलांची राजकीय भागीदारी विलक्षण वाढली. हा कार्यपद्धतीमूलक, निर्वाचनात्मक व रचनात्मक पातळीवरील क्रांतिकारी बदल ठरला. योगेंद्र यादव यांनी वेगळ्या संदर्भात दुसरे स्वातंत्र्य (योगेंद्र यादव, २०००) आणि सुहास पळशीकरांनी अघोषित क्रांती असे त्यांचे विश्लेषण केले आहे (पळशीकर सुहास, २००७, ११७). ओबीसींची राज्यपातळीवर व केंद्रामध्ये भागीदारी वाढली. सत्तास्थाने ओबीसींकडे गेली (नरेंद्र मोदी, शिवराजसिंग चौहान इ). या बदलांच्या बरोबरच लोकशाहीच्या आशयात बदल घडून

आला. असे सकारात्मक बदल घडत असतानाच लोकशाही समोर नवीन आव्हान उभे राहिले. ते म्हणजे लोकशाहीचे नवीन स्वरूप संघटित लोकशाही या प्रकारचे उदयास आले. भारतीय लोकशाहीच्या घटनात्मक, सामाजिक, सहभागप्रधान लोकशाही मधून ही संघटित लोकशाहीची नवी फांदी फुटली आहे. ही राजकीय प्रक्रिया नव्वदीच्या दशकापासून सातत्याने घडत होती. ती दुर्लक्षित राहिली. मात्र, एकविसाव्या शतकाच्या दुसऱ्या शतकात हा बदल सुस्पष्टपणे दिसू लागला. महाराष्ट्रातील निवडणूक राजकारणात दोन्ही काँग्रेस पक्षांचा पराभव आणि भाजपचे विलक्षण यश यामध्ये संघटित लोकशाहीचे स्वरूप सुस्पष्टपणे दिसून आले. महाराष्ट्रातील लोकसभा, विधानसभा आणि स्थानिक शासन संस्थांच्या निवडणूक (२०१४-२०१७) अभ्यासाच्या आधारे हा निष्कर्ष काढता येतो. एवढेच नव्हे तर, नव्वदीच्या दशकापासूनच्या सर्वच निवडणूक अभ्यासाच्या आधारे या निष्कर्षाकडे जाता येते. या मुद्‌द्यामुळे महाराष्ट्राच्या राजकीय प्रक्रियेचे स्वरूप देखील बदलले आहे. म्हणून आरंभी महाराष्ट्राच्या राजकीय प्रक्रियेचे बदलले स्वरूप आणि नंतर संघटित लोकशाही अशा दोन मुद्‌द्यांची येथे चर्चा केली आहे. या मुद्‌द्यांच्या आधारे लोकशाहीचे स्वरूप संघटित होत आहे, असे विवेचन येथे केले आहे. किंबहुना, हे मुख्य वादक्षेत्र उदयास आले आहे. लोकशाही काय आहे हे सांगण्याचा प्रयत्न केला आहे. त्यामुळे आपोआपच काय पाहिजे याचीही चर्चा झाल्याचे दिसून येते.

महाराष्ट्राच्या राजकीय प्रक्रियेतील फेरबदल

महाराष्ट्राची राजकीय प्रक्रिया बहुपदरी आहे. बहुपदरी म्हणजेच त्या प्रक्रियेत विविध घटक परस्परांवर प्रक्रिया करत असतात. निवडणूक प्रक्रिया, निवडणुका, राजकीय समाज, राजकीय अर्थकारण, सामाजिक-राजकीय चळवळी, घटनाशास्त्र आणि विचारव्यूह अशा नानाविध गोष्टी एकाचवेळी परिणाम करतात. नव्वदीच्या दशकातील, एकविसाव्या शतकाच्या आरंभीच्या दशकातील निवडणुकांच्या पेक्षा वेगळ्या निवडणुका एकविसाव्या दशकाच्या दुसऱ्या दशकात झाल्या. मागील दोन दशकांमध्ये बहुविविधतेमध्ये निवडणुकांची राजकीय सत्ता स्पर्धा होती. समकालीन दशकामध्ये बहुविविधतेच्या जागी सांस्कृतिक एकसंघीकरण ही प्रक्रिया प्रभावी ठरली आहे. एकसंघीकरणामध्ये सत्ता स्पर्धा ही नवीन महाराष्ट्राच्या राजकीय प्रक्रियेचे वैशिष्ट्य घडले. त्यास यश मिळत आहे.

ऐंशीच्या दशकामध्ये लोकानुरंजनवादी नेतृत्व फार प्रभावी नव्हते. नव्वदीच्या दशकामध्ये लोकानुरंजनवादी नेतृत्व प्रभावी होते. त्या ऐंशीच्या दशकातील लोकानुरंजनवादाचा नव्याने विस्तार समकालीन दशकामध्ये झालेला दिसतो. लोकभावना आणि लोकक्षोभाचे राजकारण हा मुद्दा नव्वदीपासून सलग दिसतो. यामध्ये विभाग-विभागांचे संबंध द्वेष व असूया अशा नात्यांनी घडलेले आहेत. शत्रूची कृत्रिम कल्पना

केली जाते. त्यास प्रतिउत्तर देखील इतरेजन अशा स्वरूपात दिले जाते. या मुद्यांचाही विस्तार समकालीन दशकामध्ये झाला आहे. लोकभावना व लोकक्षोभाची भावना चेतवण्याची कामगिरी या दशकामध्ये झालेली दिसते. प्रतीक आणि अस्मिता हा राजकारणाचा गाभा नव्वदीच्या दशकामध्ये झाला होता. प्रत्येक जातीची स्वतंत्र ओळख घडली. प्रत्येक जात ही निवडणुकीकडे जातीच्या हितसंबंधाची स्पर्धा म्हणून पाहत होती. समकालीन दशकामध्ये जातीच्या राजकारणाला नवीन वळण देण्यात आले. समकालीन दशकात मराठा विरोधी इतर सर्व असे ध्रुवीकरण झाले. निवडणुकांमध्ये भाजपने या दोन मुद्यांना वेगवेगळ्या पद्धतीने हाताळले. भाजपकडे असंतोष येऊ दिला नाही. या उलट, राजकीय असंतोष दोन्ही काँग्रेस व शिवसेना पक्षाकडे वळला. राजकीय असंतोष मोठ्या प्रमाणावर निर्माण होणारे हे समकालीन दशक ठरले. प्रचंड असंतोष हाताळण्यामध्ये भाजपला विलक्षण यश या दशकामध्ये मिळाले. राजकारणामध्ये समूहभावना असते. सामूहिक निर्णय प्रक्रिया असते. सामूहिक हितसंबंधाचा दावा केला जातो. समकालीन दशकामध्ये समूहभावना, सामूहिक निर्णय प्रक्रिया, सामूहिक हितसंबंध या तीन गोष्टींचा ऱ्हास झाला. या सर्व महाराष्ट्राच्या राजकीय प्रक्रियेमध्ये समूह बाजूला गेला. त्या ऐवजी संघटित गट, संघटना या प्रभावी झाल्या आहेत. त्या शांततेच्या खेरीज धाकदपटशाहीचा मार्ग वापरत आहेत. कार्यपद्धतीमूलक, निर्वाचनात्मक, आशयघनता, नियमनात्मक, आंदोलनात्मक व पुनर्वाटपात्मक अशा लोकशाहीच्या बहुस्तरावर धाकदपटशाहीच्या स्वरूपातील संघटितपणाचे स्वरूप दिसते. हा फेरबदल व्यापक आहे. तसेच त्यांची खोली मोठी आहे.

महाराष्ट्राच्या राजकारणाची मांडणी जयंत लेले, राजेंद्र व्होरा, अशोक चौसाळकर, सुहास पळशीकर, राजेश्वरी देशपांडे, नितीन बिरमल यांनी राजकीय अर्थकारण वाचक केली आहे. तरीही हे स्वरूप महाराष्ट्राच्या राजकीय विश्लेषणामध्ये प्रतिबिंबित झाले नाही. रचनाकार्यवादाच्या पुढे राजकीय विश्लेषण सरकले नाही. त्यामुळे केवळ सामाजिक संघर्ष म्हणजे राजकारण अशी स्थूल व्याख्या केली जाते. लेले, व्होरा, चौसाळकर, पळशीकर, देशपांडे, बिरमल यांनी मांडलेली महाराष्ट्राची राजकीय प्रक्रिया जास्त महत्त्वाची आहे. कारण राजकारण म्हणजे निव्वळ सत्तास्पर्धा नसते. राजकारण म्हणजे आर्थिक हितसंबंधाची सत्तास्पर्धा असते. त्या स्पर्धेमध्ये अर्थराजकीय प्रारूपे घडतात. उदा. कृषी–औद्योगिक समाज, कृषीचे औद्योगिकीकरण, ग्रामीण भागाचे शहरीकरण, औद्योगिक–रियल इस्टेटचा समझोता अशी विविध प्रारूपे म्हणजेच राजकीय अर्थकारण होय. मात्र, त्या सिद्धांताची फार दखल घेतली गेली नाही. नव्वदीच्या नंतर औद्योगिक–रियल इस्टेटचा समझोता हे नवीन प्रारूप प्रभावी ठरले आहे. त्यास क्रोनी भांडवलशाही असे म्हटले जाते (आर्थिक एकसंघीकरण). ही वैशिष्ट्ये नव्वदीपासून होती. परंतु, समकालीन दशकामध्ये

सर्वच पक्षांमध्ये हा घटक प्रभावी ठरू लागला आहे. ही वैशिष्ट्ये समकालीन दशकामध्ये कृतिशील आहेत. या अर्थी, अर्थकारणाच्या केंद्रीकरणातून लोकशाही संघटित होत गेली.

१) राजकीय प्रक्रिया विविध घटकांच्या परस्पर संबंधांच्या मधून घडते. त्यांपैकी निवडणूक हा राजकीय प्रक्रियेचा एक महत्त्वाचा घटक आहे. या प्रक्रियेमध्ये निवडणुका, प्रचार, पक्षांमधील सत्ता स्पर्धा, निवडणूक निकाल हा एक घटक आहे. निवडणुकांच्या खेरीज महत्त्वाचे चार घटक आहेत. मात्र, निवडणुकांचे निकाल आणि प्रसार माध्यमांचे विश्लेषण यामुळे हा घटक जास्त लक्षवेधक व लोकप्रिय झाला आहे. निवडणुकीचा शास्त्रशुद्ध अभ्यास हा राजकीय प्रक्रियेचा मध्यवर्ती भाग आहे; कारण त्यांचा संबंध सत्तेशी आणि लोकशाही व्यवहारांशी असतो. परंतु याऐवजी निवडणुकांमध्ये प्रचाराचे तंत्र किंवा मतप्रचार म्हणून गाजावाजा जास्त झाला. त्यामुळे वस्तुस्थितीच्या अभ्यासावर निवडणुकीच्या संदर्भात राजकीय प्रक्रियेमध्ये जास्त लक्ष विद्याशाखा म्हणून देण्याची गरज आहे; कारण वस्तुस्थितीचा विपर्यास होत आहे. नव्वदीच्या दशकानंतर प्रसारमाध्यमांचा प्रभाव वाढला. तसेच सोशल मीडियाचा प्रभाव वाढला आहे. मतप्रचार आणि त्यांचे अर्थकारण हा मुद्दा निवडणुकीवर कसा परिणाम करतो, तसेच तो राजकीय प्रक्रियेला दिशा कसा देतो हा मध्यवर्ती अभ्यास विषय झाला आहे (पहा – स्वाती चतुर्वेदी, I am a Troll). चतुर्वेदींनी डिजिटल आर्मी असे उपशीर्षक वापरले आहे; म्हणजेच हा घटक निवडणूक अभ्यासात महत्त्वाचा झाला आहे. तो ज्ञानाचे राजकारण करत आहे. माहितीचा विशिष्ट हेतूने प्रसार व प्रचार म्हणजे ज्ञान, अशी प्रक्रिया घडत आहे.

२) महाराष्ट्राची राजकीय प्रक्रिया सामाजिक पायावर घडते. तो महाराष्ट्रातील समाज हा राजकीय प्रक्रिया घडविणारे महत्त्वाचे रसायन आहे. अर्थातच मतदारसंघाची संरचनात्मक व्यवस्था (खुले, ओबीसी, दलित, आदिवासी, महिला राखीव मतदारसंघ) हा राजकीय प्रक्रियेचा सामाजिक आधार आहे. याशिवाय, जात व धर्मांमधील समझोते आणि संघर्ष महाराष्ट्राच्या राजकीय प्रक्रियेचे खोलवर मुरलेले घटक आहेत. राजकीय पक्ष आणि जात-धर्म यांच्या जुन्या समीकरणाचा ऱ्हास झाला आहे. त्या जागी नवीन समीकरणे घडली आहेत. यांचे गेल्या चार वर्षांतील महत्त्वाचे उदाहरण म्हणजे 'हिंदू-नवबौद्ध' व 'मुस्लीम-दलित' असे दोन प्रयोग महाराष्ट्रात झाले आहेत. हे दोन्ही प्रयोग विवक्षित क्षेत्रात यशस्वी झाले आहेत. तसेच ब्राह्मण व क्षत्रिय या दोन वर्ण व्यवस्थेतील संघर्ष सुरू राहूनही एक नवीन समझोता घडला आहे. या अर्थी, वर्ग या घटकांमध्ये फेरबदल झाला आहे. असे महाराष्ट्रातील राजकीय समाजशास्त्रात महत्त्वाचे फेरबदल झाले आहेत.

३) महाराष्ट्राची राजकीय प्रक्रिया घडवणारे राजकीय अर्थकारण हे एक रसायन आहे. राजकीय अर्थकारण म्हणजे केवळ परस्परांवरील प्रभाव नव्हे; तर राजकीय घटक व आर्थिक घटक यांचे संयुक्त असे एक रसायन असते. त्यांचे हितसंबंध स्वतंत्र आणि स्वायत्त आहेत. अशा हितसंबंधी संस्था, गट, वर्ग यांच्यामध्ये एकोपा असतो. त्यांना त्यांच्या हितसंबंधांची पक्की जाणीव असते. हे हितसंबंध नव्वदीच्या नंतरच्या आर्थिक सुधारणांशी संबंधित दिसतात. शहरी भागात आणि ग्रामीण भागात नवीन उत्पादन शक्ती उदयास आल्या आहेत. रियल इस्टेट मालक असा एक नवा वर्ग संघटित झाला आहे. या वर्गाशी संबंधित विविध सेवा व्यवसायांनी जुळवून घेतले आहे. रियल इस्टेट ही छत्री आहे. त्या छत्रीच्या अंतर्गत विविध व्यवसायांचे व्यवहार घडतात (घर बांधकाम, रस्ते बांधणी, टोल, मंगल कार्यालय, मल्टीपर्पज हॉल, स्वच्छतेचे ठेकेदार, हार्ड वेअर, हॉटेल, दवाखाने, प्रशिक्षण केंद्र, पाणी पुरवठा, झोपडपट्टी पुनर्वसन, गाळे इत्यादी). रियल इस्टेट ही एक साखळी आहे. या साखळीमध्ये आर्थिक हितसंबंध गाभ्याचे आहेत. प्रतिनिधित्व कोणाचे हा प्रश्न सामाजिकदृष्ट्या अदृश्य झाला. त्या जागी आर्थिक हितसंबंधाचे प्रतिनिधित्व हा मुद्दा राजकारणाच्या मध्यभागी दिसत आहे. त्यामुळे या अर्थाने राजकीय अर्थकारण हा घटक महाराष्ट्राच्या राजकीय प्रक्रियेला कलाटणी देत आहे.

४) सामाजिक व राजकीय चळवळी हा घटक महाराष्ट्राच्या राजकीय प्रक्रियेची पुनर्मांडणी करत आहे. नवहिंदुत्ववादी चळवळ भाजप या पक्षाचे समर्थन करत होती. तसेच नागरी समाज आणि मध्यम वर्गातून उदयास आलेल्या चळवळी भाजप समर्थक होत्या. भाजपने भ्रष्टाचार विरोधी चळवळींच्या मदतीने मध्यम वर्गाला पक्षाशी जोडून घेतले. याचा परिमाण मुंबई, पुणे, नाशिक, नागपूर अशा शहरांमध्ये दूरगामी झाला. भाजपच्या पाठिंब्यामध्ये वाढ झाली. हिंदुत्व चळवळी बरोबरच वेगळ्या विदर्भाची चळवळ ही भाजपचा विदर्भाच्या तळागाळात विस्तार करणारी ठरली. या दोन्ही चळवळींमुळे भाजप हा पक्ष विदर्भातील वर्चस्वशाली पक्ष झाला. विदर्भातील भाजपच्या वर्चस्वाला जनतेची अधिमान्यता मिळालेली आहे. म्हणजेच विदर्भात भाजपचे वर्चस्व हे प्रभुत्वापेक्षा वेगळे आहे. ही घडामोड देखील विदर्भाच्या मागासलेपणाच्या चळवळीमधून घडली. मागासलेपण दूर करणे व स्वतंत्र राज्याची स्थापना हे चळवळीचे 'सकारात्मक' मुद्दे होते; तर पश्चिम महाराष्ट्राला विरोध हा चळवळीचा 'नकारात्मक' मुद्दा होता. या मुद्यांचा महत्त्वाचा परिणाम म्हणजे विदर्भाच्या राजकारणातून राष्ट्रवादी काँग्रेस पक्ष हद्दपार झाला. काँग्रेस, शिवसेना पक्ष, बहुजन महासंघ, बसप या पक्षांचा ऱ्हास झाला.

आरक्षण चळवळ दोन्ही काँग्रेस व डावे पक्ष विरोधी घडली. मागास जातींमध्ये

समावेश न करण्याचा मुख्य मुद्दा आरक्षणाच्या चळवळीचा होता (मराठा, धनगर, मातंग, इ). तसेच मराठा क्रांती मोर्चा, बहुजन क्रांती मोर्चा, शेतकरी आंदोलन अशा चळवळी उभ्या राहिल्या. मराठा विरोधी बहुजन असा राजकीय अंतराय चळवळींनी उभा केला. या अंतरायमधून एक प्रकारचा राजकीय अवकाश तयार झाला. यांचा थेट तोटा दोन्ही काँग्रेस पक्षांना व थेट राजकीय लाभ भाजपला झाला. तो अवकाश भाजपने व्यापला. छत्रपती शिवाजी महाराजांची अस्मिता या मुद्द्याच्या आधारे भाजपने मराठा अवकाश व्यापला. त्यामुळे भाजपला मराठा समूहाचा पाठिंबा मिळू लागला (प्रकाश पवार, हिंदुस्थान टाइम्स, २४ फेब्रुवारी २०१७). याखेरीज, घराणेशाही विरोधी चळवळ, श्रीमंतांच्या विरोधी आंदोलन अशा चळवळी आर्थिक मागासलेपणाच्या मुद्द्यावर उभ्या केल्या. ही एक प्रकारची वर्गीय जाणीव आहे. ती भाजपने घडवली. परंतु हे मागासलेपण आणि राजकारण या दोन घटकांमध्ये राजकीय व्यवहार हा प्रथमस्थानी राहिला आहे. त्यामुळे चळवळी एक अवकाश निर्माण करत आहेत. त्या अवकाशात भाजप हा पक्ष नव्याने शिरकाव करत आहे.

शेतकरी चळवळ आणि भाजप यांचे राजकीय स्वरूपाचे संबंध गेल्या दोन दशकातील आहेत. गोपीनाथ मुंडे आणि शेतकरी संघटनेचे नेते यांचे संबंध परस्परांना मदत करणारे होते (पाशा पटेल, सदाभाऊ खोत). शेतकरी चळवळीतील सदाभाऊ खोत यांना भाजपने मंत्रीमंडळात घेतले. राजू शेट्टी आणि भाजप यांच्या तणावाचे चित्र बाहेर आले. दोन्ही काँग्रेस व शेकापने संघर्ष यात्रा काढली. राजू शेट्टी यांनी आत्मक्लेश यात्रा काढली. त्यानंतर शेतकऱ्यांच्या संपाला सुरुवात झाली (१ मे २०१७). शेतकरी समूहामध्ये एक राजकीय अवकाश तयार झाला आहे. तो अवकाश व्यापण्यासाठी भाजपने पाच एकरापेक्षा कमी जमीन धारक शेतकऱ्यांना कर्जमाफी जाहीर केली. हा सर्व तपशील शेतकरी वर्गांत राजकीय अवकाश निर्मिती झाली यांची उदाहरणे आहेत. या नव्या अवकाशाशी जुळवून घेणे सर्वच राजकीय पक्षांना अवघड जात आहे. भाजप मात्र शेतकऱ्यांचे वेगवेगळे वर्गीय गट करून त्यांच्याशी जुळवून घेत आहे (प्रकाश पवार, हिंदुस्थान टाइम्स, ७ जून २०१७), या अर्थाने चळवळी हा राजकीय प्रक्रिया गतिशील करणारा आणि राजकारणाची दिशा ठरविणारा महत्त्वाचा घटक आहे. गेल्या चार वर्षांत भाजपने हा अवकाश व्यापला आहे.

संघटित लोकशाही

भारतामध्ये नव्वदीच्या दशकापासून लोकशाहीत हळूहळू बदल होत गेला. लोकशाहीमध्ये बदल झाला त्यामुळे त्यास संघटित लोकशाही असे संबोधिले आहे. 'संघटित' ही संकल्पना लोकशाहीच्या संदर्भात दोन प्रकारची आहे. सर्वसामान्यजनकेंद्रित

राजकीय संघटना हा एक अर्थ संघटित लोकशाहीचा आहे. सर्वसामान्यजनांचे संघटन हा राजकीय दबाव ठरतो. सर्वसामान्यजनांच्या दबावामधून, सत्ता, अधिकार, संपत्ती, प्रतिष्ठा यांचे न्याय वाटप होईल, असा विचार संघटित संकल्पनेचा आहे. दुसरा अर्थ सर्वसामान्यजनांच्या ऐवजी वर्चस्वशाली आर्थिक हितसंबंधी समूह संघटित होतो. त्यामध्ये उद्योजक, व्यापारी, रिअल इस्टेट, बळाचा वापर करणारे यांचे संघटन होते. आर्थिक बळ, धाकदपटशाही अशा बिगर लोकशाही साधनाचे नियंत्रण लोकशाहीवर येते. लोकशाहीच्या संरचनेमध्ये या प्रकारचा संघटित आशय सुस्पष्टपणे दिसत आहे. हे लोकशाहीपुढे नवीन आव्हान उभे राहिले आहे.

सत्तावाटपाचा आकृतिबंध : स्त्रियांची भागीदारी

भारतीय लोकशाहीचे यश घटनावादाच्या ऐतिहासिक विकासामध्ये आहे. घटनेने राजकीय भागीदारीची संधी दिली. कार्यपद्धती व निर्वाचन या दोन पातळ्यांवर लोकशाहीचा अर्थ व्यापक झाला; कारण २०१४च्या जिल्हा परिषद (८०१), पंचायत समिती (१४९४), नगरपरिषद (४४६), मनपा (९६१) निवडणुकीत जवळपास चार हजार (३७०२) स्त्रिया निवडून आल्या आहेत. जिल्हापरिषद निवडणुकीत ८०१ महिला निवडून आल्या आहेत. भाजप पक्षाकडून २७ टक्के महिला निवडून आल्या आहेत. राष्ट्रवादी काँग्रेस पक्षाकडून एक चतुर्थांश जागा निवडून आल्या आहेत. तसेच शिवसेना (१७.९८ टक्के) व काँग्रेस पक्षाकडून (२०.३५ टक्के) स्त्रियांनी निवडून येण्याचे प्रमाण चांगले आहे. परंतु, आशयघनता, आंदोलन आणि पुनर्वाटप या तीन पातळ्यांवर फार प्रगती दिसत नाही. सत्तेचे पुनर्वाटप केले. सत्तेच्या पुनर्वाटपाच्या वाटाघाटी झाल्या. त्या त्या वाटाघाटीमध्ये नवनवीन आकृतिबंध उदयास आले. अशा नवीन उदयास येणाऱ्या आकृतिबंधांवर अतुल कोहली लक्ष केंद्रित करतात. तो मुद्दा घेऊन विश्लेषण करता येते. १) राजकीय नेतृत्वाच्या रणनीती २) राजकीय संस्थांची उभारणी व दृढीकरण, सत्तावाटपाच्या प्रक्रियेतील विविध सामाजिक गटांची सौदाशक्ती या तीन गोष्टींशी संबंधित स्त्रियांची भागीदारी कशी दिसते. ७३व्या व ७४व्या घटनादुरुस्तीमुळे स्त्रियांसाठी राजकीय भागीदारीचा प्रचंड सामाजिक-राजकीय अवकाश उपलब्ध झाला. त्यामुळे संरचनात्मक पातळीवरील भागीदारी वाढली. या अर्थाने स्त्रियांच्या भागीदारीला अघोषित क्रांतीसारखे स्वरूप आले.

हा मुद्दा आरंभी सुहास पळशीकरांनी नोंदविला आहे (पळशीकर सुहास, २००७). त्यानंतर किरण मोघे व वैशाली पवार यांनी देखील हा मुद्दा मांडला आहे (पवार वैशाली, २०१२). प्रस्तुत ग्रंथात देखील संरचनात्मक पातळीवरील स्त्रियांच्या भागीदारीची चर्चा केली आहे. हा मुद्दा अतुल कोहलींच्या विश्लेषणाशी साधर्म्य असलेला आहे. हा मुद्दा सत्तेच्या पुनर्वाटपाच्या वाटाघाटीमध्ये नवनवीन आकृतिबंध उदयास कसे आले, यांचे हे

विवेचन आहे. त्या आकृतिबंधावर या ग्रंथामध्ये संरचनात्मक पातळीवरील भागीदारी आणि कौटुंबिक, सामाजिक, पक्ष, संस्कृती यांच्या सहसंबंधाची चिकित्सा केली आहे. भारतातील पुरुष राज्यकर्त्या वर्गाने नव्वदीनंतर स्त्री घटकांकडे पूर्ण दुर्लक्ष केले नाही. स्त्री घटकाच्या हितसंबंधांची किमान दखल घेत त्यांनी पुरुष वर्गाचे हितसंबंध जपले. हे त्यांचे राजकीय शहाणपण होते. त्यामध्ये नंतर हळूहळू बदल होत गेले. या बदलामधून संघटित लोकशाहीशी संबंधित असे चार मुद्दे दिसून आले. हे चार मुद्दे लोकशाही विरोधी आणि प्रस्थापित राजकीय सत्तासंबंध व हितसंबंध जपणारे आहेत.

१) स्त्रियांच्या राजकीय भागीदारीमुळे स्त्रियांसाठी महत्त्वाचे नवीन प्रयोग झाले (पाणी, स्वच्छता, स्त्रियांसाठी घरकुल, रोजगार, उपजीविका, सात-बारावर नाव). गांवातील घरे नवरा-बायकोच्या संयुक्त नावावर (२००३ पासून), महिला ग्रामसभा अशा कार्यपद्धतीमूलक पातळीवर विकेंद्रीकरण सुरू झाले. महिला व बालविकास किंवा कुटुंब कल्याण कार्यक्रमांच्यापेक्षा वेगळा प्रयोग म्हणून सरकारी धोरणे व योजना ठरविताना स्त्रियांचा विचार होऊ लागला. महिला ग्रामसभांच्या ऐवजी थेट ग्रामसभांमध्ये महिलांची उपस्थिती वाढली (गुप्ते मनीषा, लोकसत्ता, २४ जून २०१७). ही प्रक्रिया आशयघनता या प्रक्रियेकड ाटचाल करते. परंतु, या प्रयोगाला मर्यादा पडली; कारण निवडून येणाऱ्या स्त्रिया 'स्वतंत्र व्यक्ती' किंवा 'स्वायत्त नागरिक' म्हणून राजकीय भागीदारी करत नाहीत. राजकीय निर्णय प्रक्रिया गुंतागुतीची असते. तिला सौदेबाजी राजकारण जमणार नाही; म्हणजेच स्वतंत्रपणे राजकीय कार्य करत नाहीत. त्यांच्यावर कौटुंबिक, सामाजिक, पक्ष, संस्कृती यांची बंधने आहेत. नव्वदीच्या दशकाच्या आधी तर स्त्री विवेकी व्यक्ती आहे, यास मान्यता नव्हती. समाजातील पाच-दहा टक्के भाग त्यांना विवेकी म्हणून ठरावीक क्षेत्रात 'स्वतंत्र व्यक्ती' किंवा 'स्वायत्त नागरिक' म्हणून स्थान देत होता. परंतु, पुरुषाच्या तुलनेत स्त्रियांचे स्थान दुय्यम होते. त्यांचे नागरिकत्व दुय्यम होते. यामध्ये नव्वदीच्या नंतर डागडुजी करण्यात आली. त्यांना संरचनात्मक पातळीवर राजकीय भागीदारी दिली गेली. परंतु, स्वतंत्र व्यक्ती किंवा स्वायत्त नागरिक म्हणून स्थान मिळणार नाही, अशी सांधेजोड राजकीय प्रक्रियेमधून झाली. हे एक लोकशाहीपुढील आव्हान आहे.

२) स्त्रियांची राजकीय भागीदारी आणि कौटुंबिक संबंध यांच्यामधून पितृसत्ताक संबंधाची नवीन पुनर्रचना झाली. स्त्रियांची भागीदारी ही कुटुंबाचा वारसा, कौटुंबिक सत्तासंबंध व सामाजिक संबंध यांना सुरक्षित ठेवत वाढत गेली. कौटुंबिक परंपरा पाळण्याची प्रथा जाणिवपूर्वक जपली जाते. चारित्र्य तपासून घेतले जाते. सुरक्षिततेचा प्रश्न पुढे केला जातो. बालसंगोपन करणे किती महत्त्वाचे आहे, अशी चर्चा केली जाते. त्यामुळे कार्यपद्धती व निर्वाचन या दोन पातळ्यांवर लोकशाहीचा अर्थ व्यापक झाला तरीही

आशयघनता, आंदोलनात्मक , पुनर्वाटपात्मक या तीन पातळ्यांवर तो विरळ होतो. त्यामुळे जनांची संघटित लोकशाही पुरुषांची संघटित लोकशाही होते. सार्वजनिक स्वरूपात फोटो कोणता असावा व कसा असावा यांचे निर्णय कौटुंबिक पातळीवर घेतले जातात. कुटुंबातील व्यक्तीच्या सल्लामसलतीने सार्वजनिक निर्णय, डावपेच, रणनीती व धोरणे ठरतात; म्हणजेच कुटुंब हा परंपरागत घटक स्त्रियांच्या राजकीय भागीदारीवर विलक्षण नियंत्रण ठेवतो. सत्ता कुटुंबाच्या बाहेर जाऊ नये म्हणून कुटुंबांनी राजकीय तडजोड केलेली दिसते. कुटुंब हा घटक कोणत्या कुटुंबातील स्त्री सरपंच, सभापती, जिल्हापरिषद अध्यक्ष, नगराध्यक्ष, महापौर असावी हे ठरवतो. कोणत्याही कुटुंबामधील स्त्रियांना सत्तेतील भागीदारी मिळत नाही. यांची ज्वलंत उदाहरणे म्हणजे अहमदनगर, कोल्हापूर येथील जिल्हा परिषद अध्यक्ष यावरून हे सांगता येते. तसेच पुणे व कोल्हापूर महापौर पदांचे उदाहरण दिसते. एवढेच नव्हेतर टिळक आणि भोसले या दोन कुटुंबांच्या सामाजिक वारशाची व दर्जाची चर्चा झाली होती; म्हणजे कुटुंब हा घटक लोकशाहीला संघटित रूप देतो. कुटुंब हा घटक सत्तासंबंध व सामाजिक संबंधाची पूर्णपणे पुनर्रचना होऊ देत नाही. त्यामुळे कुटुंब हा घटक प्रथम परंपरांच्या मदतीने स्त्री विवेकी व्यक्ती मानत नाही. तसेच स्त्रियांना स्वतंत्र व्यक्ती किंवा स्वायत्त नागरिक म्हणून स्थान देत नाही.

३) स्त्रियांची राजकीय भागीदारी आणि सामाजिक संबंध यांच्यामधून पितृसत्ताक संबंधाची नवीन पुनर्रचना संघटितपणे झाली. कुटुंबापेक्षा सामाजिक घटक वेगळा आहे; कारण सामाजिक दर्जा या घटकांशी यांचा संबंध येतो. त्यामुळे जातीचा सामाजिक दर्जा हे रसायन 'स्त्रिया स्वतंत्र व्यक्ती किंवा स्वायत्त नागरिक आहेत' या गोष्टीला नाकारते. जाती विविध तंत्राचा वापर करत स्त्रियांना राजकीय अवकाशात दुय्यम भूमिका घेण्यास भाग पाडते. सर्व सरपंच, सभापती, जिल्हापरिषद अध्यक्ष, नगराध्यक्ष, महापौर यांचे सत्तेतील स्थान समान दिसत नाही. जातीच्या उतरंडीप्रमाणे त्यांचे स्थान वेगवेगळे असते. आदिवासी, दलित व मुस्लीम यांचे स्थान स्वतंत्र व्यक्ती किंवा स्वायत्त नागरिक अशी आजही मान्यता नाही. ओबीसी व सर्वसाधारण जातींमधील स्त्रियांचे स्थान आदिवासी, दलित व मुस्लीम यांच्या तुलनेत वरिष्ठ आहे. परंतु, पुरुषांच्या तुलनेत ओबीसी व सर्वसाधारण जातींमधील स्त्रियांचे स्थान दुय्यम असते. हा मुद्दा नकारात्मक असण्याबरोबर तो सकारात्मकदेखील आहे; कारण ओबीसी व सर्वसाधारण जातींमधील स्त्रियांचे स्थान क्षत्रिय व उच्च जाती अशा स्वरूपाचे असल्याची जाणीवदेखील सत्तासंबंधामध्ये दिसते. त्यामुळे क्षत्रिय व उच्च जात यांचा अभिमान निवडून आलेल्या स्त्रियांमध्ये दिसतो. यामुळे जात, वर्ण, उच्च व कनिष्ठत्व हे घटक

स्त्रियांचे स्वातंत्र्य नियंत्रित करतात. त्यांना स्वतंत्र व्यक्ती किंवा स्वायत्त नागरिक म्हणून स्थान देत नाहीत.

४) स्त्रियांची राजकीय भागीदारी आणि संस्कृती संबंध यांच्यामधून पितृसत्ताक संबंधाची नवीन पुनर्रचना झाली. त्यास 'सांस्कृतिक राष्ट्रवाद' हा घटक सहमती किंवा मान्यता देतो. ती मान्यतादेखील राष्ट्रवादाच्या उद्देशाने दिली जाते. आधुनिक राष्ट्राच्या जडणघडणीत स्त्रियांची भागीदारी मान्य केली जाते. त्यामुळे राष्ट्रवादाच्या अवकाशात स्त्रियांची राजकीय भागीदारी वाढते. राष्ट्रवादाची चौकट मोडण्यास सक्त विरोध केला जातो. सर्वच राजकीय पक्षांच्या महिला आघाड्यांमध्ये जवळपास ही चौकट प्रमाण मानली जाते. घराण्याची संस्कृती, जातीची संस्कृती, वर्ण व्यवस्थेची संस्कृती या गोष्टी महिला मेळाव्यांमध्ये सतत घडतात. छोट्या हळदी-कुंकवाच्या कार्यक्रमावरदेखील सांस्कृतिक राजकारणाचा विलक्षण प्रभाव असतो. 'पॉलिटिक्स इज डर्टी' ही रचलेली संस्कृती आहे. त्यामुळे सर्वसामान्य स्त्रिया राजकारणापासून दूर राहतात. इतरेजनांची संस्कृती तुच्छ अशी जाणीव निर्माण होते. आंतरजाती विवाहांना विरोध, तिहेरी तलाक, व्हॅलेंटाईन डेला विरोध, वेषभूषेला विरोध, चाळिशीनंतर राजकारणात यावे, सर्वसामान्यांच्या कुवतीमध्ये राजकारण राहिले नाही, पैशांचा मोठ्या प्रमाणावर वापर, स्त्रियांच्या चारित्र्यावरील आक्षेप, लव्ह जिहाद, आरक्षण अंतर्गत आरक्षण अशी नानाविध उदाहरणे स्त्रियांची राजकीय भागीदारी मर्यादित करणारी आहेत. तसेच त्यांचा राजकीय अवकाश आक्रसित करणारी आहेत. मात्र, त्यांनी राष्ट्रवादाची सांस्कृतिक चौकट किंवा जात-वर्ण व्यवस्थेची संस्कृती स्वीकारून राजकारण करण्यास मर्यादित स्वातंत्र्य मान्य केले आहे. मथितार्थ, संस्कृतीची चौकट त्यांना दुय्यम स्थान देते. ही सांस्कृतिक चौकट सत्ता, अधिकार, प्रतिष्ठा व संपत्तीचे केंद्रीकरण पुरुषांच्याकडे करते. हा राजकीय व आर्थिक केंद्रीकरणाचा मुख्य भाग आहे.

५) स्त्रियांची राजकीय भागीदारी आणि राजकीय पक्ष यांचे सहसंबंध स्वतंत्र व्यक्ती किंवा स्वायत्त नागरिक म्हणून स्थान देत नाहीत. राजकीय पक्षांची उमेदवारी सर्वसामान्य स्त्रियांना मोठ्या प्रमाणावर मिळत नाही. राजकीय वारसा असलेल्या घराण्यातील स्त्रियांना उमेदवारी मिळते. तसेच सत्तास्थानेदेखील सत्तेशी संबंधित स्त्रियांना मिळतात. मथितार्थ, सत्ता ही घराणेकेंद्रित आहे. या अर्थाने, लोकशाहीचा आशय स्त्रीकेंद्रित होत नाही. या वरील पाच मुद्द्यांमध्ये सामाजिक - जीवशास्त्राची जाणीव दिसते. (Soci-biology).

'रियल इस्टेट राजकीय छत्री'

अतुल कोहली यांनी भारतीय लोकशाही आणि अर्थव्यवस्था यांचे सहसंबंध स्पष्ट केले. त्यांच्या विश्लेषणानुसार भारतीय लोकशाहीचे यश हे निव्वळ तिच्या औद्योगिकीकरण झालेल्या आणि विकसित अशा अर्थव्यवस्थांमध्ये नाही. त्यामुळे भारतीय उद्योगपतीचा वर्ग आणि मध्यम वर्ग हे भारतीय राजकारण पूर्णत: नियंत्रित करत नाहीत. तसेच भारतीय राजकारण पूर्णत: नियंत्रित नागरीकी संस्कृती करत नाही (कोहली अतुल, २००२). अतुल कोहलींच्या विश्लेषणानुसार ही वस्तुस्थिती असूनही भारतामध्ये लोकशाही आणि अर्थकारणाच्या संदर्भात उद्योगपती वर्ग, रियल इस्टेट मधील वर्ग, नवमध्यम वर्ग अशी वर्गरचना भारतामध्ये आहे. ती राजकारणामध्ये कृतिशील आहे. पन्नास-साठच्या दशकामध्ये कृषी आणि औद्योगिक क्षेत्राचा समझोता हे व्यापक अर्थाने एक अर्थराजकीय समीकरण होते. नव्वदीच्या दशकात आर्थिक सुधारणा कार्यक्रम सुरू झाला. त्यामुळे उद्योग आणि सेवा क्षेत्रातील आर्थिक प्रयोग सुरू झाले. यामध्ये संघटित लोकशाहीची बिजे दिसतात. एकविसाव्या शतकाच्या पहिल्या-दुसऱ्या दशकांमध्ये तर रियल इस्टेट आणि राजकारण यांच्यामध्ये समान असे आकलन घडून आले. त्यामुळे महाराष्ट्र, उत्तरप्रदेश व गुजरात राज्यांच्या राजकारणावर रियल इस्टेटचा विलक्षण प्रभाव पडला. एवढेच नव्हे तर त्यामुळे राजकारण आणि राजकीय संकल्पनांचे अर्थदेखील बदलले. हा दुर्लक्षित मुद्दा आहे; पण त्यांच्या चौकटीमध्ये महाराष्ट्राचे राजकारण सध्या घडत आहे.

राजकीय व्यवहाराच्या अवकाशात 'रियल इस्टेट राजकीय छत्री' ही संकल्पना प्रभावीपणे काम करते. परंतु, ज्ञान शाखेमध्ये मात्र तिची दखल घेतली गेली नाही. शब्दश: रियल इस्टेट म्हणजेच अचल संपत्ती होय. या रियल इस्टेट पेक्षा 'रियल इस्टेट राजकीय छत्री' ही संकल्पना वेगळी आहे; कारण केवळ अचल संपत्तीपुरती मर्यादित ही संकल्पना नाही. अचल संपत्तीशी संबंधित विविध घटकांचा त्यामध्ये समावेश होतो. त्यांचे एकमेकांशी आर्थिक सलोख्याचे संबंध दिसतात. या छत्रीच्या अवकाशात राजकीय घडामोडी घडताना दिसतात; म्हणून रियल इस्टेटमधून 'रियल इस्टेट राजकीय छत्री' अशी संकल्पना घडली. परंतु, तिचा उद्देश संपत्ती मिळवण्याबरोबर राजकारण करणे हादेखील आहे. संपत्ती आणि सत्ता यांच्या सहसंबंधाचे हे नवे रूप आहे. यांची व्यापकपणे पाच वैशिष्ट्ये आहेत-

१) रियल इस्टेट म्हणजे जमिनीची मिळकत आणि त्यावरील इमारती, त्याच्या नैसर्गिक स्रोतांसह पीक, खनिज किंवा पाणी या प्रकारची अचल संपत्ती. या गोष्टींचा संबंध शहरी भागाबरोबर ग्रामीण भागाशीदेखील येतो. मालमत्ता आणि वस्तूचादेखील यामध्ये समावेश होतो. सामान्यत: इमारती किंवा गृहनिर्माण तसेच स्थावर मालमत्तेचे व्यवसाय,

जमीन, इमारत किंवा घरांची खरेदी, विक्री किंवा भाड्याने घेण्याचा व्यवसाय यांचा समावेश केला होता. परंतु, यामधून घडलेला वर्ग राजकीय लागेबांधे तयार करतो. तो राजकीय इच्छाशक्ती बाळगून आहे. त्यामुळे रियल इस्टेटच्या बाहेरचा राजकीय अर्थ त्यास प्राप्त होतो. 'रियल इस्टेट राजकीय छत्री'च्या माध्यमातून त्या राजकीय अर्थांची प्रत्यक्षात अभिव्यक्ती होते.

२) रियल इस्टेटीशी संबंधित एजंट किंवा मध्यस्थ हा एक वर्ग उदयास आला आहे. हा वर्ग कमी शिक्षित पण आत्मविश्वासपूर्ण मध्यस्थी करतो. त्यांनी संस्थात्मक जाळे विणले गेले आहे. त्यामुळे मध्यस्थ वर्ग रियल इस्टेट व राजकीय संस्था यांच्यामध्येदेखील मध्यस्थी करत आहेत. राजकीय संस्था व सेवा व्यवसाय, राजकीय पक्ष व मतदार, राजकीय नेतृत्व व रियल इस्टेट, नोकरदार व रियल इस्टेट अशा नानाविध गोष्टींची मध्यस्थी ही राजकीय स्वरूपाची ठरते.

३) रियल इस्टेटशी संबंधित संस्था उभ्या राहिल्या आहेत. उदा. रियल इस्टेट असोसिएशन, बिल्डर्स असोसिएशन ऑफ इंडिया (१९४१), हाऊसिंग फायनान्स, महाराष्ट्र चेंबर ऑफ हौसिंग, कॉन्फडेरेशन ऑफ रियल इस्टेट डेव्हलपर्स असोसिएशन ऑफ इंडिया (क्रेडाई) इत्यादी. या संस्था रियल इस्टेट या क्षेत्राचा संस्थात्मक आणि आर्थिक पाया आहेत. त्या संस्था दबाव गट, हितसंबंधी गट म्हणून आधुनिक राजकीय भूमिका पार पाडत आहेत.

४) राजकीय पक्ष व स्वयंसेवी संस्था रियल इस्टेटच्या संस्थात्मक आणि आर्थिक पायाशी जुळवून घेत आहेत. त्यामुळे पक्षाचे राजकारण रियल इस्टेटवर अवलंबित झाले आहे. कार्यकर्त्यांचा फौजफाटा जपण्यासाठी या क्षेत्राचा उपयोग राजकीय पक्षाकडून केला जातो.

५) अचल संपत्ती, मध्यस्थ, आर्थिक, संस्थात्मक संस्था यांच्याशी राज्यसंस्था, नोकरदार, प्रशासन, कायदे, राज्यकर्ते, राजकीय पक्ष, मतदार वर्ग, स्वयंसेवी संस्था, प्रसार माध्यमे, इलेक्ट्रॉनिक माध्यमे किंवा सोशल मीडिया जुळवून घेत आहेत. यामधून आर्थिक व राजकीय संस्थांची एक आघाडी घडली आहे. या आघाडीचे खास वैशिष्ट्य म्हणजे आर्थिक व राजकीय सत्तेचे केंद्रीकरण होत आहे. ही घडामोड म्हणजेच 'रियल इस्टेटची राजकीय छत्री' होय. ही छत्री शहरी आणि ग्रामीण अशा दोन्ही भागांमध्ये राजकारण कृतिशील करण्यात पुढाकार घेते. रियल इस्टेट आणि राजकीय संस्थांमधील लोकप्रतिनिधी, पदाधिकारी, नोकरदार, प्रशासकीय अधिकारी, विशेष तज्ज्ञ यांच्यामध्ये समकालीन काळात राजकीय देवाणघेवाण होते. सार्वजनिक धोरण निश्चिती, सार्वजनिक धोरणांची अंमलबजावणी, शासन व्यवहार यामध्ये एक साखळी दिसते. वर्तनात्मक दृष्ट्या अचल संपत्तीची राजकीय छत्री राजकीय आणि आर्थिक

अशा दोन हितसंबंधांचा समझोता म्हणून घडवली गेली आहे; म्हणून राजकारणात अचल संपत्तीचे प्रभाव क्षेत्र विलक्षण वाढले आहे.

असोचेम आणि इकॉनॉमिक रिसर्च ब्यूरो यांनी दोन महत्त्वाची निरीक्षणे नोंदविली आहेत. त्यांपैकी पहिले, भारतातील दहा राज्यांमध्ये रियल इस्टेटचा विस्तार होत आहे; तर दुसरे वैशिष्ट्य म्हणजे एकूण रियल इस्टेटमधील गुंतवणुकीपैकी ५० टक्के गुंतवणूक तीन राज्यांमध्ये होते (२०१६). ती तीन राज्ये अर्थातच महाराष्ट्र, गुजरात व उत्तरप्रदेश ही आहेत. देशात तीन हजार ४८९ प्रकल्पांसाठी १४.५ लाख कोटी रुपयांची गुंतवणूक झाली होती. यांपैकी पंचवीस टक्के गुंतवणूक एकट्या महाराष्ट्र राज्यात झाली; तर उत्तर प्रदेश व गुजरात राज्यात प्रत्येकी तेरा टक्के गुंतवणूक झाली. कर्नाटक व हरियाणा या दोन राज्यांमध्ये प्रत्येकी १० टक्केच्या आसपास गुंतवणूक झाली. रियल इस्टेटचा विकास दर २०१०मध्ये १३.५ टक्के नोंदविला गेला आहे. २०१३मध्ये विकास दर घटला होता. परंतु, २०१४मध्ये तीन टक्क्याने वाढ झाली. २०११-२०१६ दरम्यान ओडिसाने सरासरी ३७ टक्के गुंतवणूक आकर्षित करण्यात यश मिळवले होते. त्यामुळे रियल इस्टेटच्या राजकीय छत्रीखाली ओडिशा हे नवीन राज्य आले आहे. मथितार्थ, महाराष्ट्र, गुजरात, उत्तरप्रदेश व ओडिशा या चार राज्यांचे राजकारण हे 'रियल इस्टेट राजकीय छत्री'च्या प्रभाव क्षेत्रात घडते. नेतृत्व कोणाचे व नेतृत्व कोण करेल यांचे साधे उत्तर लोकांचे प्रतिनिधित्व असे होते. दुर्बल घटकांच्या संदर्भात 'स्वतः स्वतःचे प्रतिनिधित्व करणे' असा अर्थ होता. हा मुद्दा भारतीय स्वातंत्र्य चळवळ, दलित चळवळ, भारतीय राज्यघटनेच्या मधून विकास पावला होता.

लोकांचे प्रतिनिधित्व व दुर्बलांनी स्वत: स्वत:चे प्रतिनिधित्व करणे हे अर्थ रियल इस्टेटमुळे मागे पडले आहेत. त्या जागी प्रतिनिधित्वाचा नवीन अर्थ 'व्यावसायिक प्रतिनिधित्व' असा घेतला गेला आहे. हा अर्थ विधानसभा आणि स्थानिक शासन संस्थांच्या प्रतिनिधित्व संकल्पनेमध्ये गतिशील पद्धतीने आला आहे. तर शहरी-ग्रामीण भागातील बिल्डर हे परराज्यात व परदेशात 'रियल इस्टेट राजकीय छत्रीशी' जुळवून घेतलेले आहेत. त्यामुळे त्यांचे 'आंतरराज्यीय' आणि 'आंतरराष्ट्रीय' असे नेटवर्क काम करते. हे नेटवर्क नव्वदीच्या दशकापासून सुरू झाले होते. परंतु, २००५मध्ये दहशतवादाची चर्चा आंतरराष्ट्रीय पातळीवर सुरू झाली. जागतिक पातळीवरील बँकांच्या नियमांमध्ये बदल झाले. त्यामुळे पैशांच्या गुंतवणुकदारांच्यापुढे नवीन पेचप्रसंग उभे राहिले. अशा आंतरराष्ट्रीय पेचप्रसंगांमुळे प्रादेशिक व देशी रियल इस्टेटचे क्षेत्र बदलत गेले. त्यांच्यामध्ये उघड पण गुप्त करार झाले. परंतु, अशी एक 'रियल इस्टेट राजकीय छत्री' कृतिशील आहे; तिचे म्हणून अंडर करंट आहेत. हा मुद्दा स्थानिक शासन संस्थांच्या निवडणूक अभ्यासाच्या माहितीमध्ये दिसतो. तो पुस्तकामध्ये मांडलेला आहे. या अर्थी राजकीय सत्ता व आर्थिक सत्ता यांचा समझोता दिसतो.

सहमती विरोधी सक्ती

सुमित सरकारच्या विश्लेषणानुसार प्रौढ मताधिकार, धर्मनिरपेक्षता आणि संघराज्यव्यवस्था या तीन गोष्टी अत्यावश्यक बाबी म्हणून पुढे रेटल्या गेल्या. त्यामुळे भारतीय लोकशाही सखोल झाली. नव्वदीच्या नंतर या तीन लोकशाहीच्या आशयामध्ये बदल होत गेला. भारतीय राजकारणातील सहमती किंवा संमती हळूहळू कमी होत आहे. त्याऐवजी शक्तीचा वापर राजकारणामध्ये वाढला आहे. प्रौढ मताधिकार आहे. सत्तांतर प्रौढ मताधिकारांच्या माध्यमातून होते. परंतु, पैशांचा वापर वाढला आहे. त्यामुळे 'एक व्यक्ती एक मत' या मूल्यात्मक विचाराऐवजी संपत्तीच्या वापरातून मतांची संख्या व मूल्य निश्चित होत आहे. निवडणुकांमध्ये गुन्हेगार उमेदवार उभे राहतात. गुन्हेगार उमेदवार निवडून येतात. पुणे मनपामध्ये एकूण १३ प्रभागातील १४५ मतदान केंद्रे महापालिकेने संवेदनशील म्हणून घोषित केली होती (महाराष्ट्र टाइम्स, २१ फेब्रुवारी २०१७). अशा पद्धतीने शक्तीतपूजन वाढत जाऊन अहिंसा व समता हे लोकशाहीचे मूल्य नाकारले जाते. मुंबई मनपामध्ये बिल्डरची एक काळी यादी तयार केली होती. त्यांना विकास कामाची टेंडर दिली, त्यामुळे मुंबई मनपामधील सत्ताधारी वर्ग बिल्डर व कंत्राटदारांचे हित सत्तेच्या माध्यमातून जोपासतात, असे पृथ्वीराज चव्हाण यांचे मत होते (पुढारी, १२ फेब्रुवारी २०१७). थोडक्यात, सहमतीची जागा सक्तीची होत आहे. त्यामुळे संघटित लोकशाहीचे हे नवे रूप आहे.

बहुसंख्याक लोकशाही

भारतीय लोकशाहीचे बहुसंख्याकी स्वरूप निवडणुकीच्या या विश्लेषणातून स्पष्ट होते; कारण कार्यपद्धती, निर्वाचनात्मक, आशयघनता, नियमनात्मक, आंदोलनात्मक, पुनर्वाटपात्मक या सहा पातळ्यांवर लोकशाहीचा अर्थ आक्रसलेला दिसतो; कारण महाराष्ट्रातील मुस्लीम लोकसंख्या ११.५४ टक्के आहे. त्यांपैकी ग्रामीण मुस्लिमांची लोकसंख्या ५.६८ टक्के आहे; तर शहरी भागातील मुस्लीम लोकसंख्या १८.६४ टक्के आहे. जिल्हा परिषदांमध्ये १४ (०.९२ टक्के) व पंचायत समितीमध्ये ५२ (१.७३ टक्के) उमेदवार मुस्लीम समाजातील निवडून आले आहेत. ग्रामीण महाराष्ट्रात मुस्लीम १.४४ टक्के निवडून आले आहेत; म्हणजेच त्यांना पुरेसे प्रतिनिधित्व मिळालेले नाही. या अर्थाने अल्पसंख्याक व बहुसंख्याक या दृष्टिकोनातून लोकशाहीचा अर्थ वेगवेगळा आहे. जे. एस. मिलने अल्प संख्याकांचा विचार महत्त्वाचा मानला होता. अल्पसंख्याक आणि बहुसंख्याक यांच्यातील अंतर वाढले आहे. 'बहुमत म्हणजे लोकशाही' अशी स्पष्ट धारणा दिसते. त्यामुळे अल्पसंख्याकांचा निवडणूक प्रक्रियेवरील विश्वास घटला आहे. मतदार यंत्रामध्ये बेबनाव झाल्याबद्दल संशय अल्पसंख्याकांमध्ये दिसतो. विविधतेत एकता या सूत्राची जागा विविधतेत सांस्कृतिक एकसंघीकरण या नव्या सूत्राने घेतली

आहे. सुमित सरकारच्या विश्लेषणानुसार प्रौढ मताधिकार व धर्मनिरपेक्षता या गोष्टी लोकशाहीसाठी अत्यावश्यक बाबी आहेत. मात्र, येथे प्रौढ मताधिकार व धर्मनिरपेक्षता यांचे अर्थ प्रस्थापितांचे आहेत. मुंबई, अकोला, मुंबई उपनगर, औरंगाबाद, अमरावती, बुलढाणा, वाशिम, परभणी, हिंगोली, नांदेड व नागपूर या जिल्ह्यांमध्ये अल्पसंख्याक समाज हा २५ टक्क्यांपेक्षा जास्त आहे. येथे दोन मुख्य प्रक्रिया घडतात. एक, येथे अल्पसंख्याक अशी वस्तुस्थिती नसते. दोन, अल्पसंख्याक हे बहुसंख्याक म्हणून राजकारण करतात. त्यामुळे अल्पसंख्याक अशी स्थिती असलेल्या समूहाचे प्रतिनिधित्व होत नाही. मथितार्थ, चर्चाविश्व अल्पसंख्याक म्हणून घडते. परंतु, वस्तुस्थितीमध्ये प्रतिनिधित्व जवळपास विवक्षित भागात बहुसंख्याक पद्धतीचे असते. त्यामुळे अल्पसंख्याकांच्या रूपात प्रतीकवाद असतो; तर अल्पसंख्याकांनी विवक्षित जागी राबवलेली बहुसंख्याकवादी लोकशाही असते. अशी समस्या स्थानिक पातळीवर दिसते. खऱ्याखुऱ्या अल्पसंख्याकांना इतरेजन संबोधले जाते. या प्रक्रियेत लोकशाहीतील बंधुभाव मूल्याला सोडचिठ्ठी दिली जाते. दुसऱ्या शब्दांत स्वातंत्र्य, समता, बंधुभाव या मूल्यांच्या विरोधी अनेक घडामोडी निवडणूक प्रक्रियेत घडतात. प्रतिनिधित्व स्व-विवेकाचे आणि प्रतिनिधीवर लोकांचे नियंत्रण हे दोन मुद्दे कळीचे आहेत. स्व-विवेकाची जागा बहुसंख्याक विचारांनी घेतली आहे. त्या लोकप्रतिनिधीवर जनतेचे नियंत्रण सत्तांतरापुरते मर्यादित आहे. सत्तांतर म्हणजे मूल्यात्मक बदल नव्हे, असे लोकशाहीत घडत आहे. या अर्थाने बहुसंख्याकवाद हे संघटित लोकशाहीचे एक वैशिष्ट्य दिसते.

तक्ता क्र.१ : अल्पसंख्याक जिल्हे व पंचवीस टक्क्यांपेक्षा जास्त लोकसंख्या

	अल्पसंख्याक	मुस्लीम	ख्रिश्चन	शीख	नवबौद्ध	जैन	इतर
मुंबई	३९	२५	३	०.४	४.४	५.४	१.०
अकोला	३९	२०	०	०.१	१८.१	०.६	०
मुंबई उप.	३२	१९	३	०.५	५.०	३.७	०.२
औरंगाबाद	३१	२१	०	०.१	८.४	०.८	०
अमरावती	२९	१५	०	०.१	१३.३	०.४	०.१
बुलढाणा	२९	१४	०	०.१	१४.१	०.५	०
वाशिम	२८	१२	०	०	१५.०	०.७	०
परभणी	२८	१७	०	०.१	१०.२	०.३	०
हिंगोली	२७	११	०	०.१	१५.०	०.४	०
नांदेड	२६	१४	०	०.४	१०.५	०.२	०
नागपूर	२५	०८	१	०.४	१४.४	०.५	०.३

भाजपचे प्रभुत्व

धुरीणत्व (Hegemony) आणि प्रभुत्व (Dominance) या दोन संकल्पना वेगवेगळ्या आहेत. भाजपच्या जागांमध्ये वाढ झाली आहे. तसेच मताच्या टक्केवारीत वाढ झाली आहे. या वाढीचे प्रमाण प्रचंड मोठे आहे. कोल्हापूर, नवी मुंबई, औरंगाबाद, वसई–विरार मनपामध्ये भाजपला यश मिळाले नाही. भंडारा व गोंदिया जिल्हा परिषदेमध्ये सत्तांतर झाले. परंतु, नंतर दहा मनपांपैकी सात मनपांमध्ये महापौर भाजपचे झाले. १९१ नगरपालिकांपैकी ७१ नगरपालिकांचे नगराध्यक्ष भाजपचे झाले. २५ जिल्हापरिषदांपैकी १० जिल्हा परिषदांचे अध्यक्ष भाजपचे झाले. २८३ पंचायत समितीच्या सभापतीपैकी ८५ सभापती भाजपचे आहेत. १८ मनपांच्यामध्ये ४४ टक्के जागा भाजपच्या निवडून आल्या आहेत (१९२२ पैकी ८४१ जागा). म्हणजेच लोकसभा, विधानसभा व स्थानिक शासन संस्था या तीन पातळ्यांवर निवडणुकीय लोकशाहीमध्ये भाजपचे प्रभुत्व दिसते. निवडणुकीय लोकशाहीच्या संदर्भात हे प्रभुत्व वर्चस्वामध्येदेखील रूपांतरित होते; कारण प्रतिसादाचे प्रमाण फारच मोठे आहे. २०१४ ते २०१७ या दरम्यान ऐतिहासिक वारसा, मराठा क्रांती मोर्चा, बहुजन क्रांती मोर्चा, शेतकरी आंदोलन असा राजकीय अवकाश तयार झाला. तो राजकीय अवकाश आंदोलनात्मक होता. तो भाजपने पुन्हा काबीज केला आहे. त्यामुळे आंदोलनात्मक लोकशाहीचा राजकीय अवकाश विरोधकांकडे राहिलेला नाही. त्यामुळे निवडणुकीय व आंदोलनात्मक अशा दोन्ही पातळ्यांवर भाजपने अवकाश व्यापला आहे. धुरीणत्व किंवा वैचारिक धुरीणत्व हा मुद्दा जनांच्या संघटित लोकशाहीमध्ये असतो. तसाच तो भाजपच्या राजकारणात दिसत आहे.

निष्कर्ष

लोकशाही संकल्पना राजकीय प्रक्रियेतून वेगवेगळे अर्थ स्पष्ट करते. भारतात विविध आव्हाने पेलवत लोकशाही ही जनांची होत आहे. त्याबरोबरच जनांचे स्वरूप धारण करताना जनविरोधी संघटित कृती लोकशाहीमध्ये घडत आहेत. विशेषत: लोकशाहीमध्ये आर्थिक संसाधनांचे केंद्रीकरण होत आहे. आर्थिक संसाधने हाच लोकशाहीचा मार्ग होत आहेत. त्यामुळे अव्वल दर्जाच्या लोकशाहीचे राजकीय प्रतिकाराचे मार्ग निष्प्रभ ठरत आहेत. हा या तपशिलाचा मुख्य अर्थ आहे. दुसऱ्या शब्दांत, लोकशाहीच्या विस्तारात लोकशाहीच्या संघटित घडामोडी घडत आहेत हे लोकशाही पुढील सर्वांत मोठे अंतर्गत आव्हान आहे.

२

कृषी औद्योगिक समाज प्रतिमान

डॉ. अशोक चौसाळकर

यशवंतराव चव्हाण यांनी कृषी औद्योगिक समाजाचे जे प्रतिमान विकसित केले होते त्या प्रतिमानामध्ये काही दोष निर्माण झाले आहेत आणि त्यामध्ये सुधारणा केली पाहिजे अशी त्यांची भावना होती. या विषयावर चर्चासत्र आयोजित करून विस्ताराने चर्चा करावी असे ज्यांनी सांगितले ते समाजवादी प्रबोधिनीचे कॉ. शांताराम गरुड होते. ते स्वतः यास उपस्थित राहू शकले नाहीत; कारण त्यांचे नोव्हेंबर १९८४मध्ये निधन झाले; पण जून १९८५मध्ये हे चर्चासत्र झाले. या विषयावर साधकबाधक चर्चा झाली. त्यात सर्वश्री अण्णासाहेब शिंदे, प्रा. वि. म. दांडेकर, प्रा. एन.डी. पाटील हे सहभागी झाले होते. या विकास प्रतिमानातील काही उणिवा त्यावेळच्या चर्चेत मांडल्या गेल्या. या चर्चासत्रात सहकार क्षेत्रातील अनेक मान्यवर सहभागी झाले होते. सगळ्याच उणिवांची नाही तर काही उणिवांची चर्चा या सत्रामध्ये झाली. परंतु, अभ्यासकांनी ज्या उणिवांकडे निर्देश केलेला होता, त्या उणिवांच्याकडे लक्ष देऊन त्या दूर करण्याचा प्रयत्न त्यावेळच्या सत्ताधारी वर्गांनी किंवा नंतरच्या सत्ताधारी वर्गाने केला नाही.

त्यानंतर सहकारावरच्या एका चर्चासत्रामध्ये सांगलीचे ज्येष्ठ खासदार आबासाहेब कुलकर्णी यांनी भाषण करताना असे सांगितले की, ''वसंतदादा पाटलांना असे म्हणाले की, दादा ज्या पद्धतीने आपण सहकारी कारखाने व सहकार चळवळ चालवत आहोत त्यामध्ये दोष निर्माण झाले आहेत, हे जर अशा प्रकारे चालू राहिले तर काही दिवसांनंतर ते कोसळणार आहेत. याबद्दल तुम्ही विचार केला पाहिजे.'' दादांनी ते ऐकून घेतले पण त्याबाबत कृती केलेली दिसत नाही. थोडक्यात, हे प्रतिमान विकसित झाले ते प्रतिमान राजकीयदृष्ट्या आपल्या फायद्याचे आहे असा विचार करून किंवा त्यामध्ये मोठ्या प्रमाणात बदल केले तर जो राजकीय Support base आहे, जो सामाजिक पाया आहे, या सामाजिक पायाला काही प्रमाणामध्ये धक्का पोहचेल अशी भीती वाटल्यामुळे त्यामध्ये मूलभूत असे बदल करण्याचा प्रयत्न महाराष्ट्रातील सत्ताधारी वर्गाने केला नाही. त्यामुळे कृषी औद्योगिक समाज स्थापन करण्याचा जो प्रकल्प होता तो प्रकल्प एका पेचामध्ये अडकलेला आहे. तो बऱ्याच प्रमाणामध्ये अपयशी झालेला आहे असे दुर्दैवाने म्हणावे

लागेल. याची आपल्याला कारणमीमांसा करायला लागणार. याच्यामध्ये काय दोष होते, याची पुन्हा एकदा चर्चा करावी लागणार आहे.

कृषी औद्योगिक समाजाची संकल्पना

संयुक्त महाराष्ट्र १९६० साली स्थापन झाला. त्यापूर्वी मुंबई राज्यात दोन प्रकारची राज्ये स्थापन झाली. जे मुंबई राज्य होते त्यामध्ये गुजरातचे बारा जिल्हे, पश्चिम महाराष्ट्राचे १२ जिल्हे, कर्नाटकचे ४ जिल्हे होते आणि त्यामध्ये असा एक संमिश्र प्रांत होता. त्यामध्ये मराठी भाषिक लोक हे जरी बहुसंख्याक नव्हते तरी एक भरीव (Substantial) भाग त्यांचा होता. १९५६ साली नवे मुंबई राज्य स्थापन झाले. त्यामध्ये कर्नाटकचे ४ जिल्हे वगळून सौराष्ट्र, मराठवाडा आणि विदर्भ यांचा या मुंबई राज्यामध्ये समावेश करण्यात आला. ४ वर्षे यशवंतराव चव्हाण यांनी या राज्याचे मुख्यमंत्रीपद सांभाळले. परंतु, अवाढव्य द्वैभाषिकांमध्येसुद्धा एक विशिष्ट प्रकारची विकासनीती अवलंबिता येते की नाही, याबाबत चव्हाणांना शंका होतीच. १९६० साली संयुक्त महाराष्ट्र स्थापन झाला त्यानंतर कृषी औद्योगिक समाजाची जी संकल्पना त्यांनी प्रत्यक्षात अंमलात आणायला सुरुवात केली (ही संकल्पना चव्हाणांची होती). हे एक अतिशय महत्त्वाचे असे प्रतिमान होते.

भारतामध्ये पंडित जवाहरलाल नेहरू यांनी नियोजनबद्ध मिश्र अर्थव्यवस्थेची जी रचना विकसित केलेली होती, त्या रचनेच्या अंतर्गत हे एक स्वतःचे असे वेगळे प्रतिमान यशवंतरावांनी महाराष्ट्रासाठी लागू करण्याचा प्रयत्न केला. सांगली येथे शेतकरी सहकारी साखर कारखान्याची स्थापना १९५८ साली वसंतदादा पाटील यांच्या नेतृत्वाखाली झाली. हा महाराष्ट्रातला सगळ्यात मोठा साखर कारखाना प्रचंड अडचणीमध्ये आहे. शेतकरी सहकारी साखर कारखाना, सहकारी चळवळीचे अपयश प्रकर्षाने दाखवणारा कारखाना आहे; तर त्या कारखान्याच्या उद्घाटन प्रसंगी कृषी औद्योगिक समाज म्हणजे काय? याच्याबद्दल सविस्तर विवेचन करणारे जवळ जवळ तासभराचे भाषण यशवंतराव चव्हाण यांनी केलेले होते. तर मूळ संकल्पना १९५८ साली यशवंतरावांच्या मनामध्ये निर्माण झाली होती. त्यांचे विवेचन त्यांनी त्यामध्ये केले. दुर्दैवाने हे भाषण लिखित स्वरूपामध्ये आज आपल्याजवळ नाही. उपलब्ध असणारे जे भाषण आहे ते फक्त दीड-दोन पानांचे आहे. पण मुळामध्ये एक तासभर त्यांनी ती संकल्पना मांडली होती. त्या भाषणामध्ये ती विकसित झालेली होती. महाराष्ट्राच्या पुनर्निर्माणामध्ये ग्रामीण भागामध्ये कशा प्रकारे नव्या समाजाची रचना करता येईल याबद्दलचे त्यांचे विचार त्यामध्ये त्यांनी मांडलेले होते.

चौखांबी कृषी औद्योगिक समाज

कृषी औद्योगिक समाज प्रतिमानांचे चार महत्त्वाचे भाग होते. १) महाराष्ट्रामध्ये १९६०च्या दरम्यान कूळ कायद्याची फार मोठ्या प्रमाणात अंमलबजावणी झालेली होती. पश्चिम महाराष्ट्रात ती व्यवस्थितरीत्या झाली. मराठवाड्यामध्ये कमी प्रमाणात झाली आणि विदर्भामध्ये फार चांगल्या प्रकारे झाली नाही; पण कूळ कायद्याची अंमलबजावणी झाली. 'कसेल त्याची जमीन' हे तत्त्व अंमलात आले. शेतकऱ्यांना मोठ्या प्रमाणात जमीन मिळाली. ही एक महत्त्वाची अशी घटना १९५६-५७ पासून महाराष्ट्रात घडत आलेली होती. १९६०पर्यंत पश्चिम महाराष्ट्रात कूळ कायद्याची चांगल्या प्रकारे अंमलबजावणी झालेली होती. त्यामुळे एक नव्या प्रकारचा मालकी हक्क असलेला शेतकरी समुदाय प. महाराष्ट्रामध्ये उदयास आला. मात्र, मराठवाड्यामध्ये व विदर्भामध्ये जमीनदारी व्यवस्था होती. ती जमीनदारी पद्धती नष्ट झाली. या कारणामुळे शेतकरी, नवा शेतकरी मालकी हक्क असलेला शेतकरी वर्ग निर्माण झाला; तर या वर्गाच्या दृष्टीने, विकासाच्या दृष्टीने कार्यक्रम आयोजित करायचा होता. त्यामध्ये राज्य सरकारची भूमिका प्रधान होती. शेतीच्या विकासासाठी मोठ्या प्रमाणामध्ये सिंचन प्रकल्प (Irrigation Project), पाटबंधाऱ्यांची सोय केली पाहिजे. त्या दृष्टीने महाराष्ट्रामध्ये प्रकल्प मोठ्या प्रमाणामध्ये उभा करण्यास सुरुवात झाली. कोयना हा एक महत्त्वाचा प्रकल्प सुरू झाला. तसेच १०० टीएमसी पाण्याचा साठा असलेला उजनीचा प्रकल्प सुरू करण्यात आला. शेतीच्या विकासाच्या दृष्टीने महत्त्वाचे अनेक सिंचन प्रकल्प सुरू झाले. महाराष्ट्रामध्ये धरणे बांधण्याची प्रक्रिया मोठ्या प्रमाणात सुरू झाली. त्यानंतरचा तिसरा मोठा प्रकल्प जायकवाडी प्रकल्प. याची क्षमता १०० टीएमसी आहे. हे सर्व प्रकल्प महाराष्ट्रामध्ये निर्माण झाले. ते उभे करण्यात सरकारची भूमिका महत्त्वाची होती.

दुसरा महत्त्वाचा मुद्दा म्हणजे मृद् संधारण विभाग (Soil Conservation department) स्थापन करणे. सरकारने मृद् संधारण विभाग स्थापन केले. यशवंतराव चव्हाण मुख्यमंत्री असताना संपूर्ण महाराष्ट्रातील जमिनीचा भूसंधारणाचा अतिशय महत्त्वाकांक्षी असा कार्यक्रम राबविण्यात आला. मथितार्थ, उद्देश असा की, ग्रामीण विकासामध्ये सरकारच्या वेगवेगळ्या विभागांची भूमिका महत्त्वाची होती.

२) सहकारी चळवळीच्याद्वारा ग्रामीण भागातील लोकांमध्ये कृतिशीलता निर्माण करून, त्यांच्यामध्ये एक नवे काम करण्याची जिद्द निर्माण करणे, विकासाबद्दल त्यांच्या मनामध्ये एकप्रकारची ऊर्जा निर्माण करण्याची आवश्यकता होती. हे काम यशवंतराव चव्हाणांनी यशस्वीरीत्या केले. संयुक्त महाराष्ट्राच्या प्रश्नावर लिहित असताना डॉ. बाबासाहेब आंबेडकरांनी असे लिहिले होते की, महाराष्ट्र संयुक्त महाराष्ट्र झाला तर

गुजरातच्या वैकुंठभाई मेहता, राजभाई मेहता, बलवंतराय मेहता, मोरारजीभाई त्यांच्या तुलनेत मराठी भाषिक मंत्री कमी प्रभावी आहेत. मुख्य मुद्दा ग्रामीण भागातील महाराष्ट्राला नवे नेतृत्व निर्माण करण्याचा होता. डॉ. बाबासाहेब आंबेडकरांनी ही उणीव दाखवली होती. ग्रामीण भागातील लोकांच्यामध्ये नेतृत्वाची नवी पिढी निर्माण करण्याचा प्रश्न होता. यशवंतराव चव्हाणांनी हे आव्हान स्वीकारले आणि ग्रामीण भागातील लोक गुंडगिरीच करत नाहीत, मारामाऱ्याच करत नाहीत तर त्यांच्यामध्ये काम करण्याची ताकद आहे; म्हणून त्यांना विकासाच्या नव्या वाटा उपलब्ध करून दिल्या पाहिजेत. त्यांनी सहकार चळवळीच्याद्वारा ग्रामीण भागामध्ये नव्या नेतृत्वाच्या विकासाच्या संधी उपलब्ध करून दिल्या. सहकार चळवळीचे हे एक महत्त्वाचे कार्य होत. सहकार चळवळीवर शहरी भागातील बँकांचा मोठा पगडा होता; म्हणून सहकारी (Co-operative) बँकाचे कायदे (By laws) बदलण्यात आले. यशवंतराव चव्हाणांनी जे बदल केले ते बदल अतिशय सावधपणे, कुठल्याही प्रकारची अस्वस्थता निर्माण होऊ न देता केले होते. हे संस्थात्मक प्रक्रियेतून केलेले होते (Institutional Practice).

सत्तेचे हस्तांतरण यशवंतराव चव्हाणांनी सहकार क्षेत्रामध्ये केले ते फार वैशिष्ट्यपूर्ण होते. त्यामुळे जिल्हा बँकांची स्थापना झाली. बँकांवर ग्रामीण नेतृत्वाचे नियंत्रण निर्माण करण्यात आले. त्याद्वारा शेतकऱ्यांना पत सुविधा (Credit facility) देखील उपलब्ध करून देण्यात आल्या. या अर्थाने, सहकारी चळवळीद्वारा महाराष्ट्रामध्ये ग्रामीण नेतृत्व तयार करण्याचे मोठे काम यशवंतराव चव्हाणांनी या काळामध्ये केले. सहकार हे दुसरे Sector होते, ज्यामध्ये यशवंतराव चव्हाणांनी व्यापक स्तरावर राजकीय गुंतवणूक केली (Political investment).

३) तिसरे जे क्षेत्र होते ते पंचायत राज्याचे. बलवंतराय मेहता विकेंद्रीकरण समिती (Decentralization commission) ने याबाबत काही शिफारशी केल्या होत्या. यशवंतराव चव्हाणांनी वसंतराव नाईक समितीची स्थापन केली. महाराष्ट्रामध्ये त्रिस्तरीय पंचायत राज्य व्यवस्था स्थापन केली. जिल्हा परिषदेच्या हाती जास्त सत्ता देण्यात आली. जिल्हा परिषदेचा कार्यकारी प्रमुख हा आयएएस अधिकारी असेल. तो जिल्हाधिकाऱ्याच्या बरोबरीचा असेल. याची त्यांनी काळजी घेतली, पाच वर्षांमध्ये फरक दिसायला सुरुवात झाली. महाराष्ट्रामध्ये नवे नेतृत्व निर्माण झाले. महाराष्ट्रातील राजकीय पुढाऱ्यांनी आपले कर्तृत्व दाखवायला सुरुवात केली. ५०शीच्या दशकात याबाबत डॉ. बाबासाहेब आंबेडकरांनी शंका व्यक्त केल्या होत्या. त्यानंतर नवे नेतृत्व आले. त्यामध्ये बाळासाहेब देसाई, शंकरराव चव्हाण, गोपाळराव खेडेकर, देशमुख, वसंतराव नाईक अशी कर्तबगार नेतेमंडळी हळूहळू पुढे यायला सुरुवात झाली. थोडक्यात नंतरच्या काळामध्ये पंचायत राज्य संस्थांमधून व सहकार चळवळींमधून

महाराष्ट्रातील ग्रामीण भागातून खंबीर नेतृत्व १०-१५ वर्षांमध्ये पुढे आले.

४) सहकारी क्षेत्रामध्ये Co-operative sector मध्ये बँक व पत सुविधा ज्याप्रमाणे महत्त्वाची होती, त्याप्रमाणे कृषी आधारित उद्योगांची स्थापना हे एक महत्त्वाचे पाऊल होते (Agro based industry). त्याबद्दलची मांडणी यशवंतराव चव्हाणांनी शेतकरी सहकारी साखर कारखान्याच्या उद्‌घाटनाच्यावेळी केली होती. ऊस, तेलबिया, कापूस इ. जी शेती उत्पादने आहेत, त्यांच्यावर प्रक्रिया करणारे कारखाने हे सहकार क्षेत्रामध्ये स्थापन करण्याचा प्रकल्प होता. या प्रकल्पामध्ये सहकारी साखर कारखान्यांनी महत्त्वाची भूमिका बजावली. सहकारी क्षेत्रामध्ये तेलबियांचे कारखाने निघाले, सूत गिरण्या निघाल्या, सहकारी साखर कारखाने निघाले. फक्त साखर कारखाने मोठ्या प्रमाणात यशस्वी ठरले. बाकीचे उद्योग त्या प्रमाणात यशस्वी ठरले नाहीत. काही ठिकाणी सूत गिरण्या बऱ्या प्रकारचे काम करतात; पण एकूण कामगिरीचा विचार केला तर सूतगिरण्या अयशस्वी ठरल्या आहेत. परंतु, साखर कारखान्यांनी महत्त्वाची भूमिका बजावली. सहकारी क्षेत्रातील कृषी औद्योगिक समाजामध्ये साखर कारखान्यांनी महत्त्वाची भूमिका बजावली. सेवा सहकारी क्षेत्रा (Service co-operative) च्या संदर्भामध्ये सेवा सहकारी संस्थांचे जाळे गावभर निर्माण करून एक प्रचंड अशी पर्यायी व्यवस्था निर्माण करण्याची यशवंतराव चव्हाणांची इच्छा होती. यशवंतराव चव्हाणांना अभिप्रेत असणाऱ्या सेवा सहकाराची अंमलबजावणी महाराष्ट्रात झाली नाही; जर ती चांगल्या प्रकारे झाली असती तर सेवा सहकारी क्षेत्रानेसुद्धा महत्त्वाची भूमिका बजावली असती.

आणखी एक मुद्दा होता ज्याच्याबद्दल यशवंतराव चव्हाणांनी मांडणी केली; पण त्याची अंमलबजावणी फारशी झाली नाही. ती होती सहकारी शेतीच्या संदर्भात. आवडी काँग्रेसमध्ये पं. जवाहरलाल नेहरू यांनी सामुदायिक शेती (Community farming)ची कल्पना मांडली होती. त्यामध्ये पं. नेहरूंना कुठल्या प्रकारची शेती अभिप्रेत होती हे आपल्याला माहीत नाही; पण नेहरूंनी त्या बाबतची मांडणी केली होती. चिनी नेते माओ-त्से-तुंग यांना अभिप्रेत असलेली मांडणी त्यांना मान्य होती. सामुदायिक शेती नेहरुंना अभिप्रेत होती; पण निश्चित माहीत नाही. त्याचे व्यवस्थित असे विवेचन केलेले नव्हते. परंतु, यशवंतराव चव्हाणांनी महाराष्ट्रामध्ये सामुदायिक शेती म्हणजे सहकारी शेती असा त्याचा अर्थ लावला. सामुदायिक शेतीचा दुसरा अर्थ त्यांना मान्य होता असे दिसत नाही. सामुदायिक शेतीचा सहकारी शेती (Co-operative farming) असा अर्थ त्यांनी लावला. त्याबद्दलची मांडणी केली; पण त्याबद्दलची फारशी अशी पावले उचलली गेली नाहीत. जी महामंडळे स्थापन झाली त्या महामंडळांचा व्यवहार फारसा चांगला नव्हता. सहकार आणि पंचायत

राज्य यांच्याद्वारे आधुनिक महाराष्ट्राच्या ग्रामीण भागातील जडणघडणीमध्ये पंचायत राज यांच्याद्वारे मूलगामी असे परिवर्तन करून आणता येईल. ग्रामीण भागामध्ये रोजगार निर्माण होईल, ग्रामीण भागाचा विकास होईल, शहरे आणि खेडी यांच्यातील फरक कमी होईल. शेती आणि उद्योगधंदे यांच्यामधील भेद कमी होईल. ग्रामीण भागामध्ये खऱ्या अर्थाने स्वस्थ असा समाज निर्माण करता येईल अशी यशवंतराव यांची भूमिका होती.

सहकारी साखर कारखाने वेगवेगळ्या प्रकारच्या विकास कामांना प्रोत्साहन देतील. त्यामुळे शिक्षण संस्था निर्माण होतील, सहकारी बँका निर्माण होतील, पाणी पुरवठा सोसायट्या निर्माण होतील. अनेकप्रकारच्या विकासाची केंद्रे म्हणून या सहकारी संस्था काम करतील अशी यशवंतराव चव्हाणांची भूमिका होती. त्यातून ग्रामीण भागामध्ये नवे नेतृत्व निर्माण होईल. नवी केंद्रे निर्माण होतील अशी त्यांची भूमिका होती. काही क्षेत्रांमध्ये अशाप्रकारची कामे झाली. अण्णा भाऊ साठे यांच्या कादंबऱ्या वाचल्यानंतर वारणाकाठ आणि आजचा परिसर आपण बघितला तर कादंबऱ्यांमध्ये असलेला वारणाकाठ आणि आजचा वारणाकाठ यांमध्ये प्रचंड असा फरक झालेला आहे. आता तेथे गुंड नाहीत, मारामाऱ्या करणारे, घोड्यावर बसून येणारे डाकू नाहीत. आता विकासामुळे समाज जीवनामध्ये प्रचंड फरक झाला आहे. शिराळा वारणा या भागात हा प्रचंड फरक आला आहे. १९६० पूर्वी ५५-५७ मध्ये वारणा परिसर अराजक, गुंडगिरी, मारामाऱ्या, खून, डकैती यांनी व्यापलेला होता. आता तो पूर्णतः बदललेला आहे. विकासाचा एक चांगला नमुना त्या भागामध्ये विकसित झाला असे म्हणायला हरकत नाही.

कृषी औद्योगिक समाजाची Agro industrial society ची स्थापना करण्याचा यशवंतराव चव्हाणांचा जो प्रयत्न होता त्याची काही चांगली फळं प. महाराष्ट्रामध्ये काही भागांमध्ये मिळाली. साखर कारखान्यांनी सुरुवातीच्या काळामध्ये चांगल्या प्रकारे काम केले. पंचायत राज्य संस्थांनी सुरुवातीची पंधरा वर्षे चांगले काम केले. नवे नेते निर्माण झाले. त्यांनी लोकांच्यामध्ये विकासाची भावना निर्माण केली. मोठ्या प्रमाणामध्ये बदलाचे वारे ग्रामीण भागामध्ये वाहायला सुरुवात झाली. या सकारात्मक गोष्टी होत्या. कृषी औद्योगिक समाजाचे प्रतिमान यशवंतराव चव्हाणांनी विकसित केले होते. १९६० नंतर दोन वर्षे यशवंतराव चव्हाणांनी ही प्रक्रिया सुरू केली; पण यशवंतराव चव्हाणांच्या नेतृत्वाखाली महाराष्ट्रामध्ये ही संपूर्ण प्रक्रिया आपण राबवू शकलो नाही; कारण दोन वर्षांच्या अवधीमध्ये यशवंतराव चव्हाणांना महाराष्ट्र सोडून दिल्लीच्या राजकारणामध्ये जावे लागले. त्यामुळे त्यांनी हाती घेतलेला हा अतिशय महत्त्वाकांक्षी असा परिवर्तनाच्या राजकारणाचा भाग त्यांना सहकाऱ्यांवर सोडावा

लागला. नंतरचे मुख्यमंत्री वसंतराव नाईक यांनी सुरुवातीच्या ५-६ वर्षांच्या काळामध्ये हा कार्यक्रम चांगल्या प्रकारे राबवण्याचा प्रयत्न केला.

महाराष्ट्रामध्ये काँग्रेस पक्ष १९५७ पूर्णतः पराभूत झाला होता. १३४ पैकी १०१ जागा संयुक्त महाराष्ट्र समितीने जिंकल्या; पण काँग्रेसला ३३-३४ जागाच मिळाल्या. त्यातल्या काही मुंबईच्या जागा होत्या. पश्चिम महाराष्ट्र काँग्रेसचा बालेकिल्ला झाला. १९६२ साली २६५ पैकी २१५, १९६७ साली २७० पैकी २०४ आणि १९७२ साली २८१ पैकी २२० जागा महाराष्ट्रामध्ये काँग्रेसला विधानसभेत मिळाल्या; म्हणजे बळकट असा सामाजिक पाया (Support Base) काँग्रेस पक्षाचा या कृषी औद्योगिक समाज रचनेमुळे निर्माण झाला. या नव्या संस्थात्मक बांधणीला महाराष्ट्रात कूळ कायद्याने निर्माण झालेल्या नवा शेतकरी वर्गाचा पाठिंबा होता. तो खंबीरपणे काँग्रेसच्या पाठीमागे उभा राहिला. दुसरी गोष्ट यशवंतराव चव्हाणांनी १९६० साली केली. ती म्हणजे महाराष्ट्रातील इतर मागास जातींना शेकडा १४ टक्के राखीव जागा दिल्या. त्यामुळे सर्वसमावेशक असे धोरण यशवंतरावांनी राबवले. सगळ्यांना पुढे नेण्याचा एक प्रमाणामध्ये प्रयत्न केला. त्यामुळे काँग्रेसचा जो सामाजिक पाया आहे तो १९७२पर्यंत मोठ्या प्रमाणामध्ये कायम राहिला. १९७२पर्यंत काँग्रेस पक्ष महाराष्ट्राच्या विधानसभा आणि लोकसभा निवडणुकीत बहुसंख्य जागा जिंकत होता. परंतु, १९७२ नंतर अनेक प्रश्न निर्माण झाले. १९६८-६९ नंतर देशामध्ये हरित क्रांती झाली. शेती क्षेत्रामध्ये उत्पादनामध्ये मोठ्या प्रमाणात वाढ झाली. त्याचा फायदा कृषी औद्योगिक समाजरचनेला सुरुवातीला झाला. त्या काळामध्ये Terms of trade चा फायदा झाला असे काही अभ्यासकांचे म्हणणे आहे. कृषी औद्योगिक समाजाचा प्रकल्प चव्हाणांनी मोठ्या निकराने राबविला; पण १९७२ नंतर काही प्रश्न निर्माण व्हायला सुरुवात झाली; कारण हा जो प्रकल्प होता त्यामध्ये मूलभूत अशा ३-४ उणिवा होत्या.

प्रकल्पातील उणिवा

पहिली मोठी उणीव पायामध्ये होती. या संपूर्ण प्रकल्पाचा पाया अरुंद होता (Narrow Base). संपूर्ण महाराष्ट्राचा विचार जर केला, तर विदर्भ, मराठवाड्यातील जे कोरडवाहू शेतकरी आहेत, तिथले जे सगळे प्रश्न आहेत, शेतीचे, पाटबंधाऱ्याचे, पाणी वाटपाचे या सगळ्या प्रश्नांचा विचार यामध्ये नव्हता. त्यामुळे निम्म्यापेक्षा जास्त महाराष्ट्र हा या प्रकल्पाच्या बाहेर होता. कोरडवाहू शेतकऱ्यांच्या प्रश्नाचा विचार या प्रकल्पामध्ये गंभीरपणे करण्यात आलेला नव्हता. या प्रकल्पामध्ये Irrigated शेती उपलब्ध आहे. वीज उपलब्ध आहे आणि जिथे चांगल्या प्रकारचं Co-operative infrastructure उपलब्ध आहे, त्याच्यामध्ये हा यशस्वी होऊ शकतो. ६०च्या दशकामध्ये पाणी

पुरवठ्याचा Irrigation facilityचा विचार केला, विजेच्या पुरवठ्याचा विचार केला तर विदर्भ आणि मराठवाडा पुष्कळ मागासलेले होते. तो भाग या प्रकल्पामध्ये येत नव्हता. मग प्रयत्न असा झाला की पश्चिम महाराष्ट्रात जे प्रयोग करण्यात आले ते विदर्भात आणि मराठवाड्यातही करावेत. तशाच प्रकारचे सहकारी साखर कारखाने उभे करण्यात यावेत. त्या साखर कारखान्यांच्याद्वारे आपल्याला तिथेही विकास करता येईल. १९६८ नंतर मराठवाड्यामध्ये आणि विदर्भामध्ये साखर कारखाने उभे करण्यात आले. यातले बरेचसे साखर कारखाने हे आज संकटामध्ये सापडले आहेत. काही बंद पडलेले आहेत, त्यांच्यावर साखर कारखान्यांच्या किमतीपेक्षा जास्त कर्ज आहे.

थोडक्यात, कोरडवाहू शेती व कमी पाऊस असणाऱ्या भागात हे प्रतिमान यशस्वी झाले नाही. असा अवर्षणप्रवण भाग फक्त विदर्भ व मराठवाड्यातच नव्हे तर पश्चिम महाराष्ट्रातील अनेक जिल्हे अवर्षणप्रवण आहेत. मुबलक पाणी ज्या भागात आहे, असे मानले जाते त्या दक्षिण महाराष्ट्रातील अनेक जिल्ह्यांचा निम्मा भाग अवर्षणग्रस्त आहे. थोडक्यात, या प्रतिमानाचा पाया अरुंद होता. ज्या भागात पायाभूत संरचना वीज व पाणी नाही त्या भागात ते यशस्वी होणे अवघड होते. जेथे या गोष्टी उपलब्ध होत्या तेथे प्रतिमान यशस्वी झाले.

दुसरा जो मोठा प्रश्न निर्माण झाला तो म्हणजे Co-operative bodies ही राजकीय सामर्थ्य मिळवण्याची साधने मानली गेली. राजकारण आणि सहकार यांच्यामध्ये किती संबंध असावा, सहकाराचे राजकारण किती केले जावे, विवेक पाळायला जावा तो विवेक पाळला गेला नाही. सहकार राजकारणाचे अड्डे बनले. या सहकारी साखर कारखान्यांमध्ये सर्व सदस्य संख्या किती असावी, १२०० टन गाळप करणारा कारखाना आणि याचे ३००० सभासद. राजकारणासाठी त्याचा वापर करायचा असा प्रकार मोठ्या प्रमाणात सुरू झाला. सुरुवातीच्या काळामध्ये जे कारखाने चांगल्या पद्धतीमध्ये चालले होते, त्या कारखान्यांनी राजकारणाची गरज म्हणून आर्थिकदृष्ट्या न परवडणारे निर्णय घेतले. त्यामुळे कोल्हापूरचा पंचगंगा साखर कारखाना आणि वसंतदादा पाटील यांचा शेतकरी सहकारी कारखाना हे दोन मोठे कारखाने एके काळी चांगले चालत, ते आज संकटात आहेत. याचे महत्त्वाचे कारण म्हणजे राजकारणासाठी त्यांचा वापर केला गेला. कारखाने आर्थिक कार्यक्षमतेवर आधारित न चालवता राजकारणासाठी त्यांचा वापर केला गेल्यामुळे साखर कारखाने धोक्यात आले. सरकारने सहकारी क्षेत्रातील भ्रष्टाचारास पाठिंबा दिला. त्यांना हमी दिली. भ्रष्ट संचालकांविरोधी कारवाई रोखली. त्यामुळे आज अनेक जिल्हा बँका अडचणीत आहेत. हजारो कोटी रुपये अडकून आहेत. थोडक्यात, राजकारणाने व राजकीय हस्तक्षेपाने सहकारी चळवळीचे मोठ्या प्रमाणात नुकसान झाले. मुख्यमंत्री शंकरराव चव्हाण, यशवंतराव मोहिते यांनी ज्या वेळी या क्षेत्रात शिस्त लावण्याचा

प्रयत्न केला त्या वेळी त्यांना मोठा विरोध झाला. सहकार लॉबीने शंकरराव चव्हाण यांना मुख्यमंत्री पदावरून काढून त्या जागी वसंतदादा पाटील यांना मुख्यमंत्री करण्यास मोठी भूमिका बजावली. याबाबतचा विवेक पाळला नाही. त्यामुळे आज ते अडचणीत आले आहेत.

सहकारी साखर कारखाने दरवर्षी सर्वसाधारण सभा घेतात. त्यांचे २०-३० हजार सभासद असतात. हे सर्वसाधारण लोकशाही प्रक्रियेचे विडंबन आहे. या बैठकीत विरोधकांना बोलू दिले जात नाही. मारहाण करण्यासाठी त्यांच्यावर गुंड सोडले जातात. कारखान्यांनी पोसलेल्या पहिलवानांना त्या दिवशी वापरले जाते. बिनविरोध निवडून येण्याचा प्रत्येक पॅनेलचा प्रयत्न असतो. सर्वसाधारण सभेत लोकशाही प्रक्रिया राबवता येत नाही; कारण सभासदांची संख्या प्रचंड असते.

कारखान्यांच्या निवडणूक विषयक कायद्यात अशी रचना करण्यात आली की या सर्व संस्थांमध्ये भाई एन.डी.पाटील म्हणतात त्याप्रमाणे पाठिंबा देणारा वर्ग (कॉकस) निर्माण झाला. टोळक्यांच्या हातामध्ये साखर कारखान्यांची सत्ता गेली. याचे कारण Electoral system हे आहे. Electoral systemमध्ये ज्याला ५१ टक्के किंवा ५०.५ टक्के मते मिळतात त्याला पॅनेलच्या संपूर्ण १३-१४-१५ जागा मिळतात. त्यामुळे विरोधी पक्षाला त्यात कुठल्याही प्रकारचे स्थान नाही. तिथे आवाजही निर्माण होणार नाही अशाप्रकारची पॅनेलची रचना करण्यात आली. त्याच्याऐवजी वेगवेगळे मतदार करून ११, १२ मतदार संघ करून मतदार संघाप्रमाणे मतदान झाले असते तर बहुमत मिळाले असते व विरोधी गट पण प्रभावी राहिला असता. विरोधी गटाचे एक प्रकारचे नियंत्रण आले असते.

या प्रतिमानाचा सामाजिक पाया तसा मर्यादित होता. महाराष्ट्रातील श्रीमंत मध्यम शेतकरी जाती व बागायतदार वर्ग यांचा त्यास पाठिंबा होता. इतर वर्गाची त्याबाबत काळजी घेतली गेली. १९७२ नंतर या प्रतिमानाची अधिमान्यता धोक्यात आली; कारण मागास जाती व मागास भागातील लोक यांना असे वाटू लागले की, हे प्रतिमान आपल्या उपयोगाचे नाही. इतर मागास जाती, दलित जाती, अल्पसंख्याक मागास भागातील अवर्षणग्रस्त लोक व कोरडवाहू शेतकरी यांचा पाठिंबा काँग्रेसला मिळेनासा झाला. याचा पहिला उद्रेक १९७७ लोकसभा निवडणुकीच्या वेळी झाला. त्यानंतर काँग्रेसचा पाया ढासळत गेला. १९८० सालच्या विधानसभा निवडणुकीत पक्षाला १८० जागा मिळाल्या. १९८५मध्ये १६१, १९९०मध्ये १४१ तर १९९९मध्ये त्यांना ८१ जागा मिळाल्या. १९९९मध्ये पक्षात फूट पडली; पण दोन्ही काँग्रेस एकत्र लढूनही पक्ष जास्तीत जास्त १४६ जागा मिळवू शकले.

लोकांचे समर्थन कमी होण्याचे कारण म्हणजे विविध जातींच्या अभिजनात जो सामाजिक करार १९६० साली केला तो संपुष्टात आला; कारण गेल्या ३०-४० वर्षांत

सामाजिक शक्तींचा समतोल बदलला आणि नव्या शक्ती सत्तेत अधिकाराचा वाटा मागू लागल्या.

काँग्रेसचा जो मोठ्या प्रमाणात सामाजिक पाया आहे तो कमजोर होत चाललेला आहे. याचे एक महत्त्वाचे कारण आहे, कृषी औद्योगिक समाजाच्या मॉडेलमध्ये सर्वसमावेशक सहभागाचा विकासाचा असा एक भाग असायला हवा होता. विशेषतः मागास जातींच्या संदर्भात ओबीसी आणि दलित जातींमध्ये बऱ्याचशा प्रमाणामध्ये जमिनीची मालकी नव्हती. १९८०च्या नंतर महाराष्ट्रामध्ये सामाजिक चळवळी वेगाने नव्याने व्हायला लागल्या. त्या वेळी ज्या सगळ्या सामाजिक आंतर्विसंगती (Social contradictions) होत्या त्या पुढे यायला सुरुवात झाली. १९८० साली शरद जोशींसारखा शेतकरी चळवळीसाठी उभा राहील असे कुणाला वाटले नव्हते; पण ती चळवळ उभी राहिली. तिने नवी आव्हाने उभी केली. शेती क्षेत्रामध्ये शरद जोशी यांची चळवळ कमजोर झाल्यानंतर पश्चिम महाराष्ट्रात राजू शेट्टी सारखे एक नवे वादळ निर्माण झाले (२००४-२००५). त्या वादळाने या संपूर्ण साखर कारखान्यांना आव्हान निर्माण केले आणि एक नवी सामाजिक शक्ती महाराष्ट्रामध्ये निर्माण झाली.

महाराष्ट्रातल्या साखर कारखानदारीमुळे कृषी औद्योगिक समाजाच्या प्रतिमानासमोर गंभीर पेचप्रसंग निर्माण झालेले आहेत. हे गंभीर पेचप्रसंग सामाजिकदृष्ट्या, शेती विकासाच्या दृष्टीने, औद्योगिक विकासाच्या दृष्टीने, आपल्यासमोर उभे राहिले आहेत. त्याला दुरुस्त करायचे असेल तर फार मूलगामी असे उपाय शोधावे लागतील. मूलगामी उपाय शोधल्याशिवाय या पेचप्रसंगातून सुटका नाही. नाहीतर आपल्या देशात महाराष्ट्राचे जे अतिशय मूल्यवान संसाधन आहे, त्याचे नुकसान होईल. आजच आपल्याला सहकार क्षेत्र उभे करण्यासाठी हजारो कोटी रुपये द्यावे लागतात. महाराष्ट्रातील समाजाचा एक वर्ग त्यावर अवलंबून आहे. 'तुम्ही आजच साखर कारखाने बंद करा' असे म्हणू शकत नाही. Co-operative credit society बंद करा असे म्हणू शकत नाही. कारण उपायांपेक्षा ते वाईट ठरेल. कृषी औद्योगिक प्रारूप बळकट कसे करायचे त्यांच्यामध्ये नवा जोम, नवी शक्ती कशी आणायची हा आपल्यापुढे प्रश्न आहे. त्या दृष्टीने कृषी औद्योगिक मॉडेलने काय प्रश्न निर्माण केलेले आहेत, कृषी औद्योगिक प्रारूपाने महाराष्ट्राच्या विकासामध्ये कोणत्या प्रकारे भर घातली आहे, याची थोडक्यात चर्चा करायला हवी. त्याचप्रमाणे कृषी औद्योगिक प्रारूपामध्ये आज कोणत्या मूलभूत समस्या निर्माण झाल्या आहेत हे पाहावे लागेल. त्याच्या काही उणिवांची चर्चा करावी लागेल. आता मुख्य मुद्दा हा आहे की सर्वसमावेशक सामाजिक, आर्थिक व राजकीय विकासासाठी या प्रतिमानात सुधारणा केली पाहिजे. उद्याच्या महाराष्ट्रासाठी ते आवश्यक आहे.

३

द्विक्षेत्रीय विकासाचे प्रतिमान

डॉ. जे. ए. पाटील

द्विक्षेत्रीय विकासाचे प्रतिमान जगभर वापरले जाते. उदा. 'हॅरॉल्ड-डोमर' हे विकासाचे प्रतिमान आहे. तसेच विकासाचे प्रतिमान पंडित नेहरू व प्रशांत चंद्र महालनोबिस यांनी तयार केले. पंतप्रधान नेहरूंच्या मागणीप्रमाणे प्रशांत चंद्र महालनोबिस यांनी हॅरॉल्ड-डोमरचा आधार घेऊन द्विक्षेत्रीय विकासाचे प्रतिमान तयार करून दिले. या संकल्पनेशी साधर्म्य असलेले विकासाचे प्रारूप यशवंतराव चव्हाण यांनी स्वीकारले. त्या प्रारूपाची चर्चा येथे केली आहे.

यशवंतराव चव्हाण प्रारूप

यशवंतराव चव्हाणांच्या कृषी औद्योगिक समाजरचनेच्या संदर्भात मांडणी करत असताना प्रथम हे लक्षात घेतले पाहिजे की, यशवंतराव चव्हाण हे औपचारिकपणे अर्थशास्त्राचे अभ्यासक नव्हते, ज्याना आपण 'पिडेन्टीक' म्हणतो तसे काही त्यांचे अर्थशास्त्रीय ज्ञान नव्हते; पण अलीकडील उपलब्ध संदर्भानुसार सगळ्यांनाच माहीत आहे की, यशवंतराव चव्हाण हे मोठ्या प्रमाणात वाचन करणारे अभ्यासू वाचक होते. सर्व प्रकारचे प्रचंड वाचन करणारा देशातला सर्वांत मोठा राजकारणी कोण असे जर कुणी विचारले तर कदाचित शैक्षणिक राजकारणी जे होते ते सोडले आणि फक्त जे राजकारणी होते तेच लक्षात घेतले तर त्यांच्यामध्ये यशवंतराव चव्हाणांना सर्वांत मोठे मानावे लागते. त्यांचे सगळे वाचन शेती, अर्थशास्त्र, इतिहास, राज्यशास्त्र, विधिशास्त्र, समाजशास्त्र अशा या सगळ्या अंगांनी स्पर्श करून जाणारे होते. यशवंतराव चव्हाण एक अतिशय चारित्र्यसंपन्न, सभ्य, स्वच्छ, पारदर्शी कुठल्याही अर्थाने भ्रष्टाचाराचा एक शिंतोडा देखील ज्यांच्यावर नाही अशाप्रकारचे राजकीय नेते होते; पण त्यातला 'राजकीय' हा शब्द महत्त्वाचा आहे. ज्याला राजकारण करायचे असते त्याला अनेक समीकरणे एकाचवेळी सोडवावी लागतात. अशी समीकरणे सोडविण्याची सर्वांत जास्त क्षमता असणारा हा राजकीय नेता होता; म्हणून ही व्यक्ती महाराष्ट्राला आणि नंतरच्या काळात देशाला अनेक बाबतीत दीर्घकालीन फायदा होऊ शकेल अशाप्रकारचे विचार, धोरण व कार्यक्रम देऊ शकली. हे परिप्रेक्ष्य लक्षात घेऊन आणि एकूण कृषी औद्योगिक समाज हा

दृष्टिकोन लक्षात घेऊन, त्यांच्या कार्यावर लक्ष केंद्रित करता येते. यशवंतराव चव्हाण सहकार क्षेत्रातील तज्ज्ञ नसले, शास्त्रज्ञ नसले तरी त्यांनी मांडलेले जे प्रारूप आहे त्याला 'यशवंतराव चव्हाण प्रारूप' असे नाव द्यावे का? त्याचे आजचे फलित काय आहे? हा चर्चेचा वेगळा मुद्दा आहे; पण त्यांनी मांडलेले प्रारूप अगदी सुरेख आहे असे म्हणता येते. मला आठवते की, माझे एक जवळचे नातेवाईक शिक्षण खात्यामध्ये नोकरी करायचे. त्यांचा राजकीय नेत्यांशी जवळचा संपर्क यायचा. विशेषतः त्यांचा यशवंतराव चव्हाणांशी प्राथमिक अवस्थेमध्ये बराचसा संबंध आला (हा तपशील ४० वर्षांपूर्वीचा आहे). त्यांनी मला समजावून सांगताना सांगितले, की या यशवंतराव चव्हाणांकडे हे कुठून आले, काही कळत नाही; पण समाज कसा घडवावा याचे उत्तम प्रारूप, त्यांनी अतिशय साध्या, सोप्या अशा पद्धतीने तयार केले. त्या प्रारूपाची सर्वसाधारण तीन वैशिष्ट्ये कल्पिता येतात. १) विकेंद्रिकरण, २) सहकार, आणि ३) शिक्षण. याला यशवंतराव चव्हाण यांचे त्रिस्तरीय पारूप असे म्हणतात.

त्रिस्तरीय प्रारूप

१) विकेंद्रिकरण-शासनाशी संबंधित आहे. २) सहकार-आर्थिक संस्थेशी संबंधित आहे आणि ३) शिक्षण-हे माणसाशी संबंधीत आहे. कुठल्याही राष्ट्राच्या समाजाचा, शेतीच्या, उद्योगाच्या विकासाचा प्राथमिक आधार असतो, त्यात काम करणारा माणूस त्या माणसाची गुणवत्ता त्याला अलिकडे अर्थशास्त्रामध्ये 'मानवी भांडवल' असे संबोधिले जाते. ते मानवी भांडवल तयार करण्याची व्यवस्था या अर्थाने शिक्षण घेतले जाते. या तीन गोष्टी जर व्यवस्थित, संतुलित पद्धतीने एकत्र केल्या, तर सहजासहजी कुठल्याही समाजाचे संक्रमण करता येते; यशवंतराव चव्हाणांनी शेती व उद्योग या दोन शब्दांना अधिक प्राधान्य का दिले? याचे कारण त्या काळातही जगाच्या पार्श्वभूमीवर व देशाच्या पार्श्वभूमीवर जी वैचारिक बैठक होती त्याच्याशी संबंधित आहे.

आधी उल्लेख केल्याप्रमाणे अर्थशास्त्रामध्ये हॅरॉल्ड-डोमर नावाचे एक प्रतिमान आहे. हॅरॉल्ड-डोमरचा आधार घेऊन पंतप्रधान नेहरूंच्या मागणीप्रमाणे एका मोठ्या संख्याशास्त्रज्ञाने, प्रशांत चंद्र महालनोबिस यांनी दोन क्षेत्रीय प्रतिमान नावाचे एक विकासाचे प्रतिमान तयार करून दिले. पहिल्या पंचवार्षिक योजनेसाठी त्या दोन क्षेत्रीय प्रतिमानाचा महाराष्ट्रीय नमुना म्हणजे कृषी औद्योगिक समाज. ती कल्पना अशी आहे की, दोन क्षेत्रीय संयुक्त विकास. याचा स्थानिक लोकांना साध्या पद्धतीने आकर्षित करण्याची शब्द रचना म्हणून 'कृषी-औद्योगिक समाजव्यवस्था' हा शब्दप्रयोग त्यांनी पुढे आणला. त्यासाठी शिक्षण, सहकार आणि विकेंद्रित शासन व्यवस्था हे मूळ प्रारूप मांडले. 'सहकार' हा यशवंतराव चव्हाणांनी आणलेला नाही; पण सहकार या शब्दाचे महत्त्व यशवंतराव

चव्हाणांमुळे निश्चित वाढले आहे. जगामध्ये १९०४ सालापासून सहकारी चळवळी सुरू होत्या. तशीच चळवळ महाराष्ट्रातही सुरू होती. या सहकारी चळवळीचे पुनरुत्थान झाले पाहिजे की, पुनर्जीविकरण झाले पाहिजे, तिची ताकद वाढली पाहिजे ही भूमिका महत्त्वाची आहे. Co-operation has failed but it must succeed अशा अर्थाचे विधान गोरवाला-गाडगीळ यांनी केले. या मंडळींची समिती होती (All India Rural Credit Survey). या समितीचा अहवाल महत्त्वाचा आहे. त्यामध्ये सामान्यतः सहकाराची रचना कशी असावी या विषयी सांगितले होते. त्यावेळी सहकाराची रचना ही त्रिस्तरीय असावी का? जिल्हा व राज्य अशा पद्धतीची असावी का? यात काय काय यावे, काय काय येऊ नये, याची चर्चा झाली तर यशवंतराव चव्हाणांच्या मनामध्ये सातत्याने ही भीती होती की, जगाच्या सगळ्या विशेषतः भांडवली समाजाच्या विकासाचा अभ्यास केल्यानंतर, समजून घेतल्यानंतर एक निष्कर्ष मिळतो की, भांडवलशाही विकास प्रक्रिया केंद्रीकरण करते. संपूर्ण युरोपाची विकासाची प्रक्रिया पाहिली तर शेवटी युरोपच्या ग्रामीण भागाचा ऱ्हास झाला आणि शहरे अस्तित्वात आली. अमेरिकेत आज शहरेच आहेत. ग्रामीण भाग जवळ जवळ नसल्यासारखा आहे. म्हणजे दोन ते तीन टक्के माणसे ही फक्त शेतीवर आधारित आहेत; पण शेतीवर आधारित माणसे सामान्यतः शहरात राहतात. सगळी शेती यंत्राच्या मदतीने करतात. शेतावर कुठेतरी फार्म हाऊस असते. ते फार्म हाऊसदेखील अद्ययावत असते. हे आपल्याला अभिप्रेत नव्हते.

अशा या महाराष्ट्राच्या एकूण रचनेचा अभ्यास केल्यानंतर जो शेती प्रधान समाज घटक आहे त्या माणसाला या बदलाच्या प्रक्रियेत, नुसते विकासाच्या प्रक्रियेत नाही, विकासाबरोबर विकासोत्तर सांस्कृतिक आणि इतर बदल घडत जातात, या सगळ्या बदलांना बऱ्यापैकी मानसिकता ठेवून समोर जाता यावे म्हणून खेड्यातल्या माणसांची तयारी करायची असेल तर आपल्याला त्यांच्या भाषेत बोलले पाहिजे. हे लक्षात घेऊन निगम व्यवस्थेला पर्याय म्हणून सहकारी उत्पादने हे चव्हाणांचे समीकरण आहे. सहकारामध्ये सहज ओघात तुम्ही समाजातल्या सामान्य माणसाला गुंतवून घेऊ शकता. कॉर्पोरेट पद्धतीमध्ये या सहकारी संस्थांच्या भाग भांडवलामध्ये तुमच्या-आमच्यातली किती माणसे सामान्यातली सामान्य माणसे आपले भांडवल गुंतवतील हा प्रश्न उपस्थित केला तर त्याची नकारार्थी उत्तरे मिळतील. त्यामुळे हा पहिला मुद्दा लक्षात घ्यावा लागेल. आता काही लोक सहकार हा कॉर्पोरेट व्यवस्थेला ग्रामीण पर्याय आहे, असे विधान करताना आढळतात. मी काही ग्रामीण असे विशेषण वापरणार नाही. कॉर्पोरेट हा संघटनांचा एक प्रकार आहे. तसेच सहकार हासुद्धा संघटनांचा दुसरा प्रकार आहे. अधिक व्यापक, अधिक लोकशाहीवादी, अधिक विकेंद्रित अशा पद्धतीचा हा प्रकार चव्हाणांनी सुचवला. हा पर्याय कशासाठी स्वीकारायचा या बद्दल त्यांची अनेक भाषणे उपलब्ध आहेत. सगळ्या

भाषणांचा एकत्रित अभ्यास केल्यानंतर आपल्याला काही मुद्दे मिळतात. ते साधारणतः असे आहेत.

१) दुर्बलांच्या विकासाचे साधन म्हणून कॉर्पोरेट पद्धतीचा विचार करता येत नाही. आता नव्या कायद्याप्रमाणे निगम सामाजिक जबाबदारी आणते हा भाग वेगळा; पण तो एक दिखाव्याचा भाग मानला पाहिजे तसेच, अगदी लहानातल्या लहान माणसाकडेही थोडेफार काहीतरी शिल्लक असते. सध्याच्या अवस्थेत ते खरे आहे की खोटे आहे, ते मला माहीत नाही; पण ५० वर्षांपूर्वी कुठल्याही कुटुंबामध्ये शिल्लक ठेवली जात नव्हती असे कधी घडत नव्हते. शिल्लक ही असायचीच. हे थोडेसे शिल्लक असलेले वाढवण्याचे माध्यम म्हणून सहकार हा मुद्दा चव्हाण यांनी पुढे आणला. तसेच गाव पातळीवर, तालुका पातळीवर, जिल्हा पातळीवर केले जायचे. यामुळे मोठे संघटन तयार होत असे.

२) Co-operation can be competitive to a corporate entity also हे त्यांचे गृहीत होते. मग एकदा मोठ्या आकाराचे चित्र तयार झाले की आम्ही अर्थशास्त्रात त्याला economics of scale म्हणतो. मोठ्या प्रमाणावर उत्पादन केल्यामुळे होणारे वेगवेगळे लाभ हे सामान्य माणसालादेखील या माध्यमातून मिळविता येतील, अशी त्यामागची कल्पना होती.

३) तिसरा महत्त्वाचा मुद्दा म्हणजे सहकारामध्ये 'आर्थिक लोकशाही' आहे. सहकारामधील आर्थिक लोकशाही हा एक महत्वाचा मुद्दा बऱ्याच वेळा मांडला जातो, परंतु तो तितक्या आग्रहाने मांडला जात नाही. परंपरेने चालत आलेली ग्रामीण व्यवस्था जर काळजीपूर्वक तपासली तर सहकार या शब्दाचा वापर झाला नसेल पण त्यावेळी गावेच्या गावे सहकारानेच काम करीत होती. मग ती शेती असेल, पाणी असेल, गावाच्या सामुदायिक जमिनी असतील, या सगळ्याचे व्यवस्थापन सहकार या पद्धतीने केले जायचे. म्हणजे उदाहरणच द्यायचे झाले तर मला आठवते की, माझ्या लहानपणी अगदी १०-११ वर्षे वयाचा असताना मी आजोळी जायचो तेव्हा त्या भागातील पाहुणे पहाटे ३.३० ते ४.००च्या दरम्यान एका भावकीतली १०-१५ घरे एकत्र यायची, त्यांचे सगळे बैल एकत्र यायचे, ४-५ मोठे नांगर एकत्र केले जायचे. ते सगळेजण आज आपण कुणा एकाच्या शेतावर जाऊन नांगरणी करायची, त्याचे सगळे शेत आज आणि उद्या नांगरून पूर्ण करू. दुसऱ्या किंवा तिसऱ्या दिवशी शेजाऱ्याचे करू, चौथ्या दिवशी चौथ्याचे करू, असे ठरवायचे. याला काही लोक जुन्या काळामध्ये आणि अजूनही काही ठिकाणी 'पैरा पद्धत' हा शब्द प्रयोग वापरतात. कोल्हापूर भागामध्ये पाणी उचलण्याच्या दृष्टीने, सगळा डोंगराळ भाग असल्याने खालचे पाणी वर उचलताना त्याला 'फड पद्धती' म्हणतात. ही फड पद्धत किंवा पैरा पद्धत खऱ्या अर्थाने सहकारच आहे. याला 'Indigenous origin'

म्हणता येईल. या प्रकारे खेड्यातून अजूनही काही ठिकाणी अशा पद्धतीने काम केले जाते, हे दुर्लक्षित करता येणार नाही.

सहकारी व्यवस्थापनामुळे, संघटनांमुळे स्थानिक उपक्रमशीलतेला, प्रयोगाला संधी मिळते. लोक एकत्र आल्यानंतर एखादी गोष्ट धाडसाने करणे शक्य होते. तो प्रकार याठिकाणी दिसतो. यातून ओघाने स्थानिक पातळीवर काही पुढारी तयार होऊ शकतात. पुढारी म्हणजे तो मंत्रीच असला पाहिजे असे नाही. गावात एखादा कर्तबगार सहकारी कार्यकर्ता असेल, तर गावकरी त्याला मोठ्या अगत्याने अतिशय प्रेमाने नमस्कार करतात. कारण तो कर्तबगार असतो. गावातली Lift irrigation scheme त्यांनी चालविलेली असते. गावातली पतसंस्था त्याने चांगली चालविलेली असते. गावातल्या सगळ्या शेतकऱ्यांना त्यांने चांगल्या पद्धतीने मार्गदर्शन केलेले असते. या अर्थाचे नेतृत्व, राजकारणातील लीडरशिप नव्हे. हे जे निर्माण होते त्याला काही ठिकाणी नवप्रर्वतन म्हटले जाते. याचे प्रमाण फार कमी असते; पण हे देखील स्थानिक पातळीवर घडवायचे असेल तर गावाच्या पातळीवर सहकार हेच माध्यम अतिशय महत्त्वाचे ठरते.

या सगळ्या गोष्टी एकत्र मांडून यशवंतराव चव्हाणांनी हे प्रारूप तयार केले असे नाही; पण त्यांच्या सगळ्या वाचनातून या सगळ्या गोष्टी नकळत त्यांच्या विचार प्रक्रियेमध्ये समाविष्ट होत गेल्या. त्या जैविक झाल्या आणि त्यातून मग आपल्या वेगवेगळ्या भाषणातून त्यांनी सहकाराचे समर्थन, शेतीचे समर्थन, विजेचे समर्थन, पाण्याचे समर्थन, साखर कारखान्याचे समर्थन अशा अनेक गोष्टींसाठी सहकाराचे माध्यम पाहिजे याबद्दलचे समर्थन अतिशय चांगल्या पद्धतीने केले. यशवंतराव चव्हाणांची दृष्टी अतिशय तपशिलात जाणारी होती. आज आपल्याकडे सहकार म्हणजे फक्त सहकारी साखर कारखाने नंबर दोनला सहकारी सूत गिरण्या आणि नंबर तीनला सहकारी दुग्ध व्यवस्था एवढे तीनच प्रकार मानले जातात. हे खरे नाही. सहकाराची खरी व्यवस्था विकसित झाली परंतु, ती त्यांच्या काळात दुर्दैवाने मागे पडली, ती आपल्या बेजबाबदारपणामुळे. गावाच्या पातळीला विविध कार्यकारी सहकारी सेवासंस्था, विकास सेवासंस्था असायच्या. याची काही उदाहरणे आजही शिल्लक आहेत; पण ती अपवादात्मक आहेत. दुर्दैवाने नंतरच्या काळात या सगळ्या संस्थाचे रूपांतर जबाबदारीशून्य भांडवल, आणि काहीही करायला वाव मिळतो अशा पतवितरण व्यवस्थेमध्ये होत गेले. सरतेशेवटी कर्ज माफी, या वळणावर आमची सगळी सहकारी पतव्यवस्था विकसित झाली. पण ते एवढ्यावरच मर्यादित आहे का?

गेल्या ५० वर्षांत साखर, दूध, सूत, तेल, यांचे उत्पादन पाहता सहकार हे किती व्यापक साधन आहे हे लक्षात येते. मधल्या काळामध्ये प्रत्येक जिल्ह्यात जिथे जिथे शेंगदाण्याचे किंवा तेलबियांचे पीक घेतले जाते तिथे तेलाच्या सहकारी गिरण्या

मोठ्याप्रमाणात स्थापन झाल्या; पण भांडवलशाही बाजारपेठेतील तेल व्यापाऱ्यांनी या गिरण्या कशा मोडून पडतील, हे अतिशय काळजीपूर्वक पद्धतीने पाहिले. विशेषतः ज्याला बाजारात चढउतार करणे म्हणतात, साठा करून आणि ज्याला वेगळ्या पद्धतीने चढउतार निर्माण करून मंदी आहे, असे वातावरण निर्माण करायचे आणि अश्यापद्धतीने त्यांनी सहकारी तेल गिरण्या बंद पाडल्या. आधी नमूद केल्यानुसार सहकाराचे अनेक प्रकार आहेत; पण त्याच्याकडे आपले दुर्लक्ष झाले आहे.

कोल्हापूर जिल्हा सहकारी मालवाहतूक संस्था नावाची संस्था आजही कोल्हापुरात आहे. मुंबई पासून अगदी शेवटच्या खेड्यापर्यंत आज सहकारी गृहनिर्माण संस्था झाल्या आहेत. या संस्थांचे काय झाले हा पुढचा विचार आहे; पण या क्षेत्रात मोठ्या प्रमाणात 'सहकार' निर्माण झाला होता. सहकारामुळे अनेक ठिकाणी गृहनिर्माणाची निर्मिती झाली हे दुर्लक्षित करता येणार नाही. कोल्हापूर जिल्हा शेतकरी संघ बंद पडला. परंतु त्यानी जे सकारात्मक काम केले ते काम आजची पिढी करू शकत नाही, असे म्हणावे लागेल. मला आठवते की कोल्हापुरातल्या काही प्राध्यापकांनी सहकारी ग्रंथ प्रकाशन संस्था स्थापन केली; पण ती चालली नाही. परंतु हे सहकारातून हे काम करता येते असा निष्कर्ष आहे. सहकारी वीज वाटप संस्था त्यांचंही तसे विकृतिकरण झाले. याची नगर जिल्ह्यामध्ये काही उदाहरणे आहेत. उदा. उपसा सिंचन योजना. या क्षेत्रातही सहकारी संस्था निर्माण करता येतात.

इतर जिल्ह्यांचे मला माहिती नाही पण कृष्णेच्या काठावर जिथे, जिथे गावे आहेत, वारणेच्या काठावर, पंचगंगेच्या काठावर जिथे जिथे गावे आहेत, तिथे तसेच सांगली जिल्हा आणि कोल्हापूर जिल्हा या दोन जिल्ह्यांच्या बाबतीत तर अनुभव असा आहे की उपसा सिंचन योजना अतिशय मोठ्या प्रमाणात होती. उपसा करण्याचे धाडस करणाऱ्या शेतकऱ्यांचे खरंच कौतुक केले पाहिजे. एक १०० फूट, २०० फूट, १०० मीटर वगैरे असे काही युनिट असते तर मी समजू शकलो असतो. वसगडे, नांदणी, दुधगाव, सांद्रे या गावातून पाच-दहा किलोमीटर, पंधरा पंधरा किलोमीटरच्या पाणी उचल योजना करण्यात आल्या; पण अशा ठिकाणी उपसा सिंचन योजना राबविली गेली हे विशेष आहे. कर्नाटक सरकारी यंत्रणा एवढ्या सगळ्या सिंचन योजना राबवत नाहीत. या योजनेमध्ये खासगी शेतकरी सहकारी पद्धतीने एकत्र येतात आणि उत्तम पद्धतीने सहकारी संस्था चालवतात. आता त्याचा परतावा ते सरकारला किती देतात हा प्रश्न महत्त्वाचा आहे; पण सहकारी साधन, सहकारी माध्यम कुठे कुठे वापरता येते; याचे हे एक उदाहरण आहे.

एकाच बाबतीत सहकारी संघटन अपयशी झाले. रूढ अथार्न फारसे विस्तारित झाले नाही. ते म्हणजे सहकारी शेती. आपल्याकडे गाजलेले अपवादात्मक उदाहरण म्हणजे म्हैसाळची विठ्ठल सहकारी शेती. हा प्रकल्प जुन्या काळात चर्चेला यायचा

आज ती होऊन गेलेली घटना आहे. आज त्या नावाचे तिथे काहीही शिल्लक नाही. इकडे कोल्हापूर जिल्ह्यातही अशा दोन-तीन प्रकारच्या शेती होत्या. अजूनही एक सद्गृहस्थ कोल्हापूर जिल्ह्यातल्या सहकारी शेती संस्था टिकाव्यात म्हणून मनोभावे प्रयत्न करतात. कागदोपत्री रेकॉर्ड दाखवतात. आम्हाला मदत करा म्हणतात; पण कुठलीही यंत्रणा त्यांना मदत करत नाही. त्याचे मुख्य कारण शेतकऱ्यांची मानसिकता हे आहे. जमिनीच्या मालकीच्या बाबतीत गोंधळ निर्माण होईल. नंतर अडचणी निर्माण होतील, असे शेतकऱ्यांचे मत आहे. माझी शेती मी चांगल्या पद्धतीने करणार आहे. त्याला सहकारी माध्यम कशाला पाहिजे, असे शेतकऱ्यांचे मत आहे. सहकारी शेतीला शेतकऱ्यांचा जबरदस्त विरोध आहे. जयसिंगपूरच्या शेजारी कोथळी नावाचे गाव आहे. कोथळी हे उपक्रमशील, धाडस करणाऱ्या शेतकऱ्याचे गाव आहे. परंतु, सहकारी शेती करा असे म्हटल्यावर, 'तुम्हाला कुणी सांगितलंय इथे बोलायला' असे तटकून बोलणारी म्हातारी मंडळी भेटतात.

भूविकास बँक

भूविकास बँक हे क्षेत्र सुरुवातीला बऱ्यापैकी वाढले आणि तितक्याच वेगाने कोसळले. सहकाराच्या पतव्यवस्थेच्या रचनेमध्ये प्राथमिक कृषी पतपुरवठा संस्था, जिल्हा सहकारी बँक, राज्य सहकारी बँक ही पतव्यवस्था अल्पकालीन आणि मध्यम कालीन कर्ज पुरवठा करणारी ठरली. मध्यम कर्जे फारशी नव्हती. दीर्घकालीन पतपुरवठा सहकाराच्या माध्यमातून करण्यासाठी भूविकास बँका निर्माण झाल्या. त्याही बऱ्याच अयशस्वी झाल्या. नंतर हे सगळेच नाबार्डकडे गेले. लक्षात येण्यासारखी घटना अशी घडली की, हे नाबार्डकडे गेल्यानंतर आणि सरकारने बँकांचे राष्ट्रीयीकरण केल्यानंतर 'कर्ज प्राधान्य क्रम' या शीर्षकाखाली सगळ्याच बँकांना बंधने घातली. त्यांपैकी अमुक एक इतके प्रमाण शेतीला वळवले पाहिजे असे बंधन घातले. याचा वाईट परिणाम सहकारी शेती पतपुरवठ्यावर होत गेला; हे नाकारता येत नाही.

मला वाटते, पुढे होणाऱ्या गोष्टींचा थोडाबहुत अंदाज राज्यातल्या काही अर्थशास्त्रज्ञांना पहिल्या १० ते १२ वर्षांतच आला होता. बँक ऑफ महाराष्ट्राचे तत्कालीन चेअरमन जोग म्हणून होते. त्यांच्या साठीच्या निमित्ताने महाराष्ट्राची अर्थव्यवस्था या नावाचा ग्रंथ प्रा. स. ह. देशपांडेंनी संपादित केलेला. त्याला दांडेकरांची प्रस्तावना आहे. त्याचे प्रकाशन करण्याचा कार्यक्रम झाला. त्यानिमित्याने महाराष्ट्रात एक फार मोठी चर्चा घडली. त्याला 'दांडेकर-चव्हाण वाद' असे नाव दिले जाते; पण दांडेकरांच्या मांडणीचा साधा अर्थ असा होता की, ज्या हेतूने तुम्ही सहकारी चळवळ उभी केलेली आहे त्या हेतूसाठी तिचा वापर न होता ती वेगळीकडेच भरकटत चालली आहे. त्याचे

दुष्परिणाम सध्या समाजात दिसत आहेत. ज्या बचतींसाठी सहकारी चळवळ निर्माण केली ती बचत न होता उधळपट्टीच होताना दिसत आहे. हे सांगण्याचा त्यांनी प्रयत्न केलेला आहे.

प्रश्न असा उपस्थित होतो की नेमके चुकले कुठे? चव्हाणांना अभिप्रेत असलेले प्रारूप चुकीचे आहे; असे विधान आपण करू शकू का? या प्रश्नाचे उत्तर 'नकारार्थी' द्यावे लागेल. माझ्या व्यक्तिगत शास्त्राच्या निकषावर हे प्रारूप चुकीचे नाही. त्यांनी प्रारूपाची अतिशय विचारपूर्वक यंत्रणा मांडलेली होती. मग चुकले कुठे? या प्रश्नाचे उत्तर देत असताना तांत्रिक पद्धतीचा पहिला जो मुद्दा उपस्थित होतो जो राजकारणाच्या सोयीचा आहे. तंत्रज्ञानाच्या मर्यादा किंवा आवश्यकता लक्षात न घेता आर्थिक संस्था निर्माण करायला मान्यता दिल्या जातात. याचे साधे उदाहरण साखर कारखान्याचे आहे. उसाचे क्षेत्र पुरेसे आहे किंवा नाही? ते क्षेत्र पुरेसे ऊस उत्पादन करते किंवा नाही? गाळप क्षमता किती असावी? उसाची जात कुठली असावी? या सगळ्या प्रश्नांकडे दुर्लक्ष करून राज्यव्यवस्था कारखान्यांना मान्यता देत होती.

यशवंतराव चव्हाणांच्या नंतरच्या काळातील राज्यव्यवस्थेमध्ये ज्याला कुणाला आमदार व्हायचे असेल, त्याने एक तर जिल्हा मध्यवर्ती बँकेच्या मार्गाने गेले पाहिजे किंवा तालुक्यात साखर कारखाना काढला पाहिजे असे साधे स्वरूप निर्माण झाले. बहुतेक तालुक्यात कारखान्यांना परवानगी दिली गेली. जिथे पाणी आहे, जिथे ऊस पिकवणारी शेती आहे, त्याठिकाणी हे केले असते आणि तेही मर्यादा घालून केले असते तर ठीक झाले असते. पण नंतर नंतर असे लक्षात आले की एक एक तालुक्यात पाच पाच कारखाने आहेत. सांगली जिल्हा असो किंवा कोल्हापूर जिल्हा असो, नगर असो, नाशिक असो किंवा पुणे असो, या ठिकाणची ही उदाहरणे आहेत. हे कारखाने त्या त्या ठिकाणच्या स्थानिक नेत्यांच्या लहरीनुसार झालेले आहेत. ती त्यांची राजकीय प्रतिष्ठा असते. ज्याचे रूपांत कारखान्यात झाले. पुढे परिणाम असा झाला की, महाराष्ट्रामध्ये सहकारी साखर कारखानदारीच्या ७५ टक्के कारखाने आजारी म्हणजे मोडकळीस आले. कारखाना आहे, धुराडे आहे पण दहा दहा वर्षे त्यातून धूर आलेला नाही. अशाप्रकारचे बंद पडलेले कारखाने आहेत. यातून सहकाराची एक अपप्रवृत्ती निर्माण झाली आहे. त्याच्याकडे फारसे कुणाचे लक्ष नाही.

सांगलीच्या एम.आय.डी.सी.मध्ये अनेक युनिट्स स्थापन झाली. यातील बरीच युनिट्स अपयशीसुद्धा झाली आणि बंद पडली. हे असं का झाले हे पाहण्यासाठी अशी युनिट्स शोधली. याचा कार्यकारण संबंध तपासण्याची गरज पडली. अशा अनेक संस्था आहेत, त्याचे कारण तंत्रवैज्ञानिक कुंठितपणा आहे. Economics of molasis based by-products या नावाचा एक अभ्यास करण्यात आला. त्या अभ्यासानिमित्त प्राथमिक

अंदाज घेण्यासाठी मी भोगावतीच्या कारखान्यामध्ये गेलो, कारण भोगावतीच्या मद्यार्क शाळेशी तीन कारखाने संलग्न होते. हे ही लक्षात घेण्यासारखे आहे की, हे तीनही कारखाने सहकारी होते. सहकारी साखर कारखान्यांनी सहकार हे जे तत्त्व आहे, त्या तत्त्वज्ञानाचा आधार घेऊन एक सहकारी मद्यार्क शाळा उभी केली होती. पण त्या मद्यार्क शाळेची क्षमता दिवसांतून ४० ते ४५ हजार लिटर होती आणि रोजगार ३५० होता. हे लक्षात येण्याइतके चुकीचे होते याचा पुरावा दोन वर्षांच्या अंतराने चंदगडमध्ये दिसून आला. चंदगड कारखान्याने आपल्यापुरती आधुनिक तंत्रज्ञानाचा वापर करून मद्यार्क शाळा तयार केली होती. एका छोट्याशा व्यवस्थेमध्ये तेवढ्याच क्षमतेचे अल्कोहोल तयार होत असे. त्यासाठी फक्त पाच माणसे लागत. ३५० माणूस आणि पाच माणसे अशा पद्धतीचा फरक हा आधुनिक यंत्राचा स्वीकार न केल्यामुळे दिसून येतो. अनावश्यक भरती हा पुढचा भाग राहातो.

सहकारी संस्थांमध्ये संचालक, अध्यक्ष, उपाध्यक्ष, संस्थापक, सेक्रेटरी व संचालक वगैरे प्रत्येकांच्या नात्यातलागोत्यातला पाहुण्यांपैकी एक तरी माणूस असलाच पाहिजे वगैरे वगैरे तत्त्वज्ञान त्याच्या पाठीमागचे होते. गरजेपेक्षा जास्त माणसे अशा उत्पादन व्यवस्थेमध्ये काम करायला लागली. याचा दबाव किंवा ओझे त्या व्यवस्थेवर सातत्याने पडत गेले. त्यामुळे अकार्यक्षमता निर्माण झाली. एखाद्या नेत्याचा किंवा व्यवस्थेचा हा दोष नाही. निर्माण झालेली ही पद्धत चुकीची होत गेली. एम.डी. असेल त्याने कार्यक्षम पद्धतीनेच तिथे काम करावे. हे फक्त कारखान्याच्या बाबतीत लागू होत नाही. हे सहकारी बँकांच्या बाबतीतही लागू होते. सहकारी सूत गिरण्यांच्या बाबतीतही लागू होते. सहकारी दूध संस्थांच्या बाबतीत लागू होते. असे एकदा झाले की कार्यक्षम व्यवस्थापन हा निकषच राहत नाही. सोयीचे व्यवस्थापन आर्थिक संस्थेसाठी अत्यंत गैरसोयीची असते. यामध्ये दुमत नाही. दुसऱ्या बाजूला हे जितके खरे आहे तितकंच ज्या ठिकाणी अत्यंत उत्तम पद्धतीने कर्मचारी काम करत आहेत त्या कर्मचाऱ्यांना योग्य वेतनमान मिळत नाही हे दुसरे कारण आहे. एकदा एका उत्तम बँकेच्या विभागीय अधिकाऱ्याने माझ्यासमोर केलेले मतप्रदर्शन एक उदाहरण आहे. ''सर, आज आमच्या सहकारी क्षेत्रामध्ये उत्तम काम करणारी आमच्यासारखी माणसे वर्षाला चार लाख ते पाच लाख रुपयांवर काम करतात. याच प्रकारचे व्यवहार करणारे खासगी बँकेमधले अधिकारी या पातळीच्या कामासाठी वर्षाला चार ते पाच कोटी एवढे वेतन घेतात. एवढा मोठा फरक आहे. मग कार्यक्षमता आणि कार्यनिष्ठा कुठे राहणार?''

सहकार का गेला? याचे उत्तर देणारे दोन प्रश्न आहेत. एक आहे, अतिरिक्त शासकीय नियंत्रण आणि याचे कारण सहकार आणि राजकारण यांच्यामध्ये जी सांगड आहे, त्याचा वापर करण्यासाठी ही व्यवस्था आमच्या ताब्यात कशी राहील याचा विचार

करून सहकारी कायदा आला असे सांगितले जाते. राष्ट्रीय पातळीवर जो मार्गदर्शक म्हणून दिला गेला त्याच्या आधाराने महाराष्ट्र सरकारने कायदा बदलला; पण कायदा बदलूनदेखील व्यवस्था बदलेली नाही. सहकार मंत्री राज्याचे सहकार आयुक्त आणि मग प्रत्येक जिल्ह्याचे असलेले सहकार सचिव ही सगळी साखळी जर तुम्ही लक्षात घेतली तर आर्थिक कार्यक्षमतेच्या निकषावर निर्णय घ्यावे हे बाजूला राहते. राज्यव्यवस्थेच्या सोयीसाठी किंवा जिल्ह्याच्या राजकारणाच्या सोयीसाठी किंवा प्रदेशाच्या राजकारण्यांच्या सोयीसाठी बँकिंगचे निर्णय घेतले जातात. असे विचित्र घडत आहे. वसुली करणारे थकबाकीदार प्रचारक शंखध्वनी करणारे सगळे एकच आहेत. समाजकारणातला हा प्रचंड धक्कादायक प्रकार आहे. महाराष्ट्रात सगळीकडे असेच आहे.

समाजवादी प्रबोधिनीच्या व्यासपीठावरून गेली कित्येक वर्षे एन.डी. पाटील साहेबांच्या माध्यमातून हा मुद्दा मांडण्याचा प्रकर्षाने प्रयत्न केला आहे. विलासराव उंडाळकरांच्या गावामधल्या सहकारी पतसंस्थांच्या वार्षिक कार्यक्रमाला मी गेलो होतो. योगायोगाने त्या ठिकाणी तिथले जिल्हा प्रबंधक उपस्थित होते. नवा कायदा तुम्ही केला आणि एवढे सगळे करत असताना सगळ्यात महत्त्वाचे जे निवडणूक घोटाळ्यांचे प्रकरण आहे, ते आहे तसेच राहिले. तुमची पॅनल निवडणूक जी पद्धत आहे, ती तशीच चालू राहिली. खरे म्हणजे आमदार निवडून येतो, खासदार निवडून येतो तसे संचालक निवडून यायला पाहिजेत, तसे होत नाही. ब्लॉक पद्धतीत माणसे आणि पक्ष निवडून येतो. मग विरोध नावाची चीजच त्या रचनेत राहत नाही. एखादी व्यवस्था नियंत्रित करण्यासाठी विरोधी पक्ष असावा लागतो. विरोधी मतं असावे लागते. त्याची अभिव्यक्ती व्हावी लागते. हे सगळे या सध्याच्या निवडणूक पद्धतीत घडू शकत नाही. सहकाराच्या ऱ्हासाचे तेही तितकेच महत्त्वाचे कारण आहे. सहकाराच्या बाबतीत आणखी एका गोष्टीचा फारसा कुणी विचार केलेला नाही. तो थोडाबहुत विचार बाविस्करांच्या गाजलेल्या पुस्तकांमध्ये पाहायला मिळतो. पण ज्याचा अतिशय सखोल पद्धतींने मोठा विचार झाला पाहिजे; तो म्हणजे सर्वसमावेशकतेचा मुद्दा. सांगली जिल्ह्यातल्या सगळ्या सहकारी संस्थांचा अभ्यास झाला. नमुना पद्धतीने हा अभ्यास केला गेला. पण नमुना पद्धतीने करत असतानादेखील जवळ जवळ दोनशे खेड्यातल्या सहकारी संस्था घेतल्या. त्यामधूनही सर्वसमावशकतेचा मुद्दा अभ्यासला असता त्याचा संबंध मूलभूत असमतोलाशी असल्याचे दिसून येते.

मूलभूत असमतोल

सहकारी व्यवस्थेत तीन प्रकारचे मूलभूत असमतोल विकसित होत गेलेले आहेत.

१) आंतर प्रादेशिक सभासद असमतोल : १०० सभासदांच्या पैकी फक्त १५-२० सभासदांना त्या संस्थेचे जास्तीतजास्त जे काही कामकाज असेल ते लाभलेले असते.

त्याचे मुख्य कारण तुम्ही पीक कर्ज कोणाला देणार? ज्याच्या मालकीची जमीन आहे त्यालाच देणार. ज्याच्या मालकीची जास्त जमीन आहे; त्याला जास्त कर्ज देणार. असे काहीतरी तो एक प्रकारचा अंगभूत असमतोल आढळतो.

२) आंतर प्रादेशिक असमतोल : सांगली जिल्ह्यामध्ये वाळवा तालुका, मिरज तालुका इथे सहकाराची गर्दी आणि इकडे कवठेमहांकाळ, आटपाडी, खानापूर या ठिकाणी सहकारी संस्थाचे प्रमाण अतिशय कमी, म्हणजे अयशस्वी सहकारी संस्थांचे प्रमाण अतिशय जास्त. अशी विचित्र स्थिती दिसते.

३) आंतरक्षेत्रीय, म्हणजे पतव्यवस्थेमध्ये सहकारी संस्थांची प्रचंड गर्दी आणि प्रक्रिया मोजक्या अगदी हाताच्या बोटावर मोजता येण्यासारख्या. असे काहीतरी विचित्र झालेले आढळते.

शेवटचा जो महत्त्वाचा मुद्दा आहे तो म्हणजे सहकार कोसळण्याच्या स्थितीत का आला? मी सुरुवातीला मांडणी करत असताना तत्त्वाच्या पातळीला सहकार हे आर्थिक लोकशाहीचे प्रारूप आहे, असे जरी म्हटले तरी प्रत्यक्ष व्यवहारात त्याच्यात आर्थिक लोकशाही शिल्लक राहिलेली नाही. आर्थिक लोकशाही कुठेही दिसत नाही. सगळीकडे सत्ता केंद्रीकरण आहे. ते विशिष्ट घराण्यात, काही जातीत व खासगी घराण्यात. कॉर्पोरेट सेक्टर मध्येही तसेच आहे. म्हणून तर हा पर्याय पुढे आणला, पण ते जर तिथे चालते तर इथे का चालत नाही असे विधान केले तर त्याचे यातून उत्तर मिळत नाही. पण हे असू नये अशी अपेक्षा आहे. सहकाराची कुठलीही मोठी संस्था तपासली असता, कुठलाही जिल्हा तपासला, कुठलाही प्रदेश तपासला तर सहकारातली ठरावीक, मोजकीच घराणी लक्षात येतात. हे सांगण्याची आवश्यकता नाही. सहकारी संस्था सगळे कार्यक्षमतेने चालवतात असे अजिबात नाही.

कायद्यावरती नियंत्रण कायम स्वरूपी कसे आणि सोईचे ठेवायचे हा यातील महत्त्वाचा मुद्दा आहे. एतद्देशीय किंवा सहजस्फूर्त प्रारूप आहे, त्यांच्या बाबतीत लोकशाही नियंत्रण करण्यासाठी किचकट कायद्याची फार मोठी व्यवस्था असावी मला योग्य वाटत नाही. या अर्थाने आत्ताचा 'महाराष्ट्र सहकारी सोसायटी' कायदादेखील परत तपासला गेला पाहिजे. परत बदलला गेला पाहिजे. ही खरी गरज आहे; पण हे सगळे जरी खरे असले तरी यशवंतराव चव्हाणांना अभिप्रेत असलेला सहकारी माध्यमातून विकास करणारा कृषी औद्योगिक समाजाचा हा जो काही प्रकल्प होता तो अपयशी झालेला आहे, असे जेव्हा आम्ही विधान करतो तेव्हा याबाबतीत चव्हाणांना अभिप्रेत असलेले घडले नाही असे जरा सावध पद्धतीने विधान करणे गरजेचे आहे. त्यांनी मांडलेला विचार आणि मांडलेले प्रारूप चुकीचे आहे, म्हणून ते अपयशी झाले असे मला वाटत नाही. मग नेमके अपयशी का झाले? सगळी कारणे सांगितली या सगळ्या कारणांचे मूळ तुमच्या प्रवृत्तीत

आहे. इतरांच्याकडे बोट दाखवण्यापेक्षा स्वतःकडे बोट दाखवले पाहिजे. आम्हाला जर ही व्यवस्था प्रामाणिकपणाने, स्वच्छतेने, भ्रष्टाचार विरहित चालवता येत नसेल तर सहकार कधीच यशस्वी होणार नाही.

२००४ साली सहकाराची शतकपूर्ती झाली त्या वेळी काय योगायोग होता कळत नाही. नेमके त्याचवेळी भारत सरकारने देशातल्या सहकारी पतव्यवस्थेचा पूर्ण अभ्यास केल्यावर थकबाकी हेच या पतव्यवस्थेचे अपयशाचे कारण आहे असे लक्षात आले. ही परिस्थिती सुधारायची कशी हे अभ्यास करून सुचवण्यासाठी प्रा. वैद्यनाथन समितीची नेमणूक करण्यात आली. त्यामध्ये डॉ. वाय.एस.पी. थोरात नावाचे कोल्हापूरचे एक गृहस्थ होते. ते नाबार्डचे त्यावेळचे मॅनेजिंग डायरेक्टर होते. नंतर अध्यक्षही झाले. 'सहकार यशस्वी करायचा असेल तर काय करायला पाहिजे' याचे विवेचन त्यांनी फार सोप्या पद्धतीने केले. अतिशय काळजीपूर्वक अभ्यास केल्यानंतर लक्षात येते, संस्थांचे आकारमान हे स्पर्धात्मक बाजारपेठेतील स्पर्धेला तोंड देऊ शकेल एवढे तरी किमान आकाराचे असायला पाहिजे. उत्पादन प्रमाण वाढविले पाहिजे. उदाहरणासाठी बोलायचे झाले तर १२०० किंवा २५०० टनांचा साखर कारखाना हे कुठल्याही अर्थाने शहाणपणाचे लक्षण नाही. तुम्हाला जर जगाशी स्पर्धा करायची असेल, तर गाळप क्षमता कमी न ठेवता गाळप क्षमता जास्त असणे आवश्यक आहे. ऑस्ट्रेलियामध्ये गाळप क्षमता ३०,००० टन प्रतिदिन आणि काही काळ जो आमचा जास्तीतजास्त आशियातला सर्वांत मोठा कारखाना मानला जातो तो सांगलीचा साखर कारखाना ७ ते ८ हजार टनापर्यंत होता. तो आता बंद पडला आहे. हुपरी येथील कारखान्यामध्ये काही वेळा ९ ते १० हजार टन उसाचे गाळप होते हे चांगले आहे; पण ही क्षमता ऑस्ट्रेलिया, ब्राझिल, दक्षिण आफ्रिका मधील साखर कारखान्यांशी तुलना केली तर फार लहान वाटते. तंत्रज्ञानाच्या मर्यादा मोठ्या प्रमाणात निर्माण होत आहेत; म्हणून हे सगळे मांडल्यानंतर माझ्या मनात नेहमी येते की हे अपयश यशवंतराव चव्हाणांचे नाही, हे अपयश सहकाराचे नाही तर हे अपयश 'सहकाऱ्यांचे' आहे.

४

एकविसाव्या शतकाच्या आरंभीचे महाराष्ट्राचे राजकीय अर्थकारण

डॉ. प्रकाश पवार

लोकशाही राजकीय प्रक्रिया आणि उत्पादन शक्तींनी ठरवलेले आर्थिक संबंध यांमधील परस्परसंबंधाचा अभ्यास राजकीय अर्थशास्त्र म्हणून केला जातो (पवार प्रकाश, २०१६ : ३९). राज्य संपत्तीविषयक सार्वजनिक धोरण ठरवते. त्यांचे व्यवस्थापन करते. त्या सार्वजनिक धोरणाचा व्यक्ती, समाज, बाजार, राज्य संस्था, राज्यकर्ते, राजकीय संस्था, शासन व्यवहार अशा विविध घटकांवर दूरगामी परिणाम होतो. त्यामुळे राज्यसंस्थेचे आर्थिक धोरण हे राजकीय स्वरूप धारण करते. आर्थिक धोरण विशिष्ट मूल्यवाचक स्वरूपाचे असते. या संदर्भातील चर्चा जॉन स्टुअर्ट मिल, अ‍ॅडम स्मिथ, कार्ल मार्क्स, थॉमस हॉब्ज, डेव्हिड ह्यूम, फ्रान्स्वा क्युसन, अन्तोनिओ ग्राम्सी यांनी केली आहे. (Stanford Encyclopedia of Philosophy). भारतीय संदर्भात मनमोहन सिंग, अमर्त्य सेन, जगदीश भगवती, अरविंद पानगढिया हे राजकीय अर्थकारण विषयक भूमिका मांडत आहेत. तसेच सार्वजनिक धोरण निश्चितीमध्ये ती प्रतिबिंबित झाली आहे. त्या चौकटीमध्ये येथे महाराष्ट्रातील राजकीय अर्थकारणाची सांधेजोड केली आहे.

राजकीय अर्थकारणाचा निवडणुकांवर दूरगामी परिणाम होत असतो. महाराष्ट्राच्या राजकीय अर्थकारणाचा आणि भारतीय राजकीय अर्थकारणाचा निवडणुकांवर असाच दूरगामी परिणाम एकविसाव्या शतकाच्या दुसऱ्या दशकात झाला आहे. सेवा क्षेत्राचा निवडणुकीवर प्रभाव पडलेला आहे. त्याखेरीज उद्योग क्षेत्राचाही प्रभाव दिसतो. शेती क्षेत्राचा प्रभाव हळूहळू कमी होत गेला. कृषी-औद्योगिक अशा संयुक्त क्षेत्राचा प्रभाव ग्रामीण निवडणुकांवर स्पष्ट दिसून आला. निव्वळ शेती क्षेत्र मात्र राजकारणावर निर्णायक प्रभाव टाकू शकलेले नाही. तसेच महाराष्ट्र राज्यातील वेगवेगळ्या प्रादेशिक विभागातील राजकीय अर्थकारण बदलले आहे. त्या त्या विभागाच्या राजकीय अर्थकारणाचा तेथील स्थानिक निवडणुकांवर प्रभाव पडलेला दिसतो. त्यामुळे स्थानिक शासन संस्थाच्या निवडणुकांमध्ये स्थानिक हितसंबंध प्रभावी ठरले. त्या मुद्यांचा आढावा येथे घेतला आहे. हा मुद्दा सर्वसाधारणपणे चार पद्धतीने दिसतो- १) मोदीप्रणीत राजकीय अर्थकारण

२) सेवा, औद्योगिक व कृषी क्षेत्रातील फेरबदल ३) अर्थकारणावरील असंतोष ४) विविध वर्गांचे बदलते संबंध या चार मुद्द्यांच्या संदर्भात येथे चर्चा केली आहे.

मोदीप्रणीत राजकीय अर्थकारण

एकविसाव्या शतकाच्या दुसऱ्या दशकात संकल्पनात्मक आणि संस्थात्मक राजकीय अर्थकारणात फेरबदल झाला आहे. संकल्पनात्मक फेरबदल म्हणजे दोन्ही काँग्रेस पक्षांनी 'खाऊजा' धोरण स्वीकारले तरी विविध कल्याणकारी योजना राबविल्या होत्या. त्यामुळे कल्याणकारी राज्यसंस्थेचा ऱ्हास सुरू झाला होता. मात्र, कल्याणकारी राज्यसंस्था संपुष्टात आली नव्हती. या कल्याणकारी राज्यसंस्थेच्या धोरणाला एकविसाव्या शतकातील तरुणांचाच विरोध होता. तो विरोध भाजप या पक्षाला उपयुक्त ठरला. भाजप कल्याणकारी राज्यसंस्थेचे धोरण संपुष्टात आणेल, यावर तरुण वर्गांचा विश्वास आहे. त्यामुळे भाजपने त्यांच्या धोरणात मूलभूत असा फरक केला. त्यांनी 'खाऊजा' धोरणाची व्याप्ती वाढवली. अर्थातच या कामी त्यांना जगदीश भगवती आणि अरविंद पानगढिया यांच्या विचारांची मदत झाली. किंबहुना, पानगढिया हे केंद्रातील मुख्य अर्थिक सल्लागार आहेत. आरंभी त्यास 'गुजरात प्रारूप' म्हटले गेले (प्रकाश पवार, २०१६ : ५३). त्यामुळे भाजपला स्वदेशीच्या संकल्पनात्मक राजकीय अर्थकारणाला मुरड घालावी लागली. कारण भाजपचे स्वदेशी केंद्रित आर्थिक धोरण होते (बलदेव राज नायर, २००४).

दत्तोपंत ठेंगडी यांनी 'तिसरा पर्याय' अशी राजकीय अर्थकारणाची मांडणी केली होती. त्या आधी दीनदयाल उपाध्याय यांनी एकात्म मानवतावाद अशी संकल्पना मांडली होती. या संकल्पनांचा दावा केला जातो. परंतु, संकल्पनात्मक पातळीवर मात्र खासगीकरण, उदारीकरण, जागतिकीकरण या तीन चौकटींमध्ये मोदीप्रणीत राजकीय अर्थकारणाची दिशा ठरवली गेली आहे. या मुद्द्यांचा विस्तार त्यांनी कृषी क्षेत्रामध्ये देखील केला. मोदी अर्थकारणाची दुसरी औपचारिक बाजू म्हणजे त्यांनी संरचनात्मक पातळीमध्ये अर्थकारण विषयक फेरबदल केले. उदा. नियोजन आयोगाच्या ऐवजी नीति आयोगाची स्थापना, हा केवळ संस्थात्मक नावातील फरक नाही. हा फेरबदल आर्थिक स्वरूपाचा आहे. त्यामुळे एकूण राजकारणावर त्याचा परिणाम झाला. उदा. गावांच्या विकासासाठी निधी थेट ग्रामपंचायतींना देण्याची संकल्पना ही आर्थिक बदलाशी निगडित आहे. त्यामुळे ग्रामीण भागाची पुनर्रचना हा मुद्दा पुढे आला.

मोदींची राजकीय अर्थकारणाची आंतरदृष्टी आणि दूरदृष्टी नेहरूंपेक्षा वेगळी आहे. याबरोबरच ही राजकीय अर्थकारणाची दृष्टी महात्मा गांधी आणि डॉ. बाबासाहेब आंबेडकरांच्यापेक्षा वेगळी आहे. भाजपने थेट ग्रामपंचायतींना निधी देत खेड्यांच्या संबंधाची पुनर्रचना सुरू केली आहे. या खेरीज दुसरा घटक म्हणजे भाजपने समूहभावी

शेतीच्या ऐवजी कृषि औद्योगिक प्रक्रियेतून उद्योगाची वाढ असा मूल्यात्मक आणि रचनात्मक फेरबदल कृषि–औद्योगिक धोरणात केला. त्याचे स्मार्ट व्हिलेज व स्मार्ट सिटी हे उदाहरण आहे. हे धोरण गेली दोन शतके भारतात होते. मात्र, पन्नास आणि साठीच्या दशकात कृषि–उद्योग यांचा समझोता केला गेला होता. म्हणजेच काँग्रेस पक्षांच्या तुलनेत भाजपचे हे गेली तीन वर्षांतील धोरण वेगळे आहे. हे वेगळेपण म्हणजे भाजपने आर्थिक आघाडीवर भांडवलप्रधान भूमिका सुस्पष्टपणे घेतली आहे. त्यांची ही भूमिका भाजपच्या गेल्या दोन दशकातील आर्थिक सुधारणा धोरणाशी सुसंगत राहिली. परंतु, या मुख्य चौकटीच्या अंतर्गत भाजपने केंद्रातील दुसऱ्या अर्थसंकल्पामध्ये कृषि क्षेत्रावर प्रक्रिया करण्याशी संबंधित उद्योगांना जास्त महत्त्व दिले. डॉ. बाबासाहेब आंबेडकरांनी शहरांकडे जाण्याचा संदेश दिला होता. परंतु, डॉ. आंबेडकरांनी शेती क्षेत्रात राज्यसमाजवाद मांडला होता. महात्मा गांधी खेड्यांच्या अमूलाग्र पुनर्रचनेचे राजकारण करत होते (स्वावलंबी खेडे), तर भाजपने यापेक्षा वेगळी भूमिका गेली तीन वर्षांत मांडली आहे. त्यांचा गाभा मात्र भांडवलप्रधान शेतीचा दिसतो. ही भाजपची गेल्या तीन वर्षांतील शेती–उद्योग क्षेत्रातील नवी दृष्टी आहे. मथितार्थ, गेल्या तीन वर्षांत भारतीय राजकारणाचे अस्सल हिंदुत्ववादी राजकीय अर्थकारणाचे प्रतिमान भाजपने घडविले आहे. त्यांची व्याप्ती समग्र स्वरूपाची आहे. तसेच काँग्रेस व डाव्यांच्या इतिहासापेक्षा ती पूर्णपणे वेगळी आहे. यामुळे हा भारतीय राजकारणाचा खरा खुरा आर्थिक सुधारणेच्या संदर्भातील दुसरा टप्पा आहे. या मोदीप्रणीत चौकटीची महाराष्ट्र ही कार्बन प्रत आहे. भाजपच्या खेरीज इतर पक्षांतील नेते देखील त्या संकल्पनेचे समर्थन करत आहेत; म्हणून महाराष्ट्रावर मोदीप्रणीत अर्थकारणाचा दूरगामी परिणाम दिसतो.

हिंदुत्व परिवारातील पक्षांचे चर्चा विश्व धार्मिक चौकटीमध्ये आरंभीपासून सुरू झाले. धार्मिक चौकट फारच लोकप्रिय झाली होती. या चौकटीच्या खेरीज राजकीय अर्थकारणाच्या चौकटीमध्ये हिंदुत्ववादी पक्षांचे विवेचन झाले नाही. त्यामुळे राजकीय अर्थकारण आणि हिंदुत्ववादी पक्ष यांचे सहसंबंध हा ज्ञान शाखेमध्ये दुर्लक्षित राहिलेला मुद्दा आहे. अर्थातच जनसंघ व भाजप या एकाच परंपरेतील दोन्ही पक्षांची राजकीय अर्थकारण विषयक दृष्टी समजून घेतली पाहिजे; कारण समकालीन दशकातील भाजपचा विस्तार हा राजकीय अर्थकारणातून होत आहे. या मुद्द्यांची चर्चा आर्थिक राष्ट्रवादाच्या चौकटीमध्ये करता येते. अर्थात, हा आर्थिक राष्ट्रवादाचा हिंदुत्व दृष्टिकोन आहे. नकारात्मक दृष्ट्या तो भांडवलशाही, साम्यवाद, मार्क्सवाद यांचा प्रतिवाद करत विकास पावतो; तर त्यामध्ये सकारात्मक दृष्टिकोनातून अंतर्गत उदारीकरणाची दृष्टी आहे. हिंदुत्व विचाराचा आधुनिक आरंभ स्वदेशी पासून होतो. व्यापक धोरणाच्या अर्थाने प्रथम भारत हा हिंदूत्वाचा मध्यवर्ती विषय आहे. या आंतरदृष्टीनुसार स्थानिक संसाधने आणि स्थानिक ज्ञानाला

राजकीय क्षेत्राने आर्थिक अवकाश उपलब्ध करून द्यावे. वसाहतवादी संदर्भात आर्थिक अवकाश उपलब्ध करण्यासाठी राजकीय संस्थांचा प्रतिकार हा मुद्दा राजकीय अर्थकारण म्हणूनच विकास पावतो. त्या मुद्द्यांसाठी लोकसंग्रह केला गेला. स्वराज्य दृष्टिकोनातील राजकीय अर्थकारण हे राष्ट्रवादाशी सांगड घालते.

लोकमान्य टिळक, वि.दा. सावरकर यांची राजकीय अर्थकारण विषयक दृष्टी या मुद्द्यांशी संबंधित होती. हे दोन्ही नेते भांडवलशाहीशी वसाहतवादाच्या संदर्भात मतभिन्नता नोंदवितात. त्यांची आर्थिक धोरणे स्पष्ट करतात. विशेष शिक्षणाचा मुद्दा हा राजकीय अर्थकारणाचा कळीचा मुद्दा होता. टिळकांनी शिक्षणावर भर दिला होता. शिक्षण आणि व्यवसाय व शिक्षण आणि नोकरी यांची सांगड त्यांनी घातली होते. त्या दृष्टिकोनाचे समाजातील प्रतिबिंब म्हणजे ब्रिटिश प्रशासनात उच्च जातीची संख्या वर्चस्वशाली होती. त्या प्रशासनातील वर्चस्वशाली पांढरपेशी वर्गाची राजकीय अर्थकारणविषयक दृष्टी लोकमान्य टिळक, वि.दा. सावरकर यानी व्यापक केली, तसेच त्यांनी अंतर्गत आर्थिक स्वातंत्र्याचा पुरस्कार केला. उद्योग विषयक दृष्टिकोन त्यांनी विकसित केला आहे. विज्ञान, तंत्रज्ञानाची उपयुक्तता यांच्या दूरदृष्टीचा भाग होता. म्हणजेच भांडवलशाही, साम्यवाद, मार्क्सवाद यांच्या राजकीय अर्थकारणापासून दूर राहून नवीन राजकीय अर्थकारणाचा प्रयोग लोकमान्य टिळक, वि.दा. सावरकरांनी केला. त्यामध्ये प्रथम भारत, प्रथम स्वातंत्र्य, अंतर्गत मुक्त व्यापार, प्रबळ राज्य (राज्यकर्ते, पोलीस, सैन्य-लष्कर, दारूगोळा इत्यादी) ही वैशिष्ट्ये म्हणजेच हिंदुत्व राजकीय अर्थकारणाचा पाया होता (बलदेव राज नायर, २००४). ही व्यापक चौकट लक्षात घेतली तर 'स्वदेशी' म्हणजे 'आर्थिक राष्ट्रवाद' असे संबोधिता येते. यामध्ये राजकीय अर्थकारणाचे डावपेच व रणनीती दिसते. तसेच पांढरपेशा वर्ग आणि स्थानिक व्यापारी अशा दोन वर्गांमधील समझोता दिसतो. शेतीचे राजकीय अर्थकारण हा मुद्दा यामध्ये दुय्यम होता; मात्र, चर्चा होत होती.

या राजकीय अर्थकारणापेक्षा वेगळी भूमिका काँग्रेस व पंडित नेहरूंची होती. त्यांनी पन्नाशीच्या नंतर राज्यसंस्था नियंत्रित राजकीय अर्थकारण सुरू केले. त्यांनी मिश्र अर्थकारणाचे प्रारूप मांडले. या प्रारूपावर भांडवलशाही आणि साम्यवाद यांचा प्रभाव होता. प्रशांत चंद्र महालनोबिस यांनी आर्थिक नियोजन आणि सांख्यिकी विकास या सूत्रांचा वापर केला. अर्थातच संघ आणि जनसंघाने हे प्रारूप नाकारले होते. म्हणजेच आर्थिक नियोजनामधील राज्यसंस्थेचा हस्तक्षेप हा मुद्दा नाकारला होता. राज्यसंस्थेची सकारात्मक भूमिका आर्थिक क्षेत्रात संघ व जनसंघाला मान्य होती; तर काँग्रेसला राज्यसंस्थेची नकारात्मक भूमिका आर्थिक क्षेत्रात मान्य होती. काँग्रेस व संघ-जनसंघ यांच्या भूमिकांमध्ये नकारात्मक व सकारात्मक अशी मतभिन्नता होती. त्यामुळे हा फरक अभिजात उदारमतवाद आणि आधुनिक उदारमतवादी राजकीय अर्थकारण या स्वरूपातील

होता. त्यामुळे बहुसंख्य पांढरपेशा वर्ग आणि भांडवलदार वर्ग काँग्रेसला पाठिंबा देत होता; तर छोटे व्यापारी व व्यापार-उदमी वर्ग संघ-जनसंघाशी संबंध ठेवून होते. यामधून संघ-जनसंघाची व्यापारवादी राजकीय अर्थकारणाची दृष्टी दिसते. या राजकीय अर्थकारणामध्ये १९६५ पर्यंत मोठे फेरबदल झाले नाहीत. साठीच्या दशकाच्या उत्तरार्धात मात्र जागतिक पातळीवर भांडवलशाहीचे स्वरूप बदलण्यास सुरुवात झाली. त्यानंतर सत्तरीच्या दशकाच्या मध्यापर्यंत संघ-जनसंघामध्ये राजकीय हालचाल सुरू झाली. परंतु, राजकीय अर्थकारणात आमूलाग्र फेरबदल झाला नाही. त्या पार्श्वभूमीवर भाजपने धर्मनिरपेक्षतेची पुनर्व्याख्या केली. तसेच गांधीवाद आणि समाजवाद यांची सांगड घातली. त्यामधून एका अर्थाने देशीवादी अर्थकारणाची दृष्टी स्पष्ट केली.

ऐंशीच्या दशकामध्ये संघ-भाजपने राजकीय अर्थकारणाचा पुनर्विचार सुरू केला. परंतु, त्यांच्या सकारात्मक राज्यसंस्थेच्या चौकटीमध्ये पुनर्विचार सुरू झाला होता. संघ व संघाच्या बाहेरील नेतेदेखील भाजपशी जोडले जात होते. त्यामुळे सामाजिक समरसतावादी नेते तसेच संघाच्या शेतकरी व कामगार चळवळीशी संबंधित नेत्यांची राजकीय अर्थकारणविषयक भूमिका पक्की होत गेली. त्यांनी मवाळ अर्थकारण धोरण स्वीकारले आणि शेती व कामगार या दोन घटकांशी जुळवून घेतले. तेव्हाच भारतात आर्थिक सुधारणा कार्यक्रम स्वीकारला. त्यामधून नवीन मध्यम वर्ग उदयास आला. तो मध्यम वर्ग पांढरपेशी वर्गापेक्षा वेगळा होता. नवीन मध्यम वर्गाने प्रथम भारत, प्रथम स्वातंत्र्य, अंतर्गत मुक्त व्यापार, प्रबळ राज्य (राज्यकर्ते, पोलीस, सैन्य-लष्कर, दारूगोळा इत्यादी) ही वैशिष्ट्ये मान्य केली होती. त्यामुळे हिंदू मूल्य व्यवस्था आणि पाश्चिमात्य विज्ञान तंत्रज्ञान यांची एकत्र जुळवाजुळव केली गेली. अंतर्गत मतभिन्नता असूनही, संघ-भाजप यांनी राजकीय व आर्थिक क्षेत्रात नवअभिजात मूल्य व्यवस्था स्वीकारली. उदार भूमिका घेणारे नेते तेव्हा होते (अटल बिहारी वाजपेयी). प्रथम भारत, अंतर्गत मुक्त व्यापार, प्रबळ राज्य यांचे संबंध राजकीय अर्थकारणाशी जोडले गेले. त्यामुळे जागतिक महासत्ता (Global Power) ही नवीन संकल्पना पुढे आली.

१९९२मध्ये भाजपने लिखित स्वरूपात आर्थिक धोरण स्पष्ट केले (Economic policy statement). १९९६ व १९९८ या दोन निवडणुकांच्यावेळी भाजपने त्यांच्या आर्थिक धोरणाची रूपरेषा स्पष्ट केली. १९९८चा निवडणूक जाहीरनामा त्यांच्या राजकीय अर्थकारणासाठी खूपच महत्त्वाचा आहे. त्यांचा संबंध उत्पादन वाढीशी जोडलेला आहे. याचे विवेचन जगदीश भगवती व अरविंद पानगढिया करतात. त्यांनी त्यास गुजरात प्रारूप म्हणून मांडले आहे. अमर्त्य सेन विरोधी जगदीश भगवती व अरविंद पानगढिया हा मतभिन्नतेचा मुद्दा राज्यसंस्थेचा आर्थिक क्षेत्रातील हस्तक्षेप विरोधी निर्हस्तक्षेप या दोन वैचारिक मतभिन्नतेचा भाग ठरतो.

या सर्व तपशिलाचे अर्थ पुढीलप्रमाणे आहेत- १) नवीन मध्यम वर्ग, उद्योग, छोटे व्यापारी, उद्यमशील अशा वर्गांच्या हितसंबंधाचा भाजपने समझोता करण्याचे राजकीय अर्थकारण विषयक धोरण निश्चित केले (Alliance building strategy). २) जागतिक महासत्ता ही संकल्पना पाश्चिमात्य आणि साम्यवादी-समाजवादी अर्थकारणापेक्षा वेगळेपण सूचित करते. ही संकल्पना जनसमूहांचा एक युटोपिया म्हणून विकास पावला. त्यांचा थेट संबंध स्वदेशी किंवा प्रथम भारत या विषयपत्रिकेशी सुसंगत दिसतो. २०१४ नंतर स्टँडअप व स्टार्टअप इंडिया किंवा स्किल इंडिया (कौशल्य भारत) अशा योजना त्या व्यापक राजकीय अर्थकारणाचा भाग आहेत. दलित, आदिवासी व महिलांना नवउद्योजक म्हणून घडविण्याची संकल्पना आहे. त्यांच्याशी सुसंगत म्हणून ई-शासन व्यवहार होतो. यातून सरकार ते ग्राहक (G2C), सरकार ते व्यवसाय (G2B) अशी माहितीची आदानप्रदान व्यवस्था गतिशील झाली आहे. ३) राज्यसंस्थेने आर्थिक क्षेत्रात निहस्तक्षेप धोरण निश्चित केले. त्यास राज्यसंस्थेची सकारात्मक भूमिका म्हटले जाते. ४) कृषी क्षेत्रामधून प्रक्रिया उद्योग, नवीन शहरे वसवण्याची योजना देखील भाजपच्या राज्यसंस्थेने आर्थिक क्षेत्रात निहस्तक्षेप धोरणाचा भाग आहे. ४) राष्ट्रीय उत्पादनात वाढ हा भाजपच्या राजकीय अर्थकारणाचा विशेष पैलू आहे. या राजकीय अर्थकारणामुळे भाजपला महाराष्ट्रातील स्थानिक शासन संस्थांमध्ये आधार मिळत गेले.

प्रमुख तीन क्षेत्रांमधील बदल

साठीच्या दशकात कृषी व उद्योग यांच्या समझोत्याचे राजकीय अर्थकारण यशवंतराव चव्हाण यांनी घडवले होते. नव्वदीच्या दशकापासून महाराष्ट्राच्या प्रमुख तीन क्षेत्रांमधील समतोल बदलला आहे (महाराष्ट्राची आर्थिक पाहाणी, २०१६-१७ : २३). कृषी क्षेत्र हे तिसऱ्या स्थानावर गेले आहे (राज्य उत्पादनात वाटा ११.८ टक्के). शेती क्षेत्रात बागाईतदार आणि जिराईतदार किंवा सिमांत शेतकरी-भूमिहीन अशी वर्गरचना सुस्पष्टपणे परस्पर विरोधी भूमिका घेते. उदा. पश्चिम महाराष्ट्रातील जिराईतदार किंवा सिमांत शेतकरी-भूमिहीन शेतकरी सुस्पष्टपणे दोन्ही काँग्रेस पक्षांच्या विरोधी गेला आहे. सेवा क्षेत्राने थेट राजकारणावर नियंत्रण मिळविण्यास सुरुवात केली आहे (राज्य उत्पादनात वाटा ५४.४%). महानगरपालिकेच्या राजकारणावर बांधकाम व्यावसायिक गटाचे नियंत्रण आले आहे. यामुळे सेवा व उद्योग यांचा नव्याने समझोता घडलेला दिसतो. हा मुद्दा आपणास प्रदेशनिहाय वेगवेगळ्या पद्धतीने घडलेला दिसतो.

महाराष्ट्राचे राजकीय अर्थकारण एकसारखे नाही. महाराष्ट्राच्या प्रत्येक विभागामध्ये राजकीय अर्थकारणाचे स्वरूप बदलते. कोकणाचे अर्थकारण मनीऑर्डर स्वरूपाचे होते.

या वैशिष्ट्यामध्ये समकालीन दशकात बदल झाला आहे. म्हणजेच रत्नागिरी, सिंधुदुर्ग व रायगड हे जिल्हे मुंबईच्या अर्थकारणावर परावलंबी होते. परंतु, गेल्या पंचवीस वर्षांत तळकोकणातील अर्थकारणात बदल दिसतो. तळकोकणाला देवभूमी म्हणून ओळखले जात होते. तसेच पर्यटनाचे स्थळ म्हणून देखील ओळखले जात होते. परंतु, हा तळकोकण जागतिकीकरणामुळे अंतर्बाह्य बदललेला आहे. त्यामुळे राज्यकर्ता वर्ग आणि भांडवलदार यांच्या समझोत्यातून कोकणाकडे भांडवली मूल्य उत्पादन व्यवस्था म्हणून पाहिले जाते. म्हणजेच कोकणातील उत्पादन संबंध व उत्पादन शक्ती बदलल्या आहेत. कोकणात गेल्या पंचवीस वर्षांत व्यापारी तत्त्वावरील शेती केली जात आहे. आंबा, काजू या उत्पादनाच्या नव्या शक्ती उदयाला आल्या आहेत. याबरोबरच निसर्गरम्य कोकणाचे रूपांतर व्यापारी तत्त्वावरील पर्यटनात बदलले आहे. माशांची शेती हा प्रकार जाऊन ट्रॉलरमार्फत मासेमारी करणे ही एक नवीन उत्पादन शक्ती उदयास आलेली आहे. बहुराष्ट्रीय कंपन्या, पर्यटन, सेझ, रेल्वे, हॉस्पिटल, वीज प्रकल्प, खाणकाम, मरिन पार्क्स, स्कुबा डायव्हिंग प्रोजेक्ट्स इत्यादींमुळे कोकणातील शेतकऱ्यांची व मच्छीमाऱ्यांची हक्काची जागा भांडवलदारांकडे वळत आहे. शेतकरी व मच्छीमार कोकणाच्या भूमीपासून दूर फेकले जात आहेत. म्हणजेच मनीऑर्डर अर्थकारणाच्या ऐवजी समकालीन दशकात भांडवली उत्पादन शक्ती उदयाला आल्या. याबरोबरच भणंग उत्पादन शक्ती देखील उदयाला आल्या. हे कोकणाचे नवीन राजकीय अर्थकारण आहे. हा मुद्दा कोकणाच्या निरीक्षणातून तसेच तळकोकणातील जिल्ह्यांच्या सामाजिक, आर्थिक पाहणीवरून दिसतो. एवढेच नव्हे तर हा मुद्दा प्रवीण दशरथ बांदेकर यांच्या 'चाळेगत' या कादंबरीमधून देखील दिसतो.

नवीन उत्पादन शक्तीचा तळकोकणातील राजकारणावर प्रभाव पडलेला आहे. राजकीय पक्ष आणि नेतृत्व यांच्यावर देखील या उत्पादन शक्तीचा प्रभाव पडलेला आहे. ग्रामपंचायत, पंचायत समिती, जिल्हा परिषद आणि नगर परिषदांमध्ये नव्या उत्पादन शक्तीशी संबंधित उमेदवार निवडून येतात. विधानसभा, विधानपरिषद व लोकसभा या पातळीवरील उमेदवारांचे देखील नव्या उत्पादन शक्तीशी संबंध येतात. प्रमुख नेते नवीन उत्पादन शक्तीशी जुळवून घेत आहेत. नवीन उत्पादन शक्तीशी संबंधित व्यवसाय कोकणातील राजकीय नेते करतात. त्यामुळे नवीन उत्पादन शक्तीचे प्रतिनिधित्व कोकणातील राजकीय नेतृत्व करते. हा मुद्दा प्रवीण दशरथ बांदेकर यांनी 'चाळेगत' या कादंबरीत मांडलेला आहे. यामुळे कोकणाचे राजकारण स्थानिक पातळीपासून लोकसभा पातळीपर्यंत जागतिकीकरण प्रभावित झालेले दिसते. या नव्या उत्पादन शक्तीच्या प्रतिनिधित्वामुळे राजकीय स्पर्धा तीव्र झालेली आहे. धाकदपटशाच्या घटना कोकणात

निवडणुकीमध्ये किंवा निवडणुकीच्या मागे-पुढे घडतात. यामुळे निवडणुकीवरती नवीन उत्पादन शक्तीचा प्रभाव ठळकपणे दिसतो. प्रत्येक जिल्ह्यात वेगळा पक्ष प्रभावी आहे; कारण अर्थकारणावर नियंत्रण ठेवण्यासाठी राजकारण केले जाते ही सिंधुदुर्ग, रत्नागिरी, रायगड जिल्ह्याची वस्तुस्थिती आहे; म्हणजेच नवीन उत्पादन शक्तीमुळे नवीन राजकीय नेतृत्व उदयाला आले आहे. नवीन उत्पादन शक्तीमधील स्पर्धा म्हणजेच राजकीय नेतृत्वामधील स्पर्धा होय. नवीन उत्पादन शक्तीचे हितसंबंध एका पक्षात मावत नाहीत, तेव्हा नेतृत्व पक्षांतर करते ही कोकणाची महत्त्वाची राजकीय घडामोड आहे. या राजकीय अर्थकारणाच्या चौकटीत राजकीय महत्त्वाकांक्षादेखील व्यक्त झालेल्या आहेत.

मुंबईचे राजकीय अर्थकारण कोकणावर प्रभाव टाकते. तसेच मुंबईचे अर्थकारण भारत व संपूर्ण महाराष्ट्रावर प्रभाव टाकणारे आहे. देशातील प्रमुख वायदे व भांडवली बाजार आणि विक्रेय वस्तू व्यापार विनिमय केंद्र मुंबईत आहेत (महाराष्ट्राची आर्थिक पाहणी २०१५-१६ : १). गेल्या वीस-पंचवीस वर्षांत मुंबईच्या उत्पादन साधनांमध्ये बदल झाले. कापड गिरण्या बंद पडल्या त्यांच्या जागेवर बांधकाम व्यवसाय करणारा बांधकाम व्यावसायिक वर्ग उदयाला आला. मुंबईच्या राजकारणावर या वर्गाचा प्रभाव दिसतो. झोपडपट्टी पुनर्वसन म्हणून बांधकाम व्यवसायाची साखळी तयार झाली. तसेच परंपरागत मासेमारी करणारा वर्गही मागे पडून ट्रॉलर्सच्या मदतीने मासेमारी करणारा वर्ग मुंबईत उदयास आला या दोन्ही उदाहरणांवरून असे दिसते की, मुंबईचे अर्थकारण हे बदललेले आहे.

ट्रॉलर्सच्या तुलनेत पारंपरिक पद्धतीने मच्छीमारी करणे खर्चीक आहे. वसई किनारपट्ट्यालगतची वीस-पंचवीस गावे हाच मुख्य व्यवसाय करतात. त्यांना एका फेरीला चाळीस ते पन्नास हजार रुपये लागतात. यामुळे ट्रॉलर्सच्या पद्धतीशी तुलना करता परंपरागत पद्धत तोट्याची ठरते. मासळीला योग्य बाजारभाव नाही अशी भूमिका मांडली गेली आहे (विजय वैती, लोकसत्ता १८ मे, २०१७). म्हणजेच व्यापारी तत्त्वावर मच्छीमारी आणि उदरनिर्वाहाच्या तत्त्वावर मच्छीमारी यामध्ये अंतर्गत विसंगती मुंबईमध्ये उभ्या राहिल्या आहेत. तसेच मुंबईत मराठी व्यक्ती आणि अमराठी व्यक्ती यांच्यामध्ये राजकीय अर्थकारणाच्या मुद्द्यावर फरक आहे. मराठी अस्मिता ही मराठी लोकांचे हितसंबंध जपणारी आहे, तर अमराठी समाज हा नवीन अर्थकारणातील बदलानुसार व्यापार, सेवा व्यवसाय व उद्योग करतो. या दोन्ही वर्गांचे हितसंबंध १९८९ ते २०१४ पर्यंत युती जपत होती (शिवसेना-भाजप). या दोन्ही वर्गांच्या हितसंबंधाचा समझोता २०१४पर्यंत शिवसेना-भाजप या युतीमध्ये झाला होता. म्हणजेच शिवसेना-भाजप ही युती मराठी-अमराठी लोकांच्या आर्थिक हितसंबंधाचा राजकीय समझोता होता. परंतु,

गेल्या दहा वर्षांत या आर्थिक समझोत्यामध्ये तणाव निर्माण झाले. अमराठी आणि मराठी या दोन्ही वर्गांच्या हितसंबंधाची युती एकट्या भाजपमध्ये करण्याचा प्रयत्न सुरू झाला होता. २०१४ नंतर भाजपने अशाप्रकारचा समझोता घडवून आणला. राजकीय अर्थकारणातील मुंबई आणि मुंबई परिसरातील, हा सर्वांत मोठा फेरबदल आहे. झोपडपट्टी पुनर्वसन प्राधिकरण ही संस्था रियल इस्टेट छत्रीशी संबंधित म्हणजेच राजकीय अर्थकारण वाचक आहे.

पश्चिम महाराष्ट्राचे अर्थकारण सहकार क्षेत्रासंबंधित आहे. ही पश्चिम महाराष्ट्राच्या राजकीय अर्थकारणाची जुनी ओळख आहे. पश्चिम महाराष्ट्राचे राजकीय अर्थकारण गेली वीस-पंचवीस वर्षे सातत्याने बदलत गेले आहे. सहकार क्षेत्राचा ऱ्हास झाला. म्हणजेच साखर कारखाने, सहकारी दूध डेअरी, सहकारी भू-विकास बँका यांची कुवत कमी झाली. त्या जागी बाजारपेठ केंद्रित नवीन अर्थव्यवस्था उभी राहिली. उदा. भारती उद्योग समूह (सांगली), लोकमंगल उद्योग समूह (सोलापूर), गणपती संघ (तासगाव) हे नवीन उद्योग उभे राहिले. जुन्या रयत शेतकरी सहकारी संघाचा (कोल्हापूर) ऱ्हास झाला. नवीन उद्योग समूहांमधून पतंगराव कदम, मोहनराव कदम, विश्वजीत कदम, संजयकाका पाटील, सुभाष देशमुख असे नेतृत्व घडले. तसेच उद्योग समूहाच्या जोडीला खासगी साखर कारखाने सुरू आहेत. सहकारी साखर कारखाने बंद पडत आहेत; तर काही सहकारी साखर कारखाने आजारी आहेत. यामुळे पश्चिम महाराष्ट्राच्या राजकारणाचे स्वरूप अर्थकारणामुळे बदलले. सहकार क्षेत्रातील नेतृत्व आणि नवीन उद्योग व्यवस्थेतील नेतृत्व यांच्या अंतर्गत संघर्ष निर्माण झाला आहे. नवीन उत्पन्नाची साधने जुन्या सहकारी उत्पादन साधनांचा पराभव करत आहेत.

हा मुद्दा आपणांस सोलापूर, सांगली, कोल्हापूर व पुणे या जिल्ह्यांमध्ये स्पष्टपणे दिसतो. सोलापूरमध्ये लोकमंगल समूहाचे नेते सुभाष देशमुख राजकारणात सातत्याने प्रगती करताना दिसतात; तर सहकार चळवळ वाढविणाऱ्या शंकरराव मोहिते पाटील घराण्याला आव्हानांना सामोरे जावे लागत आहे. हा संघर्ष खरेतर खासगी आणि सहकारी साखर कारखान्यातील अर्थकारणाचा आहे. सांगली जिल्ह्यातील सर्वांत मोठा वसंतदादा पाटील सहकारी साखर कारखाना बंद पडला आहे. तर गणपती संघ उद्योग समूहामार्फत संजय पाटील हे नवीन नेतृत्व पुढे आले आहे. तसेच सहकारी आणि खासगी यांच्यातील तणावामुळे पतंगराव कदम यांच्यापुढे देखील राजकीय आव्हाने उभी राहिलेली आहेत. कोल्हापूर जिल्ह्यातील गोकुळ दूधसंघ सहकारी आहे. त्यांची उत्पादने नवीन पद्धतीने सुरू आहेत. परंतु, यापेक्षा खासगी उद्योगामधून महाडिक परिवार आणि डी.वाय.पाटील परिवार यांचे राजकारण पुढे आलेले दिसते. कोल्हापूर महानगरपालिकेमध्ये सतेज उर्फ

बंटी पाटील यांच्या नेतृत्वाखाली काँग्रेसने सर्वांत जास्त जागा जिंकल्या. तसेच सतेज पाटील हे महादेव महाडिक यांचा पराभव करून विधान परिषदेवर निवडून आले; म्हणजेच राजकीय स्पर्धा नवीन उत्पादन साधनांच्या मदतीने उभी राहत आहे. नवीन उत्पादन साधने खासगी स्वरूपाची आहेत. त्यामुळे राजकारण देखील सार्वजनिक असण्याऐवजी खासगी स्वरूपाचे झाले आहे. राजकीय अर्थकारणामुळे झालेला हा बदल आहे.

पुणे जिल्ह्यात सहकारी साखर कारखाने आणि खासगी साखर कारखाने यांच्यामध्ये सत्तास्पर्धा आहे. मात्र, खासगी उद्योग व्यवसाय सहकाराच्या तुलनेत वरचढ ठरत आहेत. कात्रज दूधसंघाला पर्याय म्हणून बारामती, जुन्नर, इंदापूर येथे खासगी दूधसंघ आहेत. त्या दूधसंघांचे प्रमुख नेते राजकारणात प्रभावी आहेत. जुन्नरच्या दूध संघाचे दिलीप वळसे पाटील हे राष्ट्रवादी काँग्रेसमध्ये प्रभावी नेते आहेत. या उदाहरणांवरून असे दिसते की, सहकार तत्त्वावरील राजकीय अर्थकारण प्रभावी ठरत नाही. त्याऐवजी खासगी राजकीय अर्थकारण प्रभावी ठरत आहे. पश्चिम महाराष्ट्रात अशी उदाहरणे शैक्षणिक क्षेत्रातही दिसतात.

पश्चिम महाराष्ट्रातील शिक्षण व्यवस्था, सहकारी तत्त्व, स्वावलंबन या मुद्यावर आधारित उभी राहिली होती. त्यामध्ये बदल झाला आहे. माणसाला माणूस बनवण्यापेक्षा विविध प्रकारच्या पदव्या देणारी यंत्रणा असलेली शिक्षण संकुले तयार झाली आहेत. मराठी माध्यमाऐवजी इंग्रजी माध्यमाच्या शाळा सध्या भरभराटीला आल्या आहेत. या क्षेत्रात आर्थिक उलाढाल मोठ्या प्रमाणावर होते. मराठी माध्यमाच्या शाळांमध्ये सामसूम दिसते. वसंतदादा पाटील यांनी पुढाकार घेऊन खासगी इंजिनिअरिंग महाविद्यालये सुरू केली त्यापासून प्रेरणा घेऊन विविध प्रकारच्या खासगी संस्था उभ्या राहिल्या महाविद्यालये आहेत. ३४१० अभियांत्रिकी, वैद्यकीय, आरेखनशास्त्र, कृषी, औषधनिर्माणशास्त्र इत्यादी यामुळे सामूहिकतेचा ऱ्हास झाला. पश्चिम महाराष्ट्रात स्पर्धेवर आधारित मूल्यव्यवस्था रुजली. हा मुद्दा पश्चिम महाराष्ट्रातील ग्रामीण जीवनावर अमूलाग्र बदल करणारा होता. त्या बदलामुळे पश्चिम महाराष्ट्रात प्रत्येक गोष्टीचे पैशांत मोजमाप सुरू झाले. याचा परिणाम मतावर देखील झाला. मत देणे अधिकार किंवा जबाबदारी राहिली नाही. पैशांच्या बदल्यात मत असे नवीन समीकरण तयार होत आहे. राजकीय अर्थकारणाचा हा सर्वांत मोठा परिणाम पश्चिम महाराष्ट्रात झाला. तत्त्वनिष्ठ आणि मूल्यसंवर्धक समाजाच्या जागी विचारप्रणालीचा शेवट करणारा आणि मूल्याचा ऱ्हास करणारा जनसमूह उदयाला आला. याचे आणखी एक उदाहरण म्हणजे पश्चिम महाराष्ट्रात पर्यावरणाचा विचार न करता डोंगरांच्या खरेदी-विक्रीचे प्रमाण वाढले. अशा डोंगरांमध्ये पवनचक्कीचे प्रकल्प उभे

राहिले. उदा. सातारा, सांगली या दोन जिल्ह्यांमध्ये पवनचक्की हा खासगी उद्योग प्रकल्प विस्तारला. पश्चिम महाराष्ट्राच्या शहरीभागात बांधकाम व्यवसायाचे जाळे उभे राहिले. पिंपरी-चिंचवड, पुणे, सोलापूर, कोल्हापूर, सातारा, सांगली या जिल्ह्यांच्या ठिकाणी बांधकाम व्यवसाय तेजीत आहेत. पिंपरी-चिंचवड-लक्ष्मण जगताप, पुण्यामध्ये संजय काकडे यांसारखे रियल इस्टेट क्षेत्रात प्रभावी असणारे नेते उदयाला आले. या दोन्ही नेत्यांनी पिंपरी-चिंचवड व पुणे महानगरपालिकेतून राष्ट्रवादी काँग्रेसची सत्ता घालविली व भाजपची सत्ता आणली; म्हणजेच रियल इस्टेटचा आणि सत्तांतराचा संबंध जवळून दिसतो.

शहरी राजकारण राजकीय अर्थकारणाच्या पातळीवर बदललेले आहे. उदा. पिंपरी-चिंचवड मनपामध्ये शेतीशी संबंधित केवळ एक नगरसेवक निवडून आले आहेत. विशेष म्हणजे ते भाजप या पक्षाकडून निवडून आले. पिंपरी-चिंचवड मनपामध्ये राष्ट्रवादी काँग्रेस आणि शिवसेना या दोन पक्षांच्या नगरसेवकांचा शेतीशी संबंध दिसत नाही. गेली दोन दशके सेवा व्यवसायाशी संबंधित नगरसेवक निवडून येत होते. ते छोटे सेवा व्यवसाय होते. २०१७मध्ये हे प्रमाण कमी झाले (१९.८४ टक्के). छोट्या व्यवसायाच्या तुलनेत बांधकाम या व्यवसायाशी संबंधित नगरसेवक निवडून येण्याचे प्रमाण वाढले आहे. छोट्या व्यवसायाच्या दुप्पट नगरसेवक बांधकाम व्यवसायातील निवडून आले. एकूण नगरसेवकांत ३२.५३ टक्के नगरसेवक बांधकाम व्यवसायाशी संबंधित आहेत (१२६ पैकी ४१). परंतु, घरकाम हा व्यवसाय नोंदविलेल्या ४९ नगरसेवक महिला आहेत. त्यांपैकी जवळजवळ ३० महिलांच्या कुटुंबातील व्यक्तींचा रियल इस्टेट क्षेत्राशी थेट संबंध आहे. म्हणजेच १२८ पैकी ७१ नगरसेवक रियल इस्टेट क्षेत्राशी संबंधित आहेत. बांधकाम व्यवसाय हे संघटित क्षेत्र आहे. त्यांचे पिंपरी-चिंचवडच्या राजकारणावर नियंत्रण आले आहे (५६.३४ टक्के). बांधकाम व्यवसायावर छोटे व्यवसाय अवलंबून आहेत. त्यामुळे छोट्या व्यवसायांवर बांधकाम व्यवसायाचे नियंत्रण आहे. म्हणजेच बांधकाम व्यवसाय व छोटे व्यापारी यांची एकप्रकारे देवाणघेवाण होते.

शिक्षक व डॉक्टर अशा व्यवसायामधील दहा नगरसेवक निवडून आले आहेत. त्यांचा थेट प्रभाव दिसत नाही. यामुळे पिंपरी-चिंचवड मनपाचे राजकारण रियल इस्टेट व्यवसाय केंद्रित झाले आहे. भाजपच्या ७२ नगरसेवकांपैकी ३९ म्हणजे पन्नास टक्क्यांपेक्षा जास्त नगरसेवक बांधकाम व्यवसायाशी संबंधित आहेत. राष्ट्रवादी काँग्रेस पक्षाचे देखील पन्नास टक्के नगरसेवक बांधकाम व्यवसायाशी संबंधित आहेत. थोडक्यात, भाजप आणि राष्ट्रवादी काँग्रेस हे पिंपरी-चिंचवड मधील मुख्य दोन पक्ष आहेत. त्यांच्यावर बांधकाम व्यावसायिकांचा प्रभाव दिसतो.

तक्ता क्र.१ : पिंपरी–चिंचवड मनपा व नगरसेवक व यांचे संबंध

अ.क्र.	पक्ष	घरकाम	बांधकाम व्यवसाय	नोकरदार शिक्षक/डॉ.	छोटे व्यवसाय	शेतकरी	एकूण
१	भाजप	३०	१९	०५	१७	०१	७२
२	राष्ट्रवादी काँग्रेस	१३	१६	०५	०६	-	४०
३	शिवसेना	०४	०४	-	०१	-	०९
४	मनसे	-	०२	-	-	-	०२
५	अपक्ष	०२	०१	-	०१	-	०४
	एकूण	४९	४२	१०	२५	०१	१२७

(वेगवेगळे नगरसेवक व पत्रकारांशी चर्चा करून संजय लांडगे यांनी माहितीचे संकलन केले आहे.)

ग्रामीण अर्थकारण

महाराष्ट्रात ग्रामीण लोकसंख्या ६.१६ कोटी आहे. साठीच्या दशकाच्या तुलनेत ही वाढ दुप्पटीपेक्षा जास्त आहे. मात्र, राज्याच्या उत्पादनातील कृषीचा वाटा ११.८% आहे. ग्रामीण भागात शेत मजुरांचे प्रमाण जास्त आहे.

'कसेल त्यांची जमीन, पण नसेल त्याचे काय?' हा प्रश्न दादासाहेब गायकवाडांनी उपस्थित केला होता. त्यानंतर तीन दशकांच्या नंतर भूमिहीनांना जमीन देण्यासाठी कर्मवीर दादासाहेब गायकवाड योजना सुरू झाली (२००४). ही योजना सध्या ठप्प आहे. याचे मुख्य कारण जमिनीची भाव वाढ व त्या खरेदी करण्यासाठी अपुरा निधी. यामुळे २०१५–१६मध्ये केवळ ९७ कुटुंबांना ३६४ एकर जिरायती जमिनीचे वाटप झाले. या दरम्यान बागायती जमिनीचे वाटप झाले नाही. याची दखल मुख्यमंत्री देवेंद्र फडणवीस यांनी घेतली. भूमिहीनांसाठीच्या निधीत सहा लाख रुपयांची वाढ करण्याचा प्रस्ताव फडणवीस सरकार करत आहे. तसेच उत्तर प्रदेशात हे वर्ष किसान वर्ष आहे (२०१६). त्यांनी भूमिसेना योजना आखलेली आहे. भारताच्या खेरीज दक्षिण आफ्रिका व ब्राझील या देशांमध्ये समकालीन दशकात भूमिहीनांची आंदोलने सुरू आहेत. राज्यसंस्थेला विरोध करण्याऐवजी राज्यसंस्थेकडे मागण्या केल्या जात आहेत. तसेच भूमिहीनांचा प्रश्न निवडणुकांच्या प्रचारात ऐरणीवर आला आहे.

भूमिहीनांचा प्रश्न केवळ आंदोलन म्हणून लक्षवेधक ठरत नाही. तर भारतामध्ये भूमिहीनांचे संख्याबळ (५६ टक्के) व आर्थिक–राजकीय दृष्टी म्हणून हा प्रश्न लक्षवेधक ठरतो. शेतकरी व भूमिहीन यांच्या उत्पादन शक्तीमध्ये फरक आहे. मालक व राज्यसंस्था यांच्याकडून भूमिहीनांचे शोषण दुहेरी पद्धतीने होते. किंबहुना, भूमिहीनांच्या श्रमाची लूट

केली जाते. याची चार कारणे दिसतात– १) श्रमाच्या विक्रीची किंमत स्वस्त व श्रमाचे तास जास्त आहेत. २) शेतीमध्ये न राबणाऱ्या शेतकऱ्यांच्याकडे श्रमाविना प्राप्त होणारी मिळकत जाते. ३) जमिनीची कमाल मर्यादा व कायद्यांतील पळवाटा या अर्थाने राज्यसंस्था भूमिहीनांचे शोषण करते (कायदा, नोकरदार, न्यायालय) ४) सध्या ग्रामीण भारतामध्ये भूमिहीन समाज तीस कोटी आहे. याचा अर्थ प्रत्येक गावांतील तिसरे कुटुंब भूमिहीन आहे. विशेष म्हणजे तामिळनाडू, आंध्रप्रदेश, पश्चिम बंगाल, केरळ, पंजाब आणि बिहार या राज्यांमध्ये ६५ टक्के पेक्षा जास्त भूमिहीन कुटुंबे आहेत (२०११). पन्नास टक्क्यांपेक्षा जास्त भूमिहीन कुटुंबे मध्यप्रदेश, गुजरात, ओडिशा व महाराष्ट्र राज्यात आहेत. अर्थात, महाराष्ट्रातील भूमिहीनांचे सरासरी प्रमाण भारताइतके भरते. याकडे दोन्ही काँग्रेसने दुर्लक्ष केले. त्यामुळे हा असंतोष राजकीय अर्थकारणाच्या स्वरूपातील आहे.

शेतकरी व भूमिहीन या चळवळी परस्पर विरोधी हितसंबंधाचे प्रतिनिधित्व करत आहेत. शेतकरी चळवळीमध्ये थेट तीन प्रकार दिसतात– १) जमीनदार व बागायती शेतकरी हा राज्यकर्ता आहे. त्याला मध्यम शेतकरी जाती म्हटले जाते. तो उद्योग (खासगी साखर कारखाने) व सेवा व्यवसाय (शिक्षण संस्था) करतो. त्याचे संबंध भांडवली पद्धतीशी आले आहेत. असा जो शेतकरी आहे त्याची मागणी उत्पादन वाढीची व निर्यातीची आहे. हा शेतकरी जागतिक पातळीवर उत्पादन विक्रीसाठी बाजारपेठांचा शोध घेतो. त्यांचे प्रतिनिधित्व करणारी सहकार चळवळ आहे. ती एका अर्थाने शेतकरी चळवळ आहे. या चळवळीला राज्यसंस्थेचा पाठिंबा होता. त्यामुळे ती राज्यसंस्था विरोधी नाही. २) रयत संघ, शेतकरी संघटना व भाकियु या संघटनांकडून घडविली गेलेली शेतकरी चळवळ ही या मुद्द्यावर सहकारी चळवळीशी संबंधित दिसते. परंतु, तिचे स्वरूप हे राज्यसंस्थाविरोधी व राज्यकर्ता वर्ग विरोधी होते. मात्र, अंतिमत: जागतिकीकरण विचारप्रणाली म्हणून शरद जोशी व शरद पवार यांच्यामध्ये फार मतभिन्नता दिसत नाहीत. मात्र, या चळवळीतून शेतीशी संबंधित शेतमजूर ही संकल्पना जवळजवळ हद्दपार झाली. शरद जोशींनी शेतीवर काम करणारा शेतकरी अशी घसरडी व्याख्या केली होती. शेतमजुरांची चळवळ आणि शेतकरी चळवळ यांच्यामध्ये ध्येय उठवलेले प्रश्न, विशिष्ठ समूह (लक्ष समाज) हा फरक होता. दोन्हीचे अग्रक्रम वेगवेगळे होते. शेतमजूर हा शेतीशी संबंधित श्रमिक होता. परंतु, त्यांची समस्या शेतकरी चळवळीत कळीचा विषय ठरली नाही. ३) अर्ध वेळ शेती व अर्ध वेळ शेतमजुरी करणारा वर्ग शेतकरी चळवळीकडे अपेक्षेने पाहत होता. मात्र, शेतकरी चळवळीने त्यांची फार दखल घेतली नाही. यामुळे हा वर्ग एका अर्थाने दुहेरी सामाजिक स्थितीचा बळी ठरला. जिरायती व अर्धवेळ शेतकरी यांचे प्रश्न घेऊन उभी राहिलेली शेतकरी चळवळ ही प्रस्थापितांच्या विरोधी आहे. ती चळवळ शरद जोशींपासून वेगळी झाली. तिचे नेतृत्व राजू शेट्टी–सदाभाऊ खोत यांच्याकडे

गेले. या तीन चळवळींमध्ये समान मुद्दे आहेत. परंतु, तिन्ही चळवळींमधील शेतकरी वर्ग वेगवेगळा आहे. अशा या तिन्ही शेतकरी चळवळींमध्ये भूमिहीनांचा प्रश्न बसत नाही. त्यामुळे तो प्रश्न शेतकरी चळवळीच्या बाहेर गेला. यांची दोन चित्तवेधक उदाहरणे आहेत– १) कर्मवीर दादासाहेब गायकवाड योजना ठप्प आहे. या मुद्यावर शेतकरी संघटनेने आंदोलन केले नाही. २) जुलै १९७८मध्ये कंझवाल गावांत १२० एकर जमीन दलितांना देण्यावरून वाद सुरू झाला (पश्चिम उत्तर प्रदेश). या घटनेने जाटांचे लक्ष वेधून घेतले. त्यावर आधारित आरंभी भाकियु संघटन सुरू केली. या उदाहरणावरून असे दिसते की, भाकियुची स्थापना भूमिहीनांच्या विरोधावर आधारित झाली. त्यांची जाणीव भूमिहीन विरोधी आहे. शेतकरी समाज तीन वर्गांमध्ये विभागला आहे. त्यांच्या बाहेर भूमिहीनांचा हा चौथा वर्ग आहे. या कारणामुळे या दोन्ही चळवळी परस्पर विरोधी आहेत.

साठीच्या दशकापासून भूमिहीनांचा प्रश्न राज्यांच्या राजकारणात ऐरणीवर येत गेला आहे. डाव्या पक्षांनी पश्चिम बंगाल व केरळमध्ये या प्रश्नाकडे लक्ष वेधले होते. मात्र भूमिहीनांना जमिनींचे पुनर्वाटप झाले नाही. पुनर्वाटपात विविध अडथळे आहेत, असे हरेकृष्ण कोणारनी मान्य केले होते (१९६५). लोहियांनी भूमिहीनांचा प्रश्न उठवला होता. त्यावर आधारित भूमिसेना योजना अखिलेश यादव यांनी सुरू केली (२०१२-१३). त्याचे बजेट ४७.८३ करोड होते. तर १५००० हेक्टर जमीन सुधारणेसाठी यादव सरकारला जागतिक बँकेची मदत मिळाली होती (२०१५-२०१६). हा खर्च जमीन मालकांच्या जमिनीच्या दुरुस्तीचा आहे. त्यांचा थेट संबंध भूमिहीनांशी येत नाही. त्यामुळे हा यादव सरकारचा बेबनाव होता. सामाजिक सुरक्षा कायदे शेतकऱ्यांचे प्रतिनिधी करत आहेत. कमीत कमी मजुरी अधिनियम (१९४८) पासून ते राष्ट्रीय स्वास्थ्य बीमा योजना अशा योजनांची आखणी केली गेली आहे. सध्या नऊ योजना राबविल्या जातात. भारत सरकारने २०१४-१५मध्ये या योजनांवर ५७२१.४२ करोड खर्च केला. हा सरकारचा भूमिहीनांच्या प्रतिनिधित्वाचा दावा आहे. मात्र, भूमिहीन समाजापर्यंत या योजना पोहोचत नाहीत. असंघटित, दुय्यम दर्जा, कामाच्या अनियमित वेळा, जास्त काम कमी रोजंदारी, घराचा अभाव, ऋतू नुसार कामामध्ये फेरबदल, स्थलांतर, मुलांच्या शिक्षणाचा प्रश्न, आरोग्याच्या सुविधांचा अभाव अशा विविध भूमिहीनांच्या मुख्य समस्यांकडे राज्यसंस्थेने दुर्लक्ष केले. राज्यसंस्थेने भूमिहीनांच्यापेक्षा शेतकऱ्यांना जास्त केंद्रभागी ठेवलेले दिसते. मात्र, एकविसाव्या शतकांच्या आरंभापासून भूमिहीनांच्या चळवळींनी नवीन वळण घेतले आहे. ही चळवळ जागतिक पातळीवर वेगवेगळ्या देशांमध्ये घडत आहेत. विशेषत: दक्षिण आफ्रिका व ब्राझीलमध्ये जमिनीच्या हक्कांची मागणी केली आहे. ब्राझीलमध्येतर बेघर कामगारांची चळवळ या शतकाच्या आरंभी उदयास आली. जमीन नाही, घर

नाही, तर मत नाही अशी भूमिका समकालीन दशकात दक्षिण आफ्रिकेत निवडणूक प्रचारात घेतली होती. अशी भूमिका भारतामध्ये मात्र घेतलेली नाही. तरीही बिहार (गरीब व भूमिहीन सवर्णीयांना तीन डेसिमल जमीन) व केरळच्या (भूमिहीन मुक्त केरळ) विधानसभा निवडणुकीमध्ये भूमिहीनांचा मुद्दा प्रचारात होता. मथितार्थ, भूमिहीनांचा प्रश्न निवडणुकीतील प्रश्न म्हणून पुढे येत आहे. त्यामुळे यादव, फडणवीस, कुमार, पिनाराई विजयन अशा राज्य सरकारांवर या मुद्द्याचा प्रभाव पडत आहे. मात्र, राज्य सरकारे बेबनाव करत आहेत. कारण दक्षिण आफ्रिकेसारखा राजकीय दबाव वाढलेला दिसत नाही.

उत्तर महाराष्ट्र हा पश्चिम महाराष्ट्राशी जोडलेला धागा आहे. त्यामुळे पश्चिम महाराष्ट्रातील राजकीय अर्थकारणाची वैशिष्ट्ये उत्तर महाराष्ट्रात दिसतात. उत्तर महाराष्ट्रात देखील सहकारी साखर कारखाने मागे पडून त्याजागी बाजार केंद्रित नवीन उत्पादन व्यवस्था उभी राहिली आहे. व्यापारी पिके घेतली जातात. द्राक्षे, केळी ही व्यापारी पीक पद्धती उत्तर महाराष्ट्रात आहे. शेतीतील व्यापारी पीक पद्धती व प्रक्रिया करून भांडवली वस्तूंमध्ये त्यांचे रूपांतर केले जाते. उदा. नाशिकच्या द्राक्षांपासून वाईन तयार केली जाते तर जळगाव मधील केळी आंतरराष्ट्रीय बाजारपेठेत जाते. उत्तर महाराष्ट्रामध्ये पश्चिम महाराष्ट्राप्रमाणे शैक्षणिक संकुले उभी राहिली आहेत. त्या शैक्षणिक संकुलांचे रूपांतर व्यापारी तत्त्वावरील शिक्षण पद्धतीत झाले आहे. यामुळे एकूणच राजकीय नेते आणि शिक्षणसंस्था याचे संबंध महाराष्ट्रभर दिसून येतात. हे संबंध उत्तर महाराष्ट्रात देखील दिसतात. तसेच पश्चिम महाराष्ट्राप्रमाणे अहमदनगर, नाशिक यांसारख्या जिल्ह्यांमध्ये खासगी पवन चक्क्यांच्या कंपन्या सुरू झाल्या आहेत. याबरोबरच बांधकाम व्यवसाय, सरकारी यंत्रणेला समांतर खासगी प्रवासी वाहतूक व्यवसाय तेजीत आहेत. त्याचा देखील जिल्ह्याच्या स्थानिक राजकारणावर प्रभाव पडतो. म्हणजेच उत्तर महाराष्ट्राचे राजकीय अर्थकारण देखील बदलेले आहे. त्यामुळे खासगी अर्थकारणाशी संबंधित नेतृत्व पुढे आले आहे. खासगी क्षेत्रातील या नेतृत्वाने स्थानिक राजकारणात त्यांचे समर्थक निवडून आणण्यात पुढाकार घेतला.

स्थानिक शासन संस्थांच्या निवडणुकांमध्ये पैशांची उलाढाल मोठ्या प्रमाणावर होते, असा बोलबाला आहे. किंबहुना, राजकीय पक्षांशी जवळीक असलेले स्थानिक नेते पैशांच्या उलाढालीच्या रोचक कथा सांगतात. स्थानिक शासनातून जे उमेदवार विधानसभा-विधानपरिषदेवर जातात ते एका जागेसाठी एक ते सव्वा कोटी रुपये खर्च करतात; म्हणजेच मते विकत घेतात. पराभूत होणारा उमेदवार जवळपास तितकीच रक्कम खर्च करतो; कारण त्याला स्पर्धा, गट, विरोध संपुष्टात येऊ द्यायचा नसतो, असे बोलले जाते. स्थानिक शासन संस्थांमधील खुल्या जागेवरील स्पर्धा जास्त

अर्थकारणाभोवती फिरते. खुल्या जागेवरील उमेदवार देखील एका जागेसाठी एक-सव्वा कोटी रुपये खर्च करतो. खुल्या जागेवर उमेदवारी मिळविण्यासाठी घराण्यांमध्ये स्पर्धा असते. त्यामुळे घराणी ही सधन या प्रकारची असतात. तसेच घराण्याशी संबंधित असलेली व्यक्ती उमेदवारी मिळवते आणि विजयी होते. अशा व्यक्तीच्या संपत्तीबद्दल खूपच मोठी चर्चा त्या गटात आणि संपूर्ण जिल्ह्यात होते. त्यांच्या संपत्तीबद्दल 'काळापैसा' असा उल्लेख केला जातो. किंबहुना, माध्यमांमध्ये देखील 'माया' अशीच प्रतिमा उभी राहिली. जिल्हा परिषदेच्या निवडणुकांमधील उमेदवारांची राजकीय स्पर्धा सत्तेच्या बरोबर घराण्याची देखील होते. त्यामुळे पक्षांतर्गत सत्तास्पर्धा हा मुद्दा दुय्यम ठरतो; तर पक्षांतर्गत घराण्यामधील संपत्तीची चढाओढ हा मुद्दा प्रथम स्थानी दिसतो. त्यामुळे घराणे, घराण्याची परंपरा, घराण्याची संपत्ती, घराण्याच्या संपत्तीची साखळी या नव्या यंत्रणांचा अर्थ राजकीय अर्थकारणवाचक आहे. पश्चिम महाराष्ट्र, मराठवाडा विभागातील संकलित केलेल्या माहितीमध्ये या गोष्टी सुस्पष्टपणे दिसतात (सचिन भोसले, सूर्यकांत गायकवाड).

मराठवाडा विभागातील जवळपास १५० छोटे-मोठे बिल्डर पुणे शहरात व आवतीभोवती बांधकाम व रिअल इस्टेट क्षेत्रात कार्यशील आहेत (गायकवाड). त्यांचे जिल्हा परिषदांशी जवळचे संबंध आहेत. जिल्हा परिषद उमेदवार त्यांचा शेती व्यवसाय असल्याचे नोंदवितात. परंतु, शेतीच्या खेरीज इतर सेवा व्यवसाय जिल्हा परिषद सदस्य करतात. गावाकडे जमिनीची खरेदी विक्री, रिअल इस्टेट, शहरामध्ये बांधकाम व्यवसाय, वाळू व्यवसाय, ठेकेदारी, दळणवळण व्यवसाय अशा नानाविध गोष्टी आणि सर्वसाधारण जागेवरील उमेदवार यांचे संबंध दिसून येतात. मराठवाड्यामध्ये अवर्षणप्रवण भूभाग जास्त आहे. महाराष्ट्रातील एकूण १६९ अवर्षण प्रवण तालुक्यांपैकी ४४ तालुके मराठवाड्यातील आहेत. गोपीनाथ मुंडे, विलासराव देशमुख व अशोक चव्हाण यांनी खासगी सहकारी साखर कारखाने विकसित केले. लातूर शहराचा विकास केला. लातूर शहराचा विकास हे प्रारूप रियल इस्टेट या स्वरूपात घडले. त्यांचा राजकारणावर परिणाम झाला.

भाजप सरकार शेतीत भांडवली गुंतवणूक वाढवण्यास प्राधान्य देते. २०१६-१७ मध्ये ३१ हजार कोटींची भांडवली गुंतवणूक भाजपने केली. त्यांपैकी शेतीक्षेत्रात १९ हजार कोटी गुंतवणूक केली. २०१७-२०१८मध्ये २२ हजार कोटींची गुंतवणूक शेतीक्षेत्रात करण्याचा बोलबाला आहे (पाणी, वीज, बाजारपेठांशी जोडणी, फळांवर प्रक्रिया उद्योग इत्यादी). अमरावती व मराठवाडा येथे टेक्स्टाईल पार्कची स्थापना (सकाळ, ९ एप्रिल २०१७). याचा अर्थ भांडवली विकासाचे भाजपचे शेती विकासाचे प्रारूप दिसते. भांडवली विकास हा शेती क्षेत्राचा म्हणजेच तो औद्योगिक विकास आहे. शेतीचे हे धोरण सधन शेतकरी केंद्रित दिसते. मथितार्थ, भाजप पक्ष सधन शेतकरी वर्गाच्या हितसंबंधाचा वाहक

होत आहे. सधन शेतकरी हा संघटित आहे. त्यांचा भाजप सरकारवर प्रभाव पडला; म्हणून सधन शेतकरी भाजपमध्ये पक्षांतर करत आहे. साधन संपत्तीचे वाटप करताना भाजप सरकार सधन शेतकरी केंद्रित निर्णय घेत आहे. थोडक्यात, भाजपला प्रस्थापित अर्थकारणामुळे आधार मिळालेला दिसतो.

जिल्हा परिषद निवडणुकीतील उमेदवारांची दुसरी फळी राजकीय अर्थकारणाच्या संदर्भात राखीव जागांवरील आहे. अनुसूचित जाती, अनुसूचित जमाती, बिगर शेतकरी ओबीसी अशा उमेदवारांचे राजकीय अर्थकारण परावलंबी या प्रकारचे आहे. त्यामुळे जवळजवळ पन्नास टक्के जागांचे राजकीय अर्थकारण राजकीय पक्षांशी संबंधित असते; म्हणजेच पन्नास टक्के जागांवर पक्ष खर्च करतो. तेथे जागा राजकीय पक्ष लढवितात. २०१७च्या जिल्हा परिषद निवडणुकीत भाजपने राखीव जागांच्या संदर्भात पुढाकार घेतला. राजकीय पक्ष राखीव जागेवरील उमेदवारी देताना त्यांची जबाबदारी सधन उमेदवारांवर टाकतात. याखेरीज उमेदवारी देताना प्रचार खर्च म्हणून रक्कम घेतात, असा बोलबाला आहे. त्यामुळे सर्वसाधारण आणि राखीव जागांवरील उमेदवार त्यांची राजकीय स्पर्धा व प्रतिनिधित्व यामध्ये गुणात्मक फरक दिसून येतो. राखीव जागांवरील राजकीय प्रतिनिधित्व राजकीय अर्थकारणामुळे दुय्यम ठरते. त्यामध्ये स्वतंत्र विचार करण्याची क्षमता लोप पावते. स्वाभिमानी नेतृत्वाच्या संकल्पनेचा ऱ्हास होतो. हा मुद्दा राजकीय अर्थकारणाच्या परिणामातून पुढे येतो.

अर्थकारणावरील असंतोष

मतदार काही मुद्द्यांचे मोजमाप करत नाहीत; तर काही मुद्द्यांची चर्चा राजकीय अर्थकारणाच्या चौकटीमध्ये केली जाते. सरकार विविध योजनांवर खर्च करते. त्यांचे मोजमाप निवडणुकीमध्ये होत नाही. त्याकडे दुर्लक्ष होते. हा राजकीय अर्थकारणाचा भाग आहे. उदा. हवेच्या प्रदूषणाने अत्यंत घातक पातळी गाठलेली आहे. देशातील ९४ शहरात राज्यातील मुंबई, नवी मुंबई, उल्हासनगर, बदलापूर, पुणे, नागपूर, अकोला, अमरावती, औरंगाबाद, चंद्रपूर, जळगाव, जालना, सांगली, कोल्हापूर, लातूर, नाशिक आणि सोलापूर या १७ शहरांचा समावेश होतो.

उत्तरप्रदेश, पंजाब आणि मध्यप्रदेशापेक्षा जास्त शहरे महाराष्ट्रातील आहेत. या शहरात प्रदूषणाचा प्रश्न निवडणुकीतील विषय झाला नाही. प्रदूषण निर्मूलनासाठी दरवर्षी केंद्र सात कोटी रुपये खर्च करते (सकाळ, २२ फेब्रुवारी २०१७). या राजकीय अर्थकारणविषयक मुद्यांचा प्रभाव निवडणुकीवर पडला नाही; कारण हा मुद्दा राजकीय मुद्दा केला गेला नाही. यांच्याशी सुसंगत असा विमुद्रीकरण हा मुद्दा आहे. विमुद्रीकरण हा सरकारचा राजकीय अर्थकारणाचा महत्त्वाचा भाग होता. नोटाबंदीचे चटके जनतेने

दोन महिने सहन केले. गरीब, मध्यमवर्गीय, किरकोळ विक्रेते, रोजंदारी कामगार, भाजीवाले-फळवाले यांना उपासमार सहन करावी लागली. शेतकऱ्यांना आपला माल मातीमोल भावाने विकावा लागला. तसेच फेकून द्यावा लागला. बाजारात सर्वत्र मंदी आणि मरगळ होती. बँकांपुढे रांगा, एटीएमपुढे रांगा होत्या (दास्ताने संतोष, १० जानेवारी २०१७). हा राजकीय अर्थकारणाचा मुद्दा सरकारने राष्ट्रवादाशी जोडून घेतला. त्यामुळे विमुद्रीकरण हा मुद्दा श्रीमंतांच्या विरोधातील चळवळ या स्वरूपात सरकारला वळवता आला. गरिबांना त्यांच्या आर्थिक उन्नतीचा मार्ग त्यामध्ये दिसत होता. महाराष्ट्रातील स्थानिक शासन संस्थांच्या निवडणुकीवर या गोष्टीचा परिणाम झाला. राजकीय अर्थकारणाची भाषाशैली प्रस्थापित नेतृत्व विरोधाची होती. त्यामुळे नेतृत्वाचे दोन गट पडले. प्रस्थापित नेतृत्व या नेतृत्वाचा घराण्याशी आणि दोन्ही काँग्रेस पक्षांशी संबंध होता. त्यांना अण्णा हजारे यांच्या भ्रष्टाचार विरोधी चळवळीपासून लक्ष्य केले गेले. त्यांच्यासाठी 'नेता' हा शब्द देखील कुत्सितपणे वापरला गेला. दुसरे नेतृत्व हे प्रस्थापित विरोधी होते. यामध्ये भाजप, शिवसेना, स्वाभिमानी शेतकरी संघटना, प्रहार संघटना, बळीराजा संघटना अशा चळवळींमधून महाराष्ट्रात पुढे आले. मध्यमवर्गीय आणि शहरी व्यावसायिक वर्गांशी यांचा घनिष्ठ संबंध येतो. त्यांचा राजकारणातील सक्रिय सहभाग वाढला. भ्रष्टाचार विरोध आणि व्यवस्थेला विरोध करून वादळी सैनिकांची फळी उभी केली. यांचा राजकारणाचा पाया शहरी अर्थव्यवस्थेत गुंतलेला आहे. असा हा प्रस्थापित नेतृत्व विरोधी नेत्यांचा गट ग्रामीण भागात राजकीय अर्थकारणाची भाषाशैली वापरतो. उदा. तिजोरीच्या चाव्या चोरांच्या हातात दिल्यावर सामान्य माणसांचा विकास होणार नाही (सकाळ, १३ फेब्रुवारी २०१७). ही संकल्पना प्रस्थापित नेतृत्व व प्रस्थापित विरोधी नेतृत्व असा राजकीय अर्थकारणाच्या चौकटीत फरक करते.

प्रस्थापित विरोधी नेतृत्वाचा गट भाजपच्या बाहेर देखील दिसतो. उदा. प्रहार संघटना किंवा शेतकरी संघटना इत्यादी. या दोन्ही संघटनांनी शेतकरी आसूड यात्रेचे आयोजन केले होते (नागपूर). त्यांनी प्रस्थापित नेतृत्वापासून अंतर ठेवले होते. त्यामध्ये बच्चू कडू व रघुनाथदादा पाटील यांचा समावेश होता. त्यांनी वापरलेल्या घोषणांमध्ये नेतृत्व शेतकरी विरोधी असल्याचा प्रचार केला गेला. उदा. 'रक्त घ्या, पण शेतकऱ्यांचे जीव घेऊ नका', 'खुशहाली के दो आयाम कर्जमुक्ती और पुरा दाम' किंवा 'कर्जमाफी नव्हे, कर्जमुक्ती' या घोषणांचा अर्थ प्रस्थापित नेतृत्व विरोधाची पोकळी व्यापण्याचा दिसतो (सकाळ, १२ एप्रिल २०१७). स्वाभिमानी शेतकरी संघटना देखील भाजपच्या शेतकरी विरोधी धोरणाचा मुद्दा मांडते; म्हणजेच शेतकऱ्यांमध्ये असंतोष उदयास आला आहे. त्याला भाजप विरोधी दिशा दिली जात आहे. शेतकरी वर्ग असंघटित स्वरूपाचा असतो. ही वस्तुस्थिती गरीब, छोटे, मध्यम, अर्धशेतकरी-अर्धमजुरी, सिमांत आणि

भूमिहीन शेतकऱ्यांच्या संदर्भात खरी आहे. परंतु, सधन शेतकरी हा संघटित असतो. तो सधन शेतकरी संघटितपणे आंदोलने करतो. तसेच राजकीय पक्ष, दबाव गट, शेतकरी संघटना यांना तो आपल्या हितसंबंधाचे साधन म्हणून वापरतो. ही क्षमता म्हणजे सधन शेतकऱ्यांनी कमावलेली ताकद आहे. विविध प्रकारच्या संस्थात्मक रचनांच्या बरोबर हा सधन शेतकरी सरकारच्या सार्वजनिक धोरणात फेरबदल घडवितो. सधन शेतकऱ्यांना चढे भाव देण्यासाठी सरकारला भाग पाडले जाते. हा मुद्दा प्राध्यापक दांतवाला (उदारमतवादी कृषी अर्थतज्ज्ञ), अशोक मिश्रा व रमेश पाध्ये यांनी मांडलेला आहे. त्यामुळे सरकार, राजकीय पक्ष आणि विविध प्रकारच्या संघटना सधन शेतकरी वर्गाचे हितसंबंध जपतात अशी एक सार्वजनिक जाणीव आहे. या सधन शेतकऱ्यांपेक्षा वेगळी भूमिका भाजप सध्या विकसित करत आहे. परंतु, भारतात सर्वांत जास्त शेतकरी वर्गात असंतोष आहे. त्याची तीव्रता किसान मुक्ती यात्रा, किसान मुक्ती संसदमध्ये दिसत आहे.

एकविसाव्या शतकाच्या दुसऱ्या दशकात मात्र भाजप सरकार सधन शेतकऱ्यांच्या दबावाला जुमानत नाही. भाजप सरकार सधन शेतकरी आणि निर्धन शेतकरी असा फरक सकृतदर्शनी करताना दिसते. महाराष्ट्रामध्ये सधन शेतकरी पक्षांतरे करत आहेत. त्या सधन शेतकऱ्यांपैकी अनेक शेतकरी भाजपमध्ये गेले. भाजपने या सधन शेतकऱ्यांशी जुळवून घेतले. परंतु, हा सधन शेतकरी द्विधा मनःस्थितीचा आणि दुहेरी निष्ठावंत आहे. याचे भाजपला भान आहे. त्यामुळे सधन शेतकऱ्यांच्या खेरीजचा निर्धन शेतकरी भाजपशी जोडण्याचा प्रयत्न केला जात आहे. भाजपचे हे कामकाज सरळ मार्गांनी होणे शक्य नाही. त्यामुळे भाजपला शेतकऱ्यांची खरी सामाजिक व आर्थिक परिस्थिती चावडीवर आणावयाची आहे; तर काँग्रेस पक्षाला ही परिस्थिती चव्हाट्यावर येऊ नये असे वाटते; कारण शेतकरी वर्गात आडवी फूट पडते. आडवी फूट म्हणजे सधन शेतकरी विरोधी निर्धन शेतकरी असा सामाजिक-आर्थिक संघर्ष सुरू होतो. गेल्या दोनशे वर्षांत सधन-निर्धन संघर्षाचे व्यवस्थापन सत्ताधारी वर्गाने केले. मात्र, भाजपमधील नवीन सत्ताधारी वर्ग सुरुवातीस तरी सधन-निर्धन असा फरक करत आहे.

अवर्षणप्रवण तालुक्यांची संख्या १६९ आहे. या यादीमध्ये मराठवाड्यातील ४४ तालुक्यांचा आणि विदर्भातील ६८ तालुक्यांचा समावेश होतो. याचा अर्थ १६९ अवर्षणप्रवण तालुक्यांपैकी ११२ विदर्भ आणि मराठवाडा या विभागातील आहेत. हे दोन्ही विभाग मागास आहेत. या मागास विभागातील ३४३१ गावांची निवड जलयुक्त शिवार योजनेसाठी केली. याचा अर्थ दोन्ही काँग्रेसपासून दूर गेलेला शेतकरी भाजपशी जोडण्याचे एक समीकरण यामध्ये दिसते. दोन्ही काँग्रेसच्या विरोधात गरीब व शोषित शेतकरी गेली दोन-तीन दशके शिवसेना पक्षाकडे वळला होता. तो भाजपकडे वळवण्याचे

धोरण दिसते. ही भाजपची राजकीय आंतरदृष्टी व दूरदृष्टी दिसते. या बरोबरच एकोणिसाव्या शतकापासून शेतीप्रधान समाजाचे उद्योगप्रधान भांडवली समाजाला परिवर्तन होण्याची प्रक्रिया भाजपने खंडित केली नाही. खेड्यांच्या विकासाची भाजपची संकल्पना 'उद्योगप्रधान' या स्वरूपातील आहे. यामध्ये रस्ते, इंटरनेट सुविधा, पाणी, पाण्याचे नियोजन, ठिबक सिंचन शेती, उत्पादनात वाढ अशी यादी देता येते. ग्रामसमृद्धीची ही संकल्पना आहे. त्यांचे वर्णन 'स्मार्ट व्हिलेज' असे केले गेले. भाजपची ही संकल्पना वालचंद आणि किर्लोस्कर यांच्या ग्रामसमृद्धी संकल्पनेशी मिळतीजुळती दिसते. महाराष्ट्रातील साखर उद्योजकांचे नेतृत्व वालचंद हिराचंद यांच्याकडे जाते. वालचंद समूहाने 'वालचंदनगर' व किर्लोस्कर समूहाने 'किर्लोस्करवाडी' अशी दोन नवीन शहरे वसविली. शेतकऱ्यांसाठी लोखंडी नांगर, पंप, डिझेल इंजिने वगैरेंचे उत्पादन करणारा कारखाना किर्लोस्करांनी काढला; तर वालचंदनगर येथे शेतकऱ्यांची शेती खंडाने घेऊन साखर कारखान्यांच्या मालकीच्या मळ्यात ऊस पिकवला. हे प्रारूप उद्योगप्रधान स्वरूपाचे आहे. कर्जमाफीची संघर्ष यात्रादेखील उद्योगप्रधान शेतीची संकल्पना मांडत आहे. त्यामुळे सत्ताधारी आणि विरोधक यांच्या संकल्पनांमध्ये बरेच साम्य आहे; म्हणून यांच्यातील लुटुपुटुचा संघर्ष होता (फोनी वॉर). भाजप हा पक्ष हळूहळू उद्योगप्रधानतेची भूमिका मांडत आहे; म्हणजेच 'शेतकरी सुखी तर जग सुखी' ही संकल्पना गेल्या दोनशे वर्षांत कधीच नव्हती. या अर्थाने गेली दोनशे वर्षं सत्ताधिशांनी शेतीची अक्षम्य उपेक्षा केली आहे. याची जाणीव गरीब व छोट्या शेतकऱ्यांना झाली आहे. शेतकरी संघटना देखील सधन शेतकरी सुखी तर जग सुखी अशी भूमिका मांडतात; एवढेच नव्हे तर शेतकरी कामगार पक्षाची हीच भूमिका होती. त्यामुळे शोषित शेतकऱ्यांना हेचि फल काय मम तपाला? असे वाटते. शोषित शेतकरी खितपत पडलेला होता; म्हणून त्यांच्यापुढे मुख्य प्रश्न आहे जन्मभर कोणाचे कार्य केले? या विसंगतीवर भाजप बोट ठेवत आहे. त्यामधून भाजपचे राजकीय अर्थकारणविषयक डावपेच पुढे जात आहेत.

विविध वर्गांचे बदललेले संबंध

एकविसाव्या शतकाच्या दुसऱ्या दशकात महाराष्ट्रातील वर्गरचना बदलली आहे. ही वर्गरचना विसाव्या शतकातील नव्वदीच्या दशकापासून बदलत आली आहे. ग्रामीण भागात श्रीमंत शेतकरी, शहरी भागात अति उच्चभ्रू वर्ग या खेरीज उद्योग व सेवा व्यवसाय असे भांडवलदार वर्ग आहेत; कारण त्यांचे उत्पादन साधनावर नियंत्रण आहे. ग्रामीण भागात श्रीमंत शेतकरी विरोधी इतर असे सुस्पष्ट ध्रुवीकरण झाले आहे. हे दोन्ही वर्ग परस्पर विरोधी भूमिका घेतात. श्रीमंत वर्ग 'खाऊजा' समर्थक आहे; तर गरीब त्या खाऊजाच्या परिणामाशी झुंजत आहेत. शहरी भागात शहरी गरीब विरोधी उद्योग, सेवा

व्यवसाय (बांधकाम, डॉक्टर इत्यादी) असे ध्रुवीकरण झाले आहे. यामुळे दोन्ही वर्गांमध्ये तणाव आहे. या मुख्य चारही वर्गांमध्ये संघटित गोष्टी करण्याचे मात्र समान कौशल्य आहे. संघटित ही संकल्पना वेगळ्या अर्थाने व्यक्त झाली आहे. संघटित ही संकल्पना अन्यायाचा प्रतिकार या उद्देशाने वापरली होती. परंतु, गेल्या पंचवीस-तीस वर्षांत प्रत्येक वर्ग सामूहिक हितसंबंधाच्या ऐवजी व्यक्तिगत हितसंबंधासाठी संघटित लोकशाही राबवत आहे. त्यामुळे गेल्या पंचवीस वर्षांत संघटित गुन्हेगारी सारखा संघटित लोकशाही हा अर्थ व्यक्त होऊ लागला आहे. संघटित या संकल्पनेतील चर्चा, संवाद या ऐवजी धाकदपटशाही हा नवीन बदल झाला आहे. त्यामुळे प्रत्येक वर्गाची व त्या वर्गातील संघटनांची भाषा, डावपेच, रणनीती ही हिंसक स्वरूप धारण करते. लोकशाहीशी सुसंगत अशी अहिंसक, शांततामय मार्ग अशी संकल्पना नव्या वर्ग रचनेतून हद्दपार झाली आहे. यामुळे निवडणूक प्रचारात एकमेकांना थेट आव्हाने-प्रतिआव्हाने दिली गेली. ही घडामोड समाजातील बदललेल्या वर्गसंबंधामुळे राजकारणात देखील घडली. श्रमप्रतिष्ठेचा ऱ्हास प्रत्येक वर्गांमधून झाला आहे. श्रमप्रतिष्ठेच्या ऐवजी श्रमाशिवाय संपत्ती अशी जीवनशैली समाजात आली आहे. त्यामुळे डावपेच, रणनीती, बेबनाव या गोष्टी सहजासहजी घडतात. यामध्ये संघटितपणाला महत्त्व प्राप्त झाले आहे. सुसंस्कृतपणा चारही वर्गांमध्ये फारसा दिसत नाही. नीतिमत्ता या गोष्टीचा अर्थ भोळसट असा घेतला जातो. मथितार्थ, सुसंस्कृतपणाचा ऱ्हास झाला. त्यामुळे राजकारणातील सहिष्णूता कमी झाली आहे. या गोष्टी बदललेल्या वर्गरचनेची वैशिष्ट्ये म्हणून पुढे आल्या आहेत. हे मुद्दे राजन गवस, प्रवीण बांदेकर, आसाराम लोमटे यांच्या साहित्यामध्ये प्रतिबिंबित झाले आहेत त्यावरून असे दिसते की, गावातील राजकीय संबंधांची पुनर्रचना होती यांचे चर्चाविश्व विकसित केले आहे. या वर्गांच्या बदललेल्या संबंधामधून राजकारणात एक नवीन वळण आलेले दिसते. त्यांचा पुरावा गवस, बांदेकर व लोमटे यांच्या साहित्यात दिसतो.

साटेलोटे (क्रोनी) भांडवलदारी

साटेलोटे (क्रोनी) भांडवलदारी ही संकल्पना भारतीय राजकारणात वरपासून तळागाळापर्यंत पोचली आहे. तळागाळामध्ये तिची मुळे खोलवर गेली आहेत. ही संकल्पना साटेलोटे आणि भांडवलदारी अशा दोन संकल्पनांचे एकत्रीकरण आहे. यामध्ये राज्यकर्ते आणि भांडवलदार यांच्यातील मैत्री असा अर्थ घेतला जातो. याचे स्थूलमानाने तीन टप्पे आहेत- १) जुना मित्र या अर्थाने राज्यकर्ते भांडवलदारांच्याकडे पाहतात. त्या दोघांच्यामध्ये समझोता/आघाडी झालेली असते. भांडवलदार वर्ग हा राजकारणाला पाठिंबा देतो, समर्थन करणे, निवडणूक खर्च करणे, नफ्यामधील वाटा देणे अशा विविध पातळ्यांवर मैत्री राज्यकर्त्यांबरोबर करतो. २) या मैत्रीची दुसरी बाजू आर्थिक संस्थांमध्ये

राज्यकर्त्यांनी भांडवलदाराचे हितसंबंध जपणे ही आहे. उदा. कायदेशीर परवाने देणे, शासकीय अनुदान देणे, विशेष कर माफी, वितरणामध्ये पक्षपातीपणा, काळ्या पैशांमध्ये सूट किंवा राजकीय हस्तक्षेप इत्यादी. ३) एवढेच नव्हे तर राज्यकर्ते दुहेरी भूमिका वठवितात. राज्यकर्ते व उद्योग अशा दुहेरी भूमिकेत शासन जाते. व्यापार करणे हे सरकारचे काम समजले जाते. या तीन पातळींवर केंद्र, राज्य व स्थानिक पातळीवर समझोता झालेला दिसतो. त्यास 'साटेलोटे भांडवलदारी' असे म्हटले जाते.

रिझर्व बँकेच्या गव्हर्नरांनी साटेलोटे भांडवलदारीला विरोध केला. या विरोधावर मात करण्यासाठी चलनविषयक धोरण समितीच्या मार्फत गव्हर्नरांचे अधिकार मर्यादित करण्याची प्रक्रिया घडली आहे. या दोन्ही प्रक्रियांमध्ये वेगवेगळ्या भांडवलदारी पद्धतीचे समर्थन दिसते. काही गव्हर्नर भांडवलदारी पद्धतीचे समर्थन करत होते; तर विविध सरकारे साटेलोटे भांडवलदारीची बाजू घेत होती. या दोन्ही घटकांच्यामध्ये भांडवलदारी व साटेलोटे भांडवलदारी हा मतभिन्नतेचा मुख्य मुद्दा आहे. तसेच या प्रक्रियेत राज्यकर्त्यांची भूमिका दुहेरी आहे, या मुद्यांची चर्चा येथे केली आहे.

साटेलोटे भांडवलदारी पद्धतीमुळे सामाजिक संबंध, राजकीय-आर्थिक संस्था व आर्थिक संबंध या तीन पातळ्यांवर संघर्ष सातत्याने दिसतो. राजकीय संस्थांमधील लोकप्रतिनिधी नेतृत्वाच्या खेरीज बाजारपेठ केंद्रित भूमिकाही घेतात. त्यांनी सार्वजनिक धोरणात साटेलोटे भांडवलदारीचे मुद्दे पुढे रेटले. भारतीय राजकारणात ही घटना पुन्हा पुन्हा घडलेली दिसते. या कारणामुळे रिझर्व बँकेचे गव्हर्नर साटेलोटे भांडवलदारी विरोधी गेलेले दिसतात. त्यांची ठळक चार उदाहरणे आहेत- १) रिझर्व बँकेचे गव्हर्नर यांनी व्याज दर कमी केला नाही. या मुद्यावर विकास दर, महागाई आणि व्याज दर या तीन मुद्यांचे एकत्रित चर्चाविश्व गेले वर्षभर उभे राहिले. सरकारची भूमिका विकास दर वाढविण्याची तसेच भांडवलदारांना सूट देण्याची होती. अर्थातच सरकार बाजार यंत्रणेच्या बाजूने उभे होते; तर रघुराम राजन यांची भूमिका व्याज दर कमी करण्याच्या विरोधी गेलेली होती. २) दुसरे उदाहरण दुव्वरी सुब्बाराव यांचे आहे. सुब्बाराव आणि यूपीएच्या काळातील दोन वित्तमंत्री पी. चिदंबरम व प्रणव मुखर्जी यांच्यामध्ये मतभिन्नता होती. दोन्ही वित्तमंत्री भांडवली विकासाला पाठिंबा देत होते; तर सुब्बाराव हे त्यांना अडथळा वाटत होते. सुब्बारावांना विचारात न घेता चिदंबरम यांनी 'सरलता व्यवस्थापन समिती' स्थापन केली होती. हे काम पूर्णपणे त्यांच्या अधिकार क्षेत्रातील होते. सुब्बाराव यांचा कार्यकाळ वाढविण्यास त्यांचा विरोध होता; म्हणजे केवळ भाजपचे वित्तमंत्री आणि रघुराम राजन असा हा वाद नाही; तर हा वाद यूपीए पासून आहे. ३) याग वेणूगोपाल रेड्डी हे यूपीएच्या काळातील रिझर्व बँकेचे गव्हर्नर होते (२००३-२००८). सरकारशी त्यांचे संबंध तणावाचे होते. नव्वदीच्या दशकापासून साटेलोटे भांडवलदारी पद्धतीत प्रचंड वाढ

झाली. या क्षेत्रात भारत जागतिक यादीमध्ये ९ व्या स्थानावर गेला (२०१४). ४) बेनेगल रामाराव हे पंडित नेहरूंच्या काळातील चौथे रिझर्व बँकेचे गव्हर्नर होते (१९४९-१९५७). वित्तमंत्री टी. टी. कृष्णम्माचारी यांच्याशी मतभिन्नता असल्यामुळे गव्हर्नर पदाचा दुसरा कार्यकाळ संपण्याच्या आधी त्यांना पदावरून बाजूला जावे लागले होते.

या चार तपशिलांचा अर्थ असा होतो की संस्थात्मक पातळीवर गव्हर्नरांनी साटेलोटे भांडवलदारी पद्धतीला सुस्पष्टपणे विरोध केला होता. यांची आर्थिक व सामाजिक संबंधाच्या संदर्भातील कारणे रघुराम राजन यांनी दिली आहेत. आर्थिकदृष्ट्या पारदर्शकता व प्रतिस्पर्धा नष्ट होते. मुक्त उद्यमशीलता, संधीचा विस्तार आणि आर्थिक वाढीला यामुळे धोका पोहचतो. तसेच देशाची अर्थव्यवस्था मोजक्या लोकांच्या हाती जाते. त्यांचे राजकीय व आर्थिक वर्चस्व निर्माण होते. साटेलोटे भांडवलदारी नेते पुन्हा अशाच नेत्यांना निवडण्यास गरिबांना आणि वंचितांना भाग पाडतात. सरते शेवटी गरिबांच्या हाती काहीच राहत नाही. गरिबांचे अर्थकारण आणि राजकारणावरील नियंत्रण कमी कमी होत जाते. तात्पर्य, साटेलोटे भांडवलदारी ही संकल्पना रघुराम राजन यांनी अप्रतिष्ठावाचक स्वरूपात मांडली आहे. त्यामुळे या संकल्पनेला भांडवलदार-राज्यकर्त्यांचा जास्त विरोध झाला. हा विरोध पन्नासच्या दशकापासून दिसतो; कारण बेनेगल रामाराव हे पन्नासच्या दशकातील गव्हर्नर होते.

साटेलोटे भांडवलदारी या संकल्पनेमुळे संस्थात्मक पेचप्रसंग उभे राहिले आहेत. संस्थांतर्गत समर्थन व विरोध अशा दोन्ही प्रक्रिया सुरू आहेत; कारण वर नोंदविलेले गव्हर्नर विरोध करत आहेत तर राज्यकर्ते-भांडवलदार समर्थन करत आहेत. या प्रक्रियेमध्ये राज्यकर्त्यांचे आर्थिक विकासाचे प्रारूप हे भांडवलदारी पद्धतीपेक्षा वेगळे दिसते. राज्यकर्त्यांना झटपट विकास अपेक्षित दिसतो. एवढाच मुद्दा त्यामध्ये गुंतलेला नाही तर त्या पेक्षा वेगळा मुद्दा हा बेकायदेशीर वर्तन, संस्थांच्या नियमांचा भंग, भ्रष्टाचार अशा स्वरूपाचाही आहे. भारतीय संदर्भात साटेलोटे भांडवलशाही म्हणजे अशी अर्थव्यवस्था की ज्यामध्ये उद्योगपती व शासकीय अधिकाऱ्यांच्या आपसातल्या जवळच्या संबंधावर औद्योगिक यश अवलंबून असते. त्यांचा आविष्कार विविध पद्धतीने झाला आहे. उदा. कायदेशीर परवाने देणे, शासकीय अनुदान देणे, विशेष कर माफी, करामध्ये सूट, वितरणामध्ये पक्षपातीपणा या गोष्टी करण्यास सहमती रिझर्व बँकेच्या गव्हर्नरांनी दिली नाही. ते ते गव्हर्नर साटेलोटे भांडवलशाही रोखत होते. या अर्थाने गव्हर्नर साटेलोटे भांडवलशाही विरोधी होते.

साटेलोटे भांडवलदारी पद्धतीमध्ये भांडवलदार आणि राज्यकर्ते यांचे संबंध घनिष्ठ मैत्रीचे येतात. योग्यता, न्याय, नियम या गोष्टी दुय्यम राज्यकर्ते ठरवितात. हे काम व्यापार, उद्योग आणि शासन संस्था यांच्यात एकमताने केले जाते (राज्यकर्ते, नोकरदार,

व्यवस्थापक). त्यामुळे गव्हर्नरांची भांडवलदार विरोधी प्रतिमा त्या त्या वेळच्या वित्त मंत्र्यांनी निर्माण केली. राजकीय क्षेत्रामधील नेत्यांचा यामध्ये पुढाकार होता. राजकीय क्षेत्राला पाठिंबा मिळवण्यासाठी राजकीय डोळेझाक केली गेली. यातून क्रोनीइझमचा विस्तार भारतात झाला. राजकीय क्षेत्राला पाठिंबा देणाऱ्या समर्थक संघटना, भांडवलदार, गुंतवणूकदार, व्यापारी यांचे हितसंबंध जपण्याचा ठाम आग्रह राजकीय नेतृत्वाकडून घेतला जातो. या कारणामुळे भारतातील १४ टक्के भांडवल कर्जामध्ये अडकले आहे. भांडवलदार घराणी कमी व्याज दरांनी कर्ज घेतात. ते परत करत नाहीत. त्यांचा लाभ भांडवलदारांच्या खेरीज राजकीय क्षेत्राला देखील होतो. यास रिझर्व बँकेच्या गव्हर्नरांनी विरोध केला. दुसऱ्या शब्दांत वर नोंदविलेले चार गव्हर्नर क्रोनीइझमच्या विरोधी होते; कारण भांडवलदारीपेक्षा वेगळी वैशिष्ट्ये त्यांना क्रोनी भांडवलशाहीत दिसतात. उदा. भाडे मागणी किंवा हप्ता वसुली समाज, भ्रष्टाचार, जुगार पद्धती, कायद्याच्या राज्यांचा अभाव, क्रोनी भांडवलदारी लोकशाही, शासन-भांडवलदार समझोता इत्यादी. मात्र, ते ठामपणे भांडवलदारी विरोधी नव्हे तर साटेलोटे भांडवलदारी विरोधी गेले आहेत. मथितार्थ, संस्थात्मक पातळीवर भांडवलदारी व साटेलोटे भांडवलदारी असा वैचारिक पेचप्रसंग उभा राहिला आहे. त्यामध्ये अंतर्गत संघर्ष सुरू आहे.

नव्वदीच्या दशकापासून साटेलोटे भांडवलदारी पद्धतीच्या विकासासाठी शासनाने जास्त पुढाकार घेतलेला दिसतो. शासन म्हणजे केवळ राज्यकर्ते नव्हे तर त्यांच्या बरोबर नोकरशाहीने देखील पुढाकार घेतला आहे. मात्र, नोकरदारांपैकी रिझर्व बँकेचे गव्हर्नर क्रोनीइझमच्या विरोधी गेले आहेत. ही समस्या सर्वच राजकीय पक्षांपुढे आहे. हे सत्य पन्नासच्या दशकापासून ते आजपर्यंतचे आहे. म्हणजे जवळजवळ सत्तर वर्षं क्रोनीइझमचे आव्हान रिझर्व बँकेच्या समोर आहे. या आव्हानामध्ये चलनविषयक धोरण समितीची स्थापना केली गेली (२०१६). या समितीच्या स्थापनेमुळे राजकीय क्षेत्राने साटेलोटे भांडवलशाही वाढविण्यासाठी संस्थात्मक पातळीवर प्रयत्न केलेले दिसतात. चलनविषयक धोरण समितीमध्ये सहा सदस्य आहेत. हे सदस्य व्याज दराचे धोरण निश्चित करणार आहेत. या आधी रिझर्व बँकेचे गव्हर्नर व्याज दराचे धोरण निश्चित करीत होते. थोडक्यात, रिझर्व बँकेचे गव्हर्नर या साटेलोटे भांडवलशाहीच्या विकासातील अडथळा होते. त्यांचा अधिकार कायदेशीरपणे दूर केला गेला आहे. गव्हर्नरला व्हेटोचा अधिकार दिला नाही. केवळ मताधिकार दिला आहे. या अर्थी, साटेलोटे भांडवलदारी पद्धतीने गव्हर्नर या संस्थात्मक संरचनेला दुय्यम भूमिका घेण्यास कायदेशीरपणे भाग पाडले आहे. या पद्धतीने चिदंबरम यांनी तरल व्यवस्थापन समितीची स्थापना करून गव्हर्नरच्या अधिकारात हस्तक्षेप केला होता.

साटेलोटे भांडवलदारी पद्धतीचा विकास केंद्रापासून ते थेट ग्रामपंचायतीपर्यंत झाला आहे. रस्ते, शेती, रेल्वे, जमीन, शिक्षण, प्राकृतिक संसाधने, स्पेक्ट्रम मिळवणे,

पाणी वाटपाच्या संस्था अशा विविध क्षेत्रांमध्ये शासन केवळ मान्यता देते. बांधा, वापरा आणि हस्तांतर करा हे या काळातील महत्त्वाचे धोरण आहे. त्यांचा थेट संबंध राजकीय डोळेझाक करण्याशी येतो. खासगी क्षेत्रामधून विविध कामे करून घेतली जातात. परीक्षेचे निकाल असोत किंवा खासगी दवाखान्याशी सरकारने करार करणे असो. यामध्ये राज्यकर्ते-व्यापारी-भांडवलदार असा एक समझोता घडलेला आहे. स्थानिक शासन संस्थांची पायाभूत सुविधा पुरविणारी कामे देखील या समझोत्याच्या क्षेत्रात वळवली गेली. त्यामुळे अनेक गावांचे सरपंच दुहेरी भूमिका करत असतात (सरपंच आणि कॉन्ट्रक्टर). अशी दुहेरी भूमिका करता आली नाही तर निष्ठावंतांची एक साखळी तयार केली जाते. लोकसहभागाची संकल्पना स्थानिक शासनात आहे. आर्थिक पातळीवरील लोकांचा सहभाग कागदावर सुसस्पष्टपणे दिसतो. परंतु, प्रकल्प मंजुरीची रक्कम दुहेरी भूमिकेतील सरपंच किंवा कॉन्ट्रक्टर भरतो. लोकांमध्ये विषय मांडून लोक संमती वाढविण्याच्या फंदात सरपंच पडत नाहीत. त्यामुळे गावा गावांमध्ये साटेलोटे भांडवलदारी पद्धत कृतिशील झालेली दिसते. थोडक्यात, रिझर्व बँकेचे गव्हर्नर ते ग्रामसभा यांच्या तपशिलाच्या आधारे असा निष्कर्ष काढता येतो की साटेलोटे भांडवलदारी यंत्रणा शक्तिशाली होत आहे. ही यंत्रणा 'लोकशाही' आणि 'भांडवलशाही' विरोधी आहे. तिचा उदय लोकशाही आणि भांडवलशाहीच्या दुबळेपणामधून होतोय. यास षड्यंत्र, भांडवलप्रधान संघवाद असे म्हटले जाते. मात्र, तो एक समझोता आहे. त्यामध्ये उद्योग आणि शासन हे दोन्ही घटक गुंतलेले आहेत. यामुळे राजकारणातील सार्वजनिकतेच्या दाव्याचा ऱ्हास हळूहळू घडतो; तसेच या राजकीय अर्थकारणाच्या प्रारूपामुळे राजकारण दुय्यम होते. राजकारणावर अर्थकारणाच्या समझोत्यांचे नियंत्रण गेली पंचवीस वर्षं दिसत आहे. या राजकीय अर्थकारणाची दृष्टी म्हणजे महाराष्ट्राचे गेल्या पंचवीस वर्षांतील मुख्य राजकारण आहे. हेच महाराष्ट्राच्या राजकीय प्रक्रियेचे एक महत्त्वाचे वैशिष्ट्य दिसते.

निष्कर्ष

भारतातील आणि त्याबरोबर महाराष्ट्रातील राजकीय अर्थकारण केवळ भांडवलकेंद्रित नाही. भांडवलकेंद्रित अर्थकारणापेक्षा या अर्थकारणाचा विषय आणि आशय वेगळा आहे. राज्यकर्ता वर्गकेंद्रित राजकीय अर्थकारण आहे. परंतु, राजकारण घडविण्याशी हे अर्थकारण जोडले गेले आहे. त्यामुळे राजकीय अर्थकारणाची प्रारूपे या प्रकारात दुय्यम ठरतात. (कृषी औद्योगिक समाज, शेतीचा विकास) यास नवीन राजकीय अर्थकारण अशी संकल्पना वापरली जाते. या नव्या राजकीय अर्थकारणाची चार वैशिष्ट्ये आहेत- १) राजकारण व आर्थिक प्रगती यामध्ये राजकारणाला प्रथम स्थान. २) आर्थिक क्षेत्रातील व्यक्तींनी अर्थकारणाचे राजकीयीकरण केले आहे. ३) राजकारणाचे आर्थिकदृष्ट्या व्यावसायिकीकरण घडत आहे. ४) जन आणि अभिजन यांच्यामधील अंतर कमी करण्याची राजकीय अर्थकारणाची दूरदृष्टी आक्रसली आहे.

५

दलित वर्गात समरसतेची राजकीय क्रांती

डॉ. प्रकाश पवार

एकविसाव्या शतकाच्या दुसऱ्या दशकात 'नवहिंदुत्व'ची क्रांती झाली आहे. कारण दलित वर्ग नवहिंदुत्व स्वीकारत आहेत. हा फेरबदल जवळपास पन्नास वर्षांनंतर झाला आहे. या आघाडीवर बाळासाहेब देवरस यांनी आरंभी काम सुरू केले होते. म्हणजेच नवहिंदुत्व हा विचार समरसता या रूपामध्ये दलित समाजात ऐंशीच्या दशकापासून कृतिशील होता. नवहिंदुत्व ही केवळ सामाजिक चळवळ नव्हती. ती एक राजकीय चळवळ होती. 'हिंदू राष्ट्रबांधणी' हा या चळवळीचा मुख्य प्रकल्प होता आणि आहे. त्या प्रकल्पानुसार नवहिंदुत्व चळवळीने नेतृत्व किंवा लोकप्रतिनिधित्वाच्या संकल्पनेचे हिंदू अर्थ घडवले. त्या अर्थाचा प्रचार व प्रसार केला. एकविसाव्या शतकाच्या दुसऱ्या दशकामध्ये अनुसूचित जातींमध्ये हे अर्थ स्वीकारण्याची प्रक्रिया गतिशील झाली. आरंभी काँग्रेसकडून स्वाभिमान दुखवला जातो, या मुद्द्यावर आधारित रामदास आठवले हळूहळू काँग्रेसपासून दूर गेले. त्यांनी सुप्तपणे स्वाभिमान चळवळ संघटित केली (२००९). त्यानंतर आठवलेंनी राष्ट्रवादी काँग्रेसकडून राज्यसभेवर मिळणारी संधी नाकारली. त्यामुळे स्वाभिमान चळवळ सुप्तपणे कृतिशील झाली होती. औद्योगिक क्षेत्रातून त्यास प्रतिसाद मिळत गेला. 'डिक्की' ही एक दलितांची उद्योगक्षेत्रातील संस्था स्वाभिमान म्हणून पुढे आली (Dalit Indian Chamber of Commercea Industry). त्या संस्थेचा व्यवहार उच्च जातीतील उद्योगपतींशी घडू लागला. त्यांची घोषणा Fight Caste with Capital अशी आहे (The Indian Express, ८ फेब्रुवारी २०१६).

भाजप सरकारने स्टार्टअप व स्टँडअप इंडिया अशा दोन योजना सुरू केल्या आहेत. डिक्की ही संस्था स्टार्टअप बरोबर भाजपने जोडून घेतली आहे. सव्वा लाख दलितांना १० लाख ते १ करोड भांडवल मिळणार आहे (हिंदू ५ एप्रिल २०१६ व हिंदुस्थान टाईम्स् ६ एप्रिल २०१६). तेव्हाच रामदास आठवलेंनी शिवशक्ती–भीमशक्तीची संकल्पना पुढे रेटली. यामुळे एकविसाव्या शतकातील दलित तरुण आणि उच्च जाती यांच्यातील राजकीय देवाणघेवाण वाढत गेली. दलितांनी उच्च जातीच्या नेतृत्वाखाली सत्तेमध्ये राजकीय भागीदारी मिळविण्याचा विचार पुढे रेटला. हा फेरबदल महाराष्ट्राखेरीज

उत्तरप्रदेश व बिहारमध्ये घडत होता. संजय पासवान हे बिहारमधील या आघाडीवर चिकाटीने काम करत होते. उत्तरप्रदेशात उदित राज यांनी त्यांच्या पक्षाला भाजपशी जोडून घेतले. तसेच महाराष्ट्रात रामदास आठवले यांच्या पक्षाने भाजपशी जुळवाजुळवी केली. यामुळे भारतीय राजकारणात व महाराष्ट्रातही समरस प्रतिनिधित्वाचे नवे प्रारूप उदयास आले. अर्थातच या प्रारूपाचा अर्थ 'नवहिंदुत्व' असाच आहे. हे प्रारूप काँग्रेसच्या लोकप्रतिनिधित्व संकल्पनेचा प्रतिवाद करत विकास पावले आहे; तसेच महर्षि वि. रा. शिंदेंपासून थेट डॉ. बाबासाहेब आंबेडकरांच्या विचारातील प्रतिनिधित्वाचे अर्थ अदृश्य झाले आहेत. हा मुद्दा लोकसभा, विधानसभा आणि स्थानिक शासनसंस्था अशा तीन पातळ्यांवर समान दिसून आला आहे. हा प्रतिसाद म्हणजे नवहिंदुत्व राजकारणास स्थानिक दलित नेतृत्वाची अधिमान्यता मिळते. स्थानिक दलित नेते काँग्रेस किंवा डाव्या पक्षांच्या तुलनेत भाजपला प्रतिसाद देत आहेत. तेव्हाच काँग्रेस आणि डाव्यांच्या रणनीतीवर आणि डावपेचांवर टीका केली जात आहे. याखेरीज दलित नेतृत्वाचा दावा करणाऱ्या पक्षांना देखील नाकारले जात आहे. यावरून ही नवहिंदुत्वाची जुळवाजुळवी जास्त कृतिशील झाली असल्याचे दिसते.

प्रतिनिधित्वाचे प्रारूप

१९१६ची महर्षि वि. रा. शिंदेंची लोकप्रतिनिधित्वाची संकल्पना स्वाभिमान आणि आत्मविश्वास या दोन गोष्टींना महत्त्व देत होती. या गोष्टी शिक्षणामधून साध्य होतील, असा शिंदेंचा विचार होता. समाजाच्या उत्कर्षाला या गुणांची आवश्यकता असते अशी शिंदेंची संकल्पना होती (य. दि. फडके, खंड २, १९८९, ३०२). अस्पृश्यता नष्ट करण्याची प्रेरणा हा नेतृत्वाचा भाग शिंदेंच्या विचारात होता (य. दि. फडके, खंड २, १९८९, ३०१). राजकीय अजेंड्यावर अस्पृश्यता विषय ठेवणे म्हणजे नेतृत्वाचे काम असे शिंदे मानत होते. अस्पृश्यांवरील नियमने नष्ट करणे हा मुद्दा न्याय व उचित नेतृत्वाने उठवावा अशी शिंदेंची नेतृत्वाबद्दलची संकल्पना होती. अस्पृश्यांच्या प्रतिनिधींची सरकारने नेमणूक करू नये किंवा वेगळ्या जातीय मतदारसंघातून त्यांना निवडूनही देऊ नये, असेही शिंद्यांचे म्हणणे होते. कायदेमंडळातील निवडून आलेल्या सभासदांनी अस्पृश्यांच्या प्रतिनिधींना स्वीकृत (co-opt) करावे, अशी शिंदेंची प्रतिनिधित्वाची संकल्पना होती. ती संकल्पना आंबेडकरांना मान्य नव्हती. अस्पृश्यांसाठी मुसलमानांप्रमाणे राखीव मतदारसंघ असावेत आणि त्यातून अस्पृश्यांचे पुरेसे प्रतिनिधी निवडावेत अशी मागणी डॉ. आंबेडकरांनी केली होती (शंभरात दहा). शिंदेंनी स्वाभिमान आणि परस्पर सौहार्द या गोष्टीवर भर दिला (संमिश्र). डॉ. बाबासाहेब आंबेडकरांनी अस्पृश्यांच्या मतदारसंघाची

संकल्पना मांडून ती स्वाभिमानाशी जोडली. स्वीकृत (co-opt) प्रतिनिधी हे आणि स्वाभिमान यांच्या जुळणीस आंबेडकरांचा विरोध होता. महर्षि वि. रा. शिंदेंनी आरंभी दलितांचे प्रतिनिधित्व केले. त्यानंतर महात्मा गांधी यांनी दलितांच्या प्रतिनिधित्वाचा दावा केला. दलितांचे प्रतिनिधी कोण आणि प्रतिनिधित्वाचा अर्थ काय हा खरा वाद-प्रतिवादाचा मुद्दा होता. स्वतः दलित दलिताचे प्रतिनिधित्व करतील हा मुद्दा डॉ. बाबासाहेब आंबेडकरांनी मांडला होता. शिंदे-गांधींचे हिंदू चौकटीमधील लोकप्रतिनिधित्वाचे प्रारूप होते. डॉ. बाबासाहेब आंबेडकरांचे लोकप्रतिनिधित्वाचे प्रारूप स्वाभिमानी व दलितांच्या प्रश्नाला प्रथम स्थान देण्याचे होते. या दोन्ही प्रकारची प्रारूपे नव्वदीनंतर आशयाचा ऱ्हास करत गेली आहेत.

समरस प्रतिनिधित्व

बाळासाहेब देवरसांनी लोकप्रतिनिधित्वाचा अर्थ दलित समाजात समरस पद्धतीने मांडला. त्यानंतर भाजपने अनुसूचित जातीगटांमध्ये समरस प्रकारचे प्रतिनिधित्व विकसित केले. हा मुद्दा सांस्कृतिक व अस्मितेच्या पातळीवर भाजपने दमदार मांडला आहे. डॉ. बाबासाहेब आंबेडकरांच्या आंतरराष्ट्रीय स्मारकासाठी इंदू मिलची जमीन दिली. या स्मारकाचा खर्च ४५० कोटी आहे. डॉ. आंबेडकरांच्या पुतळ्याची उंची ३५० फूट असेल असे जाहीर केले. याखेरीज २८ स्थळांचा विकास करण्याची घोषणा केली. त्याकरिता १७० कोटी पैकी २० कोटी रुपयांची तरतूद केली (२०१७). महाडच्या चवदार तळ्याचा परिसर, क्रांतिस्तंभ आणि सभागृहाचे नूतनीकरण, आंबावडे या बाबासाहेबांच्या गावातील स्मारकाचा विकास, माता रमाई यांचे जन्मस्थान असलेले वणंद, शेतकऱ्यांचा ऐतिहासिक संप साकारणारे चरी (अलिबाग), डॉ. आंबेडकरांच्या बंगल्याची डागडुजी व सुशोभीकरण, चंद्रपूर येथील दीक्षा स्थळाचे सुशोभीकरण, गोंदिया जिल्ह्यातील देसाईगंज येथील दीक्षाभूमी, पातुर्डा येथील मातीच्या बुद्धविहाराचे नूतनीकरण, सातारा जिल्ह्यात मातोश्री भीमाबाई यांचे स्मारक, संत चोखामोळा यांच्या जन्मस्थळाचे सुशोभीकरण, लहुजी वस्ताद साळवे यांच्या संगमवाडी (जि. पुणे) येथील स्मारकाचा विकास, लोकशाहीर अण्णा भाऊ साठे यांचे वाटेगाव (जि. सांगली) येथे स्मारक, सावित्रीबाई फुले यांच्या जन्मगावी नायगाव (जि. सातारा) येथे स्मारकाचा विकास, सातारा येथील ज्या शाळेत डॉ. आंबेडकर शिकले त्या ऐतिहासिक एलिमेंटरी स्कूलमध्ये वाचनालय आणि ग्रंथालयाचा विकास करण्यात येणार आहे (सकाळ, २७ मार्च २०१७). भाजपचा हा सर्व प्रकल्प सांस्कृतिक सांधेजोडीचा आहे; म्हणजेच भाजप दलित अस्मितेचे राजकारण करत आहे. त्या दलित राजकारणाची जुळणी भाजपने सांस्कृतिक घटकांच्या आधारे केली. या

प्रक्रियेमधून भाजपला समरस दलित नेतृत्व मिळाले. दुसऱ्या शब्दांत भाजपची समरस लोकप्रतिनिधित्वाची संकल्पना प्रत्यक्षात राजकीय क्षेत्रात घडली.

महाराष्ट्रात १७ महानगरपालिकांच्या निवडणुका झाल्या. या शहरी भागात मनपामध्ये २३५ जागा अनुसूचित जातींसाठी होत्या. या २३५ पैकी १२३ जागा भाजपने जिंकल्या आहेत. शिवसेना किंवा काँग्रेसपेक्षा तीन पट जास्त जागा भाजपने जिंकल्या. भाजपने शिवसेना व काँग्रेस पक्षाला निवडणुकीत दलिताच्या संदर्भात स्पष्ट असंदर्भित ठरवले. तर राष्ट्रवादी काँग्रेस पक्षापेक्षा जवळजवळ अकरापट जास्त जागा भाजपला मिळाल्या आहेत. दलितांच्या हितसंबंधाचा पक्ष बसप, त्यास केवळ आठ जागा मिळालेल्या आहेत. त्या बसपच्या तुलनेत भाजपला बावीसपट जास्त जागा मिळाल्या. रिपब्लिकन जनशक्ती किंवा पुण्यातील आठवले गट यांच्या मिळून केवळ ८ जागा निवडून आल्या आहेत. म्हणजेच शहरी दलित राजकारणावर भाजपचे वर्चस्व आहे, असे दिसते.

शिवसेना–भाजप तणाव व दलित

मुंबई मनपामध्ये भाजपने आठवले गटाला २५ जागा देण्याची वाटाघाट केली होती. परंतु, प्रत्यक्षात १९ जागा दिल्या. सहा जागी भाजपने त्यांचे उमेदवार दिले. त्यामुळे रिपब्लिकन पक्षाच्या कार्यकर्त्यांमध्ये अस्वस्थता होती. रिपब्लिकन पक्षातून (आठवले गट) रिपब्लिकन जनशक्ती हा गट बाहेर पडला. अर्जुन डांगळे यांनी प्रादेशिक पक्षांना बळकटी मिळावी म्हणून शिवसेना संघटनेला पाठिंबा दिला होता. आंबेडकरी जनतेचे प्रश्न सोडविण्याची शिवसेना पक्षाची भूमिका आहे, असे अर्जुन डांगळे यांचे मत होते. या जनशक्ती संघटनेने शिवसेना पक्षाला मुंबई मनपामध्ये पाठिंबा दिला होता. ईशान्य मुंबईतील तीन–चार आणि राज्यातील इतर महानगरपालिकांत ३० जागा रिपब्लिकन जनशक्ती संघटनेला देण्याची वाटाघाट शिवसेनेने केली होती. अर्जुन डांगळे यांनी रिपब्लिकन जनशक्ती संघटना स्थापन केली होती. रिपब्लिकन आठवले गट २००९ प्रमाणे २९ जागांची मागणी आरंभी करत होता. तसेच रिपब्लिकन पक्षाच्या चिन्हावर आणि भाजपच्या चिन्हावर निवडणूक लढविण्याचा वाद पक्षात होता. भाजपच्या चिन्हावर निवडणूक लढवावी असा एक गट रिपब्लिकन पक्षात होता; तर दुसरा गट स्वतःच्या पक्षाच्या चिन्हावर निवडणूक लढविण्याचा तोटा होतो, अशी भूमिका घेत होता (सकाळ, २ जानेवारी, २०१७). आठवले गटाचा एकही उमेदवार निवडून आला नाही. शिवसेनेबरोबर युती केलेल्या जनशक्ती रिपब्लिकन पक्षाला (अर्जुन डांगळे गट) राज्यात तीन जागांवर यश मिळाले (मुंबई, पुणे व नाशिक प्रत्येकी एक). हा शिवशक्ती–भीमशक्तीचा विजय आहे असा दावा डांगळे यांचा आहे, तर रिपब्लिकन पक्षाच्या १२

जागांवरील उमेदवारांसाठी भाजपच्या मतदारांनी मतदान केले नसल्याचे गौतम सोनवणे यांचे मत आहे (सकाळ, १५ फेब्रुवारी, २०१७). हा वाद भाजप व रामदास आठवले गटाचा अंतर्गत मुद्दा आहे. हा संघर्ष भाजपच्या रणनीतीचा व डावपेचांचा भाग आहे. त्यामुळे हा संघर्ष लुटुपुटुचा (फोनी) आहे; कारण रामदास आठवले गटाने समरस प्रतिनिधित्व संकल्पनेशी आघाडी केलेली आहे. स्वाभिमानी नेतृत्व, परस्पर सौहार्द, दलितांनी दलितांचे प्रतिनिधित्व करणे, या संकल्पनांमध्ये फेरबदल झाले आहेत. विसाव्या शतकाच्या उत्तरार्धात काँग्रेसने दलित नेतृत्वाच्या स्वाभिमानाला आव्हान दिले. त्यास प्रतिक्रिया म्हणून एकविसाव्या दशकाच्या पहिल्या दशकात दलित समाज काँग्रेसविरोधी गेला. रामदास आठवलेंच्या लोकसभा निवडणुकीतील पराभवानंतर 'स्वाभिमान' हा मध्यवर्ती विषय ठरला. त्या मुद्द्याच्या आधारे भाजप आणि दलित यांची सांधेजोड सुरू झाली होती. सामाजिक सलोख्याचा मुद्दा सामाजिक समरसतेमध्ये रूपांतरित झाला.

संघशक्तीशी युती

रामदास आठवले यांनी शिवसेना पक्षाशी युती मोडून संघशक्ती बरोबर युती केली. भाजपने मनपा निवडणुकीमध्ये अभूतपूर्व यश मिळवले. मात्र, त्याचा फायदा आठवलेंच्या रिपाइंला झाला नाही.

शहरी भागात भाजपचे दलित वर्गातील प्रतिनिधी निवडून आले. भाजपचे १०९ पैकी २२ नगरसेवक दलित समाजातील नागपूर मनपामध्ये आहेत. तसेच पुणे मनपामध्ये ९८ नगरसेवकांपैकी १५ नगरसेवक दलित समाजातील भाजपचे आहेत. पिंपरी-चिंचवड मनपामधील ७७ नगरसेवकांपैकी १४ दलित नगरसेवक भाजपचे आहेत; तर नाशिक मनपामधील ६६ नगरसेवकांपैकी १२ दलित नगरसेवक भाजपचे आहेत. किंबहुना, अमरावती मनपाच्या ४५ नगरसेवकांमध्ये १० दलित नगरसेवक भाजपचे आहेत.

महाराष्ट्रातील शहरी भागांमध्ये नगरसेवक पातळीवर दलित समाजात भाजपने दमदार कामगिरी केली आहे. त्यामुळे भाजप या पक्षाचा चेहरा दलित म्हणून नव्याने घडलेला आहे. ही भाजपची कामगिरी असे सूचित करते की दलित समाजाचे हितसंबंध भाजपमध्ये सध्या जपले जात आहेत. अमरावती महानगरपालिकेत १६ जागा दलितांसाठी राखीव होत्या. त्यांपैकी १० जागा भाजपने जिंकल्या आहेत. येथे भाजपचे नऊ ओबीसी उमेदवार निवडून आले. त्यापेक्षा भाजपचा एक दलित उमेदवार जास्त निवडून आला आहे. यामुळे भाजप आणि दलित यांच्यामध्ये नवीन सहमतीचा समझोता घडत आहे. विजय लक्ष्मणराव वानखेडे-नवबौद्ध, (शेगाव रहाटगाव), वानरे संजय- नवबौद्ध (महेंद्र कॉलनी), नरवणे संजय (विलासनगर-मोरगाव), सोनाली नाईक (जवाहर स्टेडियम),

अजय गोंडाणे (बेंजोडा श्रीराम टेकडी–दस्तुरनगर), राधा कुशील (रुक्मिणीनगर–स्वामी विवेकानंद कॉलनी), इंदू सावरकर (गडगडेश्वर), अमिता राज (राजापेठ–श्री संत तुकाराम), हरणे वंदना (सूतगिरणी) व गंगाबाई अंभोरे (जुनी वस्ती बडनेरा) हे दहा जण भाजपचे निवडून आले आहेत. जयश्री कुठेकर (फ्रेजपुरा) व अर्चना धामणे (नवी वस्ती, बडनेरा) हे शिवसेना पक्षाचे दोन उमेदवार निवडून आले. शोभा शिंदे (जोग स्टेडिअम चपराशी पुरा), व नीलिमा काळे (नवसारी) हे काँग्रेस पक्षाचे केवळ दोन उमेदवार निवडून आले. आशिषकुमार गावडे (एस.आर.पी.एस. वडाळी) हे युवा स्वाभिमानी पार्टीचे एकमेव उमेदवार निवडून आले. भाजप आणि इतर पक्ष यांच्यामध्ये स्थानिक दलित नेते भाजपशी संलग्न झालेले दिसतात.

अमरावतीप्रमाणेच पुणे मनपामध्येदेखील स्थानिक दलित नेतृत्व भाजपमधून नव्याने उदयास आले आहे. पुणे मनपामध्ये २२ जागा दलित समाजासाठी राखीव होत्या. त्या २२ पैकी १५ जागा भाजपने जिंकल्या. भाजपेतर पक्षांच्या केवळ सात जागा निवडून आल्या आहेत (शिवसेना–३, काँग्रेस–१, राष्ट्रवादी काँग्रेस–२ व अपक्ष १). सोनाली लांडगे–चर्मकार (पुणे विद्यापीठ–वाकडेवाडी), कविता वैरागे–मातंग (सॅलीसबरी पार्क–महर्षीनगर), दिशा माने (सहकारनगर–पद्मावती), अनसूया चव्हाण (मार्केट यार्ड–लोअर इंदिरानगर), वर्षा भिमा साठे–मातंग (अप्पर सुपर इंदिरा नगर), सुनिता वाडेकर–नवबौद्ध (औंध, बोपोडी), सरस्वती शेंडगे (नवी पेठ, पर्वती), किरण जठार (कळस, धानोरी), विजयालक्ष्मी हरिहर (खडकमाळ आळी, म. फुले पेठ), सिद्धार्थ धेंडे (फुलेनगर–नागपूरचाळ), राहुल भंडारे (विमाननगर–सोमनाथनगर), स्वाती लोखंडे (डेक्कन जिमखाना–मॉडेल कॉलनी), नवनाथ कांबळे–नवबौद्ध (कोरेगाव पार्क–घोरपडी), आनंद रिठे (जनता वसाहत–दत्तवाडी), वीरसेन जगताप (कोंढवा बुद्रुक–येवलेवाडी). या पंधराजणांनी दलित समाजात भाजपचा विस्तार केला. अविनाश बागवे (मातंग) हे काँग्रेसचे एकमेव उमेदवार लोहियानगर–कासेवाडी येथून निवडून आले. प्राची आशिष आल्हाट (महंम्मदवाडी–कौसर बाग), पल्लवी जावळे–नवबौद्ध (कसबा पेठ–सोमवार पेठ) व अविनाश साळवे (येरवडा) हे शिवसेना पक्षाचे तीन उमेदवार निवडून आले. भैयासाहेब जाधव (खराडी–चंदननगर) आणि प्रदीप गायकवाड (ताडीवाला रोड–ससून हॉस्पिटल) हे राष्ट्रवादी पक्षाकडून निवडून आले आहेत; तर अपक्ष म्हणून अशोक कांबळे (रामटेकडी–सय्यदनगर) हे निवडून आले आहेत.

अमरावती व पुणेप्रमाणेच मुंबई मनपामध्ये दलित राखीव जागेवर दोन्ही काँग्रेसेतर पक्षाचे उमेदवार निवडून आले. मुंबई मनपाच्या १५ पैकी १२ दलित राखीव जागा शिवसेना पक्षाने जिंकल्या. शिवसेना व भाजप वगळता काँग्रेस पक्षाला केवळ एक जागा

जिंकता आली. मुंबई मनपामध्ये स्थानिक नेतृत्व शिवसेना-भाजप पक्षामधून पुढे येत आहे. दोन्ही काँग्रेस पक्ष आणि दलित चळवळीशी संबंधित स्थानिक नेते निवडणुकीत पराभूत झाले. 'शिवशक्ती-भीमशक्ती' असे मतांचे सामाजिक-वैचारिक समीकरण रामदास आठवले व उद्धव ठाकरे यांनी एकविसाव्या शतकाच्या दुसऱ्या दशकात मांडले. त्यामुळे या दोन्ही प्रकारच्या ताकदींमध्ये मतैक्य घडले. रेखा रामवंशी (गोरेगाव), रोहिणी कांबळे-नवबौद्ध (सांताक्रुझ पू.), चंद्रावती मोरे (भांडूप पू.), वैशाली शेवाळे (गोवंडी), समृद्धी काटे-चर्मकार (गोवंडी), श्रीकांत शेटे (चेंबूर), प्रवीण मोरजकर (कुर्ला पू.), प्रल्हाद ठोंबरे-नवबौद्ध (माटुंगा पू.), संतोष खरात-नवबौद्ध (ना.म.जोशी मार्ग), स्नेहल आंबेकर (ना.म.जोशी मार्ग), उर्मिला पांचाळ (परळ), सुजाता सानप (शहीद भगतसिंग मार्ग) हे शिवसेना पक्षाचे बारा उमेदवार मुंबई मनपामध्ये निवडून आले. आशा मराठे (चेंबूर) व प्रीतम पंडागळे (कांदिवली पू.), हे दोन दलित उमेदवार भाजपकडून निवडून आले.

सोनम जामसुतकर या भायखळा (पू.) मधून काँग्रेस पक्षाच्या एकमेव दलित महिला निवडून आल्या आहेत. म्हणजे शिवसेना, भाजप आणि काँग्रेस यांपैकी शिवसेना पक्षाने दलित राखीव जागा जिंकण्याचा हा एक विक्रम केलेला दिसतो. काँग्रेस आणि दलित चळवळ मात्र दलित राखीव जागांवर प्रभाव पाडू शकली नाही. त्यांची निवडणुकीच्या राजकारणातील लोकप्रियता ओसरलेली दिसते. दलित माणसे हेरून त्यांचा वकूब ओळखून, त्यांना तयार करून निवडणुकीच्या कामास लावण्याची जबरदस्त हातोटी शिवसेनेने या निवडणुकीत दाखवली. त्यामुळे मुंबईच्या समाजजीवनावर शिवसेनेची ठसठशीत मुद्रा उमटली. पुणे, अमरावतीप्रमाणे दलितांनी भाजपला साथ दिली असती तर शिवसेना पक्ष मुंबईमध्ये दुसऱ्या स्थानावर गेला असता. मागील निवडणुकीत रिपब्लिकन पक्षाला २९ पैकी १ जागा मिळाली होती. तसेच भारिप-बहुजन महासंघाचा एक उमेदवार निवडून आला होता. यावेळी ५० जागा लढविल्या. मात्र, सर्वत्र पराभव झाला (कांबळे मधु, लोकसत्ता २४ फेब्रुवारी २०१७).

अकोला मनपामध्ये १६ जागा अनुसूचित जातींसाठी राखीव होत्या. भाजपने १६ पैकी ११ जागा जिंकल्या. हरीश काळे, संतोष शेगोकर, सुभाष खंडारे, आरती घोगलिया, जान्हवी डोंगरे, सुजाता अहीर, विशाल इंगळे, आम्रपाली उपरवट (नवबौद्ध), धनंजय धबाले, मंगला सोनोने (नवबौद्ध) व विजय इंगळे हे भाजपचे अकरा नगरसेवक अनुसूचित जातीगटातील आहेत. गजानन चव्हाण व सपना नवले हे दोन नगरसेवक शिवसेनेचे अनुसूचित जातीगटातील आहेत; म्हणजेच १६ पैकी १३ नगरसेवक भाजप-शिवसेनेचे थेट अनुसूचित जातीगटातील निवडून आले. पराग कांबळे (नवबौद्ध) व सुवर्णरेखा

जाधव (नवबौद्ध) हे दोन नगरसेवक काँग्रेसचे व शीतल रामटेके हे राष्ट्रवादी काँग्रेस पक्षाचे अनुसूचित जातीगटातील नगरसेवक आहेत. म्हणजेच दोन्ही काँग्रेस, भारिप, बहुजन महासंघ आणि बसप यांच्यापेक्षा जास्त प्रतिसाद भाजप-शिवसेना पक्षांना मिळाला आहे. राखीव जागा जिंकून घेण्याची भाजपची क्षमता जबरदस्त वाढलेली दिसते.

कोल्हापूर मनपामध्ये काँग्रेस पक्षाने ११ पैकी ६ दलित राखीव जागा जिंकल्या आहेत. सुभाष बुचडे, शोभा कवाळे (मातंग), वृषाली कदम, रिना कांबळे (चर्मकार), वनिता देठे (मातंग), भूपाल शेटे (चर्मकार) हे ते विजयी उमेदवार. परंतु, भाजपच्या निवडून आलेल्या ७ पैकी २ जागा दलित राखीव आहेत (बाळासाहेब गायकवाड व ललिता बारामते). शिवाय शिवसेना पक्षाचा एक व ताराराणी आघाडीचे दोन दलित राखीव जागेचे उमेदवार निवडून आले. या निवडणुकीत काँग्रेस व काँग्रेसेतर (भाजप, शिवसेना, ताराराणी) अशा दलित राखीव जागांवर सत्तास्पर्धा सुरू झाली होती. राष्ट्रवादी काँग्रेस पक्षाला एकही दलित राखीव जागा कोल्हापूर मनपामध्ये जिंकता आली नाही.

कोल्हापूर शहरावर सामाजिक सलोख्याचा जबरदस्त प्रभाव आहे. तरीदेखील दलितांच्या राजकीय महत्त्वाकांक्षा दलित चळवळ आणि काँग्रेस परिवारात पूर्ण होत नाहीत. दलित चळवळ व काँग्रेस परिवाराच्या बाहेर दलितांच्या राजकीय महत्त्वाकांक्षांना संधी मिळू लागली असे दिसते.

नागपूर महानगरपालिकेमध्ये ३१ जागा अनुसूचित जातींसाठी राखीव होत्या. ३१ पैकी २२ जागा भाजपने जिंकल्या. महेंद्रप्रसाद रमेश धनविजय (नवबौद्ध), संदीप जाधव, अमर बागडे, लखन येरवार, विजय चुटेले, अनिल गेंडरे, धर्मपाल मेश्राम (नवबौद्ध), नागेश सहारे (नवबौद्ध), अभय गोटेकर (चर्मकार), नागेश मानकर (चर्मकार), निलेश कुंभारे (नवबौद्ध), प्रमोद तभाने, निरंजना महेश पाटील, दुर्गा चंद्रभूषण हत्तीठेले (नवबौद्ध), शिल्पा धोटे, शकुंतला पारवे, कांता रारोकर, जयश्री रारोकर, लीला हाथीबेड (नवबौद्ध), उषा पॅलट, वंदना भगत, मिनाश्री तेलगोटे (नवबौद्ध) हे एकूण २३ अनुसूचित जातींचे उमेदवार भाजपचे निवडून आले. भाजपेतर पक्षांचे केवळ ९ अनुसूचित जातींचे उमेदवार निवडून आले. काँग्रेस पक्षाचे ७ उमेदवार निवडून आले (परसराम मानवटकर, भावना संतोष लोणारे, आशा उईके (नवबौद्ध), स्नेहा निकोसे, साक्षी बिपीन राऊत, दर्शनी धवड, उज्वला बनकर). बीएसपीचे दोन उमेदवार निवडून आले (जितेंद्र घोडेस्वार-नवबौद्ध, विरंका भिवगडे-नवबौद्ध).

तक्ता क्र.१ : महानगरपालिका व पक्षीय अनुसूचित जातींचे संख्याबळ

अ.क्र.	मनपा	भाजप	शिवसेना	काँग्रेस	रा. काँ.	बसप	अपक्ष/इतर	एकूण
१	मुंबई	०२	१२	०१	००	००	००	१५
२	उल्हासनगर	०४	०५	०१	०१	००	००	११
३	ठाणे	०२	०५	-	०२	-	-	०९
४	नागपूर	२२	००	०७	००	०२	००	३१
५	चंद्रपूर	०८	००	०२	००	०३	००	१३
६	अमरावती	१०	०२	०२	००	०१	०१	१६
७	अकोला	११	०२	०२	०१	००	००	१६
८	कोल्हापूर	०२	०१	०६	००	००	०२	११
९	पुणे	१५	०३	०२	०२	-	०१	२२
१०	पिंपरी-चिंचवड	१४	०२	००	०४	००	००	२०
११	सोलापूर	०६	०१	०४	०१	०२	०२	१६
१२	नाशिक	१२	०४	००	०२	००	००	१८
१३	लातूर	०५	००	०८	००	००	००	१३
१४	परभणी	०१	०२	०२	०३	००	००	०८
१५	मालेगाव	०१	०३	०१	-	-	-	०५
१६	पनवेल	०६	-	०१	-	५	०१	०८
१७	भिवंडी	०२	०१	-	-	-	-	०३
	एकूण	१२३	४३	३९	१६	१३	०७	२३५

ग्रामीण भागात भाजपचे दलित नेतृत्व

ग्रामीण भागात भाजपने जिल्हापरिषदेच्या ३०% जागा अनुसूचित जाती गटातील जिंकल्या आहेत. सर्वांत मोठा पक्ष असे भाजपचे दलित समाजाच्या संदर्भात स्थान दिसते. (२२७ पैकी ६८ जागा). काँग्रेस पक्षाला भाजपने ग्रामीण भागात दलित समाजाच्या पाठिंब्याबाबत मागे टाकले आहे. भाजपने कोकण विभाग वगळता सर्वच विभागामध्ये काँग्रेस पक्षाला मागे टाकले आहे. भाजप-शिवसेना पक्षाचे जिल्हा परिषदेत दलित समाजातील सदस्य जवळ जवळ ४५% आहेत; तर दोन्ही काँग्रेसचे जिल्हापरिषदेतील दलित सदस्य ४२.३०% आहेत. म्हणजेच भाजप-शिवसेना पक्षांनी दोन्ही काँग्रेस पक्षांवर मात केलेली दिसते.

मराठवाडा विभागात भाजपला स्थानिक पातळीवर दलित नेतृत्व स्वीकारत आहे.

ग्रामीण भागात स्थानिक दलित नेत्यांची मने वळविण्यामध्ये भाजपला बऱ्यापैकी यश आले; कारण ७२ पैकी २३ जिल्हा परिषदेच्या जागा मराठवाडा विभागातील भाजपने जिंकून घेतल्या आहेत (३३.३३ टक्के). हा स्थानिक दलित नेतृत्वाचा पक्षीय संदर्भात फेरविचार झालेला दिसून येतो; कारण काँग्रेस पक्षापेक्षा भाजपला जास्त दलित राखीव जागा जिंकून घेता आल्या. भाजप-शिवसेना यांचे एकत्रित दलित राखीव जागांवरील जिंकलेले उमेदवार ७२ पैकी ४२ आहेत (५८.३३). अर्थातच पन्नास टक्क्यांपेक्षा जास्त दलित राखीव जागांवरील जिंकलेले उमेदवार भाजप-शिवसेना परिवारातील आहेत; म्हणजेच दलितांची हिंदुत्वाशी असलेली मतभिन्नता कमी झाली. विशेष म्हणजे भाजपने दलित मतदारांशी तारेवरची कसरत केली होती. त्यामध्ये दलित स्थानिक नेत्यांमध्ये फेरबदल घडविणारा आहे. मराठवाडा विभागाला या पक्षाची नवी ओळख दलितांचे राजकारण करणारा पक्ष म्हणून झाली आहे. याचा अर्थ दलितांच्या वतीने भाजप दलितांचे राजकारण करणार असा होतो. अर्थातच भाजपचे दलित राजकारण आणि दलित चळवळीचे दलित राजकारण यामध्ये आशयाच्या दृष्टीने फार मोठा फरक झाला. दलित चळवळ राजकारणाचा अर्थ शब्दापेक्षा कृतीवरून ठरवते. त्या कृतीचा ऱ्हास घडला आहे. यामुळे दलित चळवळीमध्ये अस्वस्थता दिसू लागली आहे (मधू कांबळे, लोकसत्ता, १६ एप्रिल २०१७). हा फेरबदल दलितांचे नेतृत्व कोण करणार या वादाच्या स्वरूपातील आहे; म्हणून मराठवाडा विभागात दलितांच्या संदर्भात आव्हाने-प्रतिआव्हाने उभी राहतील. शहरी भागाच्या तुलनेत ग्रामीण भागात नवबौद्ध धार्मिक लोकांचे प्रमाण जास्त आहे (शहरी २.२ टक्के व ग्रामीण ३ टक्के). त्यामुळे ग्रामीण भागात भाजपला मिळालेला दलित समाजाचा आधार ही घटना भाजपच्या राजकारणातील मैलाचा दगड ठरली आहे. भाजपची हिंदू दलित आणि नवबौद्ध अशा दोन्ही समाजातील ताकद वाढली आहे. ग्रामीण आणि शहरी भागात भाजपची दलित समाजातील सदस्य संख्या चाळीस टक्क्यांपेक्षा जास्त आहे. जिल्हा परिषद व मनपामधील सदस्य संख्या दोनशेपेक्षा जास्त आहे. ४६२ जि. प. व मनपा सदस्यांमध्ये १९१ सदस्य निव्वळ भाजपचे दलित वर्गातील आहेत. (नाशिक, जळगाव जिल्हापरिषद वगळता). भाजप-शिवसेनेची एकत्र ताकद जवळजवळ ६० टक्के आहे (५८.८१ टक्के). तर दोन्ही काँग्रेस पक्षांची एकत्र ताकद केवळ ३२.६८ टक्के आहे. या आकडेवारीचा अर्थ म्हणजे दलित वर्गात भाजप-शिवसेना यांची ताकद दोन्ही काँग्रेस पक्षांच्या दुप्पट आहे. भाजपने आठवले गटाबरोबर समझोता केला. परंतु, उमेदवारी भाजपच्या चिन्हावर दिली. त्यामुळे स्थानिक दलित नेतृत्वाने भाजपशी जुळवून घेतले. या अर्थाने भाजप नेतृत्व आणि स्थानिक दलित नेतृत्व यांची दिलजमाईची प्रक्रिया घडली. तसेच दलितांच्या भाजप विरोधाचा ऱ्हास झाला. दुसऱ्या शब्दांत ही प्रक्रिया भाजपच्या अधिमान्यीकरणाची घडली. भाजपकडून निवडून आलेल्या

स्थानिक दलित नेतृत्वाने भाजपला अधिमान्यता दिली; तर या उलट दोन्ही काँग्रेस पक्षांच्या बद्दल अधिमान्यतेची समस्या निर्माण झाली (Legitimation crisis). म्हणजेच दोन्ही काँग्रेसची अधिमान्यता काढून घेतली. हा बदल मूल्यवाचक स्वरूपाचा आहे. त्यामुळे ही समरसतेची राजकीय क्रांती ठरते.

तक्ता क्र.२ : अनुसूचित राखीव जागा व पक्षांचे बलाबल

विभाग	भाजप	शिवसेना	काँग्रेस	रा. काँ.	शेकाप.	इतर	एकूण
कोकण	०१	०४	०३	०२	०५	-	१५
विदर्भ	२३	०१	१२	०६	-	०४	४६
मराठवाडा	२३	१९	१८	०८	-	०४	७२
प. म.	१७	१०	१३	२८	-	१४	८२
अ. नगर	०४	-	०२	०४	०२	-	१२
एकूण	६८	३४	४८	४८	०७	२२	२२७
टक्के	२९.९६	१४.९८	२१.१५	२१.१५	३.००	९.६९	१००

निष्कर्ष

दलित नेतृत्व ही संकल्पना तिच्या सैद्धांतिक आशयापासून दूर गेली आहे. त्या जागी हिंदू दलित, किंवा शिवशक्ती-भीमशक्ती असा हिंदू वाचक आणि हिंदूंशी समझोता वाचक असा नवा अर्थ प्राप्त झाला आहे. दलित ही संकल्पना वर्ग, वंचितता किंवा हद्दपारीवाचक स्वरूपाची होती. श्रमिक वर्ग, वंचितता किंवा हद्दपारी झालेल्या समूहांचे राजकीय समावेशन स्वाभिमानी पद्धतीने करावे. त्यांनी स्वत:च निर्णय निश्चिती करावी, या जागी हिंदू समझोता, हितसंबंधाचा समझोता, सत्तासंबंधासाठीच्या तडजोडी अशी नवीन व्याख्या राजकीय पक्षांनी विकसित केली आहे.

६

एकविसाव्या शतकातील राजकीय नवहिंदुत्व

डॉ. प्रकाश पवार

राजकीय नवहिंदुत्व ही संकल्पना हिंदू राजकीय संघटनवाचक स्वरूपाची आहे. शहरी भागाच्या खेरीज ग्रामीण भाग, पांढरपेशी सूमहाच्या खेरीज दलित-वंचित, हिंदू दलितांच्या खेरीज नवबौद्ध दलित, उच्च जातीच्या खेरीज ब्राम्हणेतर जाती यांचा पाठिंबा भाजपला मिळणे म्हणजे 'नवहिंदुत्व' होय. याचा आरंभीचा टप्पा १९८०-२०१२ हा एक होता (पवार प्रकाश, २०११:१३-४३); तर २०१४ पासून दुसरा टप्पा सुरू झाला आहे. भाजपने एकविसाव्या शतकामध्ये राजकीय नवहिंदुत्वाचा विस्तार केला; कारण भाजपची मुख्यत: शहरी भागात सर्वसाधारण, महिला, ओबीसी, दलित व आदिवासी अशा पाच प्रकारच्या वर्गांमध्ये उठावदार कामगिरी दिसते. जिल्हा परिषदेतील खुल्या जागा भाजपने शहरी भागात पन्नास टक्के जिंकल्या आहेत (५१.५५ टक्के). ठाणे व उल्हासनगर वगळता नाशिक, नागपूर, अमरावती, पुणे, पिंपरी चिंचवड, सोलापूर महानगरपालिकेत खुल्या जागांवर भाजपची पकड घट्ट दिसते. ही भाजपाची नवीन ओळख आहे. परंतु, भाजप शहरी आणि ग्रामीण भागात कुंठित झालेला पक्ष होता (१९९०-२००९). हे आपणास भाजपच्या राजकीय इतिहासावरून दिसते. तर २०१४च्या निवडणुकीपासून भाजपने या कुंठित अवस्थेचा परीघ भेदून राजकीय नवहिंदुत्वाचा विस्तार केलेला दिसतो; म्हणून येथे दोन मुद्दे मांडले आहेत- १) गेल्या साठ दशकातील भाजपचा राजकीय इतिहास व त्यांची कुंठित अवस्था. २) २०१४ नंतरच्या भाजपची स्थानिक शासन संस्थांमधील नवहिंदुत्ववादी कामगिरी. हे दोन मुद्दे येथे राजकीय नवहिंदुत्व वाचक अर्थाने मांडले आहेत. त्यामधून असे स्पष्टपणे दिसते की नवहिंदुत्वाचा राजकीय क्षेत्रात विस्तार झाला आहे.

भाजपचा राजकीय इतिहास

पन्नास, साठ, सत्तर आणि ऐंशी अशा चार दशकात जनसंघ व भाजप हा राजकारणाच्या परिघावरील पक्ष होता. १९५७च्या लोकसभा निवडणुकीत भारतीय जनसंघाचे उमेदवार उत्तमराव पाटील धुळे मतदारसंघात आणि प्रेमजीभाई आसर रत्नागिरी मतदारसंघात विजय मिळवून लोकसभेचे सदस्य बनले. त्यानंतर भारतीय जनसंघाला

१९७१पर्यंत महाराष्ट्रातील लोकसभेची एकही जागा जिंकता आली नाही. रामभाऊ म्हाळगी (मावळ), दत्तात्रय यशवंत वेलणकर (गुहागर), श्रीधर बाळकृष्ण मांजरेकर (मालवण), श्रीनिवास चुनीलाल मारवाडी (पारोळा) हे चौघेजण १९५७ सालच्या निवडणुकीत विधानसभेवर निवडून आले होते. १९६२ ते १९६७ ह्या कालावधीत भारतीय जनसंघाचा एकही आमदार विधानसभेत नव्हता. १९६७ ते १९७२ ह्या कालावधीत रामभाऊ म्हाळगी, हशू अडवाणी, शामराव कापगते व लक्ष्मणराव मानकर हे चौघेजण जनसंघाचे आमदार महाराष्ट्राच्या विधानसभेत होते. विदर्भातील भंडारा जिल्ह्यातील साकोली व आमगाव, मुंबईतील चेंबूर व पुण्यातील शुक्रवार पेठ या चार मतदारसंघातून निवडून आले होते. १९५७च्या विधानसभा निवडणुकीत जिंकलेला एकही मतदारसंघ जनसंघाला टिकवता आला नव्हता (फडके य.दि., २००७ : १७९). एप्रिल १९७०मध्ये विधानपरिषदेवर जनसंघाचे मोतीराम लहाने निवडून आले होते. मार्च १९७३च्या मुंबई महानगर पालिकेच्या १४० पैकी १५ जागा जनसंघाने जिंकल्या होत्या. जनसंघाचे वामनराव परब महापौराच्या निवडणुकीला उभे होते. त्यांना जनसंघाची १५ मते मिळाली होती. शिवसेनेचे सुधीर जोशी विजयी झाले (७६ मते), म्हणजेच साठ व सत्तरीच्या दशकात जनसंघ हा पक्ष शहरी भागातील असूनही शहरी भागात शिवसेनेच्या मागे होता.

मोरारजी देसाई यांनी चार बिगर कम्युनिस्ट विरोधी पक्षांची जनता पार्टी ही आघाडी स्थापन केली (एप्रिल १९७७). संघटना कॉंग्रेस, भारतीय लोकदल व समाजवादी पक्ष यांच्या बरोबर जनसंघ पक्ष होता. लोकसभेत जनता पक्षाला ४९३ जागांपैकी २९८ जागा जिंकता आल्या. अटलबिहारी वाजपेयी आणि लालकृष्ण अडवाणी हे राष्ट्रीय नेते जनसंघाचे होते. राष्ट्रीय राजकारणातील फेरबदलाचा परिणाम महाराष्ट्रातील जनसंघावर झाला. राष्ट्रीय पातळीवरून महाराष्ट्रातील जनसंघाची जुळवाजुळव केली गेली. राज्यातून जनसंघाच्या राजकारणाची जुळवाजुळव होत होती. परंतु, ती मर्यादित होती. राष्ट्रीय पातळीवर जनसंघ बऱ्यापैकी अवलंबून होता. उत्तमराव पाटील हे १९७७-७८मध्ये शरद पवारांच्या मंत्रीमंडळात महसूल व पुनर्वसन खात्याचे मंत्री होते. याखेरीज हशु अडवाणी नगरविकास, मुंबई महानगर प्रदेश विकास प्राधिकरणाचे मंत्री होते. जनसंघ आणि सत्ता यांचा थेट संबंध १९७७ पासून सुरू झाला. शरद पवारांचे मुख्य नेतृत्व स्वीकारून जनसंघाने सत्तास्पर्धेत वाटा मिळविला होता. मे १९७९मध्ये २० जिल्हा परिषदांच्या निवडणुका झाल्या. त्यामध्ये जनसंघाचे उमेदवार निवडून आले होते. त्यांना पुलोदचा पाठिंबा होता; म्हणजेच जनसंघ निवडणुकांच्या राजकारणात स्वतंत्रपणे अवकाश तयार करू शकत नव्हता.

ग्रामीण प्रतिमा

भाजपची प्रतिमा शहरी पक्ष अशी होती. त्यामुळे भाजपला ग्रामीण भागात

सामाजिक आधार मिळत नव्हते. नव्वदीचे दशक व एकविसाव्या शतकातील आरंभीचे दशक देखील भाजपसाठी ग्रामीण भागात विस्तारासाठी झुंज देण्यात गेले. १९९२ व १९९७च्या जिल्हा परिषद निवडणुकीत भाजप हा पक्ष केवळ दहा-अकरा टक्के जागांपुरता मर्यादित होता (पहा- तक्ता क्र.१). एकविसाव्या शतकाच्या आरंभीच्या दशकात भाजप पक्षाने नव्वदीच्या दशकाच्या तुलनेत तीन-चार टक्के जादा जागा मिळविण्याची कामगिरी केली. एकविसाव्या शतकाच्या आरंभीच्या दशकात राष्ट्रीय पातळीवर भाजपचा पराभव होत होता. राज्यामध्ये देखील भाजपचा घसरणीचा काळ होता. परंतु, तरी देखील नव्वदीच्या दशकाच्या तुलनेत भाजपची जिल्हा परिषद निवडणुकीतील कामगिरी प्रगतीसूचक होती. महाराष्ट्रातील भाजपने २०१७च्या जिल्हा परिषद निवडणुकीत १५०९ जागांपैकी ४०६ जागा जिंकल्या. अर्थातच भाजपने जागांमध्ये जवळजवळ बारा-तेरा टक्के घवघवीत वाढ केली. जिल्हा परिषद निवडणुकीत देखील बारा टक्के मतांनी वाढ झाली. गेल्या पाव शतकानंतर भाजपच्या मतामध्ये दुपटीने वाढ प्रथमच झाली आहे (२०१७). ही भाजपची ग्रामीण भागातील प्रगती शिवसेना पक्षाच्या मदतीशिवाय झाली. त्यामुळे भाजपची जिल्हा परिषदेतील ही कामगिरी पक्षाचा नवीन ग्रामीण चेहरा दिसणारी म्हणून पुढे आली.

जिल्हा परिषदेबरोबरच पंचायत समितीमध्ये भाजपचे ८३१ उमेदवार निवडून आले. २००९-२०१४च्या दरम्यान भाजपला केवळ १४.९६ टक्के जागा पंचायत समितीमध्ये जिंकता आल्या होत्या. मात्र, २०१७मध्ये भाजपने २७.८० जागा पंचायत समितीमध्ये जिंकल्या आहेत; म्हणजेच भाजपने ग्रामीण महाराष्ट्रातील जिल्हा परिषद व पंचायत समितीच्या सत्तावीस-अठ्ठावीस टक्के जागा जिंकल्या आहेत (पहा- तक्ता क्र.२). यामुळे भाजप या पक्षाला शहरी पक्षाबरोबर ग्रामीण पक्ष अशी नवीन ओळख प्राप्त झाली आहे.

तक्ता क्र.१ : भाजपची जिल्हा परिषदेतील कामगिरी

निवडणुकीचे वर्ष	एकूण जागा	भाजपच्या जागा	एकूण मते %
१९९२	१७९६	७६ (४ टक्के)	NA
२००२-२००३	१८५०	२८२ (१०.९८)	१०.९८
२००४-२००९	२२५७	२५५ (१३.००)	११.३
२००९-२०१४	१९६४	२८१ (१४.३०)	११.९३
२०१७	१५०९	४०६ (२६.९०)	२४.९१

(www.eci.Gov.in (Maharashtra). व सकाळ, २८ फेब्रुवारी २०१७).

तक्ता क्र.२ : भाजपची पंचायत समितीतील कामगिरी

निवडणुकीचे वर्ष	भाजपच्या जागा	टक्केवारी
२००९-२०१४	५८६	१४.९६
२०१७	८३१	२७.८०

पंचायत समितीमध्ये भाजपने अव्वल स्थान मिळविलेले आहे. एक चतुर्थांशपेक्षा जास्त जागा भाजपने जिंकल्या (२७.७९%). पंचायत समितीमध्ये राष्ट्रवादी काँग्रेस हा भाजपशी स्पर्धा करणारा ठरला; या पक्षालाही एकचतुर्थांश जागा जिंकता आल्या (२६.६८%). परंतु, या दोन पक्षांमध्ये जवळजवळ चार टक्के अंतर राहिलेले आहे. हे चार टक्के अंतर म्हणजे ११४ जागांचे अंतर आहे. भाजपच्या तुलनेत काँग्रेस आणि राष्ट्रवादी काँग्रेस या दोन्ही पक्षांना मात्र फारच कमी जागा मिळालेल्या आहेत. या दोन्ही पक्षांना २० टक्क्यांच्या आसपास जागा मिळालेल्या आहेत.

तक्ता क्र.३ : पंचायत समितीतील पक्षीय बलाबल (२०१७)

अ.क्र.	पक्ष	जागा	टक्केवारी
१	भाजप	७७०	२७.७९%
२	राष्ट्रवादी काँग्रेस	६५६	२३.६८%
३	काँग्रेस	५३४	१९.२७%
४	शिवसेना	५३१	१९.२७%
५	मनसे	०४	०.१४%
६	स्थानिक आघाडी/इतर	१९८	७.१४%
७	अपक्ष	७७	२.७७%
	एकूण	२७७०	१००%

मराठवाडा विभागात दलित नेतृत्व भाजपला स्थानिक पातळीवर स्वीकारत आहे. ग्रामीण भागात स्थानिक दलित नेत्यांची मनं वळविण्यामध्ये भाजपला बऱ्यापैकी यश आले; कारण मराठवाडा विभागातील ७२ पैकी २४ जिल्हा परिषदेच्या जागा भाजपने जिंकून घेतल्या आहेत (३३.३३ टक्के). हा स्थानिक दलित नेतृत्वाचा पक्षीय संदर्भात फेरविचार दिसतो; कारण काँग्रेस पक्षापेक्षा भाजपला जास्त दलित राखीव जागा जिंकून घेता आल्या. भाजप-शिवसेना यांचे दलित राखीव जागांवर एकत्रित जिंकलेले उमेदवार ७२ पैकी ४२ आहेत (५८.३३ टक्के). अर्थातच पन्नास टक्केपेक्षा जास्त दलित राखीव जागांवरील जिंकलेले उमेदवार भाजप-शिवसेना परिवारातील आहेत; म्हणजेच दलितांची

हिंदुत्वाशी असलेली मतभिन्नता कमी झाली. विशेष भाजपने दलित मतदारांशी तारेवरची कसरत केली होती. त्यामध्ये फेरबदल दलित स्थानिक नेत्यांमध्ये घडणार आहे. तसेच भाजप हा पक्ष केवळ हिंदूंचा उरलेला नाही. या पक्षाची नवी ओळख मराठवाडा विभागाला 'दलितांचे राजकारण करणारा पक्ष' म्हणून झाली आहे. याचा अर्थ दलितांच्या वतीने भाजप दलितांचे राजकारण करणार असा होतो. अर्थातच भाजपचे दलित राजकारण आणि दलित चळवळीचे दलित राजकारण यामध्ये आशयाच्या दृष्टीने फार मोठा फरक झाला. दलित चळवळ शब्दापेक्षा कृतीवरून राजकारणाचा अर्थ ठरवते. त्या कृतीचा ऱ्हास घडला आहे. यामुळे दलित चळवळीमध्ये अस्वस्थता दिसू लागली आहे (मधू कांबळे, लोकसत्ता, १६ एप्रिल २०१७). हा फेरबदल दलितांचे नेतृत्व कोण करणार या वादाच्या स्वरूपातील आहे; म्हणून दलितांच्या संदर्भात मराठवाडा विभागात आव्हाने-प्रतिआव्हाने उभी राहतील.

शहरी प्रतिमा

भाजपची मूळ ओळख शहरी पक्ष अशी होती. परंतु, भाजपला शहरी भागात देखील शिवसेना पक्षाची मदत घ्यावी लागत होती. एकविसाव्या शतकाच्या आरंभीच्या दशकात शहरी भागात भाजपची कामगिरी ढिसाळ होती; कारण २००२ची कामगिरी वगळता भाजपची २००४-२००९ व २००९-१२ची महानगरपालिकेतील कामगिरी चांगली नव्हती. (पहा- तक्ता क्र.३). भाजप शहरी पक्ष असूनही शहरी भागात त्यांच्या सामाजिक आधारांमध्ये १० टक्क्यांपर्यंतचे चढउतार दिसत होते.

२००२मध्ये केंद्रात सत्तांतर झाले. त्यानंतर भाजपला राज्यात शहरी भागात देखील स्वतःशी संघर्ष करावा लागला. २०१४मध्ये नरेंद्र मोदींचे नेतृत्व केंद्रामध्ये प्रभावी ठरले. त्याचा परिणाम महाराष्ट्रातील शहरी भागावर झाला. भाजपची महाराष्ट्राच्या शहरी भागातील कामगिरी सुधारली. भाजपच्या इतिहासातील २०१७ मधील शहरी भागातील कामगिरी मैलाचा दगड ठरली. भाजपच्या शहरी भागातील कामगिरीचा हा अतिउच्चांक ठरला; कारण १२६८ पैकी ६२८ जागा भाजपने जिंकल्या. या जागांची एकूण जागांमधील टक्केवारी ५० टक्के भरते; तर मतांमधील वाटा ३५.३६ टक्के आहे; म्हणजेच भाजपला शहरी भागातील हितसंबंधाची मोट बांधता आली. एवढेच नव्हे तर थेट शिवसेना पक्षाबरोबरची युती मोडून भाजपने स्वबळावर ही कामगिरी केली. भाजपने शिवसेना पक्षाशी थेट स्पर्धा केली. शहरी भागात भाजप विरोधी शिवसेना असा पक्षीय स्पर्धेचा अंतराय भाजपने उभा केला. भाजपने या द्विपक्षीय स्पर्धेच्या बाहेर शहरी राजकारण जाऊ दिले नाही. त्यामुळे शहरी भागातील त्रिकोणी स्पर्धा २०१७मध्ये संपुष्टात आली. त्यांची

जागा द्विपक्षीय स्पर्धेने घेतली. यामुळे शहरी भागात संरचनात्मक पातळीवर मूलभूत बदल झाला. काँग्रेस व राष्ट्रवादी काँग्रेस शहरी भागातून हद्दपार झाली. या दोन्ही काँग्रेस पक्षांचा ऱ्हास शहरी भागात झाला. भाजपने शहरी भागात पुढील गोष्टी साध्य केल्या.

१. शहरी भागात द्विपक्षीय स्पर्धेचे राजकारण घडवले (शिवसेना-भाजप).

२. शिवसेना पक्षाबरोबरची युती मोडून भाजपने शिवसेना पक्षाच्या विरोधी रणमैदान उभे केले.

३. काँग्रेस व राष्ट्रवादी पक्षांना शहरातून हद्दपार केले. या तीन गोष्टींचा दूरगामी चौथा परिणाम झाला, तो पुढीलप्रमाणे -

४. भाजप हा शहरी भागात वर्चस्वशाली पक्ष म्हणून उदयास आला. त्यांच्या शहरी वर्चस्वाची चार लक्षणे शहरी भागात दिसतात.

अ. जागा आणि मते या दोन्ही संदर्भात भाजपने इतर सर्व पक्षांवर मोठी मात केली आहे. त्यामुळे शहरी भागात भाजपला स्पर्धक दिसत नाही.

ब. शहरी भागातील रियल इस्टेट राजकीय छत्रीचा आधार मिळविण्यात भाजपने यश मिळविले आहे.

क. शहरी भागातील पांढरपेशे - मध्यमवर्ग, शहरी गरीब अशा दोन्ही वर्गांचा समझोता भाजपमध्ये झालेला दिसतो.

ड. शहराच्या परिघावरील उच्चजातीतर मतदारांचा आधार भाजपला मिळाला आहे; म्हणजेच सेवा व्यवसाय, शहरी गरीब आणि उच्चजातीतर अशा तीन घटकांचा भाजपला नव्याने आधार मिळाला आहे. या त्रिकोणाच्या आधारे भाजपने जागा व मतांची मजल मारली आहे.

तक्ता क्र.४ : भाजपची नगरपालिका निवडणुकीतील कामगिरी

अ.क्र.	निवडणुकीचे वर्ष	एकूण जागा	जागांची टक्केवारी
१	१९९५-१९९८	५३६ (४७७८)	११.२१
२	१९९९-२००३	५८९ (५१८७)	११.३५
३	२००६-२००७	३३२ (४१६७)	७.९६
४	२००९-२०१४	४३७ (४८१३)	०९.०५
५	२०१६	९७४ (४०२७)	२४.१९

तक्ता क्र.५ : महानगरपालिकांतील भाजपची कामगिरी

अ.क्र.	निवडणुकीचे वर्ष	एकूण जागा	जागांची टक्केवारी	मतांची टक्केवारी %
१	२००२	२४५ (११६४)	२१.०४	-
२	२००४-२००९	२६७ (२११६)	१२.६१	११
३	२००९-२०१२	३२० (२५४२)	१३.००	११.५९
४	२०१७	६२८ (१२६८)	४९.५२	३५.३६

भाग दोन–नवहिंदुत्वाचा विस्तार

जिल्हा परिषद निवडणुकीत सर्वांत मोठा पक्ष म्हणून भाजप पुढे आला; कारण भाजपने एक चतुर्थांश पेक्षा जास्त जागा मिळवल्या १५१० पैकी ४०१ (२६.५५ टक्के). विशेष म्हणजे भाजपने काँग्रेस, राष्ट्रवादी काँग्रेस व शिवसेना पक्षांना मागे टाकले. या तीनही पक्षांचा ग्रामीण भाग हा महत्त्वाचा आधार होता. तो आधार भाजपकडे वळला. शिवसेना पक्षाशी युती न करता हा भाजपने बदल घडवला. तरीही भाजपकडे केवळ एक चतुर्थांश जागा गेलेल्या दिसतात. म्हणजेच तीन चतुर्थांश जागा भाजपच्या नियंत्रणाखाली आलेल्या नाहीत. ही एक वस्तुस्थिती दिसते (७३टक्के). भाजप आणि राष्ट्रवादी काँग्रेस पक्षांच्या जागांमध्ये दोन–अडीच टक्क्यांचा फरक दिसतो. राष्ट्रवादी काँग्रेस पक्ष ग्रामीण भागात पूर्णतः पराभूत झालेला नाही. तसेच काँग्रेस पक्ष देखील पूर्णपणे पराभूत झालेला नाही (२०.५९ टक्के जागा). शिवसेना पक्ष ग्रामीण भागात चौथ्या स्थानावर गेला. हा बदल आघाडी किंवा युतीची नीटनेटकी रणनीती न आखता झाला आहे. या चार पक्षांची ताकद युती आणि आघाडी अशा स्वरूपात जवळजवळ समसमान दिसते; कारण भाजप–शिवसेना पक्षाचे एकत्रित संख्याबळ ४४.५६ टक्के व काँग्रेस– राष्ट्रवादी काँग्रेसचे संख्याबळ ४४.६२ टक्के आहे; परंतु, शिवसेनेच्या तुलनेत भाजप आणि काँग्रेसच्या तुलनेत राष्ट्रवादी पक्ष यांचे स्थान वरचढ झाल्याचे दिसते; म्हणजेच युती आणि आघाडी मधील प्रथम स्थानी असलेले पक्ष दुसऱ्या स्थानावर गेले (काँग्रेस–शिवसेना). दुसऱ्या स्थानावरील पक्ष प्रथम स्थानावर आले (भाजप–राष्ट्रवादी). यामुळे युती आणि आघाडीमधील जिल्हा परिषद पातळीवरील पुढाकार बदललेला दिसतो. या बदलामुळे शिवसेना आणि काँग्रेस पक्षात अस्वस्थता उदयास आली.

सर्वसाधारण जागा

सर्वसाधारण जागांसाठी पंचवीस जिल्हा परिषदांमध्ये चौरंगी सत्तास्पर्धा झाली. या चौरंगी सत्तास्पर्धेत राष्ट्रवादी काँग्रेस व भाजप यांच्यामध्ये तीव्र स्पर्धा होती. या स्पर्धेत भाजपपेक्षा राष्ट्रवादी काँग्रेसचे उमेदवार जास्त निवडून आले (२६ टक्के). म्हणजेच एक

चतुर्थांश जागांवर राष्ट्रवादी काँग्रेसचे नियंत्रण दिसते. राष्ट्रवादी काँग्रेसच्या जवळ भाजप पक्ष गेला; कारण भाजपला ७६३ पैकी १९४ जागा जिंकता आल्या (२५ टक्के). राष्ट्रवादी काँग्रेस व भाजप या दोन पक्षांमध्ये जागांचे अंतर केवळ एक टक्का दिसते. दोन्ही पक्षांची कामगिरी वेगवेगळ्या संदर्भात विशेष दखलपात्र ठरते; कारण भाजप हा शहरी पक्ष आहे. त्यांनी पंचवीस टक्के ग्रामीण भागातील जागांवर पक्षाचा विस्तार केला; तर राष्ट्रवादी काँग्रेस या पक्षाने सत्तेत नसतानाही २६ टक्के जागा जिंकून ग्रामीण भागातील पक्षाचे स्थान टिकवले आहे. ग्रामीण भागात चौरंगी सत्तास्पर्धेत मुख्य स्पर्धा राष्ट्रवादी काँग्रेस व भाजप अशी नव्याने उदयास आली; तर दुसऱ्या स्थानावरील सत्ता स्पर्धा काँग्रेस व शिवसेना या पक्षाची दिसते; कारण काँग्रेस पक्षाला सर्वसाधारण जागा १५२ मिळालेल्या आहेत (१७ टक्के). शिवसेना पक्षाचा ग्रामीण भागातील अवकाश कमी झाला. मात्र, एकूण सत्तास्पर्धा चौरंगी आहे. ग्रामीण भागातील सर्वसाधारण जागेवरील सत्तास्पर्धेत भाजप निर्णयक ठरला नाही. एक दशांश सर्वसाधारण जागा मुख्य चार पक्षांच्या खेरीजच निवडून आल्या. सर्वसाधारण जागांवर सत्तास्पर्धा तीव्र असते. अशा जागांवर भाजपची प्रगती झाली आहे. परंतु, सत्तेत नसताना राष्ट्रवादी काँग्रेसने भाजपपेक्षा जास्त जागा मिळविलेल्या आहेत. त्यामुळे जिल्हा परिषदेत राष्ट्रवादी काँग्रेस विरोधी भाजप यांनी सरळ स्पर्धेचा अवकाश व्यापला आहे.

ओबीसी जागा

जिल्हा परिषदेत ओबीसी या वर्गवारीतील एक चतुर्थांश उमेदवार राष्ट्रवादी काँग्रेस पक्षाचे निवडून आले आहेत (२५.९९ टक्के). याखेरीज भाजपचे देखील एक चतुर्थांश उमेदवार निवडून आले आहेत (२५.२४ टक्के). ओबीसी या वर्गवारीत थेट आणि सरळ स्पर्धा राष्ट्रवादी काँग्रेस विरोधी भाजप अशी दिसते. तिसरे स्थान काँग्रेस व चौथे स्थान शिवसेना पक्षाचे दिसते. या दोन्ही पक्षांना ओबीसी या वर्गवारीत जवळजवळ समान जागा मिळालेल्या आहेत (२० टक्के). या ताकदीचे आघाडी आणि युती या दोन गटातील चित्र देखील जवळजवळ समसमान ताकदीचे दिसते (भाजप-शिवसेना, ४५.२९%), (राष्ट्रवादी काँग्रेस व काँग्रेस ४६.२८ टक्के). याचे अर्थ दोन होतात. एक, ओबीसी वर्गवारीमध्ये जवळजवळ चौरंगी पक्षीय स्पर्धा आहे. या चौरंगी स्पर्धेची आघाडी आणि युती अशी तुलना करता समसमान भागीदारीची सत्तास्पर्धा दिसते. दोन, भाजपने या वर्गवारीत नव्वदीपासून शिरकाव केला होता. परंतु, भाजपला समकालीन दशकात देखील या वर्गवारीत निर्णयक आघाडी घेता आली नाही. तसेच राष्ट्रवादी काँग्रेस व काँग्रेस यांचा या वर्गवारीत निर्णायक पराभव झालेला नाही. दोन्ही काँग्रेसला वर्गवारीचा आधार मिळतो. मात्र, या वर्गवारीत पक्षीय आधारांची सत्ता चुरशीची झालेली दिसते.

दलित

अनुसूचित जाती व पक्ष यांचे संबंध जिल्हा परिषद निवडणुकीत बदलले आहेत. भाजपने एक तृतीयांश जागा अनुसूचित जातींमधील जिंकल्या आहेत (३४.३७%). काँग्रेस, राष्ट्रवादी काँग्रेस व शिवसेना या प्रत्येकी तीन पक्षांच्या जवळजवळ दुप्पट जागा भाजपने जिंकल्या आहेत; म्हणजेच या तीनही पक्षांना भाजपने मागे टाकले आहे. अनुसूचित जाती आणि युती यांची एकत्रित ताकद एकद्वितीयांश पेक्षा जास्त आहे (५१.०४%). काँग्रेस आणि राष्ट्रवादी काँग्रेसची एकत्रित ताकद युतीपेक्षा खूपच कमी झाली आहे (३९.५८%). याचा अर्थ अनुसूचित जाती या वर्गवारीत हिंदू राजकारण विस्तारलेले आहे. हिंदू अस्मिता ग्रामीण भागात ५० टक्क्यांपेक्षा जास्त लोकप्रतिनिधींनी स्वीकारलेली दिसते; म्हणजेच अनुसूचित जाती या वर्गवारीत राजकीय नवहिंदुत्वाचा एक द्वितीयांशपेक्षा जास्त प्रसार झाला आहे. अनुसूचित जमाती आणि पक्ष यांचे संबंध देखील बदललेले आहेत. परंतु, काँग्रेस आणि भाजप यांच्यामध्ये समसमान स्पर्धा दिसते. दोन्ही पक्षांनी प्रत्येकी एक चतुर्थांश जिल्हा परिषदेच्या जागा निवडून आणल्या आहेत. शिवसेना हा पक्ष देखील फार मागे पडलेला नाही. या पक्षाला देखील भाजपच्या तुलनेत चांगले यश मिळाले आहे (२०.५२%). परंतु, राष्ट्रवादी काँग्रेस पक्षाला अनुसूचित जमातींमध्ये आधार मिळालेला दिसत नाही (१३.२४%).

महिलांमध्ये पक्षाचा विस्तार

महिला या वर्गवारीत भाजपने अव्वल स्थान मिळविलेले दिसते; कारण भाजपला २७.२१% टक्के जागा मिळालेल्या आहेत. भाजप नंतर दोन नंबरच्या जागा राष्ट्रवादी काँग्रेसला मिळालेल्या आहेत. राष्ट्रवादी काँग्रेस पक्षाला देखील एक चतुर्थांश जागा मिळाल्या आहेत (२४.३४ टक्के). भाजप आणि राष्ट्रवादी काँग्रेस यांच्यामध्ये केवळ तीन टक्के जागांचा फरक दिसतो (२३ जागा). म्हणजेच राष्ट्रवादी काँग्रेस व भाजप यांच्यामध्येच मुख्य राजकीय स्पर्धा दिसते. काँग्रेस या पक्षालाही महिला वर्गवारीत चांगल्या जागा मिळाल्या आहेत (२०.३४ टक्के). शिवसेना या पक्षाला चौथ्या क्रमांकाच्या जागा मिळाल्या आहेत (१७.९७ टक्के). भाजप आणि शिवसेना यांचे एकत्रित संख्याबळ महिला वर्गवारीत ४५.१९ टक्के आहे तर दोन्ही काँग्रेसचे मिळून संख्याबळ जवळजवळ भाजप, शिवसेने एवढेच आहे (४४.६९%).

याचा अर्थ महिला वर्गवारीत देखील जिल्हा परिषद पातळीवर समसमान युती आणि आघाडीच्या पातळीवर स्पर्धा दिसते तर पक्षीय पातळीवर चौरंगी स्पर्धा आहे. या चौरंगी स्पर्धेत थेट स्पर्धा भाजप विरोधी राष्ट्रवादी काँग्रेस अशी आहे. जिल्हा परिषद

निवडणुकीत मुस्लीम उमेदवार फारच कमी निवडून आले आहेत. एक टक्का देखील मुस्लीम उमेदवार निवडून आले नाहीत. भाजपकडून एकही मुस्लीम उमेदवार निवडून आला नाही. काँग्रेस, राष्ट्रवादी काँग्रेस, शिवसेना, बहुजन महासंघ (भारिप) या चार पक्षांकडून एकूण चौदा जिल्हा परिषद सदस्य निवडून आले आहेत. मुस्लीम वगळता सर्वच समाजघटकांमधून भाजपला इतर पक्षांच्यापेक्षा थोडासा जास्त प्रतिसाद मिळालेला आहे. जिल्हा परिषदांमध्ये सर्व समाज घटकांतून एक चतुर्थांश प्रतिनिधी भाजपचे निवडून आलेले आहेत. मात्र, भाजपला अनुसूचित जाती गटातून इतर पक्षांच्या दुप्पट प्रतिनिधी निवडून आणता आले हे भाजपचे खास आणि वेगळे वैशिष्ट्य ठरते. म्हणजेच महाराष्ट्रात मुस्लीम वगळता भाजप सर्व समाजातील प्रतिनिधींनी स्वीकारलेला पक्ष ठरतो हे भाजपचे नवीन वैशिष्ट्य जिल्हा परिषद निवडणुकांतून पुढे आलेले दिसते.

तक्ता क्र.६ : महानगरपालिकांमधील जागांची पक्षनिहाय आकडेवारी

अ. क्र.	महानगरपालिका	एकूण	भाजप	रा.काँ.	काँग्रेस	शिव सेना	मनसे	इतर	एमआयएम	बसपा
१	बृहन्मुंबई	२२७	८२	०९	३१	८४	०७	१२	०२	-
२	ठाणे	१३१	२३	३४	०३	६७	-	०२	०२	-
३	उल्हासनगर	७८	३२	०४	०१	२५	-	१६	-	-
४	पुणे	१६२	९८	३८	०९	१०	०२	०४	०१	-
५	पिंपरी-चिंचवड	१२८	७७	३६	-	०९	०१	०५	-	-
६	सोलापूर	१०२	४९	०४	१४	२१	-	०१	०९	०४
७	नाशिक	१२२	६६	०६	०६	३५	०५	०४	-	-
८	अकोला	८०	४८	०५	१३	०८	-	०५	०१	-
९	अमरावती	८७	४५	-	१५	०७	-	०५	१०	०५
१०	नागपूर	१५१	१०८	०१	२९	०२	-	०१	-	१०
११	पनवेल	७८	५१	०२	०२	-	-	२३	-	-
१२	मालेगाव	८४	०९	२०	२८	१३	-	०७	०७	-
१३	भिवंडी-निजामपूर	९०	१९	-	४७	१२	-	१२	-	-
१४	परभणी	६५	०८	१८	३१	०६	-	०२	-	-
१५	लातूर	७०	३६	०१	३३	-	-	-	-	-
१६	चंद्रपूर	६६	३६	०२	१४	०२	-	०४	-	०८
	एकूण	१७२१	७८७	१८०	२७६	३०१	१५	१०३	३२	२७

तक्ता क्र.७ : जिल्हा परिषद निवडणूक २०१७ : पक्षनिहाय आकडेवारी

अ.क्र.	जिल्हा	एकूण	भाजप	शि.सेना	काँग्रेस	रा.कॉं.	मनसे	इतर	अपक्ष
१	रायगड	५९	०३	१८	०३	१२	-	२३	-
२	रत्नागिरी	५५	००	३९	०१	१५	-	-	-
३	सिंधुदुर्ग	५०	०६	१६	२७	०१	-	-	-
४	नाशिक	७३	१५	२५	०८	१८	-	०३	०४
५	जळगाव	६७	३३	१४	०४	१६	-	-	-
६	अहमदनगर	७२	१४	०७	२३	१८	-	०४	०६
७	पुणे	७५	०७	१३	०७	४४	-	०२	०२
८	सातारा	६४	०७	०२	०७	३९	-	०७	०२
९	सांगली	६०	२३	०३	१०	१४	-	०६	०४
१०	सोलापूर	६८	१४	०५	०७	२३	-	१२	०७
११	कोल्हापूर	६७	१४	१०	१४	११	-	१७	०१
१२	औरंगाबाद	६२	२२	१८	१६	०३	०१	०१	०१
१३	बीड	६०	१९	०४	०३	२५	-	०७	०२
१४	नांदेड	६३	१३	१०	२८	१०	-	०१	०१
१५	परभणी	५४	०५	१२	०६	२४	-	०३	०४
१६	उस्मानाबाद	५५	०४	११	१३	२६	-	-	०१
१७	जालना	५६	२२	१४	०५	१३	-	-	०२
१८	लातूर	५८	३७	०१	१५	०५	-	-	-
१९	हिंगोली	५२	१०	१५	१२	१२	-	-	०३
२०	अमरावती	५९	१३	०३	२६	०५	-	१०	०२
२१	यवतमाळ	६१	१७	२०	१२	११	-	-	०१
२२	बुलढाणा	६०	२४	०९	१४	०८	-	०२	०३
२३	वर्धा	५२	३१	०२	१३	०२	-	०२	०२
२४	चंद्रपूर	५६	३३	००	२०	००	००	००	०३
२५	गडचिरोली	५१	२०	००	१५	०५	००	०२	०९
	एकूण	१५०९	४०६	२७१	३०९	३६०	०१	१०२	६०

तक्ता क्र.८ : पंचायत समिती निवडणूक २०१७ : पक्षनिहाय आढावा

अ.क्र.	जिल्हा	एकूण	भाजप	शि.सेना	काँग्रेस	रा.काँ.	मनसे	इतर	अपक्ष
१	रायगड	११८	०९	४१	१२	२३	-	३३	-
२	रत्नागिरी	११०	०४	७३	०२	३०	०१	-	-
३	सिंधुदुर्ग	१००	१६	२६	५६	०२	-	-	-
४	नाशिक	१४६	२७	६०	११	३२	-	०७	०९
५	जळगाव	१३४	६६	२६	०६	३२	-	-	०४
६	अहमदनगर	१४६	३३	१८	३७	३७	-	-	२१
७	पुणे	१५०	१७	३२	१६	७८	-	०३	०४
८	सातारा	१२८	१२	०६	१६	७६	-	१६	०२
९	सांगली	१२०	३९	०५	२५	३२	-	१३	०६
१०	सोलापूर	१३६	३३	०९	१७	४४	-	२१	१२
११	कोल्हापूर	१३४	१५	२२	३१	२४	-	३९	०३
१२	औरंगाबाद	१२४	४७	३४	२५	०९	०१	०६	०२
१३	बीड	१२०	४४	०८	०२	५१	-	१३	०२
१४	नांदेड	१२६	३४	२५	५०	११	-	०३	०३
१५	परभणी	१०८	१०	३१	१७	४१	-	०५	०४
१६	उस्मानाबाद	११०	११	१८	३०	५१	-	-	-
१७	जालना	११२	५४	२४	०७	२४	-	-	०३
१८	लातूर	११६	७२	०३	३१	०८	०१	-	०१
१९	हिंगोली	१०४	२२	३२	२७	१७	-	०१	०५
२०	अमरावती	८८	२३	१०	३१	०४	-	१६	०४
२१	यवतमाळ	१२२	३३	४१	२५	१८	-	०२	०३
२२	बुलढाणा	१२०	३९	२६	३१	१३	-	१०	०१
२३	वर्धा	१०४	५९	०४	२९	०४	-	०२	०६
२४	चंद्रपूर	१११	७०	०४	३३	०१	-	-	०३
२५	गडचिरोली	१०२	४२	०३	२४	१२	-	०५	१६
	एकूण	२९८९	८३१	५८१	५९१	६७४	०३	१९५	११४

निष्कर्ष

राजकीय नवहिंदुत्वाचे मुख्य दोन प्रकार कल्पिता येतात. एक सामाजिक क्षेत्रात राजकीय नवहिंदुत्व सामाजिक समरसता या स्वरूपात 'राजकीय कृतीप्रवणता' करत आहे; तर दुसरा राजकीय नवहिंदुत्वाचा प्रकार 'निवडणुकीत राजकारण' हा कल्पिता येतो. निवडणुकीत राजकीय नवहिंदुत्वामध्ये १९८०-१९८५ हा नवहिंदुत्ववादी संघटनाच्या राजकीय कृतीप्रवणतेचा मुख्य भाग होता (हिंदू एकता आंदोलन, पतितपावन संघटना, हिंदू सेना इ.). मात्र अशा संघटनांनी शिवसेना - भाजप या दोन पक्षांशी राजकीय रणनीती व डावपेच म्हणून समझोते केले. १९८५ नंतर शिवसेना-भाजप या पक्षांनी राजकीय नवहिंदुत्वाचा विकास केला. परंतु, १९९९ नंतर राजकीय नवहिंदुत्वामध्ये फार गतिशीलता नव्हती. परंतु, २०१३ नंतर राजकीय नवहिंदुत्वाचा आशय व विषय बदलला. नेतृत्वामध्ये फेरबदल झाला. राजकीय नेतृत्वाच्या महत्त्वाकांक्षा उंचावल्या. या कारणामुळे नरेंद्र मोदी - देवेंद्र फडणवीस अशी नेतृत्वाची मुख्य फळी पुढे आली. त्यांनी मराठी-अमराठी समाजाचा समझोत्यामध्ये नवहिंदुत्वाचा विस्तार केला. शहरी भागातील झोपडपट्ट्यांमध्ये राजकीय नवहिंदुत्वाची संघटना बांधणी केली. शहराच्या बाहेर ग्रामीण भागात राजकीय नवहिंदुत्वाची स्वीकारर्हता वाढवली. व्यापारी वर्गाच्या खेरीज उद्योजक व रिअल इस्टेट मधील वर्ग राजकीय नवहिंदुत्वाचा समर्थक झाला. त्यांनी आर्थिक पाठिंबा दिला. यामुळे उच्च जाती तर मध्यम शेतकरी जाती, ओबीसी, हिंदू दलितांच्या खेरीज नवबौद्ध, महिला, या वर्गातून भाजपचे उमेदवार निवडून आले; म्हणून हा राजकीय नवहिंदुत्वाचा दुसरा महत्त्वाचा टप्पा आहे. तक्ता क्र. ६, ७ व ८ वरून ग्रामीण भागात राजकीय नवहिंदुत्वाची गती वाढल्याचे चित्र स्पष्ट होते. ऐंशी-नव्वदीच्या दशकात राजकीय नवहिंदुत्वाचे डावपेच आखले गेले. त्यानंतर समकालीन दशकात ही हिंदू राजकीय क्रांती महाराष्ट्राच्या ग्रामीण भागात झाल्याचे चित्र दिसते.

हिंदुत्वामध्ये समरसतावादी क्रांती आणि (विविध समूहांचे सांस्कृतिक एकसंघीकरण), ग्रामीण महाराष्ट्रात निवडणुकीय राजकीय क्रांती असे दोन बदल झाले. या सोबत संघप्रणीत हिंदुत्व आणि संघेतर हिंदुत्व यांचा समझोता समकालीन दशकामध्ये झालेल्या निवडणुकीय राजकारणात दिसतो. संघेत हिंदुत्वामध्ये सावरकरवादी हिंदुत्व हे प्रमुख आहे (राष्ट्रवाद, विज्ञान, तंत्रज्ञान, उपयुक्तता, आंतरराष्ट्रीय संबंध, भाषणबाजी इत्यादी). १) सावरकरवादी हिंदुत्व आणि संघाचे हिंदुत्व यांच्यात समकालीन दशकात देवाणघेवाण झाली. त्यामुळे हिंदुत्वाची ताकद वाढली. २) सावरकरांच्या हिंदुत्वा खेरीज काँग्रेस पक्षामध्ये मवाळ हिंदुत्वाचा एक प्रवाह होता. त्यास ते 'सॉफ्ट हिंदुत्व' संबोधित होते. तो प्रवाह भाजपच्या हिंदुत्वाशी संवादी झाला आहे. ३) मध्यम शेतकरी जाती, ओबीसी यांच्यामध्ये क्षत्रियत्ववादी हिंदुत्वाचा प्रवाह प्रभावी ठरणारा आहे. राजेरजवाडे,

सरदार, सरकार, देशमुख, पाटील या प्रकारचे मध्यम शेतकरी जातीत हिंदुत्व आहे; तर ओबीसींमध्ये केवळ मराठा विरोध म्हणून हिंदुत्वाचा पुरस्कार नव्हे तर ते देखील क्षत्रियत्वाचा दावा करतात. या अर्थी हिंदुत्वाचा पुरस्कार करत होते. या हिंदुत्वाच्या शाखा समकालीन दशकात भाजपच्या राजकीय हिंदुत्वामध्ये सामील झाल्या; त्यामुळे भाजपप्रणीत राजकीय नवहिंदुत्वाची निवडणुकीतील कामगिरी प्रभावी ठरली आहे.

विभाग २

ग्रामीण राजकारण

७

ग्रामीण राजकीय अभिजनांचे बदलते स्वरूप

राजकुमार सुरवसे

महाराष्ट्रातील ग्रामीण राजकीय अभिजनांचे बदलते स्वरूप

पश्चिम महाराष्ट्रातील जिल्हा परिषद राजकारण (१९९२ ते २००७) या विषयाच्या संशोधनासाठी पश्चिम महाराष्ट्रातील सोलापूर, अहमदनगर, पुणे, सातारा, सांगली व कोल्हापूर या सहा जिल्हा परिषद सदस्यांचा अभ्यास केला आहे. आजपर्यंत जिल्हा परिषद राजकारणाच्या झालेल्या अभ्यासातून असे लक्षात आले आहे की राज्यातील जिल्हा परिषद राजकारणातील स्थानिक राजकीय अभिजन हे सहकार, जमीन मालकी, प्रभावशाली जात या घटकांतून अभिजन म्हणून स्थानिक राजकारणात आले होते. अशा राजकीय अभिजनांकडे जिल्हा परिषद राजकारणाची सत्ता एकवटली होती. म्हणजेच राजकीय अभिजन सहकार, जमीन मालकी, नातेसंबंध व जात या घटकांच्या आधारे सत्ता प्राप्त करीत होते. जयंत लेले, अँथनी कार्टर व सिरसीकर यांच्या महाराष्ट्रातील ग्रामीण राजकीय अभिजनांच्या अभ्यासातून हा संबंध स्पष्ट झाला आहे. त्याचबरोबर स्थानिक शासन संस्थांची जबाबदारी, स्थानिक राजकीय अभिजन, राजकीय प्रक्रियेत अभिजनांचे स्थान, शहरीकरणाचा प्रभाव, खासगी अर्थकारणातील राजकीय अभिजन, स्थानिक शासन संस्थांना घटनात्मक दर्जा मिळाल्यामुळे सामाजिकदृष्ट्या अभिजनांचे बदलते स्थान हा अभ्यास स्थानिक राजकीय अभिजनांचा करण्यात आला आहे. या बाबतीत ना. र. इनामदार, जयंत लेले, सुहास पळशीकर यांनी अभ्यास केला आहे. यांपैकी इनामदारांनी स्थानिक शासनाचा अभ्यास विकास प्रशासनाचा भाग म्हणून केला आहे. विकास कार्यक्रम करण्यासाठी स्थानिक राजकीय अभिजन यांच्यावर असलेली जबाबदारी पुढे येते. स्थानिक शासन संस्थांचा अभ्यास राजकीय अभिजनांच्या संदर्भात केला जातो. या अभ्यासात स्थानिक ग्रामीण निवडणुकांचा अभ्यास केला जातो. स्थानिक राजकीय अभिजन व राज्य पातळीवरील अभिजन यांच्या संबंधाचा अभ्यास केला आहे. राज्य व स्थानिक राजकीय अभिजनांच्या परस्पर संबंधाचा जात, अर्थकारण यांचा थेट स्थानिक राजकारणांशी संबंधित अभ्यास असतो. या ग्रामीण राजकीय अभिजनांच्या

सैद्धांतिक मांडणीप्रमाणे पश्चिम महाराष्ट्रातील सहा जिल्हा परिषदांच्या चार निवडणुकांचा ग्रामीण राजकीय अभिजनांच्या बदलत्या स्वरूपाचा (१९९२ ते २००७) अभ्यास केला आहे. पश्चिम महाराष्ट्रातील सहा जिल्हा परिषद सदस्यांचा (४१५) सर्वेक्षण, मुलाखती घेऊन २००७च्या जिल्हा परिषद निवडणुकीचा अभ्यास केला आहे. तसेच ग्रामीण राजकीय अभिजनांच्या राजकारणांचा आढावा घेतला आहे (१९६० ते १९९०).

सोलापूर, अहमदनगर (१९९२ ते २००७), पुणे, सातारा (१९९२ ते २००७) व सांगली, कोल्हापूर (१९९२ ते २००७), यामध्ये पक्ष व जातीगट यांच्या परस्पर संबंधांचा अभ्यास राजकीय अभिजनांच्या दृष्टीने केला आहे. पक्ष व जातीगटांचे वर्णन संख्याशास्त्रीय आधारे केले आहे. सर्वेक्षण व मुलाखती घेऊन ४१५ सदस्यांचे स्वतंत्र संख्याशास्त्रीय आधारे वर्णन केले आहे. जात, वय, जमीन मालकी, नातेसंबंध, सहकारातील संबंध, सांस्कृतिक, धार्मिक, जातसंघटना, ग्रामपंचायत, पंचायत समिती निवडणूक पार्श्वभूमी, राजकारण प्रवेशाचे वयोगट, जिल्हा परिषद निवडणुकीची (१९९२ ते २००७) पार्श्वभूमी व पक्षीय सहभाग या चलांच्या आधारे स्थानिक ग्रामीण राजकीय अभिजनांचे आधार कसे बदलत गेले, याचे वर्णन संख्याशास्त्रीय दृष्टीने केले आहे.

१९६० ते १९८० या कालावधीमध्ये महाराष्ट्राचे राजकारण ग्रामीण व शहरी अशा दोन घटकांच्या समतोलावर आधारलेले होते. १९८० नंतर महाराष्ट्राच्या राजकारणात बदल झाला. ग्रामीण हितसंबंध दुय्यम ठरू लागले. ग्रामीण स्थानिक शासन संस्थांकडे स्वतःचे उत्पन्नाचे साधन नसल्यामुळे त्यांची भिस्त शासनाच्या अनुदानावर अवलंबून राहू लागली. यातूनच अनुग्रहाचे राजकारण घडत गेले. १९८६ नंतर शरद पवार यांनी उद्योगक्षेत्राचे समर्थन केले. शेतीक्षेत्राचा विकास खुंटला. ग्रामीण अर्थकारण दुय्यम ठरले. यामुळे ग्रामीण भागातील लोक निमशहरी भागात सेवाक्षेत्रात सहभागी झाले. सेवाक्षेत्रातील उत्पन्नाचे प्रमाण ४९.७ टक्के आहे. यामुळे या क्षेत्राचा परिणाम ग्रामीण राजकीय अभिजनावर झाला. पश्चिम महाराष्ट्रातील सहा जिल्ह्यात ओलीताखाली असलेल्या क्षेत्रापैकी ८० टक्क्यांपेक्षा जास्त क्षेत्र ऊस पिकाखालील आहे. परंतु, त्या क्षेत्राला अर्थपुरवठा करणाऱ्या जिल्हा बँका या राज्याच्या नियंत्रणाखाली आहेत. त्यामुळे त्या क्षेत्रातील ग्रामीण राजकीय अभिजन खासगी साखर कारखानदारीतून राजकारणात येऊ लागले. त्यांचे आर्थिक हितसंबंध ग्रामीण राजकारणासाठी महत्त्वाचे ठरले होते. सहकारक्षेत्र दुय्यम ठरले व खासगी क्षेत्र स्थानिक राजकीय अभिजनांसाठी महत्त्वाचे ठरले.

तक्ता क्र.१ : पश्चिम महाराष्ट्रातील जि. प. सदस्यांचे पक्ष व जातीगटानुसार वर्गीकरण (१९९२ ते २००७)

जाती पक्ष	काँग्रेस	रा. राष्ट्रवादी काँग्रेस	शिव सेना	भाजप	जनता दल	शेकाप	जन सुराज्य शक्ती	स्वा. शे. संघटना	लाल निशाण	सी पी आय	ता. वि. आघाडी	अपक्ष	एकूण
उच्च जाती	०७	०२	-	-	-	-	-	-	-	-	-	-	०९
मराठा	४९७	१८६	५२	१६	१७	१०	०८	०३	०१	०१	३४	६४	८८८
कुणबी	१३	१३	०४	०४	-	-	-	-	-	-	-	०३	३७
ओबीसी	१९६	११४	२२	२९	०५	१३	०५	०१	-	-	१८	३६	४३४
अनु. जाती	१०२	४१	०४	०१	०१	०७	०१	-	०१	-	०८	०६	१७८
अनु. जमाती	२७	१८	०२	-	-	-	-	-	-	-	-	-	४७
मुस्लीम	१०	०६	-	-	-	-	०१	-	-	-	-	०१	१८
ख्रिश्चन	०१	-	-	-	-	-	-	-	-	-	-	-	०१
जैन	१६	०६	-	०१	०१	०१	-	०१	-	-	-	०५	३१
एकूण	८६९	३८६	८४	५१	२४	३१	१५	०५	०२	०१	६०	११५	१६४३

पश्चिम महाराष्ट्रात १९९२ ते २००७ या निवडणुकांमध्ये निवडून आलेल्या स्थानिक राजकीय अभिजन यांचे सहसंबंध जात आणि राजकीय पक्ष यांच्याशी कोणत्या प्रकारचे आहेत, हा मुद्दा अभ्यासला आहे. राजकीय पक्ष आणि जात या दोन घटकांशी स्थानिक राजकीय अभिजनांचा संबंध वैशिष्ट्यपूर्ण राहिलेला आहे; कारण एकूण १६४३ स्थानिक राजकीय अभिजनांपैकी काँग्रेस आणि राष्ट्रवादी काँग्रेस यांच्याकडे जातींनी पाठिंबा देण्याचा कल खूप मोठा दिसून आला. जात आणि राजकीय अभिजन आणि राजकीय पक्ष यांच्या सहसंबंधाबद्दलच्या संख्याशास्त्रीय माहितीवरून असा निष्कर्ष निघतो की, उच्च जाती काँग्रेस आणि राष्ट्रवादी काँग्रेस यांच्याकडूनच निवडून आलेल्या आहेत. उच्च जातीतील स्थानिक राजकीय अभिजन शिवसेना, भाजप, जनता दल, शेकाप, जनसुराज्य पक्ष, लाल निशाण पक्ष, सीपीआय, तालुका विकास आघाडी आणि अपक्ष यांच्याकडून निवडून आलेले नाहीत. म्हणजेच उच्च जातीच्या अभिजनांना काँग्रेस आणि राष्ट्रवादी काँग्रेसकडून स्थानिक पातळीवर राजकारणात स्थान मिळालेले दिसते. याचा अर्थ असा

निघतो की, उच्च जातींचे राजकारण स्थानिक पातळीवर उभे राहिले नाही. तसेच उच्च जातींचे राजकारणच ग्रामीण भागात नाही. केवळ नावापुरते किंवा उच्च जातीतील एखाद्या दुसऱ्या स्थानिक राजकीय अभिजनांनी सहभाग घेण्यातून ही आकडेवारी दिसून आली आहे. १६४३ स्थानिक अभिजनांचा अभ्यास केला असता ९ हा अभिजनांचा आकडा महत्त्वाचा नाही. परंतु, हा निष्कर्ष नोंदविणे महत्त्वाचे आहे.

महाराष्ट्राच्या राजकारणात ग्रामीण भागात मराठा, कुणबी, ओबीसी आणि अनुसूचित जाती या संख्यात्मकदृष्ट्या प्रभावी ठरणाऱ्या आहेत. यामुळे या जातींचा राजकारणावरदेखील प्रभाव पडतो. मराठा आणि ओबीसी हे दोन जातीसमूह स्थानिक पातळीवर अत्यंत प्रभावी दिसून आले; कारण १६४३ स्थानिक राजकीय अभिजनांपैकी ८८८ स्थानिक अभिजन हे केवळ मराठा जातीतील होते. याचा अर्थ असा होतो की, ५० टक्क्यांपेक्षा जास्त स्थानिक अभिजन हे केवळ एका मराठा जातीतील आहेत (५४.०४%). यामध्ये कुणबी या जातीगटाचादेखील समावेश करता येईल. यामुळे हा आकडा ९२५ इतका होतो. यामुळेदेखील मराठा आणि कुणबी यांच्या स्थानिक अभिजनांची टक्केवारी ५६.२९ टक्के भरते. म्हणजेच ५६.२९ टक्के राजकीय क्षेत्र मराठा व कुणबी समाजातील अभिजनांनी व्यापले आहे. या आकडेवारीचा अर्थ असा होतो की, स्थानिक पातळीवर मराठा, कुणबी जातीगटाच्या अभिजनांचे नियंत्रण आहे. मराठा कुणबी जातीचे स्थानिक पातळीवर वर्चस्व आहे का असाही प्रश्न विचारता येतो. याचे उत्तर सकारात्मक आहे; कारण मराठा कुणबी जातीतून अभिजन होण्याचे प्रमाण हे खूपच मोठे आहे आणि मराठा कुणबी समाजाकडे शेती हे उत्पादनाचे क्षेत्र आहे. याशिवाय प्रस्तुत अभ्यासात निवडलेल्या नमुन्यातील स्थानिक अभिजन हे पाण्याचे प्रमाण जास्त असणाऱ्या भागातील आहेत. पश्चिम महाराष्ट्रात उसाची शेती मोठ्या प्रमाणात केली जाते. पश्चिम महाराष्ट्रात सहकारी चळवळींचे संस्थात्मक जाळे आहे. याचा अर्थ असा होतो की, आर्थिक साधनसंपत्तीवरदेखील मराठ्यांचे नियंत्रण आहे; म्हणजेच भौतिक हितसंबंध आणि राजकीय हितसंबंध यांचे ऐक्य निर्माण झालेले आहे. यातूनच मराठा स्थानिक राजकीय अभिजन निर्माण होण्याची राजकीय प्रक्रिया घडली आहे.

मराठ्यांच्या स्थानिक अभिजनांमध्ये तीव्र राजकीय स्पर्धा असल्याचेही दिसून आले आहे. मराठा जातीअंतर्गत पक्षीय पातळीवर ही स्पर्धा आविष्कृत झाल्याचे दिसते. पक्षीय स्पर्धेनेदेखील मराठा जातीअंतर्गत राजकीय स्पर्धेची जागा ओळखून स्थानिक पातळीवर मराठा अभिजनांचे पक्षनिहाय संघटन केले. यामुळे स्थानिक मराठा अभिजन हे एकसंघ रूपात दिसण्याचे प्रमाण कमी होत जाते. सर्वांत मोठा मराठा स्थानिक अभिजनांचा गट काँग्रेस पक्षाचा दिसतो. त्यांचे प्रमाण ३०.२४ टक्के आहे. या गटांपासून २३.८ टक्के हा गट बाजूला गेलेला दिसतो; म्हणजेच काँग्रेस आणि इतर असा फरक

केला तरी जवळपास दोन गट पडलेलेच दिसतात. याशिवाय राष्ट्रवादी काँग्रेस, शिवसेना, जनता दल, शेकाप, जनसुराज्य पक्ष, स्वाभिमानी शेतकरी संघटना, लाल निशाण, भारतीय कम्युनिस्ट पक्ष, तालुका विकास आघाडी आणि अपक्ष याही पक्षांमध्ये मराठा अभिजन विभागले गेले आहेत. या राजकीय पक्षांमधून स्थानिक राजकीय मराठा अभिजन निवडून आले आहेत (पहा-तक्ता क्र.१).

यावरून संपूर्ण पश्चिम महाराष्ट्राला व्यापून राहणारा एक निष्कर्ष म्हणजे मराठा जातीतील स्थानिक राजकीय अभिजन एकसंघ नाहीत. मराठा जातीतील स्थानिक राजकीय अभिजनांमध्ये विखंडीकरण (Fragmentation) प्रक्रिया घडली आहे. हे मराठा जात आणि राजकारण यांच्या संदर्भातील एक वेगळे वैशिष्ट्य दिसून येते. हे वैशिष्ट्य नव्यानेच घडले आहे. या वैशिष्ट्याचे स्वरूप १९९० नंतरच्या राजकीय, आर्थिक परिस्थितीत घडलेले आहे. या स्थानिक राजकीय अभिजनांचा संबंध सुरुवातीला नोंदविल्याप्रमाणे जात, जमीन, मालकी, पाणी, सहकार चळवळ यांच्याशी जोडला असला तरी या तीन घटकांच्या बाहेर जाऊन या जातींनी सेवा क्षेत्राचादेखील आधार घेतला आहे. राजकीय अर्थकारणामुळेदेखील मराठा स्थानिक अभिजन विभाजित रूपात दिसू लागले आहे. पक्ष या राजकीय घटकाने मराठा अभिजनांमधील विभाजित रूप जास्तच व्यापक करण्यास सुरुवात केली; म्हणजेच पक्षांमधील राजकीय स्पर्धेनेदेखील मराठा जातीचे ऐक्य नष्ट केले. हा परिणाम आधुनिक स्वरूपाचा म्हणावा लागेल; कारण राजकारण आणि पक्षीय स्पर्धा या दोन्हीही घटना आधुनिक आहेत आणि जातीचे ऐक्य ही घटना पारंपरिक व भावनिक आहे. जातीच्या भातृभावाशी संबंधित आहे. जातीचा भातृभाव आधुनिक स्वरूपाच्या राजकारणामुळे उतरणीला लागतो, हे या उदाहरणावरून दिसून येते. हा अत्यंत महत्त्वाचा निष्कर्ष पश्चिम महाराष्ट्रातील स्थानिक राजकीय अभिजनांमधून दिसून येतो.

मराठा कुणबी समाजाप्रमाणेच ओबीसी जातीसमूहाबद्दलचा निष्कर्ष निघतो कारण एकूण स्थानिक राजकीय अभिजनांपैकी २६.४१ टक्के अभिजन ओबीसी निवडून आलेले आहेत. यांपैकी काँग्रेस आणि राष्ट्रवादी काँग्रेस या पक्षात सर्वांत जास्त स्थानिक राजकीय अभिजन निवडून आलेले आहेत. परंतु, या दोन पक्षांमध्येच ओबीसी अभिजन विभागले गेले आहेत. काँग्रेसकडून १९६ आणि राष्ट्रवादी काँग्रेसकडून ११४ स्थानिक राजकीय अभिजन निवडून आले आहेत; म्हणजेच ३१० स्थानिक राजकीय अभिजन या दोन पक्षांमध्ये स्पर्धा करताना दिसून येतात. १२४ ओबीसी स्थानिक राजकीय अभिजन काँग्रेस आणि राष्ट्रवादी काँग्रेसच्याशिवाय इतर राजकीय पक्षांमध्ये त्यांचे नेतृत्व विकसित करताना दिसतात. शिवसेना आणि भाजप यांच्याकडून ओबीसी स्थानिक राजकीय अभिजनांचे निवडून येण्याचे प्रमाण अत्यंत कमी आहे. परंतु, ओबीसींचे विखंडीकरण करण्यामध्ये हे दोन पक्ष महत्त्वाची भूमिका पार पाडतात; म्हणजेच ओबीसी जाती समूहांतर्गत असणारे

स्थानिक अभिजन एकसंध नाहीत. ते पक्षीय पातळीवर विभागले गेले आहेत. हे स्थानिक राजकीय अभिजनांचे बदलते स्वरूप नोंदविता येते.

महाराष्ट्रात स्थानिक अभिजनांमध्ये दिसून आलेला मराठा ओबीसीनंतरचा गट म्हणजे अनुसूचित जाती होय. १६४३ नमुन्यांपैकी १७८ स्थनिक राजकीय अभिजन हे अनुसूचित जातीतील आढळून आले. म्हणजेच अनुसूचित जातीतील १०.८३ टक्के अभिजन निवडून आले. या गटांचे राजकारण मात्र काँग्रेस नियंत्रित दिसते. १७८ अभिजनांपैकी १०२ स्थानिक राजकीय अभिजन काँग्रेस पक्षाचे आहेत. त्यानंतर ४१ स्थानिक राजकीय अभिजन राष्ट्रवादी काँग्रेस पक्षाचे आहेत. इतर राजकीय पक्षांकडून स्थानिक राजकीय अभिजन निवडून येण्याचे प्रमाण अत्यंत कमी आहे (पहा–तक्ता क्र.१).

अनुसूचित जाती आणि पक्ष या दोन घटकांच्या संदर्भात असे दिसून येते की, अनुसूचित जातींनी काँग्रेस पक्षाला पहिली पसंती दिली आहे.

पश्चिम महाराष्ट्रातून अनुसूचित जमातींचे केवळ ४७ स्थानिक राजकीय अभिजन नमुन्यामध्ये होते. हे अभिजन अनुसूचित जातींप्रमाणेच काँग्रेस आणि राष्ट्रवादी काँग्रेसमध्ये विभागले आहे. शिवसेनेकडून केवळ २ अभिजन निवडून आले होते. याचा अर्थ अनुसूचित जमातीतील स्थानिक राजकीय अभिजनांना जागा उपलब्ध नाही आणि जी छोटीशी जागा उपलब्ध आहे तिचे काँग्रेस आणि राष्ट्रवादी काँग्रेस यांच्यामध्ये विभाजन झाले आहे.

मुस्लीम आणि जैन या दोन धार्मिक समूहातदेखील अनुसूचित जाती–जमातींपैकी निष्कर्ष निघतो; कारण स्थानिक अभिजनांमध्ये त्यांचे प्रमाण अत्यंत कमी आहे. मुस्लीम अभिजनांचे प्रमाण केवळ १ टक्का आहे; तर जैन अभिजनांचे प्रमाण कसेतरी दीड, दोन टक्क्यांपर्यंत जाते. याचा अर्थ पश्चिम महाराष्ट्रातील स्थानिक राजकीय अभिजनांमध्ये अल्पसंख्याकांना त्यांचे नेतृत्व स्थानिक पातळीवर उभे करता येत नाही. अल्पसंख्याक त्यांचा सहभाग पश्चिम महाराष्ट्राच्या स्थानिक पातळीवर वाढवू शकले नाहीत तर मराठा कुणबी आणि ओबीसी यांचा सहभाग मात्र त्यांच्या तुलनेत खूपच मोठा आहे. याचा अर्थ अल्पसंख्याक आणि बहुसंख्याक हा मुद्दा स्थानिक अभिजनांच्या संदर्भात खूप महत्त्वाचा म्हणून पुढे येतो. मराठा आणि ओबीसी यांचे स्थानिक पातळीवरील अभिजनांचे स्वरूप हे बहुसंख्याकवादी स्वरूपाचे आहे. ओबीसींच्या तुलनेत मराठा समूहातील बहुसंख्याकवाद हा अल्पसंख्याकांना लोकशाहीमधील जागा उपलब्ध करून देत नाही. यामुळे या बहुसंख्याकवादाचे स्वरूप लोकशाहीविरोधी स्वरूपात देखील व्यक्त होत जाते. हे स्वरूप अल्पसंख्याकांचे राजकीय अधिकार कमी करणारे आहे; तसेच स्थानिक पातळीवरील लोकशाही विरोधी आविष्कार म्हणून व्यक्त होते.

तक्ता क्र.२ : पश्चिम महाराष्ट्रातील जि. प. सदस्यांचे जाती गटनिहाय वर्गीकरण (१९९२ ते २००७)

प्रवर्ग जि. प.	खुला पुरुष	खुला महिला	ओबीसी पुरुष	ओबीसी महिला	अ.जाती पुरुष	अ.जाती महिला	अ.जमाती पुरुष	अ.जमाती महिला	एकूण
सोलापूर	१०८	४८	४४	२५	३०	१३	०२	०१	२७१
अहमदनगर	१११	५१	४०	२३	२५	११	१६	०८	२८५
पुणे	१३२	५९	४५	२१	१५	०७	१२	०८	२९९
सातारा	१२४	६७	३९	१५	१४	०७	–	०१	२६७
सांगली	१११	४८	४१	२१	१७	१०	–	–	२४८
कोल्हापूर	१२४	५७	३९	१९	२२	११	०१	–	२७३
एकूण	७१०	३३०	२४८	१२४	१२३	५९	३१	१८	१६४३

पश्चिम महाराष्ट्रामध्ये १९६० ते १९७० व १९७० ते १९८० या दोन दशकांमध्ये स्थानिक अभिजन हे काँग्रेस पक्षांच्या व्यवस्थेशी जोडलेले होते. स्थानिक अभिजन हे राज्य पातळीवरील अभिजनांशी एकरूप झालेले होते. राज्य पातळीवरील अभिजनांचे स्थानिक पातळीवरील अभिजनांवर नियंत्रण होते. या स्वरूपांमध्ये बदल झाला आहे. स्थानिक पातळीवरील अभिजनांवरील नियंत्रण कमी झाले आहे. हा मुद्दा तक्ता क्र.२ वरून दिसून येतो; कारण १६४३ स्थानिक राजकीय अभिजनांपैकी केवळ ५२.८९ टक्के अभिजन काँग्रेस पक्षांशी संबंधित आहेत. याचा दुसरा अर्थ जवळजवळ ४७ टक्के स्थानिक राजकीय अभिजन काँग्रेस पक्षांपासून दूर गेलेले आहेत. काँग्रेस, राष्ट्रवादी काँग्रेस, शिवसेना, भाजप, जनता दल, शेकाप, जनसुराज्य शक्ती, स्वाभिमानी शेतकरी संघटना, तालुका विकास आघाडी व अपक्ष अशा पातळीवर हे अभिजन विखंडित झालेले दिसतात. म्हणजेच स्थानिक पातळीवरील राजकीय अभिजन हे काँग्रेस व्यवस्थेच्या बाहेर गेले आहेत. ते काँग्रेस पक्षांशीच राजकीय स्पर्धा करीत आहेत. या कारणामुळे १९६० ते १९८०च्या काळातील स्थानिक राजकीय अभिजन आणि १९९०च्या काळातील स्थानिक राजकीय अभिजन यांच्यामध्ये अंतर पडले आहे. हे अंतर एका अर्थाने एकसंघ स्वरूपाकडून विखंडित स्वरूपाकडे गेलेले दिसून येते हा या प्रस्तुत अभ्यासातील महत्त्वाचा निष्कर्ष आहे.

ओबीसी समूहामध्ये शेतकरी ओबीसी, कारागीर ओबीसी, सेवा ओबीसी अशा क्षेत्रांचे वर्गीकरण करता येते. असे वर्गीकरण केल्यावर असे दिसून आले की कारागीर ओबीसी आणि सेवा क्षेत्रातील ओबीसी यांच्यात निवडून येण्याचे प्रमाण अत्यंत अल्प

आहे. मात्र, शेतकरी ओबीसी निवडून येण्याचे प्रमाण मराठा जातीप्रमाणे बहुसंख्याक स्वरूपाचे आहे.

प्रस्तुत अभ्यासात स्थानिक अभिजनांचा एक भाग महिला हा घटक आहे. १६४३ पैकी ५३१ महिला निवडून आल्या आहेत. या निवडून आलेल्या महिला मात्र प्रत्येक निवडणुकीत बदलल्या गेल्या; तसेच या महिला एकाच पक्षाकडून निवडून आल्या नाहीत. त्यामुळे पक्षीय पातळीवर विभाजन दिसते. याशिवाय सरकारने केलेल्या वर्गवारीनुसार त्या वेगवेगळ्या स्तरातील आहेत. यामुळे त्यांच्या नेतृत्वात भगिनी भातृभावाची कल्पना दिसत नाही. तसेच नेतृत्वाचाही विकास होत नाही. सर्व महिलांचे म्हणून समान हितसंबंध आहेत असाही अर्थ त्यामधून दिसत नाही. मात्र, राज्य-राष्ट्रीय पातळीवरील राजकीय अभिजनांशी त्या जोडलेल्या आहेत. यामुळे स्थानिक राजकीय अभिजन असे वेगळे रूप महिलांना न येता राज्य व राष्ट्रीय पातळीवरील पुरुष अभिजनांच्या हितसंबंधाच्या संरक्षक झाल्या आहेत याचेच वर्णन 'पितृसत्ताक पद्धती' असे करता येईल. (पहा – तक्ता क्र.२).

तक्ता क्र.३ : पश्चिम महाराष्ट्रातील जि. प. सदस्यांचे जातीगटनिहाय वर्गीकरण (२००७)

जातीगट	सदस्य संख्या	टक्केवारी
मराठा	१८५	४३.३
कुणबी	३१	७.५
शेतकरी ओबीसी	८१	१९.५
कारागीर ओबीसी	१८	४.३
सेवा ओबीसी	१०	२.४
अनुसूचित जाती	४८	११.६
अनुसूचित जमाती	१५	३.६
एकूण	३८८	१००

पश्चिम महाराष्ट्रातील स्थानिक राजकीय अभिजन आणि व्यवसाय यांचा संबंध २००७च्या जिल्हा परिषद निवडणुकीनुसार २८.६७% दिसतो; म्हणजेच सेवा क्षेत्र हे ज्यांचे मुख्य उत्पन्नाचे साधन आहे, अशा क्षेत्रातील अभिजन राजकारणात २८.६७% दिसतात. राज्यातील सेवाक्षेत्रातील उत्पन्नाचे प्रमाण ४९.७% आहे. हे प्रमाण एकूण राज्याचे आणि ग्रामीण, शहरी या स्वरूपाचे आहे. अभ्यासात आलेले स्थानिक राजकीय अभिजन हे ग्रामीण स्वरूपाचे आहेत त्यामुळे २८.६७% हे प्रमाणदेखील बरेच मोठे आहे असे दिसते. यावरून ग्रामीण अभिजन हे सेवा क्षेत्रातून राजकारणात येण्याचा कल निर्माण झाला आहे.

उद्योगधंद्याच्या क्षेत्रातून मात्र राजकीय अभिजन राजकारणात येण्याचे प्रमाण ग्रामीण

भागात अत्यल्प आहे. तर शेती, सहकार या क्षेत्रातून ग्रामीण अभिजनांचे राजकारणात येण्याचे प्रमाण ६९% आहे. म्हणजेच ग्रामीण अभिजनांचा मुख्य व्यवसाय शेती किंवा सहकाराशी संबंधित असलेला दिसतो. स्थानिक अभिजनांचे शेतीशी असलेले संबंध अजूनही तुटलेले दिसत नाहीत. असे जरी वाटत असले तरी शेती व्यतिरिक्त दुसरा व्यवसाय कोणता असेही सर्वेक्षण करण्यात आले तेव्हा असे स्पष्ट दिसून आले की, ७९.२७ टक्के स्थानिक अभिजनांचा व्यवसाय सेवा क्षेत्र हा, आहे हा आहे; तर शेती हा व्यवसाय दुय्यम म्हणून करणाऱ्यांचे प्रमाण केवळ २० टक्के आहे. याचा अर्थ शेती व्यतिरिक्त सेवा व्यवसाय करणाऱ्या स्थानिक अभिजनांचे प्रमाण सर्वांत जास्त आहे. यावरून दोन प्रकारची अनुमाने नोंदविता येतात.

१. स्थानिक ग्रामीण अभिजनांना केवळ शेतीच्या आधारे राजकारण करता येत नाही. राजकारण करण्यासाठी शेतीच्या जोडीला ते सेवा व्यवसायाचा आधार घेतात.
२. स्थानिक राजकीय अभिजन हे केवळ शेतीचे प्रतिनिधित्व करीत नाहीत, तर ते सेवा व्यवसायाचे प्रतिनिधित्व करतात.

तक्ता क्र.४ : पश्चिम महाराष्ट्रातील जि. प. सदस्यांचे व्यवसायानुसार वर्गीकरण (२००७)

सदस्य	प्राथमिक	दुय्यम
सेवा	२८.६७	७९.२७
उद्योग	१.४४	०.७२
शेती	६९.८७	२०.००

७३ व ७४व्या घटनादुरुस्तीमुळे ग्रामीण स्थानिक राजकारणात महिला अभिजनांचा सहभाग वाढला. हा सहभाग २००७च्या पश्चिम महाराष्ट्रातील सहा जिल्हा परिषदांमधील सर्वेक्षणातून दिसून आला. सत्ता, निर्णयप्रक्रियेत महिला सहभाग महत्त्वाचा असल्यामुळे त्यांची सामाजिक प्रतिष्ठा स्थानिक राजकारणामुळे वाढली. ७३, ७४व्या घटनादुरुस्तीमुळे इतर मागासवर्गीय समाजगटातील अभिजनांना घटनात्मक दर्जा मिळाला. इतर मागासवर्गीय समाजात शेतकरी ओबीसी जातीचे १९.५ % अभिजन स्थानिक राजकारणात होते; तर कुणबी जातीचे ७.५ % अभिजन स्थानिक राजकारणात होते. शेतकरी ओबीसी जातीगटातील अभिजनांशी कुणबी जातीगटातील अभिजनांचा पश्चिम महाराष्ट्रातील जिल्हा परिषद राजकारणात राजकीय संघर्ष व सत्ता स्पर्धा दिसते.

शेतकरी ओबीसी जातीगटांच्या अभिजनांसमोर कारागीर ओबीसीमधील अभिजन ४३ टक्के व सेवा ओबीसी अभिजन २.४ टक्के यांच्यात राजकीय स्पर्धा दिसते. पश्चिम महाराष्ट्रात शेतकरी ओबीसी समाजगटात माळी, धनगर या जाती पुणे, सोलापूर व सांगली जिल्ह्यात प्रभावी आहेत; तर कारागीर व सेवा ओबीसी जातीची सातारा, सांगली

व कोल्हापूर जिल्ह्यात शेतकरी ओबीसी जातीगटांशी राजकीय स्पर्धा होती.

कुणबी ही जात पश्चिम महाराष्ट्रातील अहमदनगर व पुणे जिल्ह्यात जिल्हा परिषद राजकारणात २००७च्या निवडणुकीत सर्वेक्षणातून आढळून आली आहे. त्यामुळे घटनात्मक आरक्षणामुळे स्थानिक राजकीय अभिजनांसमोर राजकीय व सत्तास्पर्धा निर्माण झाली. शेतकरी ओबीसी जातीसमोर कुणबी, सेवा व कारागीर ओबीसी जातीगटांची राजकीय स्पर्धा दिसते. राजकीय अर्थकारणात बदल झाल्यामुळे ग्रामीण स्थानिक अभिजनांचे स्वरूप बदलले. परंपरेनुसार स्थानिक राजकारणाची सत्ता एकाच जातीकडे एकवटलेली दिसायची. ती बदलत्या अर्थकारणामुळे विविध सामाजिक गटांकडे सरकली. त्यामुळे घटनात्मक आरक्षण मिळालेल्या जातींमधील अभिजन स्थानिक राजकारणात स्थान मिळवू लागले.

पश्चिम महाराष्ट्रातील स्थानिक राजकारणात मोठ्या प्रमाणात सामाजिक गटांचे व जातीगटांचे राजकीयीकरण झाले. २००७च्या जिल्हा परिषद राजकारणात निवडून आलेल्या अभिजनांच्या सर्वेक्षणातून त्यांच्या वयोगटाचा अभ्यास केला. स्थानिक राजकारणात प्रशासनाचा राजकारणाचा अनुभव असणाऱ्या अभिजनांना समाजमान्यता मिळत होती. घटनात्मकदृष्ट्या प्रत्येक व्यक्तीला १८ वर्षांनंतर मतदान करण्याचा व निवडणुकीला उभे राहण्याचा अधिकार मिळाला. ४१५ सदस्यांचे सर्वेक्षण केल्यानंतर सर्वांत कमी १८ ते ३० वयोगटाचे अभिजन ९.४ टक्के होते. तर ३१ ते ४० वयोगटाचे ३४.९ टक्के अभिजन स्थानिक राजकारणात नव्याने येत होते. स्थानिक अधिकार, सत्ता व निर्णय यासाठी तरुण वयोगटातील स्थानिक अभिजन मोठ्या प्रमाणात राजकारणात आले. वयोगट व स्थानिक अभिजन यांच्या परस्पर संबंधातून स्थानिक राजकारण आकाराला येते असे दिसून आले.

पश्चिम महाराष्ट्रातील स्थानिक राजकारणात शिक्षण आणि राजकारण यांचा परस्पर संबंध जोडला आहे. १९९० नंतर आर्थिक उदारीकरण झाले. स्थानिक राजकारणातील पारंपरिक अभिजनांसमोर मर्यादा आल्या व शैक्षणिक पात्रता धारण केलेल्या अभिजनांना लोकमान्यता मिळू लागली. संपत्ती व प्रभावशाली जात हे निकष राजकारणात महत्त्वाचे राहिले नाहीत. स्थानिक प्रश्न समजून घेणारे अभिजन राजकारण यशस्वी करू लागले. २००७च्या जिल्हा परिषद सदस्यांच्या सर्वेक्षणातून पश्चिम महाराष्ट्रातील माध्यमिक शैक्षणिक पात्रता धारण केलेले स्थानिक अभिजन ४८.७ टक्के होते; तर विविध शैक्षणिक पदवी धारण केलेले अभिजन २९.४ टक्के होते. माध्यमिक व पदवी शैक्षणिक पात्रता धारण केलेले अभिजन यांचे प्रमाण ७८.१ टक्के होते. स्थानिक राजकारणात स्थानिक अभिजनांचा शिक्षणाचा बदल मोठ्या प्रमाणात झालेला दिसला.

स्थानिक शासनसंस्थातील प्रशासन, राजकीय प्रक्रिया समजून घेण्यासाठी सर्वच

राजकीय पक्षांनी स्थानिक राजकीय अभिजन यांना शैक्षणिक पात्रतेचे निकष प्रमाण मानून त्यांना स्थानिक राजकारणात सहभागी करून घेतले. हा मुद्दा पश्चिम महाराष्ट्रातील स्थानिक ग्रामीण राजकारणासाठी महत्त्वाचा ठरू लागला आहे.

पश्चिम महाराष्ट्रातील स्थानिक राजकीय अभिजनांचे प्राथमिक मुख्य व्यवसाय याचे सर्वेक्षण २००७च्या जिल्हा परिषद निवडणुकीसाठी केले होते. स्थानिक ग्रामीण अभिजन यांचा मुख्य व्यवसाय शेती हा आहे. शेती हा ग्रामीण राजकारणाचा मुख्य आधार आहे; कारण उत्पादन व्यवस्था आणि स्थानिक राजकारण असा संबंध जोडला जातो. परंतु, शेती या उत्पादन व्यवसायाव्यतिरिक्त सेवा क्षेत्रातील व्यवसायात स्थानिक अभिजनांचा सहभाग वाढला आहे.

मध्यम शेतकरी गटांतून (५ ते १० एकर) ३२.३ टक्के अभिजन निवडून आले होते; तर मोठे शेतकरी (१० ते २० एकर) २४.१ टक्के अभिजन होते. सेवा क्षेत्र या प्राथमिक मुख्य व्यवसायातून २८.६७ टक्के स्थानिक ग्रामीण अभिजन निवडून आले होते. स्थानिक राजकीय ग्रामीण अभिजनांचा शेती हा उत्पादन व्यवसाय दुय्यम ठरू लागला आहे व स्थानिक शासकीय ग्रामीण संस्थांमध्ये सेवा क्षेत्रामधील अभिजन मोठ्या प्रमाणात सहभाग घेत आहेत. त्यामुळे स्थानिक राजकीय अभिजनांचे आर्थिक स्वरूप बदलताना दिसते.

पश्चिम महाराष्ट्रातील स्थानिक ग्रामीण राजकीय अभिजनांचे २००७च्या जिल्हा परिषद निवडणुकीचे द्वितीय व्यवसायाचे सर्वेक्षण केले असता द्वितीय व्यवसाय हा उत्पादन व्यवस्थेचा एक भाग म्हणून अभ्यासला आहे. द्वितीय व्यवसायात स्थानिक अभिजनांचा संबंध त्यांच्या व्यक्तिगत उत्पादन व्यवस्थेशी येतो. प्राथमिक मुख्य व्यवसायात शेती उत्पादन व्यवस्थेशी संबंध दाखविला आहे व त्याच्यावरील नियंत्रण सेवाक्षेत्रामुळे सुटलेले दिसले. द्वितीय व्यवसायात अभिजनांच्या खासगी उद्योग व्यवसायाला व नागरी भागात बांधकाम व्यवसायाला सेवा पुरविणाऱ्या क्षेत्राचा विकास झाला. पश्चिम महाराष्ट्रातील ७९.२७ टक्के स्थानिक अभिजन सेवा क्षेत्र या द्वितीय व्यवसायाशी संबंधित आहेत. या सेवा क्षेत्रातील अभिजनांचे राजकीय अर्थकारण शेती हे नसून सेवा क्षेत्र हे होते. हा मुद्दा स्थानिक राजकीय अभिजनांचे उत्पादन व स्थानिक राजकारण असा स्पष्ट होतो.

पश्चिम महाराष्ट्रातील स्थानिक राजकीय अभिजनांसाठी २००७च्या जिल्हा परिषद निवडणुकीचे सर्वेक्षण केले होते. वैयक्तिक जमीन मालकी व कुटुंबाची जमीन मालकी असे दोन मुद्दे या सर्वेक्षणातून स्थानिक राजकीय अभिजनांसाठी अभ्यासले. वैयक्तिक जमीन मालकी व कुटुंबाची जमीन मालकी यावरून स्थानिक राजकारणात स्थानिक अभिजनांचा सहभाग कसा होता हे पाहता येते. वैयक्तिक जमीन मालकीमध्ये १ ते १० एकर जमीन मालकी धारण केलेले अभिजन ६२.७ टक्के होते. हा गट कमी शेती गट

धारण केलेल्या अभिजनांसाठी होता. कुटुंबाची जमीन मालकी यामध्ये ६ ते १० एकर जमीन मालकी धारण केलेले अभिजन २१.० टक्के होते; तर जमीन मालकी हे उत्पादनाचे साधन नसणारे अभिजन १९.५ टक्के होते. जमीन मालकी हे उत्पादनाचे साधन नसणारे अभिजन सेवा ओबीसी २.४ टक्के, कारागीर ओबीसी ४.३ टक्के या क्षेत्रातील जातीगटांचा राजकीय अभिजन म्हणून सहभाग वाढला होता. हा मुद्दा पश्चिम महाराष्ट्रातील स्थानिक ग्रामीण राजकारणात अभिजनांचे बदलते स्वरूप स्पष्ट करतो.

पश्चिम महाराष्ट्रातील अभिजनांचा जिल्हा परिषद राजकारणातील वयोगटाचा अभ्यास केला असता स्थानिक अभिजनांचा स्थानिक राजकारणाकडे पाहण्याचा दृष्टिकोन वेगवेगळा असतो. वयोगट आणि राजकारण यांचा जवळचा संबंध असतो. तो या स्थानिक राजकारणातून स्पष्ट होतो. ४१५ अभिजनांपैकी १८ ते ३५ वयोटातील अभिजन ७९ टक्के होते. स्थानिक ग्रामीण राजकारणात तरुण अभिजनांचा सहभाग मोठ्या प्रमाणात झाला आहे, असे या निष्कर्षावरून स्पष्ट होते. या तरुण अभिजनांचा खासगी व सेवा क्षेत्रामधून सहभाग वाढला आहे. स्थानिक राजकारणात राजकारणाचा अनुभव असणारे ज्येष्ठ अभिजन हा मुद्दा गैरलागू झाला आहे. तत्काळ निर्णयप्रक्रिया राबविणारी शासनयंत्रणा तरुण अभिजन वर्गासाठी महत्त्वाची वाटू लागल्यामुळे तरुण अभिजनांचा स्थानिक राजकारणात सहभाग वाढला आहे. या तरुण राजकीय अभिजनांच्या स्थानिक राजकारण प्रवेशापूर्वी त्यांच्या नातेवाइकांचा राजकारणातील सहभाग अभ्यासला व स्थानिक राजकारणात नातेसंबंध व स्थानिक अभिजन असा मुद्दा अभ्यासला. पश्चिम महाराष्ट्रातील जिल्हा परिषद राजकारणात २००७च्या निवडणुकीत निवडून आलेल्या अभिजनांचे नातेवाईक स्थानिक (ग्रामपंचायत, पंचायत समिती), जिल्हा व राज्य पातळीवरील वैधानिक संस्थात नेतृत्व म्हणून काम करीत होते. त्या अभिजनांशी संबंधित ५६.६२ टक्के अभिजन पश्चिम महाराष्ट्रातील जिल्हा परिषद निवडणुकीत निवडून आले होते. परंतु, कोणतीही राजकीय पार्श्वभूमी नसलेले व स्थानिक व जिल्हा पातळीवरील राजकारणात नातेवाईक नसलेले अभिजन प्रथमच ४३.४ टक्के इतक्या प्रमाणात निवडून आले होते; म्हणजेच स्थानिक ग्रामीण राजकारणात नातेसंबंधाव्यतिरिक्त अभिजन वर्ग आपले नवीन नेतृत्व पुढे आणतो आहे हे स्थानिक अभिजनांचे बदलते स्वरूप दिसते.

पश्चिम महाराष्ट्रातील स्थानिक राजकीय अभिजनांचे बदलते स्वरूप याचा अभ्यास केला असता स्थानिक अभिजनांचे पक्षीय राजकारणाचे स्थानिक आधार महाराष्ट्राच्या ग्रामीण भागात पंचायत समिती, जिल्हा मध्यवर्ती बँक, सहकारी पतसंस्था आहेत. विधानसभा व लोकसभा पातळीवरील निवडणुकांत विशिष्ट पक्षांशी मतदान जोडण्याचे काम स्थानिक राजकीय अभिजन करतात. त्यामुळे प्रस्थापित राजकीय पक्षांच्या राजकारणाचा आधार जिल्हा परिषदा आहेत. पश्चिम महाराष्ट्रातील स्थानिक ग्रामीण

अभिजनांची २००७च्या जिल्हा परिषद निवडणुकीत सर्वेक्षणातून पक्षीय पार्श्वभूमी तपासली आहे. चार पातळ्यांवर स्थानिक राजकीय अभिजनांची पक्षीय पार्श्वभूमी कशाप्रकारची होती याचे स्पष्टीकरण दिले आहे. स्थानिक अभिजनांचा पहिला पक्षीय सहभाग हा काँग्रेसमध्ये ५७.१ टक्के इतका होता; तर राष्ट्रवादी काँग्रेससाठी २४.८ टक्के होता. अपक्षांचा ३.६ टक्के होता. पश्चिम महाराष्ट्रातील स्थानिक राजकारणात काँग्रेस पक्ष स्थानिक अभिजनांसाठी प्रभावशाली होता; तर राष्ट्रवादी काँग्रेस पक्ष अभिजनांमार्फत विस्तार करीत होता.

दुसऱ्या राजकीय पक्षातील सहभागी स्थानिक अभिजनांचा कल तपासला असता काँग्रेसचा ४३.३ टक्के, राष्ट्रवादी काँग्रेसचा ४०.५ टक्के व अपक्षांचा सहभाग १.९ टक्के कमी झाला होता. दुसऱ्या राजकीय पक्षातील स्थानिक अभिजनांचा सहभाग पाहिला असता काँग्रेस पक्षामधील अभिजनांचा सहभाग १३.८ टक्क्यांनी कमी झाला होता; तर राष्ट्रवादी काँग्रेस पक्षातील अभिजनांचा सहभाग १५.७ टक्क्यांनी वाढला होता; तर पश्चिम महाराष्ट्रातील जिल्हा परिषद राजकारणात भाजप, शिवसेना या पक्षांमधील स्थानिक अभिजनांचा सहभाग ५ व ६ टक्के एवढा होता. परिघावरील राजकीय पक्षांमधील अभिजनांचा सहभाग १ टक्क्याच्या आसपास होता. पक्षीयदृष्ट्या अभिजनांचे बदलते स्वरूप पश्चिम महाराष्ट्रात राष्ट्रवादी काँग्रेस पक्षात वाढलेले दिसून आले.

पश्चिम महाराष्ट्रातील स्थानिक अभिजनांचा तिसऱ्या राजकीय पक्षांमधील सहभाग पाहिला असता काँग्रेस व राष्ट्रवादी काँग्रेस पक्षात पक्षीय पातळीवर सत्तासंघर्ष दिसतो. काँग्रेस पक्षातील स्थानिक अभिजनांचा सहभाग ४२.२ टक्के होता; तर राष्ट्रवादी काँग्रेस पक्षातील सहभाग ४४.३ टक्के होता; म्हणजे दोन काँग्रेस पक्षातील स्थानिक अभिजनांचा पश्चिम महाराष्ट्रातील पक्षीय सहभाग ८६.५ टक्के होता. पश्चिम महाराष्ट्रातील स्थानिक राजकारणावर दोन काँग्रेस पक्षांचे नियंत्रण राहिल्याचे दिसते.

पश्चिम महाराष्ट्रातील २००७च्या जिल्हा परिषद निवडणुकीसाठी सध्याच्या राजकीय पक्षातील स्थानिक राजकीय अभिजनांचे सहभागाचे सर्वेक्षण केले असता असा पक्षीय कल दिसून आला–काँग्रेस ३४.९ टक्के, राष्ट्रवादी काँग्रेस ४७.० टक्के व अपक्ष ५.३ टक्के. अपक्ष अभिजन हे दोन काँग्रेस पक्षांशी संबंधित होते. दोन काँग्रेस व अपक्ष यांचे मिळून ८७.२ टक्के अभिजनांचा स्थानिक राजकारणात सहभाग होता. पश्चिम महाराष्ट्रातील स्थानिक राजकारणावर स्थानिक राजकीय अभिजनांमार्फत प्रभाव ठेवण्यात हे दोन काँग्रेस पक्ष यशस्वी ठरले. पश्चिम महाराष्ट्रातील स्थानिक राजकारणावरील विरोधी पक्षाचे नियंत्रण औपचारिकपणे लोकशाहीतील विरोधी पक्षासारखे राहिले, तर परिघावरील राजकीय पक्ष प्रस्थापित राजकीय पक्षामार्फत स्थानिक अभिजनांचा सहभाग वाढविण्याचा अल्प प्रयत्न करू लागले.

पश्चिम महाराष्ट्रातील स्थानिक राजकीय अभिजनांच्या बदलत्या स्वरूपाचे आधार पक्षीय सहभागातून स्पष्ट झाले आहेत. या पक्षीय राजकारणाचे आधार सहकारातील विविध संस्था या आहेत. त्यामध्ये शेती पतसंस्था, दुग्धसंस्था हे राजकीय पक्षांचे आर्थिक आधार आहेत. या संस्थांतून स्थानिक अभिजन आपले आर्थिक हितसंबंध राजकीय पक्षाबरोबर जोडतात. पश्चिम महाराष्ट्रातील स्थानिक अभिजन शेती पतसंस्था या घटकांशी ३६.६ टक्के जोडलेले होते; तर दूधसंस्था या घटकाशी संबंधित अभिजन ४३.१ टक्के होते. दूधसंस्था या घटकातून राजकारणात सहभाग घेण्याचा स्थानिक अभिजनांचा कल दिसतो. दूधसंस्था ह्या खासगी दूधसंस्थांना दूध पुरविण्याचे काम करतात. उदा. पुणे जिल्ह्यातील बारामती व इंदापूर येथील दूधसंघ खासगी उद्योगांना दूध पुरवितात तर सातारा जिल्ह्यातील दूधसंस्था गोविंद दूधसंघाला दूध पुरविण्याचे काम करतात. यातून स्थानिक अभिजनांचे आर्थिक हितसंबंध जोपासले जातात. सहकाराव्यतिरिक्त खासगी उद्योग व्यवसायाला सेवा देणाऱ्या संस्था पुढे येऊ लागल्या व त्या संस्थांशी संबंधित स्थानिक अभिजन सहकाराशिवाय खासगी संस्थांतून पुढे येऊ लागले; म्हणजेच पश्चिम महाराष्ट्रातील स्थानिक राजकीय अभिजनांचे पक्षीय आधार सहकाराऐवजी खासगी क्षेत्र हे आहे असे दिसून आले आहे.

पश्चिम महाराष्ट्रातील स्थानिक राजकीय अभिजनांच्या बदलत्या स्वरूपाचा २००७च्या जिल्हा परिषद निवडणुकीचा सर्वेक्षण पद्धतीने अभ्यास केला असता सांस्कृतिक, सामाजिक, धार्मिक व जात संघटनांचा अभ्यास स्थानिक राजकारणासाठी केलेला आहे. वेगवेगळ्या संघटनांचा आधार घेऊन स्थानिक राजकारणात स्थानिक अभिजन सहभाग घेतात. सांस्कृतिक सामाजिक संघटनांचा आधार ६७.७ टक्के अभिजनांनी घेतला होता; तर सामाजिक सांस्कृतिक संघटनांचा आधार न घेता ३२.३ टक्के अभिजनांनी जिल्हा परिषद राजकारणात सहभाग घेतला होता. सांस्कृतिक, सामाजिक संघटनात सहभाग न घेता निवडून आलेले अभिजन आपल्या आर्थिक हितसंबंधावर राजकारणात अभिजन म्हणून पुढे येतात.

पश्चिम महाराष्ट्रातील स्थानिक ग्रामीण राजकारणावर धार्मिक संघटनांचा फार प्रभाव पडलेला दिसून येत नाही. ६७.० टक्के अभिजनांनी धार्मिक संघटनांचा आधार न घेता स्थानिक राजकारणात सहभाग घेतला होता; तर ३३.० टक्के सदस्यांनी धार्मिक संघटनांचा आधार घेऊन स्थानिक राजकारणात सहभाग घेतला होता.

पश्चिम महाराष्ट्रातील स्थानिक राजकीय अभिजनांमधील जात संघटनांचा अभ्यास केला असता, ग्रामीण राजकारणात जातवास्तव हे स्थानिक राजकारणात जात संघटनांच्या माध्यमातून पुढे आलेले दिसले नाही. २००७च्या जिल्हा परिषद निवडणुकीत ८१.२ टक्के अभिजन जात संघटनांशिवाय निवडून आले होते; म्हणजेच जात संघटनांचा प्रभाव

ग्रामीण राजकारणात दिसून आला नाही. तरीदेखील १८ टक्के स्थानिक अभिजनांचा संबंध जातसंघटनांशी येतो; म्हणजे १८ टक्के ग्रामीण राजकारण अभिजनांच्या जात संघटनांनी व्यापलेले आहे. स्थानिक अभिजनांच्या आर्थिक निकषांवर आधारित पक्ष व राज्य नेतृत्व अभिजनास मान्यता देत असते.

१९९० नंतर महाराष्ट्रात स्थानिक पातळीवर महिलांचे संघटन करण्यासाठी राज्य पातळीवरील अभिजनांनी बचत गटांची निर्मिती केली. खासगी उद्योग व सेवाक्षेत्रात वाढ झाली. स्थानिक पातळीवर महिलांचे बचत गटांच्या मार्फत संघटन होऊ लागले व महिला अभिजन पुढे येऊ लागले. महिला अभिजनांचा व्यावसायिक व व्यापारी व्यवसायातील सहभाग वाढविण्याचे कार्य राज्यपातळीवरील अभिजन करू लागले. त्यामुळे प्रस्थापित राजकीय पक्षांचे महिला सामाजिक गटांतील आधार वाढू लागले व पक्षाचा विस्तार होऊ लागला. २६.५ टक्के अभिजन व्यावसायिक व व्यापारी संघटनांशी संबंधित होते. या व्यवसायातून सत्ता, निर्णयप्रक्रिया यात मोठ्या प्रमाणात त्यांचे स्थान निर्माण होऊ लागले.

पश्चिम महाराष्ट्रातील पुणे, सोलापूर व कोल्हापूर येथे महिला बचत गटांच्या जत्रा भरवून काँग्रेस व राष्ट्रवादी काँग्रेस पक्षांनी महिला अभिजनांचा राजकीय सहभाग वाढविण्याची स्पर्धा वाढविली आहे.

पश्चिम महाराष्ट्रातील स्थानिक राजकीय अभिजनांचा अभ्यास केला असता असे दिसून येते की, स्थानिक अभिजन हे एकसंघ स्वरूपातील राजकीय आणि आर्थिक कृती करताना दिसतात. राजकीय अभिजन हे ठरावीक जातीतूनच राजकीय अभिजन म्हणून पुढे येत आहेत. याची दोन उदाहरणे सांगता येतात. एक म्हणजे ज्यांचा आर्थिक दर्जा उंचावला आहे अशाच गटातील लोक अभिजन वर्गात येत आहेत आणि दुसरा मुद्दा म्हणजे ज्या जातींची लोकसंख्या जास्त आहे अशा बहुसंख्याक जातीतील व्यक्ती स्थानिक अभिजन म्हणून उदयाला येत आहेत.

बहुसंख्याकांचे प्रतिनिधित्व आणि आर्थिकदृष्ट्या उच्च स्तरातील समूहाचे प्रतिनिधित्व स्थानिक अभिजन करतात. स्थानिक अभिजन शेतमजूर, जिरायत शेतकरी, भूमिहीन शेतकरी अशा लोकांचे प्रतिनिधित्व करीत नाहीत असे या अभ्यासातून दिसून आले आहे. त्यामुळे या स्थानिक अभिजनांच्या अभ्यासावरून असे म्हणता येते की स्थानिक पातळीवर एका छोट्या गटाच्या हातात राजकीय सत्ता असते. लोकशाहीमध्ये सत्ता सर्वांपर्यंत विस्तारली पाहिजे अशी कल्पना आहे. या कल्पनेस अभिजन सिद्धान्ताच्या अभ्यासामुळे असे म्हणता येते की सत्ता ही विस्तारली गेली नाही. तिची मुळे खोलवर गेली नाहीत. सत्तेचे विकेंद्रीकरण झालेले दिसत नाही.

८

कोकण विभाग : जिल्हा परिषद आणि पंचायत समिती निवडणूक

श्रावण पाटील

महाराष्ट्रातील जिल्हा परिषद, पंचायत समिती आणि महानगरपालिकांसाठी १६ आणि २१ फेब्रुवारी २०१७ रोजी अशा दोन टप्प्यात निवडणुका झाल्या. त्यामध्ये २५ जिल्हा परिषदा, २८३ पंचायत समित्या आणि १० महानगरपालिका यांचा समावेश होता. या निवडणुका स्थानिक पातळीवर महत्त्वाच्या आहेत, परंतु राज्याच्या राजकारणावरही परिणाम करताना दिसून येतात. यातून कोणत्या पक्षाला किती जागा मिळाल्या, तसेच जात, महिला, मुस्लीम, ख्रिश्चन उमेदवार किती निवडून आले, कोणत्या पक्षांमध्ये बंडखोरी मोठ्या प्रमाणात झाली, संघटित लोकशाहीची पार्श्वभूमी असणाऱ्या व्यक्तींना कोणत्या पक्षाकडून उमेदवारी मिळाली, या सर्वांचा स्थानिक निवडणुकांवर परिणाम झालेला दिसून येतो. या राजकीय प्रक्रियेच्या संदर्भातील गोष्टी महत्त्वाच्या आहेत. या राजकीय प्रक्रियेत कोकण विभागाचादेखील समावेश होतो. कोकण विभागात एकूण ५ जिल्हा परिषदा व ४५ पंचायत समित्या आहेत. त्यांपैकी रायगड, रत्नागिरी, सिंधुदुर्ग जिल्ह्यातील ३ जिल्हा परिषदा व ३२ पंचायत समित्यांसाठी २१ फेब्रुवारी २०१७ रोजी निवडणुका होऊन, २३ फेब्रुवारी २०१७ रोजी निकाल जाहीर झाले.

कोकण विभागाची भौगोलिक, आर्थिक पार्श्वभूमी

महाराष्ट्राचा पश्चिम भाग हा कोकण विभागाने व्यापला आहे. याच्या उत्तरेला गुजरात, पूर्वेला सह्याद्रीचा भाग, पश्चिमेला अरबी समुद्र आणि दक्षिणेला गोवा, कर्नाटक ही राज्ये आहेत. कोकणचे एकूण क्षेत्रफळ ३०,७२८ चौ.कि.मी. आहे. त्यामध्ये एकूण सात जिल्हे आहेत. परंतु, निवडणुका रायगड, रत्नागिरी आणि सिंधुदुर्ग या तीन जिल्ह्यांच्या झाल्या. कोकणला ७२० कि.मी.चा समुद्रकिनारा लाभला असला, तरी त्यांपैकी सिंधुदुर्ग १२० कि.मी., रत्नागिरी १६७ कि.मी. आणि रायगड १० कि.मी. असा एकूण २९७ कि.मी.चा समुद्रकिनारा या तीन जिल्ह्यांना लाभला आहे. त्यामुळे येथे समुद्र-पर्यटन,

मासेमारी मोठ्या प्रमाणात होते. हे तिन्ही जिल्हे पर्यटनासाठी प्रसिद्ध आहेत. देश-विदेशातून येथे पर्यटक येतात. ऐतिहासिकदृष्ट्यादेखील या जिल्ह्यांना महत्त्व आहे. तसेच नारळीच्या हिरव्यागार बागा, धबधबे, सागरी खाड्या, समुद्र-पर्यटन, लाकडी खेळण्यांचा व्यापार, मासेमारी, फळांच्या बागा हे सर्व पर्यटकांना मोहिनी घालतात. यामुळे मोठ्या प्रमाणात आर्थिक उलाढाल होताना दिसते. हेच कोकणचे राजकीय अर्थकारण आहे. येथील सत्ता मिळविण्यासाठी सर्वच पक्षांचा पुढाकार असतो; कारण येथील जिल्हा परिषदांचे अर्थसंकल्पही तितकेच महत्त्वाचे आहेत. उदा. रायगड जिल्हा परिषदेचा अर्थसंकल्प हा ९०,३५,११,२८२ रुपयांचा आहे (२०१४-१५, रायगड जिल्हा परिषद वेबसाईट); तर सिंधुदुर्ग जिल्हा परिषदेचा अर्थसंकल्प हा १२,९२,२३,८०० रूपयांच्या किमतीचा आहे (२०१५-१६, सिंधुदुर्ग जिल्हा परिषद वेबसाईट). त्यामुळे या जिल्हा परिषदांच्या माध्यमातून सत्ता स्थापनेसाठी सर्वच पक्ष आग्रही असलेले दिसून येतात. मात्र, मनपाच्या तुलनेत हे अर्थसंकल्प फारच छोटे आहेत. त्यामुळे राजकीय अर्थकारण प्रभावी ठरत नाही.

कोकण विभागाचे राजकारण

कोकण विभागामध्ये शिवसेना, काँग्रेस, राष्ट्रवादी काँग्रेस पक्षाचे वर्चस्व आलटून-पालटून राहिलेले आहे. सिंधुदुर्ग, रत्नागिरी आणि रायगड जिल्ह्यांमध्ये साक्षरतेचे प्रमाण सरासरी ८१.३६ टक्के आहे. त्यामुळे राजकीयदृष्ट्या प्रगल्भ असलेला हा विभाग आहे. राजकीय जागृतीमुळे या जिल्ह्यांत तीव्र सत्तास्पर्धा दिसून येते. कोकण विभागात काँग्रेसचे नारायण राणे, शिवसेनेचे दीपक केसरकर, विनायक राऊत, रामदास कदम, राष्ट्रवादी काँग्रेसचे भास्करराव जाधव यांचे राजकीय नियंत्रण व प्रभाव आहे. तसेच रायगडमध्ये शेतकरी कामगार पक्षाचे आ. जयंत पाटील, शिवसेना पक्षाचे ना. अनंत गीते यांचा प्रभाव आहे. त्यामुळे स्थानिक राजकारणात या प्रमुख नेत्यांच्या भूमिकेकडे कोकणातील मतदारांचे बारकाईने लक्ष असते. सिंधुदुर्ग जिल्ह्यात २००२मध्ये शिवसेना ३९.८९ टक्के मतांसह आघाडीवर होती; तर काँग्रेस २६.३२ टक्के मतांसह दुसऱ्या क्रमांकावर होती. मात्र, २००५मध्ये नारायण राणे यांनी शिवसेना सोडून काँग्रेस पक्षात प्रवेश केला. त्यानंतर २००७मध्ये ४६.२० टक्के मतांसह काँग्रेस प्रथम क्रमांकावर आली.

तक्ता क्र.१ : कोकण विभागातील जिल्हा परिषद निवडणूक आढावा (२०१२)

अ. क्र.	जिल्हा	एकूण	काँग्रेस	राष्ट्रवादी काँग्रेस	शिवसेना	भाजप	शेकाप	अपक्ष
१	रायगड	६२	०७	२०	१४	०१	१९	०१
२	रत्नागिरी	५७	०३	१९	२५	०७	-	०३
३	सिंधुदुर्ग	५०	३३	१०	०४	०३	-	-
	एकूण	१६९	४३	४९	४३	११	१९	०४

(संदर्भ : अहवाल २००९ ते २०१३ महाराष्ट्र इलेक्शन कमिशन)

२०१२च्या सिंधुदुर्ग जिल्हा परिषद निवडणुकीत काँग्रेस पक्षाने ५० पैकी ३३ जागा जिंकून सत्ता मिळवली होती. रत्नागिरीत शिवसेनेने २५ जागा जिंकून भाजप पक्षाच्या साथीने सत्ता स्थापन केली होती; तर रायगडमध्ये राष्ट्रवादी काँग्रेस व शेकापने आघाडी करून सत्ता मिळवली होती. वरील तिन्ही जिल्हा परिषदांच्या एकूण १६९ जागांपैकी ४९ जागा घेऊन राष्ट्रवादी काँग्रेस पक्ष प्रथम क्रमांकाचा पक्ष बनला होता; तर दुसऱ्या स्थानी काँग्रेस व शिवसेना पक्ष संयुक्तरीत्या होते. त्यांना प्रत्येकी ४३ जागा मिळाल्या होत्या. भाजप पक्षाला ११ जागा तर शेकापला १९ जागा मिळाल्या होत्या. शेकापचा प्रभाव रायगड जिल्ह्यापुरताच होता. २०१७च्या जिल्हा परिषद निवडणुकांतदेखील शिवसेना, काँग्रेस, राष्ट्रवादी काँग्रेस यांनी आपला प्रभाव कायम ठेवला. हे पुढील तक्त्यावरून स्पष्ट करता येईल. परंतु, कोकणात शिवसेना पक्षाचा स्थानिक पातळीवर विस्तार झाला; तर दोन्ही काँग्रेस पक्षांच्या जागांमध्ये घसरण झाली. राष्ट्रवादी काँग्रेस पक्षाची घसरण काँग्रेसपेक्षा जास्त झाली. भाजप या पक्षाचा प्रभाव सर्व विभागात वाढत आहे. मात्र, कोकण विभागात भाजपला प्रतिसाद मिळाला नाही.

तक्ता क्र.२ : कोकण विभागातील जिल्हा परिषद निवडणूक (फेब्रुवारी २०१७)

अ. क्र.	जिल्हा	एकूण	एकूण		शिवसेना		भाजप		काँग्रेस		रा.काँ.		शेकाप		अपक्ष	
			पु.	म.	पु.	म.	पु.	म.	पु.	म.	पु.	म.	पु.	म.	पु.	म.
१	सिंधुदुर्ग	५०	२५	२५	१०	०६	०३	०३	१२	१५	-	०१	-	-	-	-
२	रत्नागिरी	५५	२४	३१	१७	२२	-	-	-	०१	०७	०८	-	-	-	-
३	रायगड	५९	२९	३०	०९	०९	०१	०२	०१	०२	०५	०७	१३	१०	-	-
	एकूण	१६४	७८	८६	३६	३७	०४	०५	१३	१८	१२	१६	१३	१०	-	००
	विभागानुसार		१६४		७३		०९		३१		२८		२३		००	

(संदर्भ : ई-सकाळ पेपर)

तक्ता क्र. २ वरून असे दिसून येते की, कोकण विभागातील जिल्हा परिषदांच्या एकूण १६४ जागांपैकी ७३ जागांवर विजय मिळवून शिवसेना हा पक्ष प्रथम क्रमांकाचा पक्ष बनला आहे. त्यामध्ये ३६ पुरुष सदस्य व ३७ महिला सदस्यांचा समावेश आहे. काँग्रेस पक्षाने ३१ जागा जिंकून द्वितीय क्रमांक पटकावला आहे. काँग्रेस पक्षाचे १३ पुरुष सदस्य व १८ महिला सदस्य विजयी झाले आहेत. राष्ट्रवादी काँग्रेस पक्षाला २८ जागा मिळाल्या, तर शेकापला २३ जागांवर समाधान मानावे लागले आहे. देशपातळीवर प्रभावी ठरलेल्या भाजप पक्षाला कोकण विभागात केवळ ९ उमेदवार निवडून आणता आले. भाजपने 'भयमुक्त सिंधुदुर्ग'अशी घोषणा या निवडणुकीत केली होती. त्याचा प्रभाव मतदारांवर पडलेला दिसून आला नाही. त्यांचे ४ पुरुष व ५ महिला उमेदवार निवडून आले. अपक्ष निवडणूक लढवणाऱ्यांना कोकण विभागात आपला प्रभाव पाडता आला नाही किंवा निवडणूक जिंकता आली नाही.

सिंधुदुर्ग जिल्हा परिषदेच्या एकूण ५० जागा होत्या. काँग्रेस आणि शिवसेना या दोन पक्षांमध्ये या ठिकाणी वर्चस्वाची लढाई दिसून येत होती. काँग्रेस पक्षाचे नारायण राणे व शिवसेनेचे दीपक केसरकर यांच्यासाठी ही निवडणूक प्रतिष्ठेची होती. या दोन्ही नेत्यांनी सिंधुदुर्ग जिल्ह्यातील बेरोजगारांना रोजगार उपलब्ध करून देण्याची घोषणा केली होती. यासाठी नारायण राणेंकडून रोजगार मेळाव्याचे आयोजन करण्यात येणार होते. परंतु, आचारसंहितेचा भंग करणारा हा निर्णय म्हणून विरोधकांनी त्यांच्यावर टीका केली. निवडणूक आयोगाने त्यास मान्यता दिली नाही. सिंधुदुर्ग जिल्ह्यातील बेरोजगारांना जिल्ह्यातच रोजगार मिळेल असा एकही प्रकल्प सद्यःस्थितीत चालू नाही. उदा. रेडी येथील 'टाटा मेटालिक कंपनी', सातार्डा येथील 'उत्तम गॅलव्हा स्टील कंपनी', कुडाळ एमआयडीसीतील उद्योग सद्यःस्थितीत बंदच आहेत. त्यामुळे दोन्ही बाजूंकडून हे उद्योग पुन्हा चालू केले जातील अशी आश्वासने दिली गेली होती. शेवटी जिल्हा परिषदेचे निकाल जाहीर झाले, त्या वेळी सिंधुदुर्ग जिल्हा परिषदेच्या ५० जागांपैकी २७ जागा जिंकून काँग्रेस पक्षाने सत्ता मिळवली. त्यामध्ये १२ पुरुष व १५ महिला सदस्य यांचा समावेश आहे. २०१२च्या जिल्हा परिषद निवडणुकीत काँग्रेसला ३३ जागा मिळाल्या होत्या. २०१७मध्ये ६ जागांची घट झाली असली तरी जिल्हा परिषदेची सत्ता राखण्यात काँग्रेस पक्षाला यश आले आहे. या ठिकाणी शिवसेना हा प्रमुख विरोधी पक्ष बनला आहे. त्यांना १६ जागा मिळाल्या आहेत. त्यामध्ये १० पुरुष व ६ महिला सदस्यांचा समावेश आहे. २०१२मध्ये शिवसेना पक्षाला ४ जागा मिळाल्या होत्या. या वेळी शिवसेनेने ४ वरून १६ जागा मिळवल्या. चारपट जागा त्यांनी सिंधुदुर्ग जिल्हा परिषदेत मिळवल्या आहेत. त्यामुळे शिवसेनेने या ठिकाणी आपला प्रभाव निर्माण केला असल्याचे दिसून येते. भाजप पक्षाला या ठिकाणी ६ जागा मिळाल्या. त्यामध्ये पुरुष व महिला सदस्यांची

संख्या ३–३ अशी झाली आहे. राष्ट्रवादी काँग्रेस पक्षाला या ठिकाणी प्रभावी नेता लाभला नाही. ज्या वेळी दीपक केसरकर राष्ट्रवादी काँग्रेस पक्षात होते, त्या वेळी सिंधुदुर्ग जिल्ह्यात राष्ट्रवादी काँग्रेसचा चांगला प्रभाव होता. २०१२च्या जिल्हा परिषद निवडणुकीत या पक्षाने १० जागा जिंकल्या होत्या; पण दीपक केसरकर यांनी राष्ट्रवादी पक्षातून बाहेर पडून शिवसेना पक्षात प्रवेश केला त्या वेळी राष्ट्रवादी काँग्रेस पक्षाची अवस्था बिकट झालेली दिसून आली.

रत्नागिरी जिल्हा परिषदेच्या एकूण ५५ जागा होत्या. शिवसेना, राष्ट्रवादी काँग्रेस, काँग्रेस, भाजप इत्यादी पक्षांनी ही निवडणूक महत्त्वाची बनवली होती. या ठिकाणी प्रत्येक पक्षाला बंडखोरीचा फटका बसला होता. शिवसेना पक्षाला तर मोठ्या प्रमाणात बंडखोरीचा सामना करावा लागला होता. शिवसेनेचे माजी आमदार सूर्यकांत दळवी समर्थक व पर्यावरण राज्यमंत्री रामदास कदम यांच्यात उमेदवारी वाटपावरून संघर्ष निर्माण झाल्याने इच्छुक असलेल्या शिवसेना उमेदवारांनी भाजपमध्ये प्रवेश करून निवडणूक लढण्याचा प्रयत्न केला होता. परंतु, प्रथमच स्वबळावर लढणाऱ्या शिवसेनेने जिल्हा परिषदेच्या ५५ जागांपैकी ३९ जागा जिंकून रत्नागिरी जिल्ह्यांत शिवसेनेचा प्रभाव असल्याचे दाखवून दिले. या ३९ जागांमध्ये १७ पुरुष आणि २२ महिला सदस्यांचा समावेश आहे. पुरुषांपेक्षा महिलांचे प्रमाण ५ ने अधिक आहे. २०१२च्या जिल्हा परिषद निवडणुकीत शिवसेना पक्षाच्या २५ जागा निवडून आल्या होत्या. यावेळी १४ जागा जास्त निवडून आल्या आहेत. याच्या पाठीमागे शिवसेनेच्या कार्याची दखल मतदारांनी मतदानातून घेतल्याचे दिसून येते. राष्ट्रवादी काँग्रेस पक्ष विरोधी बाकांवर राहिला आहे. त्यांच्या १५ जागा निवडून आल्या आहेत. त्यामध्ये ७ पुरुष आणि ८ महिला सदस्यांचा समावेश आहे. २०१२ साली राष्ट्रवादी काँग्रेस पक्षाला १९ जागा मिळाल्या होत्या. यावेळी त्यांच्या ४ जागा कमी निवडून आल्या आहेत. काँग्रेस पक्षाला या ठिकाणी आपला प्रभाव निर्माण करता आला नाही. त्यांना फक्त एकच जागा निवडून आणता आली. २०१२ साली त्यांना ३ जागा मिळाल्या होत्या. रत्नागिरी जिल्ह्यात काँग्रेस पक्षाला प्रभावी नेता लाभला नाही. त्यामुळे त्यांचा प्रभाव वाढलेला दिसत नाही. भाजप पक्षालादेखील रत्नागिरी जिल्हा परिषदेत एकही जागा जिंकता आली नाही. २०१२ साली भाजप पक्षाच्या ७ जागा निवडून आल्या होत्या. यावेळी सर्वत्र भाजप पक्षाला चांगले सहकार्य मिळत असताना रत्नागिरीमध्ये मात्र त्यांना चांगली कामगिरी करता आली नाही. २०१२च्या तुलनेत २०१७ची त्यांची कामगिरी शून्य असल्याचे दिसून येते.

रायगड जिल्हा परिषदेच्या ५९ जागांसाठी ३४१ उमेदवार आपले भवितव्य आजमावत होते. या ठिकाणी मात्र आघाड्यांचे राजकारण घडून आले होते. रायगड जिल्हा परिषदेत असणारी राष्ट्रवादी काँग्रेस व शेतकरी कामगार पक्षाची आघाडी या निवडणुकीतही कायम होती. अलिबाग, पेण, सुधागड तालुक्यात काँग्रेसने शिवसेनेसोबत

आघाडी केली होती; तर उरण, पनवेल, खालापूर, महाड तालुक्यात काँग्रेस पक्ष हा राष्ट्रवादी काँग्रेस-शेकाप आघाडीसोबत होता. काँग्रेस पक्षाने सोयीनुसार आघाडी तसेच शिवसेनेसोबत स्थानिक पातळीवर सूर जुळवले होते. भाजप काही तालुक्यात शिवसेनेसोबत तर काही तालुक्यात स्वबळावर लढत होता. राष्ट्रवादी काँग्रेस पक्षाचे प्रदेशाध्यक्ष सुनील तटकरे, शेकापचे जयंत पाटील, शिवसेनेचे अनंत गीते, प्रशांत ठाकूर, रवि पाटील, माणिक जगताप इत्यादींसाठी ही निवडणूक प्रतिष्ठेची होती. रायगड जिल्हा परिषदेमध्ये शेकाप पक्षाला सर्वाधिक २३ जागा मिळाल्या. त्यामध्ये १३ पुरुष व १० महिला सदस्यांचा समावेश आहे. २०१२च्या जिल्हा परिषद निवडणुकीत शेकाप पक्षाला १९ जागा मिळाल्या होत्या. यावेळी त्यांच्या ३ जागा जास्त निवडून आल्या आहेत. दुसऱ्या स्थानावरील शिवसेनेला १८ जागा मिळाल्या आहेत. ९ पुरुष व ९ महिला सदस्य निवडून आले आहेत. २०१२ साली १४ सदस्य निवडून आले होते. यावेळी ४ जागा जास्त निवडून आल्या आहेत. तिसऱ्या स्थानावरील राष्ट्रवादी काँग्रेस पक्षाला १२ जागा मिळाल्या आहेत. २०१२मध्ये या पक्षाच्या २० जागा निवडून आल्या होत्या. यावेळी ८ जागा कमी निवडून आल्या आहेत. त्यामुळे राष्ट्रवादी पक्षाला आपला प्रभाव या ठिकाणी गमवावा लागला आहे. असे असले तरी राष्ट्रवादी काँग्रेस व शेकाप पक्षाची आघाडी असल्याने रायगड जिल्हा परिषदेवर त्यांचीच सत्ता आली आहे. त्यामुळे दुसऱ्या स्थानावरील शिवसेना हा विरोधी पक्ष म्हणून काम पाहणार आहे. या ठिकाणी रायगड जिल्हा हा शेतकरी कामगार पक्षाचा बालेकिल्ला म्हणून ओळखला जातो; असे असले तरी शिवसेनेने मोठ्या प्रमाणावर या ठिकाणी यश मिळविले आहे. भाजप व काँग्रेस पक्ष यांना प्रत्येकी ३-३ जागांवर समाधान मानावे लागले आहे. एक अपक्ष महिला सदस्य निवडून आल्या आहेत.

शेकापचे आ. जयंत पाटील व राष्ट्रवादीचे प्रदेशाध्यक्ष सुनील तटकरे यांनी आघाडी करून आपल्याच नातेवाइकांना तिकिटे दिली व निष्ठावंतांवर अन्याय केला, असा आरोप अनेक राष्ट्रवादी काँग्रेस कार्यकर्त्यांनी केला, आणि शिवसेना पक्षात प्रवेश केला होता. असे असले तरी येथील मतदारांनी शेकाप-राष्ट्रवादी काँग्रेस पक्षांची सत्ता आणण्यात पुढाकार घेतल्याचे दिसून येते. रायगडमध्ये शिवसेना-भाजप पक्षांमध्ये मतभेद झाल्यानंतर शिवसेना व काँग्रेस पक्षांनी एकत्र येत निवडणूक लढविली होती. परंतु, शिवसेना व काँग्रेसच्या पारंपरिक मतदारांना ती रुचली नसल्याचे यावरून स्पष्ट होते. सेना व काँग्रेस पक्षांची विचारसरणी भिन्न असूनदेखील या ठिकाणी निवडणूक एकत्र लढवली. मात्र, मतदारांनी या युतीस म्हणावे तसे पाठबळ दिले नाही.

तक्ता क्र.३ : सिंधुदुर्ग जिल्हा परिषदेतील जातीगटनिहाय वर्गीकरण

पक्ष/प्रवर्ग	एकूण	एकूण		सर्वसाधारण		ओबीसी		एससी	
		पु.	स्त्री	पु.	स्त्री	पु.	स्त्री	पु.	स्त्री
भाजप	०६	०३	०३	०२	०२	०१	–	–	०१
शिवसेना	१६	१०	०६	०६	०३	०४	३	–	–
काँग्रेस	२७	१२	१५	०९	१०	०२	०४	०१	०१
राष्ट्रवादी काँग्रेस	०१	–	०१	–	०१	–	–	–	–
एकूण	५०	२५	२५	१७	१६	०७	०७	०१	०२
		५०		३३		१४		०३	

तक्ता क्र.४ : रत्नागिरी जिल्हा परिषदेतील जातीगटनिहाय वर्गीकरण

पक्ष/प्रवर्ग	एकूण	एकूण		सर्वसाधारण		ओबीसी		एससी	
		पु.	स्त्री	पु.	स्त्री	पु.	स्त्री	पु.	स्त्री
शिवसेना	३९	१७	२२	१२	१५	०४	०६	०१	०१
काँग्रेस	०१	–	०१	–	–	–	०१	–	–
राष्ट्रवादी काँग्रेस	१५	०७	०८	०५	०६	०१	०२	०१	–
एकूण	५५	२४	३१	१७	२१	०५	०९	०२	०१
		५५		३८		१४		०३	

तक्ता क्र.५ : रायगड जिल्हा परिषदेतील जातीगटनिहाय वर्गीकरण

पक्ष/प्रवर्ग	एकूण	एकूण		सर्वसाधारण		ओबीसी		एससी		एसटी	
		पु.	स्त्री	पु.	स्त्री	पु.	स्त्री	पु.	स्त्री	पु.	स्त्री.
भाजप	०३	०१	०२	–	०२	–	–	०१	–	–	–
शिवसेना	१८	०९	०९	०६	०३	०३	०३	–	०१	–	०२
काँग्रेस	०३	०१	०२	०१	०१	–	–	–	–	–	०१
राष्ट्रवादी काँग्रेस	१२	०५	०७	०२	०६	०२	०१	–	–	०१	–
शेकाप	२३	१३	१०	०७	०४	०३	०४	–	–	०३	०२
एकूण	५९	२९	३०	१६	१६	०८	०८	०१	०१	०४	०५
		५९		३२		१६		०२		०९	

घराणेशाहीतील उमेदवार

रायगड जिल्हा परिषदेचे अध्यक्षपद महिलांसाठी राखीव असल्याने प्रमुख नेत्यांनी त्यांच्या घराण्यातील महिलांना यावेळी उमेदवारी दिली होती. यामध्ये प्रामुख्याने राष्ट्रवादी काँग्रेस पक्षाचे प्रदेशाध्यक्ष सुनील तटकरे यांनी त्यांची मुलगी आदिती तटकरे यांना वरसे मतदारसंघातून तिकीट दिले होते. शेकापचे आमदार पंडीत पाटील यांनी त्यांची पत्नी सुश्रूषा पाटील यांना शहापूर मतदारसंघातून उभे केले होते. आमदार धैर्यशील पाटील यांच्या पत्नी नीलिमा पाटील यांनी पावल मतदार संघातून, माजी राज्यमंत्री मीनाक्षी पाटील यांची सून चित्रा पाटील कुर्डूस व थळ मतदारसंघातून, माजी राज्यमंत्री प्रभाकर मोरे यांची सून यांनी बिऱ्हेर मतदारसंघातून निवडणूक लढविली होती. त्यामुळे रायगडमधील जिल्हा परिषदांच्या निवडणुकीत घराणेशाहीचे प्रतिबिंब पहावयास मिळाले होते. रत्नागिरी आणि सिंधुदुर्ग जिल्ह्यात मात्र घराणेशाहीला फाटा देत उमेदवारांना तिकिटे दिली गेली होती.

घराणेशाहीतील सर्व महिला उमेदवार विजयी झाले आहेत. माजी राज्यमंत्री मीनाक्षी पाटील यांची सून चित्रा पाटील कुर्डूस मतदारसंघातून विजयी झाल्या; तर थळ जिल्हा परिषद मतदारसंघात त्यांना शिवसेनेच्या मानसी दळवी यांच्याकडून पराभव पत्करावा लागला. चित्रा पाटील यांनी कुर्डूस आणि थळ या दोन मतदारसंघातून जिल्हा परिषदेची जागा लढवली होती.

पक्षांतर

कोकण विभागात सर्वच पक्षांना कमी-अधिक प्रमाणात पक्षांतराचा सामना करावा लागला. रत्नागिरी आणि सिंधुदुर्ग जिल्ह्यात जिल्हा पातळीवर पक्षांतराचे प्रकार फार काही झाले नाहीत. मात्र, गावपातळीवर मोठ्या प्रमाणात पक्षांतर झाले. रायगड जिल्ह्यात सर्वच पक्षांना बंडखोरीचा व पक्षांतराचा फटका बसला होता. उदा. राष्ट्रवादीचे सदस्य तथा जिल्हा परिषदेचे अध्यक्ष सुरेश टोकरे यांनी पक्षाविरोधात बंडखोरी करत अपक्ष अर्ज दाखल केला होता. तसेच राष्ट्रवादी काँग्रेसचे महेंद्र दळवी, ॲड. राजीव साबळे, श्यामकांत भोकरे यांनी शिवसेनेत प्रवेश केला होता. शेकापच्या कविता गायकवाड यांनी रिपब्लिकन पार्टीत, ज्ञानदेव पवार काँग्रेसमध्ये तर एकनाथ दशेकर भाजपमध्ये दाखल झाले होते. शिवसेनेच्या संजय जांभळे व ज्योती जांभळे यांनी भाजपमध्ये प्रवेश केला होता. तसेच शेकापचे व राष्ट्रवादी काँग्रेस पक्षाचे कार्यकर्ते व पदाधिकारी नाराज होऊन पक्षाविरोधात बंडखोरी करत त्यांनी शिवसेना पक्षात प्रवेश केला होता. त्यामुळे रायगड जिल्ह्यात शिवसेनेचा प्रभाव वाढण्यास मदत झाली.

प्रचार मोहीम

कोकण विभागात प्रत्येक पक्षाने प्रचार मोहीम जोरकसपणे राबविली. शिवसेना, भाजप, काँग्रेस, राष्ट्रवादी काँग्रेस, शेतकरी कामगार पक्ष यांनी प्रचार हा समाजातील शेवटच्या घटकापर्यंत कसा पोहोचेल या दृष्टिकोनातून प्रयत्न केले. सर्वच पक्षातील दिग्गज नेतेमंडळी प्रचार सभांद्वारे आपल्या पक्षाची सत्ता बहुमताने येण्यासाठी प्रयत्न करत होती. उदा. महाराष्ट्रातील प्रमुख राजकीय नेतेमंडळींनी किती प्रचारसभा घेतल्या, ते पुढील तक्त्यांवरून स्पष्ट होते–

तक्ता क्र.६ : निवडणूक प्रचारासाठी प्रमुख नेतेमंडळींनी घेतलेल्या सभा

अ.क्र.	प्रमुख नेते	पक्ष	सभा
१	देवेंद्र फडणवीस	भाजप	६०
२	उद्धव ठाकरे	शिवसेना	२५
३	राज ठाकरे	मनसे	१०
४	अशोक चव्हाण	काँग्रेस	४०
५	शरद पवार	राष्ट्रवादी काँग्रेस	०६
६	धनंजय मुंडे	राष्ट्रवादी काँग्रेस	७२
७	अजित पवार	राष्ट्रवादी काँग्रेस	४०
८	सुनील तटकरे	राष्ट्रवादी काँग्रेस	३०

(संदर्भ : ई–सकाळ पेपर, दि. २० फेब्रुवारी २०१७.)

वरील तक्त्यात उल्लेख केलेल्या प्रमुख नेत्यांनी महाराष्ट्राच्या विविध भागात प्रचारसभा घेतल्या. कोकण विभागातदेखील प्रचारसभा झाल्या. मुख्यमंत्री देवेंद्र फडणवीस, रेल्वेमंत्री सुरेश प्रभु यांनी भाजपासाठी; माजी मुख्यमंत्री नारायण राणे यांनी काँग्रेससाठी; खासदार विनायक राऊत, गृहराज्यमंत्री दीपक केसरकर, पर्यावरण राज्यमंत्री रामदास कदम यांनी शिवसेनेसाठी प्रचारसभा घेतल्या. राष्ट्रवादी काँग्रेस व मनसेतर्फे मोठ्या जाहीर सभा झाल्या नाहीत. त्याचा फटका त्यांना बसल्याचे दिसून येते. या निवडणुकांमध्ये कोपरा सभा, गाठीभेटी गावपातळीवर महत्त्वाच्या ठरल्या.

सावंतवाडी तालुक्यातील माजगाव येथील भाजपचे पंचायत समितीचे उमेदवार संदीप सावंत यांनी प्रचारासाठी पोस्ट कार्डचा वापर केला होता. या मतदार संघात सर्वच मतदारांपर्यंत पोहोचणे शक्य नसल्याने त्यांनी प्रत्येकाच्या घरी पोस्ट कार्ड पाठवले; पण या निवडणुकीत त्यांना पराभव पत्करावा लागला. काँग्रेसच्या श्रीकृष्ण सावंत यांच्याकडून ते पराभूत झाले.

गुन्हेगारी प्रतिमा

कोकण विभागातील सिंधुदुर्ग आणि रत्नागिरी जिल्ह्यात कोणत्याही पक्षाने गुन्हेगारी पार्श्वभूमी असलेल्या किंवा नावावर गंभीर गुन्हे नोंदलेल्या एकाही कार्यकर्त्याला उमेदवारी दिलेली दिसून येत नाही; पण रायगड जिल्हा परिषदेचे वडखळ-पेण येथील उमेदवारांमध्ये सर्वांत जास्त १४ गुन्हे दाखल असणारे एक उमेदवार होते. खारगाव-रोहा येथील उमेदवारावर गुन्हा नोंदविला होता (लोकसत्ता, १९ फेब्रुवारी २०१७).

पंचायत समिती निवडणूक-फेब्रुवारी २०१७

जिल्हा परिषदांच्या निवडणुकांबरोबरच रायगड, रत्नागिरी आणि सिंधुदुर्ग जिल्ह्यातील एकूण ३२ पंचायत समितींच्यादेखील निवडणुका पार पडल्या. त्यांचा जिल्हानिहाय आढावा पुढीलप्रमाणे-

तक्ता क्र.७ : कोकण विभागातील पंचायत समितींचे जिल्हानिहाय पक्षीय बलाबल

जिल्हा	एकूण	एकूण		शिवसेना		भाजप		काँग्रेस		रा.काँ.		शेकाप		मनसे	
		पु.	म.	पु.	म.	पु.	म.	पु.	म.	पु.	म.	पु.	म.	पु.	म.
सिंधुदुर्ग	१००	५०	५०	१२	१४	१०	०६	२७	२९	०१	०१	-	-	-	-
रत्नागिरी	११०	५४	५६	३४	४०	१	३	०२	-	१७	१२	-	-	-	०१
रायगड	११८	५६	६२	२४	१८	०४	०५	०६	०५	१०	१४	१२	२०	-	-
एकूण	३२८	१६०	१६८	७०	७२	१५	१४	३५	३४	२८	२७	१२	२०	-	०१
विभागानुसार		३२८		१४२		२९		६९		५५		३२		०१	

वरील तक्त्यावरून असे दिसून येते की, कोकण विभागातील पंचायत समित्यांच्या निवडणुकीमध्ये शिवसेनेलाच सर्वाधिक जागा मिळाल्या आहेत; म्हणजेच एकूण ३२८ जागांपैकी १४२ जागा या शिवसेना पक्षाला मिळाल्या आहेत. त्यामुळे शिवसेना हा पक्ष कोकण विभागात पंचायत समितीमध्ये प्रथम क्रमांकाचा पक्ष बनला आहे. शिवसेनेच्या १४२ जागांमध्ये ७० पुरुष व ७२ महिला सदस्यांचा समावेश आहे. दुसऱ्या स्थानी काँग्रेस पक्ष असून त्यांना ६९ जागा जिंकता आल्या. काँग्रेस पक्षाला रायगड आणि रत्नागिरी जिल्ह्यात पाठिंबा मिळाला नाही. तरीदेखील काँग्रेस पक्ष या निवडणुकांमध्ये दुसऱ्या स्थानी राहिला. काँग्रेस पक्षाच्या ६९ जागांमध्ये ३५ पुरुष व ३४ महिला सदस्य निवडून आले. कोकण विभागात नारायण राणेंव्यतिरिक्त दुसरा प्रभावी नेता काँग्रेस पक्षाकडे नाही. त्यामुळे रत्नागिरी व रायगड जिल्ह्यात काँग्रेस पक्षाच्या सदस्यसंख्येत घट झालेली दिसून येते. तिसऱ्या स्थानी राष्ट्रवादी काँग्रेस पक्ष असून त्यांना ५५ जागा मिळाल्या,

त्यामध्ये २८ पुरुष व २७ महिला सदस्य आहेत. शेकापला ३२ तर भाजपाला २९ जागा मिळाल्या. मनसेला फक्त एक जागा मिळाली आहे. त्या जागेवर महिला उमेदवार निवडून आल्या आहेत.

सिंधुदुर्ग जिल्ह्यातील आठ पंचायत समित्यांपैकी दोडामार्ग, वेंगुर्ले, कुडाळ, देवगड या चार पंचायत समित्यांवर शिवसेना आणि भाजप या पक्षांचे नियंत्रण निर्माण झाले आहे; तर मालवण, कणकवली, सावंतवाडी या ठिकाणी काँग्रेसला स्पष्ट बहुमत मिळाले आहे. वैभववाडीत मात्र काँग्रेस आणि युतीच्या समान जागा निवडून आल्या. २०१२च्या पंचायत समितीच्या निवडणुकीच्या तुलनेत यावेळी शिवसेना-भाजपाने सिंधुदुर्ग जिल्ह्यात चांगली कामगिरी करत आघाडी मिळवली आहे.

रत्नागिरी जिल्ह्यातील ९ पैकी ५ पंचायत समित्यांवर (रत्नागिरी, लांजा, संगमेश्वर, राजापूर आणि खेड) शिवसेना पक्षाचे नियंत्रण आले आहे; तर राष्ट्रवादी काँग्रेसने दापोली आणि गुहागर या दोन पंचायत समित्या जिंकल्या आहेत. चिपळूण पंचायत समितीमध्ये शिवसेना ९ व राष्ट्रवादी काँग्रेस ९ अशी समान सदस्यसंख्या आहे. मंडणगडमध्येदेखील शिवसेना २ व राष्ट्रवादी काँग्रेस २ अशी समान सदस्यसंख्या आहे. राजापुरात काँग्रेसला फक्त एक जागा जिंकता आली. शिवसेनेने २०१२च्या तुलनेत यावेळी अधिक जागा जिंकल्या.

रायगड जिल्ह्यातील पंचायत समित्यांमध्ये कर्जत, माणगाव, श्रीवर्धन, महाड इत्यादी ठिकाणी शिवसेनेची सत्ता स्थापन झाली आहे; तर पनवेल, खालापूर, पेण, अलिबाग, रोहा, तळा, म्हसळा, पोलादपूर इत्यादी ठिकाणी शेकाप-राष्ट्रवादी काँग्रेस-काँग्रेस यांची सत्ता स्थापन झाली आहे. या ठिकाणी पंचायत समितींच्या निवडणुकीत शिवसेनेला सर्वाधिक म्हणजे ४२ जागा मिळाल्या आहेत. त्यामध्ये २४ पुरुष व १८ महिला सदस्य आहेत. दुसऱ्या स्थानावर शेकाप असून त्यांना ३२ जागा मिळाल्या आहेत. त्यामध्ये १२ पुरुष व २० महिला सदस्य आहेत. राष्ट्रवादी काँग्रेसला २४ जागा मिळाल्या. काँग्रेसला ११ तर भाजपाला ९ जागा मिळाल्या आहेत.

सिंधुदुर्ग जिल्ह्यात एकूण ८ पंचायत समित्या आहेत. तेथील पंचायत समिती निवडणुकीत पक्षनिहाय स्थिती पुढील तक्त्यावरून स्पष्ट केली आहे-

तक्ता क्र.८ : सिंधुदुर्ग जिल्ह्यातील पंचायत समितीमधील पक्षीय बलाबल

अ. क्र.	तालुका	एकूण	एकूण		शिवसेना		भाजप		काँग्रेस		रा.काँ.	
			पु.	म.	पु.	म.	पु.	म.	पु.	म.	पु.	म.
१	सावंतवाडी	१८	०९	०९	०३	०१	०२	०१	०४	०७	-	-
२	कणकवली	१६	०८	०८	-	-	-	-	०८	०८	-	-
३	मालवण	१२	०६	०६	-	०२	-	-	०५	०४	०१	-
४	दोडामार्ग	०६	०३	०३	०१	०१	०२	-	-	०१	-	०१
५	देवगड	१४	०७	०७	०१	०१	०३	०३	०३	०३	-	-
६	कुडाळ	१८	०९	०९	०३	०७	०२	-	०४	०२	-	-
७	वेंगुर्ले	१०	०५	०५	०३	०२	-	०१	०२	०२	-	-
८	वैभववाडी	०६	०३	०३	०१	-	०१	०१	०१	०२	-	-
	एकूण	१००	५०	५०	१२	१४	१०	०६	२७	२९	०१	०१
विभागानुसार			१००		२६		१६		५६		०२	

वरील तक्त्यावरून असे स्पष्ट दिसते की, सावंतवाडी, कणकवली, मालवण पंचायत समितीत काँग्रेस पक्षाला स्पष्ट बहुमत मिळाले आहे. त्यामुळे येथे काँग्रेसची सत्ता स्थापन झाली आहे. दोडामार्ग, वेंगुर्ले, कुडाळ, देवगड या चार ठिकाणी शिवसेना-भाजपाची सत्ता स्थापन झाली आहे. वैभववाडी येथे मात्र शिवसेना-भाजप यांचे ३ सदस्य व काँग्रेसचे ३ सदस्य विजयी झाले आहेत.

तक्ता क्र.९ : सिंधुदुर्ग जिल्हा : पंचायत समितीमधील जातनिहाय संख्याबळ

अ.क्र.	पक्ष/प्रवर्ग	एकूण	एकूण		सर्वसाधारण		ओबीसी		एससी	
			पु.	स्त्री	पु.	स्त्री	पु.	स्त्री	पु.	स्त्री
१	भाजप	१६	१०	०६	०९	०३	०१	०३	-	-
२	शिवसेना	२६	१२	१४	०६	१०	०४	०४	०२	-
३	काँग्रेस	५६	२७	२९	१८	२०	०६	०९	०३	-
४	रा.काँग्रेस	०२	०१	०१	-	१	१	-	-	-
	एकूण	१००	५०	५०	३३	३४	१२	१६	०५	-
			१००		६७		२८		०५	

रत्नागिरी जिल्ह्यात एकूण ९ पंचायत समित्या आहेत. तेथील पक्षीय स्थिती तक्ता क्र. १० वरून स्पष्ट होते.

तक्ता क्र.१० : रत्नागिरी जिल्हा : पंचायत समितीमधील पक्षीय बलाबल

अ.क्र.	तालुका	एकूण	एकूण		शिवसेना		भाजप		काँग्रेस		रा.काँ.		मनसे	
			पु.	म.	पु.	म.	पु.	म.	पु.	म.	पु.	म.	पु.	म.
१	लांजा	०८	०४	०४	०३	०४	–	–	०१	–	–	–	–	–
२	खेड	१४	०७	०७	०५	०३	–	–	–	–	०२	०३	–	१
३	संगमेश्वर	१४	०७	०७	०७	०६	–	०१	–	–	–	–	–	–
४	रत्नागिरी	२०	०९	११	०८	१०	०१	०१	–	–	–	–	–	–
५	दापोली	१२	०६	०६	०१	०५	–	–	–	–	०५	०१	–	–
६	राजापूर	१२	०६	०६	०४	०५	–	–	०१	–	०१	०१	–	–
७	गुहागर	०८	०४	०४	०१	०१	–	०१	–	–	०३	०२	–	–
८	मंडणगड	०४	०२	०२	०१	०१	–	–	–	–	०१	०१	–	–
९	चिपळूण	१८	०९	०९	०४	०५	–	–	–	–	०५	०४	–	–
	एकूण	११०	५४	५६	३४	४०	०१	०३	०२	–	१७	१२	–	०१
	विभागानुसार		११०		७४		०४		०२		२९		०१	

वरील तक्त्यावरून रत्नागिरी जिल्ह्यातील पंचायत समितीच्या संख्याबळात ११० पैकी ७२ जागा जिंकून शिवसेना प्रथम क्रमांकाचा पक्ष बनला आहे. त्यामध्ये ३२ पुरुष व ४० महिलांचा समावेश आहे. दुसऱ्या स्थानावर राष्ट्रवादी काँग्रेस राहिला आहे. त्यांना जिल्ह्यात ३० जागा मिळाल्या. त्यामध्ये १६ पुरुष व १४ महिला उमेदवारांचा समावेश आहे. खेड पंचायत समिती मतदार संघात मनसेची एक महिला उमेदवार विजयी झाली आहे. भाजपाला ५ जागा तर काँग्रेसला २ जागा मिळाल्या आहेत.

तक्ता क्र.११ : रत्नागिरी जिल्हा : पंचायत समितीमधील जातनिहाय संख्याबळ

अ.क्र.	पक्ष/प्रवर्ग	एकूण	एकूण		सर्वसाधारण		ओबीसी		एससी		एसटी	
			पु.	स्त्री	पु.	स्त्री	पु.	स्त्री	पु.	स्त्री	पु.	स्त्री
१	भाजप	०४	०१	०३	०१	०२	–	०१	–	–	–	–
२	शिवसेना	७४	३४	४०	२४	२६	०६	१४	०४	–	–	–
३	काँग्रेस	०२	०२	–	०१	–	०१	–	–	–	–	–
४	रा.काँग्रेस	२९	१७	१२	११	०९	०५	०२	–	०१	०१	–
५	मनसे	०१	–	०१	–	०१	–	–	–	–	–	–
	एकूण	११०	५४	५६	३७	३८	१२	१७	०४	०१	०१	–
			११०		७५		२९		०५		०१	

तक्ता क्र.१२ : रायगड जिल्ह्यात एकूण १५ पंचायत समित्या आहेत. त्यांचा आढावा पुढीलप्रमाणे.

अ.क्र.	तालुका	एकूण	एकूण		शिवसेना		भाजप		काँग्रेस		रा.काँ.		शेकाप	
			पु.	म.	पु.	म.	पु.	म.	पु.	म.	पु.	म.	पु.	म.
१	पनवेल	१६	०८	०८	–	–	०२	०४	०३	–	–	–	०३	०४
२	कर्जत	१२	०६	०६	०४	०३	–	–	–	–	०२	०१	–	०२
३	खालापूर	०८	०४	०४	०२	१	–	–	–	–	०१	०२	०१	०१
४	सुधागड	०४	०१	०३	०१	०१	–	–	–	–	–	०१	–	०१
५	उरण	०८	०४	०४	०२	–	०१	०१	–	–	–	–	०१	०३
६	पेण	१०	०५	०५	०१	०२	–	–	०१	–	–	–	०३	०३
७	अलिबाग	१४	०६	०८	०२	०१	०१	–	–	०२	–	–	०३	०५
८	मुरूड	०४	०१	०३	०१	०१	–	–	–	०१	–	०१	–	–
९	रोहा	०८	०४	०४	०१	०१	–	–	०१	–	०१	०३	०१	–
१०	तळा	०४	०२	०२	–	–	–	–	–	–	०२	०२	–	–
११	माणगाव	०८	०४	०४	०३	०२	–	–	–	–	०१	०२	–	–
१२	म्हसळा	०४	०२	०२	–	–	–	–	–	–	०२	०२	–	–
१३	श्रीवर्धन	०४	०२	०२	०१	०२	–	–	–	–	०१	–	–	–
१४	महाड	१०	०५	०५	०५	०४	–	–	–	०१	–	–	–	–
१५	पोलादपूर	०४	०२	०२	०१	–	–	–	०१	०१	–	–	–	०१
	एकूण	११८	५६	६२	२४	१८	०४	०५	०६	०५	१०	१४	१२	२०
विभागानुसार			११८		४२		०९		११		२४		३२	

वरील तक्त्यावरून असे स्पष्ट होते की रायगड ज़िल्ह्यातील पंचायत समितीमध्ये ११८ पैकी ४२ जागा घेऊन शिवसेना प्रथम स्थानी आली आहे. दुसऱ्या स्थानावर शेकाप असून त्यांना ३२ जागा मिळाल्या आहेत. त्यात १२ पुरुष व २० महिला सदस्यांचा समावेश आहे. राष्ट्रवादी काँग्रेस तिसऱ्या स्थानी असून त्यांना २४ जागा मिळाल्या आहेत. काँग्रेस ११ तर भाजपला ९ जागांवर समाधान मानावे लागले आहे. कर्जत, माणगाव, श्रीवर्धन, महाड इत्यादी ठिकाणी शिवसेनेची सत्ता स्थापन झाली आहे; तर पनवेल, खालापूर, पेण, अलिबाग, रोहा, तळा, म्हसळा इत्यादी ठिकाणी शेकाप–राष्ट्रवादी काँग्रेस–काँग्रेस आघाडीची सत्ता आली आहे.

तक्ता क्र.१३ : रायगड जिल्हा : पंचायत समितीमधील जातनिहाय संख्याबळ

अ.क्र.	पक्ष/प्रवर्ग	एकूण	एकूण		सर्वसाधारण		ओबीसी		एससी		एसटी	
			पु.	स्त्री	पु.	स्त्री	पु.	स्त्री	पु.	स्त्री	पु.	स्त्री
१	भाजप	०९	०४	०५	०३	०३	०१	०१	–	–	–	०१
२	शिवसेना	४२	२४	१८	१६	०९	०७	०६	–	–	०१	०३
३	काँग्रेस	११	०६	०५	०२	०३	०३	–	–	–	०१	०२
४	रा.काँग्रेस	२४	१०	१४	०६	१२	०४	–	–	–	–	०२
५	शेकाप	३२	१२	२०	०६	०९	०२	०७	०१	–	०३	०४
	एकूण	११८	५६	६२	३३	३६	१७	१४	०१	–	०५	१२
			११८		६९		३१		०१		१७	

तक्ता क्र.१४ : कोकण विभागातील अल्पसंख्याक विजयी उमेदवार

अ.क्र.	जि.परिषद	पं.समिती	उमेदवाराचे नाव	धर्म	पक्ष	महिला/पु.
१	सावंतवाडी	–	दिएगो फ्रान्सिस डिसोजा	ख्रिश्चन	शिवसेना	पुरुष
२	मालवण	–	जेरोन बस्त्याव फर्नांडिस	ख्रिश्चन	काँग्रेस	पुरुष
३	खेड	–	नफिसा हशमत परकार	मुस्लीम	राष्ट्र.काँग्रेस	महिला
४	–	रत्नागिरी	रिहाना इरफान साखरकर	मुस्लीम	शिवसेना	महिला
५	–	दापोली	रऊफ हजवाणी	मुस्लीम	राष्ट्र.काँग्रेस	पुरुष
६	–	लांजा	मुनाफ अबू दसूरकर	मुस्लीम	काँग्रेस	पुरुष
७	–	रोहा	बिलाल कुरेशी	मुस्लीम	काँग्रेस	पुरुष
८	–	महाड	शोएब ईस्माईल पाचकर	मुस्लीम	शिवसेना	पुरुष

वरील तक्त्यावरून असे दिसून येते की, ख्रिश्चन धर्मातील दोन उमेदवार जिल्हा परिषदेवर निवडून गेले आहेत. शिवसेना व काँग्रेस या पक्षांतर्फे त्यांनी निवडणूक लढविली व त्यात ते विजयी झाले. सावंतवाडी जिल्हा परिषद मतदारसंघातून दिएगो फ्रान्सिस डिसोजा हे शिवसेनेकडून विजयी झाले, तर जेरोन बस्त्याव फर्नांडिस हे काँग्रेसकडून विजयी झाले. खेड जिल्हा परिषद मतदारसंघातून नफिसा हशमत परकार या मुस्लीम महिला उमेदवार राष्ट्रवादी काँग्रेस पक्षाकडून विजयी झाल्या आहेत.

रत्नागिरी पंचायत समिती मतदारसंघातून शिवसेनेच्या रिहाना इरफान साखरकर या मुस्लीम महिला उमेदवार विजयी झाल्या. दापोली पंचायत समिती मतदारसंघातून रऊफ हजवाणी राष्ट्रवादी काँग्रेसकडून विजयी झाले. लांजा पंचायत समिती मतदारसंघातून मुनाफ अबू दसूरकर काँग्रेसकडून व रोहा पंचायत समिती मतदारसंघातून बिलाल कुरेशी

काँग्रेसकडून विजयी झाले आहेत. अशा प्रकारे काँग्रेसकडून दोन मुस्लीम व एक ख्रिश्चन उमेदवार निवडून आले. राष्ट्रवादी काँग्रेस पक्षाचे दोन मुस्लीम उमेदवार विजयी झाले, तर शिवसेनेचे एक मुस्लीम महिला उमेदवार रिहाना इरफान साखरकर व महाडमधून शोएब ईस्माईल पाचकर हे पुरुष उमेदवार तर एक ख्रिश्चन उमेदवार विजयी झाले आहेत.

दिनांक १४ मार्च २०१७ रोजी कोकण विभागातील पंचायत समितींच्या सभापतींची निवड झाली. त्यामध्ये कोणत्या पक्षाचे किती सभासद निवडून आले ते पुढील तक्त्यावरून स्पष्ट होते–

तक्ता क्र.१५ : कोकण विभागातील पंचायत समिती सभापती

तालुका	एकूण	एकूण		शिवसेना		भाजप		काँग्रेस		रा.काँगेस		शेकाप	
		पु.	म.	पु.	म.	पु.	म.	पु.	म.	पु.	म.	पु.	म.
सिंधुदुर्ग	०८	०५	०३	०३	–	०१	०१	०१	०२	–	–	–	–
रत्नागिरी	०९	०३	०६	०२	०४	–	–	–	–	०१	०२	–	–
रायगड	१५	०६	०९	०३	०२	–	–	०१	–	०१	०४	०१	०३
एकूण	३२	१४	१८	०८	०६	०१	०१	०२	०२	०२	०६	०१	०३
विभागानुसार		३२		१४		०२		०४		०८		०४	

कोकण विभागातील पंचायत समितींचे सभापती पद १४ ठिकाणी शिवसेना या पक्षाला मिळाले आहे. त्यामध्ये ८ पुरुष सभापती व ६ महिला सभापतींचा समावेश आहे. दुसऱ्या स्थानावर असलेल्या राष्ट्रवादी काँग्रेस पक्षाला ८ ठिकाणी सभापती पद मिळाले आहे. त्यामध्ये ६ ठिकाणी महिला सभापतींची निवड झाली आहे, तर २ ठिकाणी पुरुष सभापतींची निवड झाली आहे. काँग्रेस या पक्षाचे २ महिला व २ पुरुष सभापती निवडले गेले आहेत. शेकापचे ३ महिला व १ पुरुष सभापती तर भाजपचे महिला व पुरुष अशी प्रत्येकी १-१ सभापतींची निवड झाली आहे.

तक्ता क्र.१६ : सिंधुदुर्ग जिल्ह्यातील पंचायत समिती सभापतींची यादी

अ.क्र.	पंचा.समिती	सभापती	पक्ष	आरक्षण	उपसभापती	पक्ष
१	सावंतवाडी	रवि मडगांवकर	काँग्रेस	ओबीसी	निकिता सावंत	काँग्रेस
२	कणकवली	भाग्यश्री साटम	काँग्रेस	सर्वसाधारण महिला	दिलीप तळेकर	काँग्रेस
३	मालवण	मनीषा वराडकर	काँग्रेस	ओबीसी महिला	अशोक बागवे	काँग्रेस
४	देवगड	जयश्री आडिवरेकर	भाजप	सर्वसाधारण महिला	संजय देवरूखकर	शिवसेना
५	वैभववाडी	लक्ष्मण रावराणे	भाजप	सर्वसाधारण	हर्षदा हरयाण	काँग्रेस
६	दोडामार्ग	गणपत नाईक	शिवसेना	सर्वसाधारण	सुनंदा धर्णे	शिवसेना
७	वेंगुर्ले	यशवंत परब	शिवसेना	सर्वसाधारण	स्मिता दामले	भाजप
८	कुडाळ	राजन जाधव	शिवसेना	एस.सी.	श्रेया परब	शिवसेना

(संदर्भ : ई-सकाळ वर्तमानपत्र)

सिंधुदुर्ग जिल्ह्यातील पंचायत समितींच्या सभापतीपदी सावंतवाडी, मालवण आणि कणकवली या ३ ठिकाणी काँग्रेस पक्षाला सभापती पदाची संधी मिळाली आहे; तर सावंतवाडी, मालवण, वैभववाडी आणि कणकवली या ४ ठिकाणी या पक्षाला उपसभापती पदावर काम करावे लागणार आहे. त्यानंतर शिवसेना पक्षाला वेंगुर्ले, कुडाळ आणि दोडामार्ग या ३ ठिकाणी सभापती पदे व दोडामार्ग, कुडाळ आणि देवगड या ३ ठिकाणी उपसभापती पद मिळाली आहेत. भाजप पक्षाला देवगड व वैभववाडी या २ ठिकाणी सभापती पद मिळाले आहे, तर वेंगुर्ले पंचायत समितीमध्ये उपसभापती पद मिळाले आहे.

तक्ता क्र.१७ : रत्नागिरी जिल्ह्यातील पंचायत समिती सभापतींची यादी

अ.क्र.	पंचा.समिती	सभापती	पक्ष	आरक्षण	उपसभापती	पक्ष
१	रत्नागिरी	मेघना पाष्टे	शिवसेना	सर्वसाधारण महिला	सुनील नावले	शिवसेना
२	खेड	भाग्यश्री बेलोसे	शिवसेना	सर्वसाधारण महिला	विजय कदम	शिवसेना
३	संगमेश्वर	सारिका जाधव	शिवसेना	सर्वसाधारण महिला	दिलीप सावंत	शिवसेना
४	राजापूर	सुभाष गुरव	शिवसेना	ओबीसी	अश्विनी शिवणेकर	NA
५	मंडणगड	आदेश केणे	शिवसेना	सर्वसाधारण महिला	स्नेहल सकपाळ	शिवसेना
६	लांजा	दीपाली दळवी	शिवसेना	सर्वसाधारण महिला	युगंधरा हांदे	शिवसेना
७	गुहागर	विभावरी मुळे	राष्ट्रवादी काँ.	सर्वसाधारण महिला	पांडुरंग कापले	रा.काँग्रेस
८	दापोली	चंद्रकांत बैकर	राष्ट्रवादी काँ.	ओबीसी	राजेश गुजर	रा.काँग्रेस
९	चिपळूण	पूजा निकम	राष्ट्रवादी काँ.	सर्वसाधारण महिला	शरद शिगवण	शिवसेना

(संदर्भ : दैनिक सकाळ, रत्नागिरी जिल्हा आवृत्ती, दि. १४ मार्च २०१७.)

रत्नागिरी जिल्ह्यामध्ये एकूण ९ पंचायत समित्या आहेत. या ठिकाणी सर्वांत जास्त ६ ठिकाणी शिवसेना पक्षाने सभापती पदे मिळवली आहेत. त्यामध्ये रत्नागिरी, खेड, संगमेश्वर, राजापूर, मंडणगड आणि लांजा या पंचायत समितींचा समावेश आहे; तर रत्नागिरी, खेड, संगमेश्वर, मंडणगड आणि लांजा या ५ ठिकाणी उपसभापती पदे मिळाली आहेत. लांजा पंचायत समितीच्या सभापती पदासाठी खुल्या प्रवर्गासाठी आरक्षण जाहीर झाले होते. त्या ठिकाणी दीपाली दळवी या शिवसेनेच्या महिला उमेदवार खुल्या जागेवर निर्वाचित झालेल्या आहेत. राष्ट्रवादी काँग्रेस पक्षाला ३ ठिकाणी सभापती पदे मिळाली आहेत. त्यामध्ये दापोली, गुहागर आणि चिपळूण या पंचायत समित्यांचा समावेश आहे. गुहागर आणि दापोली या २ ठिकाणी राष्ट्रवादी काँग्रेस पक्षाला उपसभापती पदे मिळाली आहेत.

तक्ता क्र.१८ : रायगड जिल्ह्यातील पंचायत समिती सभापतींची यादी

अ.क्र.	पं.समिती	सभापती	पक्ष	आरक्षण	उपसभापती	पक्ष
१	अलिबाग	प्रिया पेढवी	शेकाप	एसटी	प्रकाश पाटील	शेकाप
२	सुधागड	साक्षी दिघे	राष्ट्रवादी काँ.	एसटी	उज्ज्वला देसाई	शिवसेना
३	उरण	नरेश घरत	शेकाप	ओबीसी	वैशाली पाटील	शेकाप
४	खालापूर	श्रद्धा साखरे	राष्ट्रवादी काँ.	सर्व.महिला	विश्वनाथ पाटील	रा.काँग्रेस
५	महाड	सीताराम कदम	शिवसेना	सर्वसाधारण	सुहेब पाचकर	शिवसेना
६	तळा	रविंद्र नटे	राष्ट्रवादी काँ.	ओबीसी	गणेश वाघमारे	रा.काँग्रेस
७	रोहा	वीणा चितळकर	राष्ट्रवादी काँ.	सर्व.महिला	विजया पाशीलकर	रा.काँग्रेस
८	माणगाव	महेंद्र तेटगुरे	शिवसेना	सर्वसाधारण	माधवी समेळ	शिवसेना
९	कर्जत	अमर मिसाळ	शिवसेना	सर्वसाधारण	सुषमा ठाकरे	शिवसेना
१०	पनवेल	कविता पाटील	शेकाप	ओबीसी महिला	वसंत काठावले	काँग्रेस
११	पेण	स्मिता पेणकर	शेकाप	एसटी महिला	शैलेश पाटील	शेकाप
१२	म्हसळा	उज्ज्वला सावंत	राष्ट्रवादी काँ.	सर्व.महिला	माधवी गायकर	रा.काँग्रेस
१३	श्रीवर्धन	सुप्रिया गोवारी	शिवसेना	सर्व.महिला	बाबुराव चोरगे	शिवसेना
१४	पोलादपूर	आरक्षित उमेदवार नाही	-	-	शैलेश सलागरे	काँग्रेस
१५	मुरूड	नीता घाटवळ	शिवसेना	सर्व.महिला	प्रणीता पाटील	काँग्रेस

(दैनिक सकाळ, रायगड जिल्हा आवृत्ती, दि. १४ मार्च २०१७.)

रायगड जिल्ह्यात एकूण १५ पंचायत समित्या आहेत. त्यामध्ये शिवसेना, राष्ट्रवादी काँग्रेस व शेतकरी कामगार पक्ष यांना प्रत्येकी ५ ठिकाणी सभापती पदे भूषविण्याची संधी

मिळाली आहे; तर उपसभापती पदासाठी शेकापला ३ ठिकाणी, राष्ट्रवादी काँग्रेस पक्षाला ४ ठिकाणी, शिवसेनेला ५ ठिकाणी आणि काँग्रेसला २ ठिकाणी संधी मिळाली आहे. पोलादपूर पंचायत समितीवर सभापती पद रिक्त ठेवण्यात आले आहे.

तक्ता क्र.१९ : कोकण विभागातील जिल्हा परिषदेतील अध्यक्ष व उपाध्यक्षांची पक्षनिहाय यादी

जिल्हा	जिल्हा परिषद अध्यक्ष	पक्ष	आरक्षण	उपाध्यक्ष	पक्ष
सिंधुदुर्ग	रेश्मा सावंत	काँग्रेस	सर्वसाधारण महिला	रणजित देसाई	काँग्रेस
रत्नागिरी	स्नेहा सावंत	शिवसेना	सर्वसाधारण महिला	संतोष थेराडे	शिवसेना
रायगड	आदिती तटकरे	रा. काँग्रेस	सर्वसाधारण महिला	आस्वाद पाटील	शेकाप

(संदर्भ : ई-सकाळ, दि. २२ मार्च २०१७.)

कोकण विभागातील सिंधुदुर्ग जिल्हा परिषदेवर काँग्रेस पक्षाच्या रेश्मा सावंत या सर्वसाधारण महिला प्रवर्गातून अध्यक्षपदी निर्वाचित झाल्या आहेत; तर उपाध्यक्षपदी रणजित देसाई हे काँग्रेस पक्षाचे उमेदवार निवडून आले आहेत. सिंधुदुर्ग जिल्हा परिषदेवर काँग्रेस पक्षाची सत्ता स्थापन झाली आहे. रत्नागिरी जिल्हा परिषदेवर शिवसेना पक्षाची सत्ता स्थापन झाली असून अध्यक्ष व उपाध्यक्ष ही दोन्ही पदे शिवसेना पक्षाला मिळाली आहेत. यामध्ये स्नेहा सावंत या अध्यक्षपदी तर उपाध्यक्षपदी संतोष थेराडे विजयी झाले आहेत. रायगड जिल्हा परिषदेवर शेतकरी कामगार पक्ष व राष्ट्रवादी काँग्रेस पक्ष यांची आघाडी असून त्यांची सत्ता आली आहे. रायगड जिल्हा परिषद अध्यक्षपदी राष्ट्रवादी काँग्रेस पक्षाच्या आदिती तटकरे या सर्वसाधारण महिला प्रवर्गातून निर्वाचित झाल्या आहेत; तर उपाध्यक्षपदी शेतकरी कामगार पक्षाचे आस्वाद पाटील यांची वर्णी लागली आहे.

निष्कर्ष

१. कोकण विभागात काँग्रेस, शिवसेना, शेकाप–राष्ट्रवादी अशी पक्षीय स्पर्धा आहे. या स्पर्धेत भाजप सर्वांत शेवटचा स्पर्धक दिसतो. जिल्हा परिषदेत सिंधुदुर्ग जिल्ह्यात काँग्रेस पक्षाची सत्ता आली आहे. रत्नागिरीमध्ये शिवसेनेची तर रायगडमध्ये शेकाप–राष्ट्रवादी काँग्रेसची सत्ता आली आहे.

२. जिल्हा परिषदांच्या १६४ जागांपैकी ८६ जागा महिला उमेदवारांना तर ७८ जागा पुरुष उमेदवारांना मिळाल्या आहेत. त्यामुळे या विभागात सर्वांत जास्त निवडून येण्याचे प्रमाण पुरुषांपेक्षा महिलांचे जास्त आहे.

३. कोकण विभागात शिवसेना पक्षाला जिल्हा परिषदांच्या निवडणुकीत ७३ जागा

मिळाल्या आहेत. तो सर्वांत जास्त उमेदवार निवडून आणणारा पक्ष ठरला आहे. त्यानंतर काँग्रेस ३१, राष्ट्रवादी काँग्रेस २८, शेकाप २३ तर भाजपला ९ जागा मिळाल्या आहेत.

४. सिंधुदुर्ग व रत्नागिरीमध्ये कोणत्याच पक्षाने गुन्हेगारी पार्श्वभूमी असणाऱ्यांना तिकिटे दिली नव्हती. फक्त रायगड जिल्ह्यामध्ये गुन्हे नोंद असणाऱ्या एका उमेदवाराला उमेदवारी दिली होती.

५. जिल्हा परिषदेमध्ये अल्पसंख्याक उमेदवार म्हणून एक मुस्लीम व दोन ख्रिश्चन उमेदवार निवडून आले आहेत; तर पंचायत समितीमध्ये काँग्रेसचे दोन मुस्लीम उमेदवार, राष्ट्रवादी काँग्रेसचे एक तर शिवसेनेच्या एक मुस्लीम महिला उमेदवार निवडून आले.

६. कोकण विभागातील पंचायत समितीच्या संख्याबळात रत्नागिरी व रायगडमध्ये शिवसेना प्रथम स्थानावर आहे; तर सिंधुदुर्गमध्ये काँग्रेस प्रथम स्थानी आहे.

७. पंचायत समितीच्या ३२८ जागांपैकी शिवसेनेला १४२ जागा मिळाल्या व तो प्रथम क्रमांकाचा पक्ष बनला आहे. दुसऱ्या स्थानी काँग्रेस ६९, तिसऱ्या स्थानी राष्ट्रवादी काँग्रेस ५५जागा, शेकापला ३२ जागा, भाजपला २९ जागा मिळाल्या आहेत. मनसेला केवळ एक जागा मिळाली आहे.

८. ३२८ जागांपैकी महिला उमेदवार १६८ निवडून आल्या आहेत; तर पुरुष उमेदवार १६० निवडून आले आहेत. ८ महिला जास्त निवडून आल्या आहेत.

१

उत्तर महाराष्ट्र : जिल्हा परिषद आणि पंचायत समितीचे राजकारण

सचिन मरळे

नाशिक, अहमदनगर, धुळे, नंदुरबार, जळगाव या जिल्ह्यांचा समावेश उत्तर महाराष्ट्रात केला जातो. जिल्हा परिषदांच्या राजकारणांमुळे जिल्ह्यांचे राजकारण घडते. परंतु, उत्तर महाराष्ट्राचे म्हणून एकत्र राजकारण घडण्यास मर्यादा पडतात; कारण नाशिक व अहमदनगर यांचे राजकारण साखरेसाठी प्रसिद्ध आहे तर धुळे, नंदुरबारचे राजकारण अदिवासींच्या राखीव जागांवरचे म्हणून घडते. जळगावचे राजकारण केळीसाठी प्रसिद्ध आहे. नाशिक व जळगावमध्ये प्रक्रिया उद्योग म्हणून साम्य आहे. केळी व द्राक्षे या दोन व्यापारी पिकांच्या भोवती राजकारण फिरते. म्हणजेच ऊस, केळी, द्राक्षे या तीन घटकांचा आर्थिक प्रभाव उत्तर महाराष्ट्राच्या राजकारणावर आहे. या राजकीय अर्थकरणामुळे उत्तर महाराष्ट्राच्या राजकारणाची चौकट ही श्रीमंत शेतकरी वर्गांची दिसते. सहकारी साखर कारखाने, खासगी साखर कारखाने, जिल्हा सहकारी बँक, भूविकास बँक, दूध डेअरी व वायनरी अशा गोष्टींचा प्रभाव हा राजकीय अर्थकारण या स्वरूपाचा आहे. त्या चौकटीशी दोन्ही काँग्रेस पक्षांनी जुळवून घेतले होते. भाजप-शिवसेना या चौकटीशी सध्या नव्याने जुळवून घेत आहे. या कारणामुळे २१३ जिल्हा परिषदांच्या जागांपैकी भाजपला ६२ जागा व शिवसेनेला ४६ जागा जिंकता आल्या आहेत. इतर सर्व पक्षांच्या तुलनेत उत्तर महाराष्ट्रात भाजप हा सर्वांत मोठा पक्ष ठरला आहे. त्याला जवळजवळ ३० टक्के जागा मिळालेल्या आहेत; तर शिवसेना, भाजपला मिळून ५० टक्के पर्यंत जागा मिळालेल्या आहेत. दोन्ही काँग्रेस पक्षांना मिळून केवळ ४० टक्के जागा मिळाल्या. अर्थातच दोन्ही काँग्रेसच्या पुढे भाजप-शिवसेना गेलेली दिसते. परंतु, उत्तर महाराष्ट्राच्या ग्रामीण भागात दोन्ही काँग्रेस पक्ष सध्याही स्पर्धेत दिसून येतात. त्यांचा ऱ्हास घडत असूनही दोन्ही काँग्रेस एक मुख्य स्पर्धक आहे. ही एक वस्तुस्थिती दिसते.

तक्ता क्र.१ : उत्तर महाराष्ट्रातील जिल्हा परिषद निवडणुकांचे निकाल (२०१७)

अ.क्र.	पक्ष	अहमदनगर	जळगाव	नाशिक	एकूण
१	भाजपा	१४	३३	१५	६२
२	शिवसेना	०७	१४	२५	४६
३	काँग्रेस	२३	०४	०८	३५
४	राष्ट्रवादी काँग्रेस	१८	१६	१८	५२
५	इतर	११	-	०७	१८
	एकूण	७३	६७	७३	२१३

उत्तर महाराष्ट्रातील अहमदनगर, नाशिक व जळगाव या तीन जिल्ह्यांमध्ये निवडणुका झाल्या. या जिल्हा परिषदेच्या भाजपने २१३ पैकी ६२ जागा जिंकल्या आहेत. तर शिवसेनेने ४६ जागा मिळवल्या आहेत. काँग्रेस व राष्ट्रवादी काँग्रेस पक्षाने अनुक्रमे ३५ व ५२ जागा मिळविल्या आहेत; तर १८ जागा अपक्षांनी मिळविल्या आहेत. उत्तर महाराष्ट्रामध्ये भाजप हा सर्वांत मोठा पक्ष म्हणून उदयास आला. तसेच ग्रामीण भागात भाजपने पाय रोवल्याचे दिसते; तर काँग्रेस व राष्ट्रवादी काँग्रेस पक्षाच्या राजकारणाचा या विभागात ऱ्हास झाला.

तक्ता क्र.२ : अहमदनगर जिल्हा परिषद निवडणूक (२०१७)

अ.क्र.	पक्ष	२०१७ (संख्याबळ)	२०१२ (संख्याबळ)
१	भाजप	१४	०६
२	शिवसेना	०७	०६
३	काँग्रेस	२३	२८
४	राष्ट्रवादी काँग्रेस	१८	३२
५	क्रांतिकारी शेतकरी पक्ष	०५	-
६	भारतीय कम्युनिस्ट (सीपीआय)	०१	०१
७	श्रीरामपूर आघाडी	०२	-
८	इतर	०३	-
	एकूण	७३	७३

तक्ता क्र.३ : अहमदनगर जिल्हा परिषदेतील पक्षनिहाय स्त्री–पुरुष सदस्य

अ.क्र.	पक्ष	पुरुष	स्त्रिया	एकूण
१	भाजप	०७	०७	१४
२	शिवसेना	०४	०३	०७
३	काँग्रेस	११	१२	२३
४	राष्ट्रवादी काँग्रेस	०८	१०	१८
५	क्रांतिकारी शेतकरी पक्ष	०२	०३	०५
६	भारतीय कम्युनिस्ट (सीपीआय)	–	०१	०१
७	जनआघाडी	–	०१	०२
	एकूण	३२	३७	७०

तक्ता क्र.४ : अहमदनगर जिल्हा परिषदेत निवडून आलेल्या सदस्यांचे प्रवर्गानुसार वर्गीकरण

अ.क्र.	पक्ष	सर्वसाधारण		ना.मा.प्र.		अनुसूचित जाती (जमाती)		एकूण		एकूण
		पु.	स्त्री	पु.	स्त्री	पु.	स्त्री	पु.	स्त्री	
१	भाजप	०४	०३	०१	०४	०२	०२	०७	०७	१४
२	शिवसेना	०१	०२	०३	०१	–	–	०४	०३	०७
३	काँग्रेस	०४	०८	०५	०२	०२ (१)	(२)	११	१२	२३
४	राष्ट्र. काँग्रेस	०५	०६	०१	०२	०२	०२	०८	१०	१८
५	माकप	–	०१	–	–	–	–	–	०१	०१
६	महाआघाडी	०१	–	–	–	–	(१)	०१	०१	०२
७	क्रां.शे.पक्ष	०१	–	०१	०१	–	०२	०२	०३	०५
८	जनशक्तीआघाडी	–	०१	–	–	–	–	–	०१	०१
९	इतर	–	०	–	–	–	(१)	–	०१	०१
	एकूण	१६	२१	११	१०	६(१)	६(४)	३३	३९	७२

(टीप : कंसातील आकडे आजमितीचे आहेत.)

अहमदनगर जिल्हा परिषद पारंपरिकदृष्ट्या पुन्हा काँग्रेस व राष्ट्रवादीच्या ताब्यात राहिली आहे. २०१२च्या निवडणुकीच्या तुलनेत भारतीय जनता पक्षाच्या जागा वाढल्या तरी मतदारांनी त्यांना सत्तेपासून दूर ठेवले आहे. काँग्रेसला सर्वाधिक २३ जागा मिळाल्या. तरी सत्तेसाठी त्यांना पारंपरिक मित्रपक्ष राष्ट्रवादी काँग्रेस किंवा भाजप–शिवसेनेची मदत

घ्यावी लागणार आहे. या निवडणुकीचे मुख्य वैशिष्ट्य म्हणजे राष्ट्रवादी काँग्रेस पक्षाला २०१२च्या तुलनेत कमी जागा झाल्या. राष्ट्रवादी काँग्रेसमधून बाहेर पडलेल्या माजी आमदार शंकरराव गडाख यांच्या क्रांतिकारी शेतकरी पक्षाने नेवासे तालुक्यात सहापैकी पाच जागांवर सत्ता मिळविली आहे. त्यातून जिल्हा परिषदेत सध्या त्रिशंकू स्थिती निर्माण झाली आहे. श्रीरामपूर महाआघाडीने दोन, जनशक्ती, माकप व शेतकरी विकास मंडळ यांनी प्रत्येकी एक जागा मिळविली आहे. अकोले तालुक्यातून शिवसेना व भाजपने चांगल्या जागा मिळविल्या आहेत. सहापैकी अनुक्रमे एक व दोन जागा मिळविल्या आहेत. संगमनेरमध्ये काँग्रेसने वर्चस्व कायम ठेवले. शिवाय थोरात यांच्या नेतृत्वाखालील शेतकरी विकास मंडळाच्या एका सदस्याने विजय मिळविला आहे. अहमदनगर जिल्हा परिषदेत काँग्रेस व राष्ट्रवादी काँग्रेस या पक्षांनी आघाडी तयार करून सत्ता स्थापन केली आहे. जिल्हा परिषदेच्या अध्यक्षपदी काँग्रेसच्या शालिनी राधाकृष्ण विखे व उपाध्यक्षपदी राष्ट्रवादी काँग्रेसच्या राजश्री चंद्रशेखर घुले यांची निवड झाली आहे.

तक्ता क्र.५ : अहमदनगर जिल्ह्यातील पंचायत समिती निवडणुकांचे निकाल (२०१७)

अ.क्र.	तालुके	काँग्रेस	राष्ट्र . कॉ.	भाजप	शिवसेना	इतर	एकूण
१	अकोले	-	०४	०४	०४	-	१२
२	कर्जत	-	०३	०३	०१	०१	०८
३	कोपरगाव	०२	०६	०१	०१	-	१०
४	जामखेड	-	-	०४	-	-	०४
५	अ.नगर	-	-	०४	०८	-	१२
६	नेवासा	-	०१	०१	-	१२ क्रां.शे.प.	१४
७	पाथर्डी	-	०१	०८	-	०१	१०
८	पारनेर	०३	०३	-	०४	-	१०
९	राहाता	१०	-	-	-	-	१०
१०	राहुरी	०४	०६	-	-	-	१०
११	शेवगाव	-	०८	-	-	-	०८
१२	श्रीगोंदा	०२	०३	०७	-	-	१२
१३	श्रीरामपूर	०४	-	-	-	०४ महाआघाडी	०८
१४	संगमनेर	१२	०१	०१	०२	०२	१८
	एकूण	३७	३६	३३	२०	२०	१४६

अहमदनगर जिल्ह्यातील पंचायत समिती निवडणुकीत अकोले पंचायत समिती गणामध्ये राष्ट्रवादी काँग्रेस, भाजप व शिवसेना या पक्षांना प्रत्येकी चार जागा मिळवता आल्या आहेत. कर्जत पंचायत समितीमध्ये राष्ट्रवादीला तीन जागा, भाजपाला तीन जागा तर शिवसेनेला एक जागा मिळाली आहे. कोपरगाव तालुक्याची सत्ता भाजपकडे सोपविणाऱ्या मतदारांनी जिल्हा परिषद व पंचायत समिती निवडणुकीत मात्र भाजपाला नाकारून राष्ट्रवादीकडे सत्ता सोपवून परिवर्तन घडविले. भाजपाच्या आमदार स्नेहलता कोल्हे यांचा प्रभाव ओसरल्याचे या निवडणूक निकालावरून दिसून आले. पंचायत समितीवर राष्ट्रवादीचे युवा नेते आशुतोष काळे यांच्या नेतृत्वाखाली राष्ट्रवादी काँग्रेसने आपला झेंडा फडकविला. सहा जागा मिळविणाऱ्या राष्ट्रवादीच्या तुलनेत काँग्रेसला मात्र दोन जागांवर समाधान मानावे लागले. आमदार भाजपचे असूनही या पक्षाला मात्र अवघ्या एका जागेवर विजय मिळविता आला. सेनेला एकच जागा मिळाली.

जामखेड पंचायत समितीमध्ये भाजपने चारही जागा मिळवत वर्चस्व राखले आहे. अहमदनगर पंचायत समितीमध्ये भाजपने चार जागा जिंकल्या तर आठ जागा जिंकत शिवसेनेने पंचायत समितीवर वर्चस्व राखले आहे. नेवासा तालुक्यात घुले-गडाख यांच्यातील वादामुळे राष्ट्रवादी काँग्रेस पक्षाला मोठे नुकसान झाले आहे. या तालुक्यात तेजश्री लंघे वगळता घड्याळाची निशाणी कोठेही उरली नाही. माजी आमदार शंकरराव गडाख यांनी राष्ट्रवादीशी फारकत घेतल्यानंतर क्रांतिकारी शेतकरी पक्षाची स्थापना करून तालुक्यात क्रांती घडविली. गडाख यांनी सात जिल्हा परिषद गटांपैकी पाच गटांवर विजय मिळविला; तर राष्ट्रवादीला एक व भाजपला एक गट मिळाला. पंचायत समितीतही गडाखांनी निर्विवाद वर्चस्व राखले आहे. शेवगाव पंचायत समितीमध्ये राष्ट्रवादी पक्षाने आठ जागा जिंकून आपले वर्चस्व सिद्ध केले आहे. राष्ट्रवादीचे जिल्हाध्यक्ष चंद्रशेखर घुले यांनी भाजपच्या आमदार मोनिका राजळे यांचा पराभव करून राष्ट्रवादीचे सर्व उमेदवार निवडून आणले. त्यांनी कमळमुक्त शेवगांव केले. पारनेर पंचायत समितीमध्ये काँग्रेसला तीन, राष्ट्रवादी पक्षाला तीन तर शिवसेनेला चार जागा जिंकता आल्या आहेत. राहाता पंचायत समितीमध्ये काँग्रेसने दहापैकी दहा जागा जिंकून आपले वर्चस्व राखले आहे. राहुरी पंचायतीमध्ये काँग्रेसने चार तर राष्ट्रवादी पक्षाने सहा जागा मिळवल्या आहेत.

तक्ता क्र.६ : अहमदनगर जिल्ह्यातील पंचायत समितीमधील सदस्यांचे प्रवर्गानुसार वर्गीकरण

अ. क्र.	पक्ष	सर्वसाधारण		ना.मा.प्र.		मागास प्रवर्ग		एकूण		एकूण
		पु.	स्त्री	पु.	स्त्री	पु.	स्त्री	पु.	स्त्री	
१	भाजप	०७	१०	०३	०७	०५	०१	१५	१८	३३
२	शिवसेना	०८	०२	०१	०२	०२	०२	११	०६	१७
३	काँग्रेस	१२	०८	०७	०८	०३	०३	२२	१९	४१
४	राष्ट्र. काँ.	११	०५	०१	०६	०२	०९	१४	२०	३४
५	क्रां.शे.पक्ष	०३	०३	०१	०३	–	०२	०४	०८	१२
६	महाआघाडी	–	०१	०१	–	०१	०२	०२	०३	०५
७	इतर	०१	–	–	–	०२	०१	०३	०१	०४
	एकूण	४२	२९	१४	२६	१५	२०	७१	७५	१४६

तक्ता क्र.७ : अहमदनगर जिल्ह्यातील पंचायत समितीचे सभापती व उपसभापती (पक्षनिहाय)

अ.क्र.	तालुका	सभापती	पक्ष	उपसभापती	पक्ष
१	अहमदनगर	रामदास भोर	शिवसेना	कांताबाई कोकाटे	शिवसेना
२	पारनेर	राहुल झावरे	काँग्रेस	दीपक पवार	राष्ट्रवादी काँ.
३	श्रीगोंदे	पुरूषोत्तम लगड	भाजप	प्रतिमा सिटे	भाजप
४	कर्जत	पुष्पा शेळके	भाजप	प्रशांत बुद्धिवंत	शिवसेना
५	जामखेड	सुभाष आव्हाड	भाजप	राजश्री मोरे	भाजप
६	पाथर्डी	चंद्रकला खेडकर	भाजप	विष्णुपंत अकोलकर	भाजप
७	शेवगाव	क्षितिज घुले	राष्ट्रवादी	शिवाजी नेमाणे	राष्ट्रवादी
८	नेवासे	सुनीता गडाख	क्रां.शे.पक्ष	राजनंदिनी मंडलिक	क्रां.शे.पक्ष
९	राहुरी	मनीषा ओहोळ	राष्ट्रवादी	रवींद्र आढाव	राष्ट्रवादी
१०	श्रीरामपूर	दीपक पटारे	महाआघाडी	बाळासाहेब तोरणे	महाआघाडी
११	राहाता	हिराबाई कतोरे	काँग्रेस	बाळासाहेब म्हसके	काँग्रेस
१२	कोपरगाव	अनुसया होन	राष्ट्रवादी	अनिल कदम	राष्ट्रवादी
१३	संगमनेर	निशा कोकणे	काँग्रेस	नवनाथ आरगडे	काँग्रेस
१४	अकोले	रंजना मेंगाळ	शिवसेना	मारुती मेंगाळ	शिवसेना

शेवगांव पंचायत समितीमध्ये राष्ट्रवादी पक्षाने ८ पैकी ८ जागा जिंकून आपले वर्चस्व राखले आहे. श्रीगोंदा पंचायत समितीमध्ये काँग्रेसने २, राष्ट्रवादीने ३ तर भाजपने

७ जागा मिळवल्या. श्रीगोंदा पंचायतीवर भाजप पक्षाने झेंडा फडकविला आहे. संगमनेर पंचायत समितीमध्ये काँग्रेस पक्षाने १२ जागा जिंकून आपले वर्चस्व सिद्ध केले आहे. राष्ट्रवादी काँग्रेस १, भाजप १, शिवसेना २, अपक्षांनी २ जागा मिळविल्या आहेत.

तक्ता क्र.८ : जळगाव जिल्हा परिषद निवडणुकीचे निकाल (२०१७)

अ.क्र.	पक्ष	२०१७ (संख्याबळ)	२०१२ (संख्याबळ)
१	भाजप	३३	२४
२	शिवसेना	१४	१४
३	काँग्रेस	०४	१०
४	राष्ट्र . काँग्रेस	१६	२०
	एकूण	६७	६८

तक्ता क्र.९ : जळगाव जिल्हा परिषदेतील सदस्यांचे स्त्री–पुरुष व पक्षनिहाय वर्गीकरण

अ.क्र.	पक्ष	पुरुष	स्त्रिया
१	भाजप	१२	२१
२	शिवसेना	०३	०६
३	काँग्रेस	०२	०४
४	रा. काँग्रेस	०७	०७
	एकूण	२४	३८

जळगाव जिल्हा परिषदेतील ६७ जागांपैकी ३३ जागा जिंकत भाजपने जिल्हा परिषदेवर वर्चस्व राखले आहे. २०१२च्या तुलनेत यावेळी भाजपने ९ जागा जादा मिळविल्या आहेत; तर १६ जागा मिळवून राष्ट्रवादी काँग्रेस क्रमांक दोनचा पक्ष बनला आहे. २०१२च्या तुलनेत राष्ट्रवादी काँग्रेसच्या जागा ४ ने कमी झाल्या आहेत. शिवसेनेला १४ जागांवर समाधान मानावे लागले आहे; तर काँग्रेसला ०४ जागा मिळविता आल्या आहेत. जळगाव जिल्हा परिषदेवर भाजप या पक्षाने सत्ता स्थापन केली आहे. जळगाव जिल्हा परिषदेच्या अध्यक्षपदी भाजपच्या उज्ज्वला पाटील तर उपाध्यक्षपदी भाजपचे नंदकिशोर महाजन यांची निवड झाली आहे.

तक्ता क्र.१० : जळगाव जिल्ह्यातील पंचायत समिती निवडणुकीचे निकाल (२०१७)

अ.क्र.	तालुका	भाजप	शिवसेना	काँग्रेस	राष्ट्र. काँग्रेस	इतर	एकूण
१	मुक्ताईनगर	०६	०१	-	०१	-	०८
२	यावल	०५	-	०४	-	०१	१०
३	पाचोरा	०५	०१	०१	०३	-	१०
४	जामनेर	१०	-	-	०४	-	१४
५	रावेर	०८	०१	०१	०२	-	१२
६	बोदवड	०४	-	-	-	-	०४
७	अमळनेर	०५	-	-	०३	-	०८
८	एरंडोल	-	०४	-	०१	०१	०६
९	चाळीसगाव	०७	-	-	०७	-	१४
१०	चोपडा	०५	०२	-	०५	-	१२
११	जळगाव	०३	०५	-	-	०२	१०
१२	धरणगाव	०१	०५	-	-	-	०६
१३	पारोळा	०१	०३	-	०४	-	०८
१४	भडगाव	०२	०३	-	०१	-	०६
१५	भुसावळ	०४	०१	-	०१	-	०६
	एकूण	६६	२६	०६	३२	०४	१३४

तक्ता क्र.११ : जळगाव पंचायत समिती
पुरुष–स्त्री–मुस्लीम पक्षनिहाय वर्गीकरण : निवडणूक (२०१७)

अ.क्र.	पक्ष	पुरुष	स्त्रिया	मुस्लीम	एकूण
१	भाजप	२८	३८	-	६६
२	शिवसेना	१२	१४	-	२६
३	राष्ट्रवादी काँग्रेस	१४	१७	०१ स्त्री	३२
४	काँग्रेस	०३	०३	-	०६
५	अपक्ष	-	०३	०१ स्त्री	०४
६	एकूण	५७	७५	०२	१३४

जळगाव जिल्ह्यातील स्थानिक स्वराज्य संस्थेतील पंचायत समिती निवडणुका फेब्रुवारी २०१७ रोजी झाल्या. त्यामध्ये जळगाव जिल्ह्यातील एकूण १५ तालुक्यातील

पंचायत समितीच्या निवडणुका झाल्या. यामध्ये मुक्ताईनगर पंचायत समितीमध्ये ८ जणांपैकी ६ जागा भाजप, शिवसेना १, रा.कॉंग्रेस १ अशा जागा मिळाल्या. यावल पंचायत समितीमध्ये एकूण १० गणांपैकी ५ जागा भाजप, कॉंग्रेसला ४ तर अपक्ष १ जागा मिळाल्या आहेत. रावेर लोकसभा क्षेत्रातील जामनेर, मुक्ताईनगर, बोदवड, रावेर, यावल, भुसावळ या पंचायत समित्या भाजपच्या ताब्यात आल्या आहेत; तर चोपडा पंचायत समितीत भाजप-राष्ट्रवादीचे समान सदस्य निवडून आले आहेत. त्यामुळे ही समितीही भाजपच्या ताब्यात येण्याची शक्यता आहे. जामनेर पंचायत समितीमध्ये भाजप पक्षाला १० तर कॉंग्रेस-राष्ट्रवादी आघाडीला ८ जागा मिळाल्या आहेत. एरंडोल पंचायत समितीमध्ये शिवसेनेला ४ तर राष्ट्रवादी कॉंग्रेस पक्षाला १ व अपक्ष १ अशा एकूण ६ जागा निवडून आल्या आहेत. जळगाव पंचायत समितीमध्ये भाजपचे ३ तर शिवसेनेचे ५ व अपक्ष २ असे एकूण १० सदस्य निवडून आले आहेत. धरणगावमध्ये शिवसेनेचे वर्चस्व राहिले आहे. ५ जागा शिवसेनेला तर १ जागा भाजप पक्षाला मिळाली आहे. जळगाव जिल्ह्यातील पंचायत समितीच्या निवडणुकांचे निकाल पाहता भाजप व शिवसेनेचीच सत्ता पंचायत समितीवर असल्याचे दिसते.

तक्ता क्र.१२ : जळगाव जिल्ह्यातील पंचायत समितीचे सभापती व उपसभापती

अ.क्र.	तालुका	सभापती	पक्ष	उपसभापती	पक्ष
१	जळगाव	यमुनाबाई रोटे	भाजप	शीतल पाटील	शिवसेना
२	भुसावळ	सुनील महाजन	भाजप	मनीषा पाटील	भाजप
३	जामनेर	संगीता पिठोडे	भाजप	गोपाळ नाईक	भाजप
४	मुक्ताईनगर	शुभांगी भोलाणे	भाजप	प्रल्हाद जंगले	भाजप
५	बोदवड	गणेश पाटील	भाजप	दीपाली राणे	भाजप
६	रावेर	माधुरी नेमाडे	भाजप	अनिता चौधरी	भाजप
७	यावल	संध्या महाजन	भाजप	उमाकांत पाटील	कॉंग्रेस
८	चोपडा	आत्माराम म्हाळके	भाजप	मच्छिंद्र पाटील	भाजप
९	चाळीसगाव	स्मितल बोरसे	भाजप	संजय पाटील	भाजप
१०	पाचोरा	सुभाष पाटील	भाजप	अनिता पवार	कॉंग्रेस
११	अमळनेर	वजाबाई भिल्ल	भाजप	त्रिवेणीबाई पाटील	भाजप
१२	धरणगाव	मंजुषा पवार	शिवसेना	प्रेमराज पाटील	शिवसेना
१३	भडगाव	हेमलता पाटील	शिवसेना	प्रताप सोनवणे	रा. कॉंग्रेस
१४	एरंडोल	रजनी सोनवणे	शिवसेना	विवेक पाटील	शिवसेना
१५	पारोळा	सुनंदा पाटील	रा. कॉंग्रेस	अशोक पाटील	रा.कॉंग्रेस

तक्ता क्र.१३ : नाशिक जिल्हा परिषद निवडणूक (२०१७)

अ.क्र.	पक्ष	२०१७	२०१२	एकूण
१	भाजप	१५	०४	१९
२	शिवसेना	२५	१८	४३
३	काँग्रेस	०८	१६	२४
४	राष्ट्र. काँग्रेस	१८	२७	४५
५	सीपीआय (माकप)	०३	०३	०६
६	इतर	०४	०६	१०
	एकूण	७३	७४	१४७

तक्ता क्र.१४ : नाशिक जिल्हा परिषद सदस्यांचे पुरुष–स्त्रिया–मुस्लीम पक्षनिहाय वर्गीकरण

अ.क्र.	पक्ष	पुरुष	स्त्रिया	मुस्लीम	एकूण
१	भाजप	०४	१०	०१ स्त्री	१५
२	शिवसेना	०९	१६	-	२५
३	काँग्रेस	०२	०६	-	०८
४	राष्ट्र. काँग्रेस	१४	०४	-	१८
५	माकप	०१	०२	-	०३
६	इतर	०३	०१	-	०४
	एकूण	३३	३९	०१	७३

नाशिक जिल्हा परिषदेवर गेल्या १५ वर्षांपासून असलेली राष्ट्रवादी काँग्रेस पक्षाची सत्ता संपुष्टात आली असून गेल्या वेळेपेक्षा ७ जागा मिळवत २५ जागा जिंकून शिवसेना मोठा पक्ष बनला आहे. राष्ट्रवादीने गतवेळच्या २७ जागांपैकी ९ जागा गमावल्या असून त्यांना १८ जागांवर समाधान मानावे लागले आहे. काँग्रेसला ८ जागांवर समाधान मानावे लागले आहे. शिवसेना–भाजप एकत्र आले तरच सत्ता स्थापन करता येईल. ग्रामीण भागात जम बसलेल्या राष्ट्रवादी काँग्रेसला यंदाच्या जिल्हा परिषद आणि पंचायत समितीच्या निवडणुकीत अपेक्षित यश मिळाले नाही. या निवडणुकीत राष्ट्रवादीच्या ९ जागा कमी झाल्या. काँग्रेसच्या ८ जागा कमी झाल्या असून त्यांना यावेळी केवळ ८ जागाच राखता आल्या. अपक्ष ४ तर माकपने ३ जागांवर विजय मिळविला आहे.

नाशिक जिल्हा परिषदेत शिवसेना, काँग्रेस व माकप यांनी एकत्रित येत भाजप व

राष्ट्रवादीला सत्तेपासून दूर ठेवले आहे. यामुळे शिवसेनेच्या शीतल उदय सांगळे यांची तर काँग्रेसच्या नयना रमेश गावीत यांची उपाध्यक्षपदी निवड झाली आहे.

तक्ता क्र.१५ : नाशिक जिल्ह्यातील पंचायत समिती निवडणुकीचे निकाल (२०१७)

अ.क्र.	तालुके	भाजप	शिवसेना	काँग्रेस	रा.काँग्रेस	माकप	इतर	एकूण
१	सिन्नर	०४	०८	-	-	-	-	१२
२	सुरगणा	०१	-	-	-	०५	-	०६
३	पेठ	-	०४	-	-	-	-	०४
४	इगतपुरी	०१	०७	०१	०१	-	-	१०
५	त्र्यंबकेश्वर	-	०१	०१	०१	०२	०१	०६
६	मालेगाव	०६	०६	-	०१	-	०१	१४
७	चांदवड	०३	०२	०१	०२	-	-	०८
८	देवळा	०२	०१	-	०३	-	-	०६
९	कळवण	०१	-	०२	०५	-	-	०८
१०	नांदगाव	०४	०४	-	-	-	-	०८
११	बागलाण	०७	०१	०२	०२	-	०२	१४
१२	येवला	-	०७	-	०३	-	-	१०
१३	नाशिक	-	०१	-	०६	-	०१	०८
१४	निफाड	०२	०९	०१	०५	-	०३	२०
१५	दिंडोरी	-	०६	०३	०२	-	०१	१२
	एकूण	३१	५७	११	३१	०७	०९	१४६

तक्ता क्र.१६ : नाशिक जिल्ह्यातील पंचायत समितीमधील सदस्यांचे पुरुष–स्त्रिया–मुस्लीम पक्षनिहाय वर्गीकरण

अ.क्र.	पक्ष	पुरुष	स्त्रिया	एकूण
१	भाजप	१७	१३	३०
२	शिवसेना	२३	३६	५९
३	काँग्रेस	०६	०५	११
४	राष्ट्र. काँग्रेस	१३	१७	३०
५	माकप	०३	०४	०७
६	इतर	०८	०१	०९
	एकूण	७०	७६	१४६

नाशिक जिल्ह्यातील १५ पंचायत समितीच्या निवडणुकीमध्ये शिवसेना या पक्षाने वर्चस्व राखले आहे असे दिसते. त्यानंतर भाजपने, राष्ट्रवादी व माकप या पक्षांनी वर्चस्व राखले आहे. सिन्नर पंचायत समितीमध्ये भाजपला ४ जागा तर शिवसेना पक्षाला ८ जागा मिळाल्या आहेत. सुरगणा पंचायत समितीत मार्क्सवादी कम्युनिस्ट पक्षाने ६१ पैकी ५ जागा जिंकल्या आहेत तर भाजपला १० जागा मिळाल्या आहे. पेठ तालुका पंचायत समितीत ४ जागांपैकी ४ जागा शिवसेना पक्षाला मिळाल्या आहेत. शानपूर पंचायत समितीत एकूण १० जागांपैकी सर्वाधिक ०७ जागा शिवसेना पक्षाला मिळाल्या तर भाजपला १, काँग्रेसला १ व राष्ट्रवादी पक्षाला १ जागा मिळाली आहे. त्र्यंबकेश्वर येथे शिवसेना, काँग्रेस, राष्ट्रवादीला अनुक्रमे १ जागा तर मार्क्सवादी कम्युनिस्ट पक्षाला २ जागा मिळाल्या. मालेगाव पंचायत समितीत एकूण चौदा जागांपैकी भाजप व शिवसेना अनुक्रमे ६, ६ जागा मिळाल्या तर राष्ट्रवादीला १ व इतर १. चांदवड पंचायत समितीत एकूण ८ जागांपैकी भाजप, शिवसेना व राष्ट्रवादी पक्षाला अनुक्रमे ३, २, २ जागा मिळाल्या.

देवळा पंचायत समितीमध्ये एकूण ६पैकी राष्ट्रवादीला ३, भाजपला २ तर शिवसेना पक्षाला १ जागा मिळाली. कळवण पंचायत समितीत एकूण ८ जागांपैकी राष्ट्रवादीला सर्वाधिक ५ जागा, काँग्रेसला २, भाजपला १ जागा मिळाली आहे. नांदगाव पंचायत समितीमध्ये एकूण ८ जागांपैकी भाजप, शिवसेनेला समसमान ४ जागा मिळाल्या. बागलाण पंचायत समितीमध्ये एकूण १४ जागांपैकी भाजपला सर्वाधिक ७ जागा, काँग्रेसला २, राष्ट्रवादी २ तर शिवसेनेला एक जागा मिळाली आहे.

तक्ता क्र.१७ : नाशिक जिल्ह्यातील पंचायत समितीमधील सभापती व उपसभापती यांची पक्षनिहाय यादी

अ.क्र.	तालुके	सभापती	पक्ष	उपसभापती	पक्ष
१	नाशिक	रत्नाकर चुंभळे	राष्ट्रवादी	कविता बेंडकोळी	राष्ट्रवादी
२	इगतपुरी	कल्पना हिंदोळे	शिवसेना	भगवान आडोळे	शिवसेना
३	त्र्यंबकेश्वर	ज्योती राऊत	माकप	रवींद्र भोये	राष्ट्रवादी
४	मालेगाव	प्रतिभा सूर्यवंशी	राष्ट्रवादी	अनिल तेजा	अपक्ष
५	चांदवड	डॉ. नितीन गांगुर्डे	भाजप	अमोल भालेराव	राष्ट्रवादी
६	बागलाण	विमलबाई सोनवणे	भाजप	शीतल कौर	भाजप
७	देवळा	केसरबाई अहिरे	राष्ट्रवादी	सरला जाधव	शिवसेना
८	नांदगाव	सुमन निकम	शिवसेना	सुभाष कुटे	शिवसेना
९	येवला	आशा साळवे	शिवसेना	रूपचंदभाऊ भागवत	शिवसेना

१०	कळवण	आशा पवार	राष्ट्रवादी	विजय शिरसाठ	राष्ट्रवादी
११	सुरगाणा	सुवर्णा गांगुर्डे	माकप	इंद्रजित गावित	माकप
१२	पेठ	पुष्पा गवळी	शिवसेना	तुळशीराम वाघमारे	शिवसेना
१३	निफाड	पंडित आहेर	शिवसेना	गुरूदेव कादे	शिवसेना
१४	दिडोंरी	एकनाथ गायकवाड	शिवसेना	वसंत थेटे	काँग्रेस
१५	सिन्नर	सुमन बर्डे	शिवसेना	वेणूबाई डावरे	शिवसेना

येवला पंचायत समितीमध्ये एकूण १० जागांपैकी शिवसेनेला सर्वाधिक ७ तर राष्ट्रवादी पक्षाला ३ जागा मिळाल्या. नाशिक पंचायत समितीमध्ये एकूण ८ जागांपैकी राष्ट्रवादीला सर्वाधिक ६, शिवसेनेला १, निफाडमध्ये एकूण २० जागांपैकी शिवसेना सर्वाधिक ९, राष्ट्रवादीला ५ तर भाजपला २ जागा मिळाल्या. दिंडोरी एकूण बारापैकी शिवसेनेला सर्वाधिक ६, काँग्रेसला ३ तर राष्ट्रवादीला २ जागा मिळाल्या.

उत्तर महाराष्ट्राच्या राजकारणात राष्ट्रवादी काँग्रेस पक्ष प्रभावी होता. त्यांचा सध्या ऱ्हास होत आहे. छगन भुजबळ व एकनाथ खडसे यांचे नेतृत्व सध्या अडचणीत आहे. उत्तर महाराष्ट्रात त्या जागी नवीन नेतृत्व उभे राहत आहे. हा नेतृत्वाच्या पातळीवरील फेरबदल उत्तर महाराष्ट्रात घडत आहे.

१०

पश्चिम विदर्भ : जिल्हा परिषद आणि पंचायत समिती निवडणूक

मोहन कांबळे

महाराष्ट्र राज्यात फेब्रुवारी २०१७मध्ये झालेल्या जिल्हा परिषद व पंचायत समिती निवडणुकांद्वारे धक्कादायक निकाल समोर येऊन सत्तांतर झाले. पश्चिम विदर्भातील अमरावती, यवतमाळ व बुलढाणा जिल्ह्यातील पंचायत समिती व जिल्हा परिषद निवडणुकीचा तपशील येथे नोंदविला आहे.

महाराष्ट्र राज्यात ६ प्रशासकीय विभाग आहेत. त्यामध्ये एकूण ३६ जिल्ह्यांचा समावेश होतो. या ३६ जिल्ह्यांपैकी सध्या २५ जिल्ह्यांमध्ये या निवडणुका पार पडल्या. पश्चिम विदर्भात अमरावती प्रशासकीय विभाग येतो. त्यामध्ये अमरावती, बुलढाणा, अकोला, वाशिम आणि यवतमाळ या पाच जिल्ह्यांचा समावेश होतो. या पाच जिल्ह्यांपैकी अमरावती, यवतमाळ व बुलढाणा या तीन जिल्ह्यांमध्ये महानगरपालिका, जिल्हा परिषदा व पंचायत समित्यांच्या निवडणुका झाल्या.

अमरावती जिल्हा परिषदेमध्ये ६० जागांकरिता ही निवडणूक झाली. यवतमाळ जिल्हा परिषदेत ६१ जागांसाठी तर बुलढाणा जिल्हा परिषदेमध्ये ५९ जागांसाठी ही निवडणूक झाली. तसेच तीन जिल्ह्यातील पंचायत समित्यांमध्ये अनुक्रमे अमरावती जिल्ह्यात ८८ जागांसाठी, यवतमाळ जिल्ह्यात १२२ जागांसाठी तर बुलढाणा जिल्ह्यात १२० जागांकरिता निवडणूक झाली. तीन जिल्ह्यातील मागील निवडणुकीमध्ये दोन्ही काँग्रेस सत्ताधारी होती. अमरावती जिल्ह्यात राष्ट्रवादी पक्षाला सर्वाधिक २५ जागा मिळाल्या होत्या. यवतमाळ जिल्हा परिषदेमध्ये काँग्रेस पक्षाला सर्वाधिक २३ जागा तर बुलढाणा जिल्हा परिषदेत काँग्रेस पक्षाला सर्वाधिक २२ जागा मिळालेल्या होत्या. या निवडणुकीत मात्र राष्ट्रवादी काँग्रेस पक्षाची पिछेहाट झाली. सध्याच्या निवडणूक निकालानुसार अमरावती जिल्हा परिषदेत काँग्रेस पक्षाला सर्वाधिक २६ जागा, यवतमाळ जिल्हा परिषदेत शिवसेना पक्षाला सर्वाधिक २० जागा तर बुलढाणा जिल्हा परिषदेत भारतीय जनता पक्षाला सर्वाधिक २४ जागा मिळालेल्या आढळून आलेल्या आहेत.

अमरावती जिल्हा परिषदेचा निकाल

अमरावती जिल्हा परिषदेवर काँग्रेस पक्षाने केवळ नियंत्रण कायम ठेवलेले नाही; तर गेल्या वेळेपेक्षा २ जागा जास्त निवडून आणल्या. त्यामध्ये १४ महिला उमेदवार निवडून आले. तसेच आरपीआय पक्षाचा १ उमेदवार व अपक्ष २ उमेदवार निवडून आले. आमदार प्रा. वीरेंद्र जगताप, आमदार ॲड. यशोमती ठाकूर तसेच काँग्रेसचे जिल्हाध्यक्ष बबलू देशमुख हे विजयाचे भागीदार आहेत, असा दावा केला जातो.

तक्ता क्र.१ : अमरावती विभागातील जिल्हा परिषद सांख्यिकीय आकडेवारी

अ. क्र.	जिल्हा परिषद	तालुक्यांची संख्या	वार्षिक उत्पन्न	दरडोई उत्पन्न लाखात	लोकसंख्या	अनुसूचित जाती	अनुसूचित जमाती
१	अमरावती	१४	१३८७४७७४	रु. ६३४६७	२८८८४४५	१७.१०%	१३.७०%
२	यवतमाळ	१६	१२६९९७	रु. ५४४९७	२७७२३४८	११.८५%	१८.५४%
३	बुलढाणा	१३	९४०४६	रु. ५०७७२	२५८६२५८	१०.८२%	५.१५%

(संदर्भ : www.mahades.gov.in & census of Maharashtra (2015))

तक्ता क्र.२ : जिल्हा परिषदेतील बलाबल (२०१२)

अ.क्र.	जिल्हा	एकूण जागा	काँग्रेस	राष्ट्रवादी काँग्रेस	भाजप	शिवसेना	मनसे	इतर
१	अमरावती	५९	०७	२५	०९	०७	-	११
२	यवतमाळ	६२	२३	२१	०४	१२	०१	०१
३	बुलढाणा	५९	२२	१३	०४	११	०१	०८
	एकूण	१८०	५२	५९	१७	३०	०२	२०

(संदर्भ : www. Election Commission of Maharashtra.in)

तक्ता क्र.३ : पश्चिम विदर्भातील निवडणुकांचे निकाल : विजयी उमेदवारांचे पक्षनिहाय वर्गीकरण : २०१७

अ. क्र.	जिल्हा		एकूण उमेदवार	पक्षनिहाय विजयी उमेदवारांचे संख्याबळ																			
				BSP		BJP		CPI		CPI (M)		INC		NCP		SS		Other		INDEPEN DENT		एकूण	
	ZP / PS			W	T	W	T	W	T	W	T	W	T	W	T	W	T	W	T	W	T	उमेदवार	स्त्री
१	२	३	४	५	६	७	८	९	१०	११	१२	१३	१४	१५	१६	१७	१८	१९	२०	२१	२२	२३	२४
१	अमरावती	zp	५९	-	१	३	१३	-	-	-	-	१४	२६	३	५	-	३	३	९	१	२	५९	३०
		ps	८८	-	२	-	२३	-	१	-	-	-	३१	-	४	-	१०	-	१३	-	४	८८	४२
२	यवतमाळ	zp	६१	-	-	८	१७	-	-	-	-	७	१२	३	११	८	२०	-	-	-	१	६१	२१
		ps	१२२	-	-	-	३३	-	१	-	१	-	२५	-	१८	-	४१	-	-	-	३	१२२	६४
३	बुलढाणा	zp	६०	-	-	१४	२४	-	-	-	-	९	१४	४	८	५	९	-	२	३	३	६०	३५
		ps	१२०	-	-	-	३९	-	-	-	-	-	३१	-	१३	-	२६	-	१०	-	१	१२०	७२
		एकूण	५१०		३	२५	१४९		२		१	३०	१३९	१०	५९	१३	१०९	३	३४	४	१४	५१०	२६४

(टीप-W = Women & T = Total.)

(संदर्भ : www.mahasecnews.blogspot.com)

तक्ता क्र.४ : पश्चिम विदर्भातील पंचायत समित्यांचे सभापती/उपसभापती पक्षनिहाय संख्याबळ : फेब्रुवारी २०१७

अ. क्र.	जिल्हे	सभापती/उपसभापती	काँग्रेस			भाजप		शिवसेना		राष्ट्रवादी काँग्रेस		भारिप		प्रहार		अपक्ष	
			हिं.	बौद्ध	मुस्लीम	हिं.	बौद्ध	हिं.	बौद्ध	हिं.	बौद्ध	हिं.	बौद्ध	हिं.	बौद्ध	हिं.	बौद्ध
१	अमरावती	सभापती	२	२	-	१	१	१	-	-	१	-	-	-	-	१	१
		उपसभापती	-	२	-	-	२	१	२	-	१	-	-	१	-	-	१
२	यवतमाळ	सभापती	२	३	१	२	१	३	३	-	१	-	-	-	-	-	-
		उपसभापती	-	३	-	२	२	-	७	१	१	-	-	-	-	-	-
३	बुलढाणा	सभापती	४	-	-	४	-	२	-	१	१	-	१	-	-	-	-
		उपसभापती	-	-	-	३	४	२	१	-	१	२	-	-	-	-	-
एकूण			८	१०	१	१२	१०	९	१३	२	६	२	१	१	-	१	२
७८			१९			२२		२२		०८		०३		०१		०३	

(संदर्भ : www.elokmat.com दि. १४-३-१७)

अमरावती जिल्हा परिषदेत एकूण ५९ जागांकरिता निवडणूक झाली होती. काँग्रेस पक्षाच्या या विजयाचे महत्त्व म्हणजे निवडणूक काळात पक्षाचा कोणताही मुख्य नेता प्रचाराला गेला नव्हता. तरीदेखील लोकांनी काँग्रेसच्या उमेदवारांना निवडून दिले हे विशेष. म्हणजे यामध्ये काँग्रेसने वरूड, मोर्शी भागात राष्ट्रवादी काँग्रेसशी केलेली आघाडी कारणीभूत ठरल्याचे दिसून येते.

यवतमाळ जिल्हा परिषद निवडणुकीचे निकाल

यवतमाळ जिल्हा परिषदेत एकूण ६१ जागांकरिता निवडणूक झाली. यवतमाळ जिल्हा परिषदेत काँग्रेस, राष्ट्रवादी पक्षांना मागे टाकत शिवसेना पक्षाने सर्वाधिक २० जागा निवडून आणलेल्या आहेत. त्यामध्ये ८ महिला उमेदवारांचा समावेश होतो. त्यानंतर १७ जागा भारतीय जनता पक्षाच्या निवडून आल्या आहेत. त्यामध्ये ८ महिला उमेदवार निवडून आलेले आहेत. चौथ्या क्रमांकावर राष्ट्रवादी पक्षाचे ११ उमेदवार निवडून आले. त्यामध्ये ३ महिला उमेदवारांचा समावेश होतो; तर काँग्रेसचे १२ उमेदवार निवडून येऊन ७ महिला उमेदवार आहेत. यवतमाळ जिल्हा परिषदेत काँग्रेसचे माजी मंत्री संजय देशमुख यांनी या निवडणुकीत मुख्यमंत्र्यांच्या उपस्थितीत भाजपमध्ये प्रवेश केला होता. भाजप पक्षामधून जिल्हा परिषदेसाठी निवडणूक लढविली होती. मात्र, क्रॉस व्होटिंगमुळे त्यांना हा पराभव पत्करावा लागला असे आढळून आले.

बुलढाणा जिल्हा परिषद निवडणुकीचे निकाल

बुलढाणा जिल्हा परिषदेसाठी सध्या ६० जागांसाठी निवडणूक झाली. २०१२च्या निवडणुकीत काँग्रेस पक्षाला १३ जागा, शिवसेनेला ११ तर भाजपला अवघ्या ४ जागा मिळाल्या होत्या. या निवडणुकीत मात्र भारतीय जनता पक्षाने सर्वाधिक २४ जागा मिळविल्या आहेत. त्यामध्ये १४ महिला उमेदवार निवडून आले. दुसऱ्या क्रमांकावर काँग्रेसने १४ जागा जिंकल्या. काँग्रेसच्या ९ महिला उमेदवार निवडून आले. काँग्रेसने स्थान टिकविले आहे. मात्र, राष्ट्रवादीची पिछेहाट झाली त्यांना केवळ ८ जागा जिंकता आल्या.

भाजपला स्पष्ट बहुमत मिळाले नसले तरी सर्वांत जास्त जागा मिळालेल्या आहेत. या ठिकाणी प्रतिष्ठेची लढत म्हणून शिवसेनेचे खासदार प्रतापराव जाधव यांच्या पुत्राला जनतेने नाकारल्याचे दिसून येते.

अमरावती, यवतमाळ आणि बुलढाणा जिल्हा परिषदेच्या निवडणुकीचा आढावा घेतला असता भारतीय जनता पक्षाला लोकांनी चांगला प्रतिसाद दिलेला दिसून येतो. तसेच शिवसेनेलाही त्यांचे नियंत्रण टिकवून ठेवता आले. राष्ट्रवादी काँग्रेस व काँग्रेस पक्षाचा मात्र ऱ्हास झाला.

निवडणुकीसाठी अनुक्रमे अमरावती जिल्ह्यात एकूण ६७ टक्के मतदान, बुलढाणा जिल्ह्यात ६६ टक्के मतदान तर यवतमाळ जिल्ह्यात सर्वाधिक ७२ टक्के मतदान झाले.

तक्ता क्र.५ : अमरावती जिल्ह्यातील पंचायत समिती निवडणुकांचे निकाल

अ. क्र.	पंचायत समित्या	एकूण जागा	स्त्री उमेदवार	पुरुष उमेदवार	पक्षनिहाय विजयी उमेदवारांची आकडेवारी						
					BJP	INC	SS	NCP	IND	Other	प्रहार
१	चिखलदरा	८	६	२	१	६	-	-	-	१	-
२	चांदुरबाजार	१२	६	६	१	१	२	१	-	१	६
३	मोर्शी	१०	५	५	६	१	२	-	-	१	-
४	वारूड	१०	४	६	५	२	-	२	-	१	-
५	अमरावती	१०	४	६	१	५	१	-	-	३	-
६	अचलपूर	१०	६	४	५	३	-	-	-	१	१
७	अंजनगाव	६	२	४	२	३	१	-	-	-	-
८	दर्यापूर	८	२	६	१	३	२	-	२	-	-
९	भातकुली	६	२	४	१	१	२	-	-	२	-
१०	नांदगाव खांदेश्वर	८	५	३	-	४	२	-	-	२	-
	एकूण	८८	४२	४६	२३	२९	१२	३	२	१२	७

(संदर्भ : ई-सकाळ पेपर, अमरावती, दि. २४/०२/२०१७.)

तक्ता क्र.६ : अमरावती जिल्हा पंचायत समितीमधील सभापती व उपसभापती पक्षनिहाय संख्या

अ.क्र.	वर्गवारी	काँग्रेस	भाजप	शिवसेना	रा.काँ.	प्रहार	अपक्ष	एकूण
१	स्त्री	२	१	२	-	१	१	७
२	पुरुष	४	३	२	२	-	२	१३
३	एकूण	६	४	४	२	१	३	२०

(संदर्भ : www.elokmat.com दि. १४-३-१७)

अमरावती जिल्ह्यातील पंचायत समिती निवडणूक

अमरावती जिल्ह्याच्या पंचायत समिती निकालावरून सर्वाधिक जागा काँग्रेस पक्षाला मिळाल्या आहेत. दुसऱ्या क्रमांकावर २३ जागा भाजपला तर शिवसेना पक्षाला १२ जागा जिंकता आल्या. राष्ट्रवादी काँग्रेस पक्षाला अगदी अल्प प्रमाणात केवळ ३ जागा मिळविण्यात यश आले. अपक्षांमध्ये दोन उमेदवार निवडून आल्याचे दिसून येते (पहा तक्ता क्र.५).

त्याचप्रमाणे या जिल्ह्यात विविध पक्षातून जवळपास ४२ महिला उमेदवार निवडून आलेले आहेत. १ मुस्लीम उमेदवारही निवडून आलेला आहे. तसेच प्रहार पक्षातूनही ७ जागा निवडून आल्या. या छोट्या पक्षाचा प्रभाव दिसून आला.

यवतमाळ जिल्ह्यातील पंचायत समिती निवडणूक

यवतमाळ जिल्ह्याच्या पंचायत समिती निवडणूक निकालावरून महिलांचा भागीदारीचा मुद्दा स्पष्ट दिसतो. एकूण १२२ जागांपैकी ६४ महिला उमेदवार या विभागातून निवडून आले आहेत. त्याचप्रमाणे विविध पक्षांतर्गत ही संख्या दिसून येते. शिवसेना पक्षाचे सर्वाधिक ४० उमेदवार या निवडणुकीत विजयी झाले आहेत. त्यानंतर दुसऱ्या क्रमांकावर भारतीय जनता पक्षाचे एकूण ३३ उमेदवार निवडून आले आहेत. काँग्रेस पक्षातील २६ उमेदवार या निवडणुकीत विजयी झाले आहेत (पहा– तक्ता क्र. ७).

अशा प्रकारे अनुसूचित जमाती महिलांकरिता राखीव असलेल्या महागाव गटामधून शिवसेनेच्या राधा धरकडे या सहा हजारहून अधिक मतांनी निवडून आलेल्या आहेत. त्यांनी काँग्रेस पक्षाचा पराभव केलेला दिसून येतो. दुसरीकडे डोल्हारी गटातून अनुसूचित जमातीतील महिलांसाठी राखीव असलेल्या जागी सेनेच्या अश्विनी कुरसिंगे सहा हजारहून अधिक मतांनी विजयी झालेल्या दिसून येतात.

बुलढाणा जिल्ह्यातील पंचायत समिती निवडणूक

बुलढाणा पंचायत समिती निवडणूक निकालावरूनही महिलांची भागीदारी वाढल्याचे दिसते. एकूण १२० जागांसाठी या निवडणुका पार पडल्या. त्यामध्ये ७२ महिला विविध पक्षातून निवडून आल्या. त्याचप्रमाणे एकूण ९ उमेदवार मुस्लीम समुदायातील निवडून आले. मुस्लीम उमेदवारांमध्ये कोथळी पंचायत गणातून भारिपच्या नजमुस्तेर शेख रफिक या विजयी झाल्या. त्यामुळे भारिपनेही मुस्लीम उमेदवार उभे करून सर्वसमावेशक असे राजकारण करण्याचा प्रयत्न केला. तसेच देऊळगाव मही जिल्हा परिषद गणातून राष्ट्रवादीचे रियाज खान पठाण हे पाच हजारहून अधिक मते घेऊन विजयी झाले. (पहा– तक्ता क्र.९).

बुलढाणा पंचायत समितीवर २ अपक्ष उमेदवारही निवडून आलेले आहेत. त्याचप्रमाणे या जिल्ह्यातील एकूण १२० जागांपैकी भारतीय जनता पक्षाचे सर्वाधिक ३९ उमेदवार विजयी झाले आहेत. दुसऱ्या क्रमांकावर काँग्रेसचे ३१ उमेदवार विजयी झाले आहेत. त्यानंतर शिवसेनेचे एकूण २६ उमेदवार विजयी झाले आहेत. तसेच राष्ट्रवादी काँग्रेस पक्ष चौथ्या क्रमांकावर जाऊन त्यांचे केवळ १३ उमेदवार निवडून आलेले आहेत. भारतीय रिपब्लिकन पक्षाचे ८ उमेदवार निवडून येऊन त्यांनी आपले स्थान टिकवले

आहे. बुलढाणा जिल्हा परिषद स्थापनेपासून पहिल्यांदाच काँग्रेसचे नियंत्रण कमी झाले. काँग्रेस पक्षाचा ऱ्हास झाला, असे दिसते.

तक्ता क्र.७ : यवतमाळ जिल्ह्यातील पंचायत समिती निवडणुकीचे निकाल

अ. क्र.	पंचायत समित्या	एकूण जागा	स्त्री उमेदवार	पुरुष उमेदवार	पक्षनिहाय विजयी उमेदवारांची आकडेवारी					
					BJP	INC	SS	NCP	IND	OTHER
१	उमरखेड	१२	६	६	१	५	३	३	-	-
२	महागाव	१०	५	५	१	३	१	५	-	-
३	पुसद	१६	८	८	७	-	१	८	-	-
४	दिग्रस	६	३	३	१	१	३	-	-	१
५	आर्वी	८	४	४	२	४	२	-	-	-
६	दारव्हा	१०	६	४	-	-	९	-	१	-
७	नेर	६	३	३	-	१	५	-	-	-
८	यवतमाळ	८	५	३	२	१	४	१	-	-
९	बाभुळगाव	४	२	२	४	-	-	-	-	-
१०	कळंब	६	४	२	-	४	१	-	-	-
११	राळेगाव	६	३	३	३	३	-	-	-	-
१२	मोरगाव	४	२	२	१	२	१	-	-	-
१३	वणी	८	४	४	४	-	३	-	-	१
१४	झरीझामणी	४	२	२	२	१	१	-	-	-
१५	पांढरकवढा	८	४	४	१	१	५	१	-	-
१६	घाटंजी	६	३	३	४	-	१	-	-	१
	एकूण	१२२	६४	५८	३३	२६	४०	१८	१	३

(संदर्भ – ई–सकाळ पेपर, यवतमाळ, दि. २४/०२/२०१७)

तक्ता क्र.८ : यवतमाळ जिल्हा पंचायत समितीमधील सभापती व उपसभापती

अ.क्र.	वर्गवारी	काँग्रेस	भाजप	रा.काँ.	शिवसेना	एकूण
१	स्त्री	२	४	१	३	१०
२	पुरुष	६	३	२	१०	२१
	एकूण	८	७	३	१३	३१

(संदर्भ – www.elokmat.com दि. १४/०३/२०१७)

तक्ता क्र.९ : बुलढाणा जिल्ह्यातील पंचायत समिती निवडणुकांचे निकाल

अ. क्र.	पंचायत समित्या	एकूण जागा	स्त्री उमेदवार	पुरुष उमेदवार	मुस्लीम उमेदवार	पक्षनिहाय विजयी उमेदवारांची आकडेवारी						
						BJP	INC	SS	NCP	IND	OTHER	BHARI
१	लोणार	८	५	३	-	-	२	४	२	-	-	-
२	शेगाव	६	२	४	-	१	२	-	-	-	-	३
३	संग्रामपूर	८	६	२	-	४	१	१	-	-	-	२
४	मोताळा	८	४	४	१	१	४	२	-	-	-	१
५	नांदुरा	८	६	२	१	१	४	२	-	१	-	-
६	मलकापूर	६	३	३	-	४	-	-	२	-	-	-
७	मेहकर	१२	६	६	-	१	२	९	-	-	-	-
८	बुलढाणा	१२	८	४	२	२	५	२	१	-	१	१
९	खामगाव	१४	५	९	-	१०	४	-	-	-	-	-
१०	जळगाव जामोद	८	४	४	-	४	२	१	-	-	-	१
११	चिखली	१४	१२	२	४	७	५	१	-	१	-	-
१२	देऊळगाव राजा	६	४	२	-	१	-	१	४	-	-	-
१३	सिंदखेड राजा	१०	७	३	१	३	-	३	४	-	-	-
	एकूण	१२०	७२	४८	९	३९	३१	२६	१३	२	१	८

(संदर्भ - ई-सकाळ पेपर, बुलढाणा, दि. २४/०२/२०१७)

तक्ता क्र.१० : बुलढाणा जिल्हा परिषद व पंचायत समिती निवडणुकांचे निकाल

अ. क्र.	जि.प. पं.स.	एकूण जागा	पक्षनिहाय व जातीनिहाय विजयी उमेदवारांचे संख्याबळ																						
			भाजप				काँग्रेस				राष्ट्रवादी काँग्रेस				शिवसेना				भारिप				अपक्ष/इतर		
वर्गवारी			Open	SC	ST	OBC	Open	SC	ST	OBC	Open	SC	ST	OBC	Open	SC	ST	OBC	Open	SC	ST	OBC	Open	SC	ST
१	zp	६०	१५	७	-	२	७	१	-	६	५	१	-	२	१	१	१	६	-	१	१	-	१	१	१
२	ps	१२०	२२	५	२	१०	१९	४	२	६	५	४	-	४	९	६	-	११	३	२	१	२	२	१	-
३	जिल्हा परिषद		२४				१४				०८				०९				०२				०३		
४	पंचायत समिती		३९				३१				१३				२६				०८				०३		
एकूण			६३				४५				२१				३५				१०				०६		

(संदर्भ - www.egazette.maharashtra.in)

तक्ता क्र.११ : बुलढाणा जिल्ह्यातील पंचायत समिती : सभापती व उपसभापती

अ.क्र.	वर्गवारी	काँग्रेस	भाजप	रा.काँ.	शिवसेना	भारिप	एकूण
१	स्त्री	४	७	२	४	२	१९
२	पुरुष	-	४	१	१	१	७
३	मुस्लीम	१	-	-	-	-	१
	एकूण	५	११	३	५	३	२७

(संदर्भ - www.elokmat.com दि. १४/०३/२०१७)

पश्चिम विदर्भातील पंचायत समिती सभापतीची निवड

अमरावती जिल्ह्यात काँग्रेस पक्षाला सभापती पदाच्या ४ जागा, भाजपला २ जागा, शिवसेनेला १, तर राष्ट्रवादी काँग्रेस पक्षाला १ जागा तसेच अपक्ष म्हणून २ जागा सभापती पदाला मिळालेल्या आहेत. यवतमाळ जिल्ह्यात काँग्रेस पक्षाला ५, भाजपला ३ तर शिवसेनेला ६ व राष्ट्रवादी काँग्रेस पक्षाला १ जागा मिळालेली आहे. बुलढाणा जिल्ह्यात काँग्रेस पक्षाला सभापती पदासाठी ४ स्त्री उमेदवार, भारतीय जनता पक्षाला ४ स्त्री उमेदवार, शिवसेनेला २ स्त्री उमेदवार, राष्ट्रवादी काँग्रेस पक्षाला २ जागा तर भारतीय रिपब्लिकन पक्षाला १ जागा मिळालेली आहे. तीनही जिल्ह्यांमध्ये सर्वाधिक सभापती पदे काँग्रेस पक्षाला ८ मिळालेली आहेत. दुसऱ्या क्रमांकावर ७ जागा भारतीय जनता पक्षाला मिळालेल्या आहेत. तिसऱ्या क्रमांकावर ६ जागा या शिवसेना पक्षाला मिळून राष्ट्रवादी काँग्रेस पक्षाला केवळ १ जागा मिळाल्याचे आढळून आले. या निकालावरून राष्ट्रवादी काँग्रेस पक्षाची पिछेहाट झालेली दिसून येते. (पहा तक्ता क्र.६, ८ व ११).

पश्चिम विदर्भात अमरावती, यवतमाळ व बुलढाणा जिल्ह्यात एकूण २३ स्त्रिया सभापती पदावर व ११ स्त्रिया उपसभापती पदासाठी निवडून आल्या. यामध्ये बुलढाणा जिल्ह्यात सर्वांत जास्त ११ स्त्री उमेदवारांची सभापती जागेकरिता निवड झाली; तर ८ उपसभापती जागांवर महिला निवडून आल्या आहेत. मात्र, याला यवतमाळ जिल्ह्यात बाभूळगाव पंचायत समितीवर अनुसूचित जाती महिला सभापती पद राखीव असताना तेथे उमेदवारच मिळत नसल्याने शासनाने हे पद रिक्तच ठेवले.

तीन जिल्ह्यांपैकी यवतमाळ, बुलढाणा जिल्ह्यात एकूण जागांपैकी निम्म्याहून अधिक महिला विविध पक्षातून निवडून आल्या. यामध्ये पक्षांतर केलेल्या उमेदवारांनी महिला उमेदवार उभे केले व प्रतिष्ठेच्या जोरावर त्या निवडून आणल्या. त्यासाठी त्यांनी

स्थानिक आघाड्याही केलेल्या दिसून आल्या. त्यामुळे महिलांची भागीदारी वाढल्याचे दिसते. राजकारणात सक्रिय होऊन आपले प्रश्न सोडविण्याची संधी महिलांना मिळाली.

अनुसूचित जातीची उपेक्षा

महाराष्ट्र राज्याच्या सर्वच निवडणुकीत अनुसूचित जाती व मुस्लिमांची मतेही नेहमीच प्रभावी ठरलेली आहेत. रिपब्लिकन पक्षाने केंद्रातील भाजप पक्षाशी युती करून काही जागा निवडूनही आणलेल्या आहेत. मात्र, अजूनही त्यांना त्यांच्या प्रमाणात राजकीय समावेशकता मिळवता आलेली नाही. फेब्रुवारी २०१७ मध्ये झालेल्या जिल्हा परिषद व पंचायत समिती निवडणुकीत काही ठिकाणी हे उमेदवार राखीव जागेतून निवडून आले. मात्र यवतमाळ जिल्ह्यात बाभूळगाव पंचायत समितीसाठी अनुसूचित जाती महिलेकरिता आरक्षित असणाऱ्या जागेवर त्यांना सभापतीसाठी उमेदवारच मिळालेला नाही; म्हणून ती जागा रिक्त न ठेवता पुरुष उमेदवार देऊन भरली जावी असे संशोधकाला वाटते.

तक्ता क्र.१२ : यवतमाळ जिल्हा परिषद निर्वाचित उमेदवारांची पक्षनिहाय व जातीनिहाय यादी २०१७

अ. क्र.	प्रवर्ग	स्त्री/ पुरुष	पक्षनिहाय निर्वाचित सदस्य गण						
			BJP	CON	SS	NCP	IND	Total	एकूण
१	खुला	स्त्री	६	३	२	१	-	१२	२५
		पुरुष	३	१	८	१	-	१३	
२	एससी	स्त्री	३	-	-	१	-	४	७
		पुरुष	१	-	-	२	-	३	
३	एसटी	स्त्री	-	२	३	१	-	६	१३
		पुरुष	२	१	२	२	-	७	
४	ओबीसी	स्त्री	१	३	३	-	१	८	१६
		पुरुष	२	१	२	३	-	८	
	एकूण	६१	१८	११	२०	११	१	६१	६१

(संदर्भ - जिल्हा परिषद निवडणूक निकाल यादी-२०१७, यवतमाळ जिल्हाधिकारी कार्यालय, यवतमाळ)

तक्ता क्र.१३ : अमरावती जिल्हा परिषद निर्वाचित उमेदवारांची पक्षनिहाय व जातीनिहाय यादी २०१७

अ. क्र.	प्रवर्ग	स्त्री/ पुरुष	पक्षनिहाय निर्वाचित सदस्य गण							
			BJP	CON	NCP	SS	BSP	शेतकरी स्वाभिमानी संघटना	Prahar	इतर
१	खुला	स्त्री	२	४	३	-	१	-	१	-
		पुरुष	३	४	-	१	-	१	-	१
२	एससी	स्त्री	१	२	१	-	-	-	-	-
		पुरुष	३	३	-	-	-	-	-	-
३	एसटी	स्त्री	१	३	-	-	-	-	३	१
		पुरुष	१	१	-	२	-	-	१	-
४	ओबीसी	स्त्री	१	५	-	-	-	-	-	२
		पुरुष	१	५	१	-	-	-	-	-
	एकूण	५९	१३	२७	५	३	१	१	५	४

(संदर्भ - सन्मा.जिल्हा परिषद सदस्य यांची यादी सन २०१७-२२ अमरावती जिल्हाधिकारी कार्यालय, अमरावती)

तक्ता क्र.१४ : बुलढाणा जिल्हा परिषद निर्वाचित उमेदवारांची पक्षनिहाय व जातीनिहाय यादी २०१७

अ. क्र.	प्रवर्ग	स्त्री/ पुरुष	पक्षनिहाय निर्वाचित सदस्य गण					
			BJP	CON	NCP	SS	Bharip	IND (अपक्ष)
१	खुला	स्त्री	८	४	१	-	-	१
		पुरुष	७	३	४	१	-	-
२	एससी	स्त्री	४	-	१	१	-	-
		पुरुष	३	१	-	-	१	१
३	एसटी	स्त्री	-	-	-	१	-	१
		पुरुष	-	-	-	-	१	-
४	ओबीसी	स्त्री	-	५	-	३	-	-
		पुरुष	२	१	२	३	-	-
	एकूण	६०	२४	१४	८	९	२	३

(संदर्भ - महाराष्ट्र शासन राजपत्र-www.egazzate of Maharashtra)

तक्ता क्र.१५ : बुलढाणा पंचायत समिती निर्वाचित उमेदवारांची पक्षनिहाय व जातीनिहाय यादी २०१७

अ. क्र.	प्रवर्ग	स्त्री/ पुरुष	पक्षनिहाय निर्वाचित सदस्य गण						
			BJP	CON	NCP	SS	Bharip	IND (अपक्ष)	इतर
१	खुला	स्त्री	९	१०	२	५	२	२	-
		पुरुष	१३	१०	२	४	१	-	-
२	एससी	स्त्री	३	३	१	२	२	-	१
		पुरुष	२	१	३	४	-	-	-
३	एसटी	स्त्री	-	-	-	-	-	-	-
		पुरुष	२	२	-	-	१	-	-
४	ओबीसी	स्त्री	४	३	१	७	१	-	-
		पुरुष	६	४	२	४	१	-	-
	एकूण	१२०	३९	३३	११	२६	८	२	१

(संदर्भ - महाराष्ट्र शासन राजपत्र-www.egazzate of Maharashtra)

११

पूर्व विदर्भ : जिल्हा परिषद आणि पंचायत समिती निवडणूक

शीतल पाटील

केंद्राच्या आणि राज्याच्या राजकारणातील पक्षीय स्पर्धेमुळे राजकारणात अदलाबदल होते. यामधून राजकारणाचे नवे आयाम नेहमीच पुढे येत असतात. यासाठी राज्याच्या निवडणुका नेहमीच महत्त्वाच्या ठरल्या आहेत. स्थानिक शासन संस्थांच्या या निवडणुकीमध्ये महाराष्ट्रातील स्थानिक राजकारणात मोठा बदल झालेला दिसून येतो. महिला, जातीनुसार वर्गवारी, आरक्षण, जाहिरातींचा वाढता प्रभाव, पक्षांतर, पक्षांतर्गत बंडाळी, नेतृत्वाचा प्रभाव इत्यादी सर्व मुद्द्यांच्या प्रभावामधून जनतेच्या वाढलेल्या अपेक्षा अशा विविध मुद्द्यांआधारे या स्थानिक शासन संस्थांच्या निवडणुका महत्त्वपूर्ण ठरलेल्या आहेत.

पूर्व विदर्भ हा नागपूर प्रशासकीय विभागामध्ये समाविष्ट होणारा विभाग आहे. या विभागामध्ये प्रामुख्याने नागपूर, चंद्रपूर, वर्धा, गोंदिया, भंडारा आणि गडचिरोली अशा सहा जिल्ह्यांचा समावेश होतो. वरील जिल्ह्यांपैकी गडचिरोली जिल्हा आदिवासींचा जिल्हा म्हणून ओळखला जातो. वरील सहा जिल्ह्यांपैकी वर्धा, गडचिरोली आणि चंद्रपूर या तीन जिल्हा परिषद आणि पंचायत समित्यांसाठी निवडणुका झाल्या. या निवडणुकीच्या निकालावरून सत्तेची नवी समीकरणे घडली. त्याचबरोबर या निवडणुकांमध्ये चर्चेचा मुद्दा राहिला तो प्रचाराचा. प्रचाराच्या वेळी भाजपने विशेष भूमिका निभावली. मुख्यमंत्री देवेंद्र फडणवीस यांच्या नेतृत्वाखाली भाजपने शहरी भागात विशेष प्रचाराची कामगिरी केली. इतर राजकीय पक्षांच्या तुलनेत भाजप पक्षाने प्रचारावर अधिक जोर दिला होता. राज्यामधील आपले कार्य आणि स्थानिक नेते यापेक्षा केंद्रातील प्रतिमा भाजप पक्षाने अधिकाधिक पुढे केलेल्या आहेत. केंद्रातील प्रतिमांबरोबर जाहिरातींवरदेखील अवाढव्य खर्च केला गेला. त्यामुळे या स्थानिक निवडणुकींना विधानसभेच्या निवडणुकांचे स्वरूप प्राप्त झाले असल्याचे वाटत होते.

तक्ता क्र.१ : नागपूर विभागातील जिल्हा परिषद निवडणूक

अ.क्र.	जिल्हा	एकूण जागा	एकूण उमेदवार	बसपा	भाजप	काँग्रेस	रा.काँ.	शिव सेना	मनसे	इतर	अपक्ष	एकूण निकाल
१	वर्धा	५२	३०३	०२	३१ (१८)	१३ (१६)	०२ (०८)	०२ (१)	०	० (८)	२	५२
२	चंद्रपूर	५६	३१५	०	३३ (१८)	२० (२१)	० (७)	० (२)	०	० (९)	३	५६
३	गडचिरोली	५१	२६४	०	२० (०९)	१५ (१३)	५ (१०)	० (२)	०	२ (१६)	९	५१
	एकूण	१५९	८८२	०२	८४	४८	०७	०२	०	०२	१४	१५९

(संदर्भ - mahades.maharashtra.gov.in)

(टीप - कंसात २०१२च्या निवडणुकीतील आकडेवारी दर्शवलेली आहे.)

नागपूर विभागातील वर्धा, चंद्रपूर आणि गडचिरोली या तीन जिल्हा परिषदांच्या निवडणूक निकालांमध्ये भाजप हा पक्ष सर्वांत जास्त जागा मिळवणारा पक्ष ठरला. वर्धा जिल्हा परिषदेमध्ये एकूण ५२ जागांकरिता ३०३ उमेदवारांमध्ये लढत झाली. यामध्ये ३१ जागा मिळविणारा भाजप पक्ष प्रथम क्रमांकाचा पक्ष ठरला. मागील निवडणुकीच्या वेळी वर्धा जिल्हा परिषदेवर १८ जागा मिळविणाऱ्या भाजप पक्षाने यावेळी ३१ जागांवर आघाडी घेतली. १३ जागा मिळवून काँग्रेस पक्ष दुसऱ्या क्रमांकाचा पक्ष ठरला. २०१२च्या निवडणुकीत १६ जागा मिळवलेल्या काँग्रेस पक्षाने या निवडणुकीत काही फरकाने १३ जागा मिळवत आपली जागा स्थिर ठेवण्याचा प्रयत्न केला. २०१२च्या निवडणुकीत भाजप आणि काँग्रेस यामध्ये केवळ दोन जागांचा फरक असताना यावेळी मात्र भाजपने मोठे यश संपादन केले. त्याचबरोबर बसपा २ आणि शिवसेना २, अपक्ष २ अशा जागा मिळाल्या. वर्धा जिल्हा परिषदेच्या निवडणुकीत सर्वाधिक फटका राष्ट्रवादी काँग्रेसला बसला. २०१२च्या निवडणुकीमध्ये ८ जागा मिळवणाऱ्या राष्ट्रवादी काँग्रेसला या निवडणुकीत केवळ २ जागा मिळवता आल्या. काँग्रेसलाही काही प्रमाणात अपयश मिळाले. भाजपला मात्र चांगले यश संपादन करता आले.

चंद्रपूर जिल्हा परिषदेमध्ये एकूण ५६ जागांकरिता ३१५ उमेदवारांमध्ये निवडणूक झाली. यामध्ये भाजप हा पहिल्या पसंती क्रमांकाचा पक्ष ठरला. ३३ जागा मिळवत भाजपने मोठे यश मिळविले. दुसऱ्या क्रमांकावर काँग्रेस राहिला. काँग्रेसला २० जागा मिळवता आल्या. २०१२च्या निवडणुकीत केवळ १८ जागा मिळवणाऱ्या भाजपने या निवडणुकीत ३३ जागा मिळविल्या. १८ जागा मिळवून दुसऱ्या क्रमांकावर असणाऱ्या

भाजपने यावेळी पहिला क्रमांक मिळवला. मागील निवडणुकीत २० जागा मिळवणाऱ्या काँग्रेसने या निवडणुकीत एका फरकाने म्हणजेच २१ जागा मिळवल्या. अपक्षांना ३ जागा मिळवता आल्या. भाजप, काँग्रेस आणि अपक्ष वगळता इतर कोणत्याही पक्षाला एकही जागा मिळवता आली नाही. २०१४च्या निवडणुकीत राष्ट्रवादी काँग्रेसला ७ जागा होत्या, शिवसेनेला २ आणि इतर ९ होते. या निवडणुकीमध्ये यांना एकही जागा मिळवता आली नाही. या निवडणुकीत भाजपला चांगले यश मिळाले. काँग्रेसला आपले स्थान स्थिर ठेवता आले; राष्ट्रवादी काँग्रेसला मात्र मोठे अपयश स्वीकारावे लागले.

गडचिरोली जिल्हा परिषदेच्या निवडणुकीतही भाजपने मोठे यश मिळविले. एकूण ५१ जागांकरिता झालेल्या निवडणुकीमध्ये २६४ उमेदवारांमध्ये लढत झाली. नक्षलग्रस्त भागात जनतेने भाजपलाच पहिली पसंती दिली. २० जागा मिळवत भाजप हा प्रथम क्रमांकाचा पक्ष ठरला. २०१२च्या निवडणुकीमध्ये केवळ ९ जागांवर असणाऱ्या भाजप पक्षाने अगदी दुपटीपेक्षाही दोन जागा अधिक अशा २० जागा मिळवल्या. दुसऱ्या क्रमांकावर काँग्रेस पक्ष राहिला. काँग्रेसला १५ जागा मिळवण्यात यश मिळाले. मागील निवडणुकीपेक्षा काँग्रेसची अधिक घसरण झाली नाही. तिसऱ्या क्रमांकावर राष्ट्रवादी काँग्रेस राहिला. या पक्षाला केवळ ५ जागा मिळवता आल्या. २०१२च्या निवडणुकीच्या तुलनेत ५ जागांची घसरण राष्ट्रवादी काँग्रेसला स्वीकारावी लागली. शिवसेनेला मात्र यावेळी एकही जागा घेता आली नाही.

चंद्रपूर जिल्हा परिषद

चंद्रपूर जिल्हा परिषदेमध्ये भाजपला स्पष्ट बहुमत मिळाले. काँग्रेसच्या महत्त्वाच्या नेत्यांचा पराभव झाला. या जिल्हा परिषदेत लक्षवेधी ठरलेल्या चिंतलधाबा घोसरी क्षेत्रातून काँग्रेसचे विनोद अहिरकर यांचा पराभव झाला. चंदनखेडा मुधोली क्षेत्रातून काँग्रेसचे दिनेश चोखारे यांचाही पराभव झाला. वामनराव गड्डमवार यांच्या कन्या नंदा अलुरवार यांचाही बोधली कवठी या क्षेत्रातून ३३ मतांनी पराभव झाला; तर व्याहाड खुर्द हरंबा क्षेत्रातून काँग्रेसचे दिनेश चिटनुवार यांचाही पराभव झाला. याचबरोबर केमारा–देवाडा क्षेत्रातून काँग्रेसचे प्रकाश पाटील, मारक्कवार यांना अपयश आले. ऊर्जानगरमधून काँग्रेसच्या चित्रा डांगे यांनाही पराभवाला सामोरे जावे लागले. काँग्रेसमधील वरील सर्व दिग्गज मंडळी गेल्या अनेक वर्षांपासून सक्रिय राजकारणात असताना यावेळी मात्र मतदारांनी त्यांना नाकारले आहे.

दुसरीकडे भाजपचे नेते सुधीर मुनगंटीवार यांनी आपल्या बल्लारपूर विधानसभा क्षेत्रातील १० जिल्हा परिषदांतील जागांपैकी पूर्णच जागा जिंकून पंचायत समितीच्या २० पैकी १७ जागा जिंकून यश अधोरेखित केले. भाजपचे हे यश पाहता मुनगंटीवार

यांच्याकडेच याचे श्रेय जाते. गडचिरोली जिल्हा परिषदेमध्ये तीन तालुक्यात काँग्रेसचा एकही सदस्य नाही. गडचिरोली जिल्हा परिषदेमध्ये काँग्रेसचा मोठा पराभव झाला आहे. कारंजा, समुद्रपूर, देवळी या तीन तालुक्यांमध्ये काँग्रेसला एकही सदस्य निवडून आणता आलेला नाही.

घराणेशाही

जिल्हा परिषद सभागृहात गजानन निकम हे स्वतंत्र भारत पक्षाच्या उमेदवारीवर विरूळ जिल्हा परिषद गटातून विजयी झाले होते. यावेळी हा गट महिलांकरिता आरक्षित होता. त्यामुळे गजानन निकम यांच्या पत्नी ज्योती निकम या जिल्हा परिषद विरूळ गटातून अपक्ष उमेदवार म्हणून उतरल्या होत्या, त्या विजयी झाल्या. वायफड गटातून काँग्रेसचे मनोज चांदूरकर जिल्हा परिषद सदस्य म्हणून यापूर्वी निवडून आले होते. यावेळी हा गट महिलांकरिता राखीव होता. त्यामुळे काँग्रेसच्या वतीने सुनीता मनोज चांदूरकर यांना उमेदवारी देण्यात आली होती त्या विजयी झाल्या. अल्लीपूर जिल्हा परिषद गटातून ज्ञानेश्वर ढगे जिल्हा परिषद सदस्य म्हणून विजयी झाले होते. त्यांचा गट महिलांकरिता राखीव झाल्याने काँग्रेसच्या वतीने विभा ज्ञानेश्वर ढगे यांना उमेदवारी दिली होती त्या विजयी झाल्या.

राष्ट्रवादी काँग्रेसचे प्रदेश उपाध्यक्ष व माजी राज्यमंत्री धर्मराव बाबा आत्राम यांचे अख्खे कुटुंब गडचिरोली जिल्हा परिषद व पंचायत समिती निवडणुकीसाठी उतरले होते. राष्ट्रवादी काँग्रेस पक्षाकडून धर्मरावबाबा आत्राम यांच्या ज्येष्ठ कन्या–जिल्हा परिषद माजी अध्यक्ष भाग्यश्री आत्राम हलगेकर यांना सिरोंचा तालुक्याच्या जाफराबाद मतदार संघातून उमेदवारी देण्यात आली होती; तर धाकटी कन्या तनुश्री आत्राम यांना मुलचेरा तालुक्याच्या शांतीग्राम कोठारी जिल्हा परिषद क्षेत्रातून उमेदवारी देण्यात आली होती; तर आणखी एक कन्या नेहा आत्राम यांना अहेरी तालुक्याच्या महागाव देवलअरी मतदार संघातून राष्ट्रवादी काँग्रेसकडून जिल्हा परिषदेसाठी उमेदवारी देण्यात आली होती. अहेरी तालुक्याच्या रेवनपल्ली उमानूर जिल्हा परिषद क्षेत्रातून राष्ट्रवादी काँग्रेसकडून रामेश्वरराव जगनाथराव आत्राम यांना उमेदवारी दिली होती. माजी आमदार राजे सत्यवानराव आत्राम यांचे ते पुतणे आहेत.

पक्षांतर

पक्षांतर हा मुद्दा निवडणुकीमध्ये नेहमीच चर्चेचा विषय ठरतो. ऐन निवडणुकीच्या वेळी बऱ्याच वेळा पक्षांतर होताना दिसते. अशा वेळी काहींना विजय मिळतो तर काहींना पराभव स्वीकारावा लागतो. वर्धा जिल्हा परिषदेमध्ये राष्ट्रवादीचे संजय शिंदे यांनी काँग्रेसमध्ये प्रवेश केला व पिंपरी जिल्हा परिषद गणातून ते विजयी झाले. मात्र, भाजपमधून

राष्ट्रवादीत गेलेल्या सुनीता इथापे यांना पराभव स्वीकारावा लागला. काँग्रेसच्या वंदना फटींग यांनी निवडणुकीच्या वेळी भाजपमध्ये प्रवेश करून उमेदवारी मिळविली, पण त्यांनादेखील पराभव स्वीकारावा लागला.

चंद्रपूर जिल्हा परिषद क्षेत्रात राष्ट्रवादीचे नेते अमर बोलडावार भाजपमध्ये गेले होते. त्यांच्या पत्नीला तिथून उमेदवारी मिळाली व त्या विजयी झाल्या. काँग्रेसचे प्रशांत बाम्बोळे यांनी भाजप प्रवेश करून पत्नी शीतलसाठी उमेदवारी मिळवली होती आणि त्याही विजयी झाल्या.

तक्ता क्र.२ : नागपूर विभागातील पंचायत समिती निवडणूक

अ.क्र.	जिल्हा	पंचायत समिती	एकूण संख्या	बसपा	भाजप	काँग्रेस	रा.कॉं.	शिव सेना	इतर	अपक्ष	एकूण निकाल
१	वर्धा	८	१०४	०२	५९	२९	०४	०४	०	०६	१०४
२	चंद्रपूर	१५	११२	०	७०	३३	०१	०४	०	०३	१११
३	गडचिरोली	१२	१०२	०	४२	२४	१२	०३	०५	१६	१०२

(संदर्भ - mahades.maharashtra.gov.in)

वरील तक्त्यानुसार वर्धा जिल्ह्यातील एकूण ८ पंचायत समितींच्या निवडणुका झाल्या. चंद्रपूर १५ तर गडचिरोली १२ पंचायत समित्यांकरिता निवडणुका झाल्या.

तक्ता क्र.३ : वर्धा पंचायत समितीनिहाय पक्षीय बलाबल

अ.क्र.	तालुका	भाजप	काँग्रेस	रा. कॉं.	शिवसेना	बसपा	स्वभाप	अपक्ष	एकूण
१	वर्धा	१४	०८	०३	-	०२	-	०१	२८
२	सेलू	०६	०६	-	-	-	-	-	१२
३	हिंगणघाट	०७	०३	०२	०१	-	-	-	१३
४	समुद्रपूर	०८	-	-	०३	-	०१	०१	१३
५	देवळी	०८	०३	-	-	-	-	०१	१२
६	आर्वी	०७	०३	-	-	-	-	०२	१२
७	कारंजा	०६	०२	-	-	-	-	-	०८
८	आष्टी	०४	०२	-	-	-	-	-	०६
	एकूण	६०	२७	०५	०४	०२	०१	०५	१०४

वर्धा जिल्ह्यामध्ये एकूण ८ पंचायत समित्या येतात. वर्धा, सेलू, हिंगणघाट, समुद्रपूर, देवळी, आर्वी, कारंजा, आष्टी या ८ पंचायत समित्यांची निवडणूक झाली. एकेकाळी काँग्रेसचे येथे नियंत्रण होते. मात्र, वरील निकालानुसार भाजपने मोठे यश मिळविले आहे. सर्वच पंचायत समित्यांमध्ये भाजपने एकहाती सत्ता घेतली आहे. वर्धा पंचायत समितीमध्ये मागील वेळी भाजपची सत्ता होती. या वेळीही भाजपने १४ जागा मिळविल्या. तो प्रथम क्रमांकाचा पक्ष ठरला. सेलू पंचायत समितीमध्ये मागील वेळी भाजपची सत्ता होती. यावेळी भाजप आणि काँग्रेसला समसमान ६ जागा मिळाल्या. हिंगणघाट पंचायत समितीमध्ये पूर्वी राष्ट्रवादीची सत्ता होती. यावेळी राष्ट्रवादी काँग्रेसला केवळ २ जागा मिळवण्यात यश आले. भाजप ७ जागा मिळवत प्रथम क्रमांकाचा पक्ष ठरला. दुसऱ्या क्रमांकावर काँग्रेस आणि तिसऱ्या क्रमांकावर राष्ट्रवादी काँग्रेस राहिला.

समुद्रपूर पंचायत समितीमध्ये मागील वेळी भाजप, राष्ट्रवादी काँग्रेस आणि अपक्षांची सत्ता होती. यावेळी राष्ट्रवादी काँग्रेसला मागे खेचत भाजपने सर्वाधिक ८ जागा मिळवल्या. राष्ट्रवादीला एकही जागा मिळवता आली नाही. दुसऱ्या क्रमांकावर काँग्रेस आहे. केवळ ३ जागा काँग्रेसला मिळाल्या आहेत. देवळी पंचायत समितीमध्ये काँग्रेसची सत्ता होती. यावेळी भाजपने बहुमत प्राप्त केले. काँग्रेसला केवळ ३ जागा मिळाल्या; तर राष्ट्रवादीला एकही जागा मिळाली नाही. आर्वी पंचायत समितीमध्ये यापूर्वी भाजपची सत्ता होती. या वेळीही ती भाजपनेच कायम ठेवली. कारंजा पंचायत समितीमध्ये यापूर्वी काँग्रेसची सत्ता होती. ती उलथून यावेळी भाजपने यश मिळवले. भाजपने ६ जागा मिळवल्या; तर काँग्रेसने २ आणि राष्ट्रवादी काँग्रेसला एकही जागा मिळवता आली नाही. आष्टी पंचायत समितीमध्ये यापूर्वी भाजपची सत्ता होती. या वेळीही भाजपने आपली सत्ता कायम ठेवली. दुसऱ्या क्रमांकावर काँग्रेस राहिला. त्यांना केवळ २ जागा मिळाल्या आहेत.

स्त्री–पुरुष वर्गवारी

वर्धा पंचायत समितीमध्ये भाजपचे नियंत्रण दिसते. एकूण आठ पंचायत समित्यांमधील साठ जागा भाजपने जिंकल्या (तक्ता क्र.३).

तक्ता क्र.४ : वर्धा पंचायत समिती स्त्री–पुरुष वर्गवारी

अ.क्र.	वर्गवारी	भाजप	काँग्रेस	राष्ट्र. काँ.	शिवसेना	अपक्ष	बसपा
१	स्त्री	३४	१३	०३	०२	०२	०१
२	पुरुष	२६	१४	०२	०२	०४	०१
	एकूण	६०	२७	०५	०४	०६	०२

(संदर्भ–epaper.lokmat.com/24/02/2017)

आकडेवारीनुसार सर्वाधिक महिला उमेदवार भाजप पक्षाकडून निवडून आलेल्या एकूण ६० जागांपैकी निम्म्याहून अधिक ३४ जागांवर महिला निवडून आल्या; तर २६ जागांवर पुरुष निवडून आले. काँग्रेस पक्षाने एकूण ८ पंचायत समित्यांमध्ये एकूण २७ जागा मिळवल्या. त्यांपैकी १३ जागांवर महिला निवडून आल्या. इतर १४ जागांवर पुरुष निवडून आले. राष्ट्रवादी काँग्रेसने एकूण पंचायत समित्यांमध्ये केवळ ५ जागा मिळवल्या. त्यामध्ये महिला ३ आणि पुरुष २. शिवसेनेनेदेखील एकूण ४ जागा मिळवल्या. त्यामध्ये पुरुष २ आणि महिला २. अपक्षांमधून महिला २ आणि पुरुष ४ अशा ६ जागा तर बसपामधून महिला १ आणि पुरुष १ अशा २ जागा निवडून आल्या. वरील सर्व पक्षांमध्ये भाजप पक्षामधून सर्वाधिक महिला उमेदवार निवडून आल्या.

दोन्ही काँग्रेसचा पराभव

वर्धा पंचायत समितीच्या निवडणुकीत भाजपने ग्रामीण भागातही चांगले यश मिळवले. समुद्रपूर, देवळी, हिंगणघाट या पंचायत समितीमध्ये काँग्रेस-राष्ट्रवादीची सत्ता होती. परंतु, हे चित्र पूर्णपणे बदलले आहे. भाजपने एकहाती सत्ता घेतली. देवळी पंचायत समितीमध्ये काँग्रेसचे वर्चस्व होते. देवळी तालुक्यातील इंझाळा गटाचे विष्णू ताडाम (काँग्रेस) यांच्या अकाली निधनाने पोटनिवडणूक झाली. त्यात भाजपने यश मिळवले. त्यामुळे पहिली अडीच वर्षे काँग्रेस-राष्ट्रवादीची सत्ता होती. लोकसभा निवडणुकीनंतर माजी खासदार दत्ता मेघे यांनी भाजपमध्ये प्रवेश केल्यामुळे त्यांच्या समर्थकांच्या साहाय्याने भाजपने अखेरच्या अडीच वर्षांत जिल्हा परिषदेवर सत्ता मिळविली. ती सत्ता भाजपने या निवडणुकीमध्येही कायम ठेवली आहे.

प्रभावी नेतृत्वाचा ऱ्हास

वर्धा जिल्हा परिषद आणि ८ पंचायत समितींच्या निवडणुकीत अनेक बड्या नेत्यांना अपयश स्वीकारावे लागले. दुसरीकडे भाजपच्या बहुतांश नेत्यांना आपली राजकीय पत राखण्यात यश आलेले. माजी आमदार प्रा. सुरेश देशमुख (वर्धा), माजी आमदार प्रा. राजू तिमांडे आणि सहकार नेते तथा माजी नगराध्यक्ष ॲड. सुधीर कोठारी (दोघेही हिंगणघाट) या राष्ट्रवादी काँग्रेसच्या नेत्यांना मोठ्या अपयशाला सामोरे जावे लागले. आमदार रणजित कांबळे (देवळी), आमदार अमर काळे (आर्वी) आणि माजी नगराध्यक्ष शेखर शेंडे (वर्धा) या तीनही नेत्यांना जिल्हा परिषद आणि पंचायत समित्यांमध्ये काँग्रेसला अपेक्षित यश मिळवून देता आले नाही. शिवसेनेचे उपनेते अशोक शिंदे, जिल्हाप्रमुख निलेश देशमुख यांनाही अपवाद वगळता अपयश आले. दुसरीकडे बसपाने पहिल्यांदा जिल्हा परिषद आणि वर्धा पंचायत समितीमध्ये खाते उघडताना प्रत्येकी २ जागा जिंकल्या.

त्यामुळे जिल्हाध्यक्ष मोहन शईकवार यांचे राजकीय वजन वाढले आहे. दुसरीकडे भाजपचे नेते खासदार रामदास तडस, आमदार समीर कुणावार (हिंगणघाट), माजी आमदार दादाराव केंचे (आर्वी), आमदार डॉ. पंकज भोयर (वर्धा) यांनी आपापल्या मतदारसंघात उत्तम यश मिळविले. अर्थात, वर्धा पंचायत समितीमध्ये भाजप पक्ष वरचढ ठरला.

तक्ता क्र.५ : चंद्रपूर पंचायत समितीनिहाय पक्षीय बलाबल

अ.क्र.	तालुके	एकूण	भाजप	काँग्रेस	राष्ट्र. काँ.	शिवसेना	अपक्ष	शेतकरी संघटना
१	सिंदेवाही	०८	०६	०२	-	-	-	-
२	नागभीड	०८	०३	०५	-	-	-	-
३	वरोरा	१०	०७	०१	-	०२	-	-
४	ब्रह्मपुरी	०८	०३	०५	-	-	-	-
५	भद्रावती	०८	०४	०१	-	०२	०१	-
६	कोरपना	०६	०१	०४	-	-	-	०१
७	बल्लारपूर	०४	०४	-	-	-	-	-
८	चंद्रपूर	१२	१०	०१	०१	-	-	-
९	चिमूर	१२	०६	०६	-	-	-	-
१०	राजूरा	०८	०२	०५	-	-	-	०१
११	जिवती	०४	०२	०२	-	-	-	-
१२	सावली	०८	०४	०४	-	-	-	-
१३	पोंभूर्णा	०४	०४	-	-	-	-	-
१४	मूल	०६	०५	०१	-	-	-	-
१५	गोडपिंपरी	०६	०६	-	-	-	-	-
	एकूण	११२	६७	३७	०१	०४	०१	०२

(संदर्भ-epaper.lokmat.com/24/02/2017)

चंद्रपूर जिल्ह्यातील एकूण १५ पंचायत समित्यांमध्ये निवडणुका झाल्या. या निवडणुकीत सर्वाधिक जागा भाजप पक्षाने मिळविल्या. ६७ जागा मिळवत भाजप हा प्रथम क्रमांकाचा पक्ष ठरला. दुसऱ्या क्रमांकावर काँग्रेस आहे. काँग्रेसने एकूण ३७ जागा मिळवल्या. शिवसेना तिसऱ्या क्रमांकावर आहे. या पक्षाने केवळ ४ जागा मिळवल्या. राष्ट्रवादी काँग्रेसला केवळ एकच जागा मिळवण्यात यश आले.

चंद्रपूर जिल्ह्यातील पंचायत समित्यांमध्ये भाजपकडून सर्वाधिक महिला उमेदवार निवडून आल्या. भाजपकडून ६७ जागांपैकी ३५ जागांवर महिला निवडून आल्या.

काँग्रेसच्या निवडून आलेल्या ३७ जागांपैकी १८ जागांवर महिला निवडून आल्या; तर भाजपकडून १ पुरुष उमेदवार आणि काँग्रेसकडून १ असे २ मुस्लीम उमेदवार निवडून आले. शिवसेनेकडून ३ महिला उमेदवार, शेतकरी संघटनेकडून १ महिला. अशा प्रकारे सर्वाधिक महिला भाजपमधून निवडून आलेल्या आहेत.

तक्ता क्र.६ : गडचिरोली पंचायत समितीनिहाय पक्षीय बलाबल

अ.क्र.	तालुका	एकूण	भाजप	काँग्रेस	राष्ट्र. काँ.	अ.वि.सं.	शिवसेना	अपक्ष/इतर
१	कोरची	०४	०१	०२	-	-	०१	-
२	कुरखेडा	१०	०३	०६	-	-	-	०१
३	देसाईगंज	०६	०६	-	-	-	-	-
४	चामोर्शी	१८	१३	०२	-	-	०१	०२
५	गडचिरोली	१०	०४	०४	-	-	-	०२
६	अहेरी	१२	०१	-	०३	०८	-	-
७	एटापल्ली	०८	०१	०१	०३	०२	-	०१
८	मुलचेरा	०६	०२	०२	०२	-	-	-
९	सिरोंचा	०८	०३	-	०३	०२	-	-
१०	भामरागड	०४	-	-	०१	-	-	०३
११	धानोरा	०८	०५	०३	-	-	-	-
१२	आरमोरी	०८	०३	०४	-	-	०१	-
१३	एकूण	१०२	४२	२४	१२	१२	०३	०९

(संदर्भ - महाराष्ट्र शासन राजपत्र, बुधवार, १ मार्च, २०१७)

गडचिरोली जिल्ह्यातील एकूण १२ पंचायत समित्यांकरिता निवडणुका झाल्या. चंद्रपूर, वर्धा जिल्ह्यातील पंचायत समित्यांप्रमाणेच येथेही भाजपने चांगली कामगिरी बजावली. भाजप हा सर्वाधिक जागा मिळवणारा पक्ष ठरला. दुसऱ्या क्रमांकाचा पक्ष काँग्रेस ठरला. आदिवासी विद्यार्थी संघानेदेखील अल्प का असेना काही जागा मिळवण्यात यश मिळवले आहे. राष्ट्रवादी काँग्रेसला केवळ ५ जागा जिंकता आल्या.

तक्ता क्र.७ : वर्धा पंचायत समिती सभापती, उपसभापती

अ.क्र.	पंचायत समिती	सभापती		पक्ष	उपसभापती		पक्ष
१	वर्धा	महानंदा ताकसांडे	अनु.जाती(म)	भाजप	सुभाष चांभारे	खुला	अपक्ष
२	आर्वी	शीला पवार	खुला (म)	भाजप	धर्मेंद्र राऊत	खुला	भाजप
३	देवळी	विद्या भुजाडे	खुला (म)	भाजप	किशोर गव्हाळकर	अनु.जाती	भाजप
४	आष्टी	नीता कोल्हे	खुला (म)	भाजप	हेमलता भगत	ना.मा.प्र.(म)	भाजप
५	हिंगणघाट	गंगाधर कोल्हे	ओबीसी	भाजप	धनंजय रिठे	खुला	भाजप
६	कारंजा	मंगेश खवशी	खुला	भाजप	रंजना टिवले	खुला (म)	भाजप
७	समुद्रपूर	कांचन मडकाम	अनु.जाती (म)	भाजप	योगेश फुसे	ना.मा.प्र.	भाजप
८	सेलू	जयश्री खोडे	खुला (म)	भाजप	सुनीता उडसर	ना.मा.प्र.	काँग्रेस

तक्ता क्र.८ : गडचिरोली पंचायत समिती सभापती व उपसभापती यादी

अ. क्र.	पंचायत समिती	सभापती		पक्ष	उपसभापती		पक्ष
१	कोरची	कचरीबाई कोटेगे	अनु.जमाती (म)	काँग्रेस	श्रावणकुमार मतलाम	खुला	काँग्रेस
२	कुरखेडा	गिरीधारी तितराम	अनु.जमाती	काँग्रेस	मनोज उजेदार	ओबीसी	काँग्रेस
३	देसाईगंज	मोहन गायकवाड	ओबीसी	भाजप	गोपाळ उईके	अनु.जमाती	भाजप
४	आरमोरी	बबीता उसेंडी	खुला	काँग्रेस	यशवंत सुरपाम	अनु.जमाती	शिवसेना
५	गडचिरोली	दुर्लभा बांबोळे	अनु.जाती (म)	काँग्रेस	विलास देशमुखे	खुला	अपक्ष
६	चामोर्शी	आनंद भांडेकर	खुला	भाजप	आकुर्लीबाई विश्वास	खुला (म)	भाजप
७	धानोरा	अजमन राऊत	अनु.जमाती	भाजप	अनसूया कोष्टी	अनु.जमाती (म)	भाजप
८	मुलचेरा	सुवर्णा येमुलवार	ओबीसी (म)	काँग्रेस	बाबू मुजूमदार	खुला	भाजप
९	एटापल्ली	बेबी मुन्सी लेकामी	अनु.जमाती (म)	रा.काँ.	नितेश नरोटे	अनु.जमाती	अ.वि.सं.
१०	सिंरोचा	कमला गावडे	अनु.जमाती (म)	रा.काँ.	रिकुला कृष्णमूर्ती	ओबीसी	अपक्ष
११	भामरागड	सुखराम मडावी	खुला	अपक्ष	प्रेमिला कुडयामी	अनु.जमाती	अपक्ष
१२	अहेरी	सुरेखा आलाम	अनु.जमाती (म)	अविसं.	राकेश नलाडी	अनु.जमाती	अविसं.

तक्ता क्र.९ : चंद्रपूर पंचायत समिती सभापती आणि उपसभापती

अ. क्र.	पंचायत समिती	सभापती		पक्ष	उपसभापती		पक्ष
१	बल्लारपूर	गोविंदा पोंडे	ओबीसी	भाजप	इंदिरा पिपरे	खुला (म)	काँग्रेस
२	पोंभूर्णा	अलका आत्राम	खुला (म)	भाजप	विनोद देशमुख	ओबीसी	भाजप
३	चंद्रपूर	वंदना पिंपळशेंडे	खुला (म)	भाजप	चंद्रकांत घोडरे	खुला	भाजप
४	गोंडपिंपरी	दीपक सातपुते	ओबीसी	भाजप	मनिष वासमवार	अनु.जाती	भाजप
५	जिवती	सुनील मडावी	अनु.जमाती	भाजप	महेश देवकाते	खुला	भाजप
६	वरोरा	रोहिणी देवतळे	ओबीसी (म)	भाजप	विजय आत्राम	अनु.जमाती	भाजप
७	भद्रावती	विद्या कांबळे	अनु.जाती (म)	भाजप	नागोबा बहादे	खुला	अपक्ष
८	सिंदेवाडी	मधुकर मडावी	अनु.जमाती	भाजप	मंदाताई बाळबुधे	खुला (म)	भाजप
९	ब्रह्मपुरी	प्रणाली मैद	खुला (म)	भाजप	विलास उरकुडे	खुला	भाजप
१०	सावली	छायाताई शेंडे	खुला (म)	भाजप	तुकाराम ठिकरे	खुला	भाजप
११	चिमूर	विद्या चौधरी	अनु.जमाती (म)	काँग्रेस	शांताराम सलवटकर	अनु.जमाती	काँग्रेस
१२	नागभीड	अरविंद देशमुख	खुला	काँग्रेस	प्रफुल्ल खापर्डे	अनु.जाती	काँग्रेस
१३	कोरपना	श्याम रणदिवे	ओबीसी	काँग्रेस	संभा कोवे	अनु.जमाती	काँग्रेस
१४	राजुरा	कुंदाताई जेणेकर	खुला (म)	काँग्रेस	मुमताज जावेद	खुला (म)	काँग्रेस

तक्ता क्र.१० : जिल्हा परिषद अध्यक्ष आणि उपाध्यक्ष यादी

अ. क्र.	जिल्हा परिषद	अध्यक्ष		पक्ष	उपाध्यक्ष		पक्ष
१	चंद्रपूर	देवराव भोंगळे	ओबीसी	भाजप	कृष्णा सहारे	खुला	भाजप
२	गडचिरोली	योगिता भांडेकर	खुला (म)	भाजप	अजय कुंकमवार	खुला	आ.वि.सं.
३	वर्धा	नितीन मडावी	अनु.जमाती	भाजप	कांचन नांदुर	ओबीसी	भाजप

तक्ता क्र.११ : चंद्रपूर जिल्ह्यातील पंचायत समितीमध्ये निवडून आलेल्या उमेदवारांची जातनिहाय आकडेवारी

अ.क्र	पक्ष	सर्वसाधारण		ना.मा.प्र.		अनुसूचित जाती		अनुसूचित जमाती		एकूण		एकूण
		म.	पु.	म.	पु.	म.	पु.	म.	पु.	म.	पु.	
१	भाजप	१२	१२	१२	१०	०६	०७	०४	०८	३४	३७	७१
२	काँग्रेस	०६	०४	०५	०४	०१	०२	०६	०५	१८	१५	३३
३	अपक्ष	०१	-	-	-	-	-	-	-	०१	-	०१
४	राष्ट्र. काँग्रेस	-	-	-	०१	-	-	-	-	-	०१	०१
५	शेतकरी संघटना	-	-	०१	-	-	०१	-	-	०१	०१	०२
	एकूण	१९	१६	१८	१५	०७	१०	१०	१३	५४	५४	१०८

(संदर्भ - महाराष्ट्र शासन राजपत्र, मार्च १, २०१७)

चंद्रपूर जिल्ह्यातील पंचायत समितीच्या निवडणूक निकालाची जातीनिहाय आकडेवारी पाहता एकूण १५ पंचायत समित्यांवर १०८ सदस्य निवडून आले. सर्वांत अधिक महिला भारतीय जनता पक्षाच्या (३४ महिला) निवडून आल्या. त्यामध्ये सर्वसाधारण गटातून १२, नागरिकांचा मागास प्रवर्गातून १२, अनुसूचित जाती ६ आणि अनुसूचित जमातीतून ४ अशा एकूण ३४ महिला निवडून आल्या. सर्वसाधारण जातीमधून पुरुष १२, नागरिकांचा मागास प्रवर्गातून १०, अनुसूचित जातींमधून ७ आणि अनुसूचित जमातींमधून ८ असे एकूण ३७ पुरुष निवडून आले. त्यामध्ये १८ महिला आणि १५ पुरुष आहेत. सर्वसाधारण गटातून १०, ना.मा.प्र. ९, अनुसूचित जाती ३ आणि अनुसूचित जमातीतून ११ सदस्य निवडून आले. अपक्ष म्हणून केवळ १ महिला सर्वसाधारण गटातून निवडून आली. राष्ट्रवादी काँग्रेसकडूनही केवळ एक पुरुष ना.मा.प्रवर्गातून निवडून आला. शेतकरी संघटनेकडून नागरिकांचा मागास प्रवर्गाकडून एक महिला आणि अनुसूचित जातींमधून एक पुरुष निवडून आला. खडसंगी निर्वाचन गणातून सर्वसाधारण वर्गातून भारतीय जनता पक्षाचा एक मुस्लीम उमेदवार निवडून आला.

तक्ता क्र.१२ : चंद्रपूर जिल्हा परिषद विजयी उमेदवार जातनिहाय आकडेवारी

अ.क्र	पक्ष	सर्वसाधारण		ना.मा.प्र.		अनु.जाती		अनु.जमाती		एकूण		एकूण
		म.	पु.	म.	पु.	म.	पु.	म.	पु.	म.	पु.	
१	भाजप	०६	०७	०५	०३	०३	०३	०४	०२	१८	१५	३३
२	काँग्रेस	०५	०३	०२	०३	०२	०१	०१	०३	१०	१०	२०
३	अपक्ष	–	०१	–	०१	–	–	–	०१	–	०३	०३
	एकूण	११	११	०७	०७	०५	०४	०५	०६	२८	२८	५६

(संदर्भ – महाराष्ट्र शासन राजपत्र, मार्च १, २०१७)

चंद्रपूर जिल्हा परिषदेच्या एकूण ५६ जागांकरिता निवडणूक झाली. त्यामध्ये काँग्रेसचे २० सदस्य निवडून आले. सर्वसाधारण वर्गातून महिला ५, पुरुष ३, नागरिकांचा मागास प्रवर्गातून महिला २, पुरुष ३, अनुसूचित जातींमधून महिला २, पुरुष १ तर अनुसूचित जमातींमधून १ महिला आणि ३ पुरुष असे २० सदस्य निवडून आले. सर्वाधिक ३३ उमेदवार भाजपचे निवडून आले. सर्वसाधारण वर्गातून ६ महिला आणि ७ पुरुष असे १३ उमेदवार, ना.मा.प्र. ५ महिला आणि ३ पुरुष, अनु.जातींमधून ३ महिला आणि ३ पुरुष, अनुसूचित जमातींमधून ४ महिला आणि २ पुरुष असे एकूण ३३ उमेदवार निवडून आले. अपक्षांकडून सर्वसाधारण वर्गातून पुरुष १, ना.मा.प्र. पुरुष १ आणि अनुसूचित जमातींमधून पुरुष १ असे ३ उमेदवार निवडून आले. आवळगाव मुडझा या विभागातून सर्वसाधारण वर्गातून अनुसूचित जातींचा काँग्रेसचा उमेदवार निवडून आला.

तक्ता क्र.१३ : वर्धा जिल्हा परिषद उमेदवार जातनिहाय आकडेवारी

अ.क्र	पक्ष	सर्वसाधारण		ना.मा.प्र.		अनु.जाती		अनु.जमाती		एकूण		एकूण
		म.	पु.	म.	पु.	म.	पु.	म.	पु.	म.	पु.	
१	भाजप	०६	०६	०५	०४	०२	–	०३	०१	१६	११	२७
२	काँग्रेस	०३	०४	०१	०३	०२	०१	०२	–	०८	०८	१६
३	बसपा	–	०१	–	–	–	०१	–	–	–	०२	०२
४	अपक्ष	०१	–	–	–	–	–	–	–	०१	–	०१
५	रिपाइं आ.	–	–	–	–	०१	–	–	–	०१	–	०१
६	शिवसेना	–	०१	–	–	–	–	०१	–	०१	०१	०२
७	रा. काँ.	–	–	०१	०१	–	०१	–	–	०१	०२	०३
	एकूण	१०	१२	०७	०८	०५	०३	०६	०१	२८	२४	५२

(संदर्भ – महाराष्ट्र शासन राजपत्र, सोमवार, २७ फेब्रुवारी, २०१७)

वर्धा जिल्हा परिषदेवर एकूण ५२ उमेदवार निवडून आले. त्यामध्ये भाजप पक्षाच्या सर्वसाधारण वर्गातून ६ महिला आणि ६ पुरुष असे १२ उमेदवार, ना.मा. प्रवर्गातून ५ महिला, ४ पुरुष, अनुसूचित जातींमधून २ महिला आणि अनुसूचित जमातींमधून ३ महिला आणि १ पुरुष अशा २७ जागा निवडून आणण्यात भाजपला यश मिळाले. काँग्रेसच्या १६ जागा निवडून आल्या. त्यामध्ये सर्वसाधारण गटातून ७, ना.मा.प्रवर्गातून ४, अनुसूचित जाती ३, आणि अनु.जमातींमधून २ अशा १६ जागा निवडून आल्या. बसपा २, अपक्ष १, रिपाइं. आ. १, शिवसेना २ आणि राष्ट्रवादी काँग्रेस ३ असे एकूण ५२ उमेदवार निवडून आले.

तक्ता क्र.१४ : वर्धा जिल्हा पंचायत समिती विजयी उमेदवार : जातनिहाय आकडेवारी

अ.क्र	पक्ष	सर्वसाधारण		ना.मा.प्र.		अनु.जाती		अनु.जमाती		एकूण		एकूण
		म.	पु.	म.	पु.	म.	पु.	म.	पु.	म.	पु.	
१	भाजप	१२	१३	०८	०६	०६	०२	०७	०४	३३	२५	५८
२	काँग्रेस	०३	०७	०६	०६	०३	–	०२	०१	१४	१४	२८
३	अपक्ष	–	०३	०२	–	–	–	–	–	०२	०३	०५
४	रा. काँ.	०२	०१	–	०१	०१	–	–	०१	०३	०३	०६
५	बसपा	०१	–	–	–	–	०१	–	–	०१	०१	०२
६	शिवसेना	०१	०१	–	–	०१	०१	–	–	०२	०२	०४
	एकूण	१९	२५	१६	१३	११	०४	०९	०६	५५	४८	१०३

(संदर्भ – महाराष्ट्र शासन राजपत्र, सोमवार, २७ फेब्रुवारी, २०१७)

वर्धा पंचायत समितीच्या ८ पंचायत समितीमध्ये एकूण १०३ उमेदवार विजयी झाले. सर्वाधिक ५८ उमेदवार भाजपचे निवडून आले. यामध्ये सर्वसाधारण वर्गातून १२ महिला, १३ पुरुष असे २५, ना.मा. प्रवर्गातून ८ महिला, ६ पुरुष असे १४, अनुसूचित जातींमधून ६ महिला, २ पुरुष असे ८, अनुसूचित जमातींमधून ७ महिला, ४ पुरुष असे ११ उमेदवार निवडून आले. काँग्रेस पक्षामधून सर्वसाधारण वर्गातून ३ महिला, ७ पुरुष असे १० उमेदवार, ना. मा. प्रवर्गातून ६ महिला, ६ पुरुष असे १२ उमेदवार, अनुसूचित जातींमधून ३ महिला आणि अनुसूचित जमातींमधून २ महिला, १ पुरुष असे २८ उमेदवार निवडून आले. अपक्षांमधून ३ पुरुष सर्वसाधारण गटातून आणि ना.मा.प्रवर्गातून २ महिला, सर्वसाधारण वर्गातून ३, ना.मा.प्र. १ पुरुष, अनुसूचित जातींमधून १ महिला, अनुसूचित जमातींमधून २ पुरुष असे एकूण ६ उमेदवार बसपामधून २, शिवसेना सर्वसाधारण वर्गातून १ महिला, १ पुरुष, अनुसूचित जाती १ महिला, १ पुरुष असे ४ उमेदवार निवडून आले.

वर्धा जिल्हा पंचायत समितीच्या काही पंचायत समितीमध्ये खुल्या गटातून महिला निवडून आल्या; तर काही ठिकाणी सर्वसाधारण वर्गातून अनुसूचित जातींचे उमेदवार निवडून आले. आर्वी पंचायत समितीमध्ये अनुसूचित जातींच्या खुल्या गटामधून भाजपची महिला उमेदवार निवडून आली. सेलू पंचायत समितीमध्ये झडशी निर्वाचन गणातून अनुसूचित जमातीसाठी आरक्षण असताना हा खुला गट होता. या गटातून काँग्रेसच्या मसराम सुनंदा नावाच्या महिला निवडून आल्या. याच पंचायत समितीच्या हमदापूर गणातून अनुसूचित जाती महिलांसाठी आरक्षण असताना सर्वसाधारण वर्गातील वर्षा पाटील या भाजप पक्षातून निवडून आल्या. वर्धा पंचायत समितीमध्ये सावंगी (मे) या गणातून सर्वसाधारण महिलांसाठी आरक्षित असणाऱ्या गणातून अनुसूचित जातीच्या कविता कांबळे या बसपामधून निवडून आल्या. समुद्रपूर पंचायत समितीमधून गिरड या गणातून सर्वसाधारण वर्गाचे आरक्षण होते. यामध्ये भाजपचे मुस्लीम उमेदवार इस्माईल शेख, रसीद शेख निवडून आले. हिंगणघाट पंचायत समितीमधून नांदगाव या गणामध्ये अनुसूचित जमातींसाठी आरक्षण होते. हा खुला वर्ग होता. यामधून भाजपच्या वैशाली पुरके निवडून आल्या.

तक्ता क्र.१५ : गडचिरोली जिल्ह्यातील पंचायत समितीमधील विजयी उमेदवारांची जातनिहाय आकडेवारी

अ.क्र	पक्ष	सर्वसाधारण		ना.मा.प्र.		अनु.जाती		अनु.जमाती		एकूण		एकूण
		म.	पु.	म.	पु.	म.	पु.	म.	पु.	म.	पु.	
१	भाजप	०९	०९	०४	०२	–	०४	०६	०८	१९	२३	४२
२	काँग्रेस	०२	०३	०३	०४	०३	–	०६	०३	१४	१०	२४
३	अपक्ष	–	०२	०१	०१	–	–	०४	०१	०५	०४	०९
४	रा. काँ.	०२	–	०१	०२	–	–	०५	०२	०८	०४	१२
५	आ.वि.सं.	०२	–	–	–	०३	–	०४	०३	०९	०३	१२
६	शिवसेना	–	–	–	०१	–	–	०१	०१	०१	०२	०३
७	एकूण	१५	१४	०९	१०	०६	०४	२६	१८	५६	४६	१०२
	एकूण	२९		१९		१०		४४		१०२		१०२

(संदर्भ – महाराष्ट्र शासन राजपत्र, बुधवार, मार्च १, २०१७)

गडचिरोली जिल्ह्यातील १२ पंचायत समितीच्या एकूण १०२ जागांकरिता निवडणुका झाल्या. वरील तक्त्यामधून सर्वसाधारण, नागरिकांचा मागास प्रवर्ग, अनुसूचित जाती, अनुसूचित जमाती इत्यादी गटांमधून निवडून गेलेल्या पक्षानुसार जातनिहाय

आकडेवारी स्पष्ट होते. भाजप पक्षाला सर्वसाधारण वर्गातून एकूण १८ जागा मिळाल्या आहेत. त्यामध्ये ९ महिला आणि ९ पुरुष आहेत. ना.मा. प्रवर्गातून एकूण ६ जागा मिळाल्या. त्यामध्ये ४ महिला आणि २ पुरुष, अनुसूचित जातींमधून केवळ ४ पुरुषच निवडून आले; तर अनुसूचित जमातींमधून ६ महिला आणि ८ पुरुष अशा भाजपच्या एकूण ४२ जागा निवडून आल्या. दुसऱ्या क्रमांकावर कॉंग्रेस आहे. कॉंग्रेसकडून एकूण २४ जागा निवडून आल्या. सर्वसाधारण वर्गातून २ महिला आणि ३ पुरुष असे एकूण ५ तर ना. मा. प्रवर्गातून ३ महिला आणि ४ पुरुष असे एकूण ७, अनुसूचित जातींमधून पुरुषच केवळ ३ निवडून आले. अनुसूचित जमातींमधून ६ महिला आणि ३ पुरुष असे एकूण ९ उमेदवार निवडून आले. तिसऱ्या क्रमांकावरील राष्ट्रवादी कॉंग्रेस पक्षाला एकूण १२ जागा मिळाल्या. सर्वसाधारण वर्गातून महिला २ व पुरुष एकही निवडून आला नाही. ना. मा. प्रवर्गातून १ महिला आणि २ पुरुष असे एकूण ३ उमेदवार निवडून आले. अनुसूचित जातींमधून एकही उमेदवार निवडून आला नाही. अनुसूचित जमातींमधून ५ महिला तर २ पुरुष असे एकूण ७ उमेदवार निवडून आले. राष्ट्रवादी कॉंग्रेसबरोबर आ.वि.सं. (आदिवासी विकास संघटना) ला १२ जागा मिळाल्या. सर्वसाधारण वर्गातून २ महिला, अनुसूचित जातींमधून ३ महिला आणि अनुसूचित जमातींमधून ४ महिला आणि ३ पुरुष असे एकूण ७ उमेदवार निवडून आले; तर भाजपमधून सर्वसाधारण वर्गातून २ महिला, नागरिकांचा मागास प्रवर्गातून १ महिला आणि १ पुरुष असे एकूण २ उमेदवार निवडून आले. अनुसूचित जमातींमधून ४ महिला आणि १ पुरुष असे एकूण ५ उमेदवार निवडून आले.

गडचिरोली जिल्ह्यातील काही पंचायत समित्यांमध्ये खुल्या वर्गातून महिला उमेदवार निवडून आल्या. कुरखेडा पंचायत समितीमध्ये गोठणगाव गणातून अनुसूचित जमातींसाठी आरक्षण होते. यामधून महिलांसाठी आरक्षण नव्हते. मात्र, या गणामध्ये संध्या नैताम या अनुसूचित जमातीच्या महिला निवडून आल्या. त्याचबरोबर आरमोरी पंचायत समितीमध्ये सिर्सी या सर्वसाधारण वर्गासाठी खुल्या असणाऱ्या गणातून बबीता उसेंडी या महिला निवडून आल्या. एटापल्ली पंचायत समितीमध्येही कसनसूर या गणातून अनुसूचित जमातींसाठी खुल्या असणाऱ्या आरक्षणातून बबीता मडावी या महिला उमेदवार निवडून आल्या. अहेरी पंचायत समितीमध्येही अनुसूचित जातीसाठी खुल्या असणाऱ्या वर्गातून वेलगुर या गणासाठी गीता चालूरकर या महिला उमेदवार निवडून आल्या.

तक्ता क्र.१६ : गडचिरोली जिल्हा परिषदेत विजयी उमेदवारांची जातनिहाय आकडेवारी

अ.क्र	पक्ष	सर्वसाधारण		ना.मा.प्र.		अनु.जाती		अनु.जमाती		एकूण		एकूण
		म.	पु.	म.	पु.	म.	पु.	म.	पु.	म.	पु.	
१	भाजप	०२	–	०४	०४	०१	–	०६	०३	१३	०७	२०
२	काँग्रेस	०३	०२	०२	०२	–	०२	०१	०३	०६	०९	१५
३	अपक्ष	–	०१	०२	–	–	–	–	०३	०४	०२	०६
४	रा. काँ.	–	०१	–	०१	–	–	०२	०१	०२	०३	०५
५	आ.वि.सं.	–	०१	–	–	०१	–	०३	–	०४	०१	०५
६	शिवसेना	–	–	–	–	–	–	–	–	–	–	–
७	एकूण	०५	०५	०८	०७	०२	०२	१२	१०	२९	२२	५१
	एकूण	१०		१५		०४		२२		५१		५१

(संदर्भ – महाराष्ट्र शासन राजपत्र, मंगळवार, फेब्रुवारी २८, २०१७)

गडचिरोली जिल्हा परिषदेवर सर्वाधिक भाजपचे उमेदवार निवडून आले. वरील तक्त्यानुसार त्यांची जातनिहाय आकडेवारी स्पष्ट होते. भाजप पक्षाचे सर्वसाधारण वर्गातून २ महिला, नागरिकांचा मागास प्रवर्गातून ४ महिला आणि ४ पुरुष असे एकूण ८ उमेदवार, अनुसूचित जातींमधून केवळ एकच महिला निवडून आली. अनुसूचित जमातींमधून ६ महिला व ३ पुरुष असे एकूण ९ उमेदवार निवडून आले. काँग्रेसचे सर्वसाधारण वर्गातून ३ महिला व २ पुरुष असे एकूण ५ उमेदवार, ना. मा. प्रवर्गातून २ महिला व २ पुरुष असे एकूण ४, अनुसूचित जातींमधून केवळ २ पुरुषच निवडून आले. अनुसूचित जमातींमधून १ महिला व ३ पुरुष असे एकूण ४ उमेदवार निवडून आले. राष्ट्रवादी काँग्रेसचा सर्वसाधारण वर्गातून केवळ १ पुरुष उमेदवार निवडून आला. ना. मा. प्रवर्ग व अनुसूचित जातींमधून एकही उमेदवार निवडून आला नाही. अनुसूचित जमातींमधून २ महिला व १ पुरुष असे एकूण ३ उमेदवार निवडून आले. आदिवासी विद्यार्थी संघटनेचे एकूण ५ उमेदवार निवडून आले. यामध्ये सर्वसाधारण वर्गातून १ पुरुष, अनुसूचित जमातींमधून १ महिला व अनुसूचित जमातींमधून ३ महिला निवडून आल्या. अपक्षातूनदेखील ६ उमेदवार निवडून आले. सर्वसाधारण मधून १ पुरुष, ना. मा. प्रवर्गातून २ महिला आणि अनुसूचित जमातींमधून ३ पुरुष उमेदवार निवडून आले.

विदर्भ हा महाराष्ट्राच्या ईशान्य दिशेला असणारा प्रदेश. महाराष्ट्राच्या उर्वरित विभागाच्या तुलनेत विदर्भाचा आर्थिक विकास कमी झाला आहे. शेतकऱ्यांच्या आत्महत्या या मुद्द्यामुळे विदर्भ हा नेहमीच चर्चांमध्ये राहतो. त्याचबरोबर वेगळ्या विदर्भाच्या मागणीमुळेदेखील विदर्भाची नेहमीच चर्चा होत राहते. स्थानिक शासन संस्थांचा हा

निवडणूक निकाल पाहता भाजप हा सर्वाधिक जागा जिंकणारा पक्ष ठरला आहे. या निवडणुकांमधील प्रचाराचा आढावा घेतला तर शेतकऱ्यांची आत्महत्या आणि वेगळ्या विदर्भाची मागणी हे मुद्दे बाजूला राहिले. विदर्भाच्या राजकारणाला नवी दिशा किंवा नवी समीकरणे या स्थानिक शासन संस्थांमध्ये निर्माण झालेली पाहावयास मिळाली.

केंद्रामध्ये भाजपची सत्ता आल्यानंतर या पक्षाने ग्रामीण भागाकडे मोर्चा वळविला. पूर्व विदर्भामध्ये २०१२च्या निवडणुकीच्या वेळी विरोधी पक्ष असणाऱ्या भाजप पक्षाने यावेळी मात्र मोठे यश मिळविले. शहरी भागापुरते आपले अस्तित्व टिकवून ठेवणाऱ्या भाजपने ग्रामीण भागातदेखील प्रवेश केला. जाहिरातींवर अवाढव्य खर्च करत ग्रामीण भागातील मते मिळवण्यात भाजपला यश मिळाले. निवडणुकीच्या आधीच्या नोटाबंदीच्या निर्णयाचा कोणताही परिणाम या निवडणुकीवर झालेला नाही असे दिसते. एकंदरीत शहरी भागाकडून ग्रामीण भागाकडे भाजपचा विस्तार वाढत आहे, हे या निकालावरून स्पष्ट होते. या आधी संघाने पूर्व विदर्भाच्या ग्रामीण भागात संघटन केले होते. त्याचा थेट फायदा भाजपला झाला.

या स्थानिक शासन संस्थांच्या निवडणुकीमध्ये काँग्रेस दुसऱ्या क्रमांकावर गेला. ज्या ठिकाणी काँग्रेसचे वर्चस्व होते. त्या त्या विभागामध्ये भाजपने प्रवेश केला आहे. राष्ट्रवादी काँग्रेसलाही मोठा पराभव स्वीकारावा लागला आहे. काँग्रेसला काही ठिकाणी आपली जागा स्थिर ठेवता आली असली तरी जनतेने काँग्रेसला नाकारले आहे हे या निवडणुकीच्या निकालावरून पहायला मिळाले.

राजकारणाचे गुन्हेगारीकरण हा नेहमीच चर्चेचा विषय राहिला आहे. विविध पक्षांकडून या मुद्द्याच्या विरोधात जरी बोलले जात असले तरी विविध पक्षांकडून गुन्हेगारी पार्श्वभूमी असलेल्या उमेदवारांना तिकीट वाटप केले गेले. वर्धा जिल्हा परिषदेमध्ये भाजप पक्षाकडून २, काँग्रेसकडून १ अशा ३ उमेदवारांना पक्षांकडून संधी दिली होती. परंतु, या तीनही उमेदवारांना पराभव स्वीकारावा लागला. चंद्रपूर जिल्हा परिषदेमध्येही गुन्हेगारी प्रतिमा असणाऱ्या चार उमेदवारांना संधी मिळाली होती. यामध्ये काँग्रेस पक्षाकडून १, अपक्ष १ आणि ग्रामसभेचे २ असे ४ उमेदवार होते. ग्रामसभेचा १ उमेदवार वगळता इतर उमेदवारांना पराभव स्वीकारावा लागला.

निवडणुकीच्या काही महिने आधी मराठा आरक्षणासंदर्भातील मोर्चे सर्व महाराष्ट्रभर निघाले; परंतु, याचा तितकासा प्रभाव पूर्व विदर्भात पाहावयास मिळाला नाही. तेथील शेतकऱ्यांची आत्महत्या आणि वेगळ्या विदर्भाचा मुद्दा हेदेखील मुद्दे ऐरणीवर आले नाहीत. मराठा मोर्चामुळे काही ठिकाणी भाजपविरोधी भूमिका पुढे आली असली तरी भाजप पक्षाकडून काही ठिकाणी मराठा समाजातील चेहरे पुढे केल्यामुळे हा विरोध कमी झाला. हेच या निकालावरून स्पष्ट होते.

एकंदरीत जिल्हा परिषद आणि पंचायत समितीच्या निवडणुकीमध्ये भाजप पक्षाला मोठे यश मिळाले आहे. केंद्रामध्ये भाजपने सत्ता मिळवल्यानंतर ग्रामीण भागामध्ये तितकासा प्रभाव वाढला नव्हता. मात्र, या निवडणुकीच्या निकालावरून हे स्पष्ट होते की, शहरी भागाबरोबर ग्रामीण भागातही भाजप पोहचला आहे. अजूनही ग्रामीण भागात नरेंद्र मोदींच्या प्रभावाची लाट कमी झालेली नाही हेच यातून सिद्ध होते.

१२

मराठवाडा : जिल्हा परिषद आणि पंचायत समिती निवडणूक

सूर्यकांत गायकवाड

महाराष्ट्र प्रामुख्याने पाच प्रादेशिक विभागात विभागलेला असल्यामुळे महाराष्ट्रातील राजकारणाचा अभ्यास करीत असताना वेगवेगळ्या प्रदेशाचा स्वतंत्रपणे अभ्यास केला तरच संपूर्ण महाराष्ट्राचा अभ्यास होईल. या अनुषंगाने सदरच्या लेखामध्ये मराठवाड्यातील स्थानिक राजकारणाचा आढावा घेण्यात आला आहे; कारण खऱ्या अर्थाने राजकारण हे स्थानिक पातळीवर मोठ्या प्रमाणात सूक्ष्मरीतीने होत असते. ज्या पक्षाचा विस्तार हा स्थानिक राजकारणातूनच होतो, तो पक्ष राज्याच्या राजकारणात मोठ्या प्रमाणात यशस्वी होतो.

या लेखामध्ये स्थानिक पातळीवरील पक्षीय बलाबल, निवडून आलेल्या स्त्री-पुरुषांची संख्या, कुणबी, मराठा, इतर मागास प्रवर्गातून सत्तेत कशा पद्धतीने सहभागी झाले आहेत, मुस्लीम सदस्य, महिला त्याचबरोबर अनुसूचित जाती व जमाती यांचा सहभाग इत्यादी गोष्टींच्या स्थानिक निवडणुकीतील आकडेवारीवरून विश्लेषण करण्यात आले आहे. त्याचबरोबर घराणेशाहीतून निवडून आलेल्यांची संख्या दर्शविणारा तक्ताही समाविष्ट करण्यात आला आहे.

मराठवाड्यातील आर्थिक व सामाजिक परिस्थिती

हैदराबाद मुक्तीसंग्रामनंतर मराठवाडा महाराष्ट्रात सामील झाला, त्यामागे या प्रदेशाचा विकास होईल अशी अपेक्षा होती. परंतु, आजही हा प्रदेश मागासलेला म्हणून ओळखला जातो; कारण हैदराबाद संस्थानात असताना मराठवाड्यातील शिक्षणाकडे जाणीवपूर्वक दुर्लक्ष केले गेले. स्वातंत्र्यानंतर तेथील नेतृत्वाने आणि शिक्षण संस्थाचालकांनी विकासासाठी प्रयत्न केले नाहीत यामुळे मराठवाड्यातील सामाजिक व आर्थिक तणाव वाढलेला दिसून येतो. जवळपास ८० टक्के लोकसंख्या ग्रामीण भागात शेतीवर अवलंबून आहे. मराठवाड्यामध्ये मराठा समाज अधिक संख्येने असला तरी

ओबीसी, दलित आणि मुस्लीम समाजही मोठ्या प्रमाणात आहे. १९५३ साली झालेल्या नागपूर कराराच्या अनुषंगाने १९९४ साली मराठवाडा वैधानिक विकास महामंडळाची स्थापना करण्यात आली आहे. त्याद्वारे मराठवाड्याचा विकास होईल अशी अपेक्षा होती. परंतु, विकासासाठी नैसर्गिक साधनसंपत्ती आणि मानवी संसाधने यांची गरज असते. या दोन्ही गोष्टींमध्ये मराठवाडा मागे आहे; कारण मराठवाड्यात कोणताही खनिज पदार्थ आढळत नाही. त्याचबरोबर मोठ्या प्रमाणात उद्योगधंदे निर्माण झाले नाहीत; तसेच खासगी कारखानदार हे केवळ भरपूर पाणी, वीज दळणवळण असणाऱ्या ठिकाणीच कारखाने उभे करतात. त्यामुळे मोठे कारखाने मराठवाड्यात उभे राहिले नाहीत.

दुसऱ्या बाजूने विचार केला तर औरंगाबादेत समर्थनगर सिडको एन-१, एन-२ आणि एन-४ मध्ये नांदेडमधील वजिराबाद, शिवाजीनगर, परभणीत कल्याणनगर, बी. रघुनाथ महाविद्यालय परिसर, वसमत रोड, जालन्यात भाग्यनगर, प्रीतिसुधानगर, नाथनगर, बीडमध्ये सहयोगनगर, श्रीरामनगर, पांगरी रोड, हिंगोलीत शिवाजीनगर, नाईकनगर, शास्त्रीनगर आणि लातूरमध्ये विशालनगर, आदर्शनगर आणि सरस्वती कॉलनी या भागातील बंगले आणि रियल इस्टेटचे दर पाहिले तर पश्चिम महाराष्ट्र, विदर्भातील कोणत्याही शहराशी स्पर्धा करताना दिसतात; पण या भागातील बहुतांश निवासस्थाने ही राजकीय नेते आणि उद्योगपतींची आहेत. यावरून मराठवाड्याचा विकास झाला असे म्हणता येत नाही; कारण दळणवळणाची साधने मराठवाड्यात निर्माण झाली नाहीत. उद्योगधंदे मराठवाड्यात विस्तारले नाहीत. या सर्व गोष्टींबरोबरच शिक्षणक्षेत्रातही मराठवाड्यात मागासलेपणा दिसून येतो.

१९५० साली नांदेडमध्ये पीपल्स कॉलेज आणि त्याच काळात औरंगाबादमध्ये मिलिंद कॉलेज सुरू करण्यात आले. सहा महाविद्यालये असताना यशवंतराव चव्हाणांनी औरंगाबाद विद्यापीठाची स्थापना केली. सध्या मराठवाड्यात पारंपरिक शिक्षण देणारी दोन (औरंगाबाद व नांदेड) आणि कृषिशिक्षण व संशोधन करणारे एक (परभणी) अशी विद्यापीठे आहेत. त्यामुळे मराठवाड्याच्या शिक्षण विस्ताराला चालना मिळाली. परंतु, बहुसंख्य खासगी शिक्षणसंस्था राजकीय अभिजनांच्या हाती आहेत. त्यामुळे शिक्षणसंस्था मोठ्या प्रमाणात बाजारीकरणाकडे वळलेल्या दिसून येतात. मराठवाड्याच्या सामाजिक, आर्थिक, शैक्षणिक मागासपणास येथील नेतृत्व कारणीभूत असल्याचे म्हटले जाते.

राजकीय स्थिती आणि स्थानिक राजकारण

मराठवाड्याच्या विकासासाठी मराठवाड्यातील राजकीय नेतृत्व कारणीभूत आहे; कारण नेतृत्वांनी मराठवाड्याच्या विकासासाठी एकत्रित प्रयत्न केले नाहीत.

मराठवाड्यातील विलासराव देशमुख, शंकरराव चव्हाण, अशोक चव्हाण, शिवाजीराव पाटील निलंगेकर इत्यादी नेते पाच वेळा मुख्यमंत्री झाले आहेत. परंतु, त्यांनी स्वतःच्या जिल्ह्यापलीकडे विचार केला नाही. त्यामुळे विकासाचा मुद्दा मागे राहिला. सध्या स्थानिक स्वराज्य संस्था हे मिनी मंत्रालय म्हणून ओळखले जाते. त्या अनुषंगाने मराठवाड्यातील विकासाचा प्रश्न व तेथील नेतृत्व यांचा विचार करताना जिल्हा परिषद व पंचायत समितीतील नेतृत्वाचा अभ्यास करणे गरजेचे वाटते. त्यामुळे खालील मुद्यांच्या आधारे मराठवाड्यातील राजकीय परिस्थितीचा आढावा घेतला आहे. मराठवाड्यातील आठ जिल्हा परिषदा व ७६ पंचायत समित्यांसाठी १६ फेब्रुवारी २०१७ रोजी मतदान झाले. त्याचा निकाल २३ फेब्रुवारी २०१७ रोजी जाहीर झाला. त्यामध्ये अनेक जिल्हा परिषदांमध्ये सत्तांतर झाल्याचे दिसून आले.

तक्ता क्र.१ : मराठवाड्यातील जिल्ह्यांचे निकाल

अ.क्र.	जिल्हा परिषद	भाजप	काँग्रेस	राष्ट्रवादी काँग्रेस	शिव सेना	मनसे	आरपी आय	स्थानिक आघाडी	रासप	अपक्ष	एकूण
१	औरंगाबाद	२२ (६)	१६ (१५)	०३ (१२)	१८ (१६)	१ (८)	०१	-	-	१ (३)	६२ (६०)
२	बीड	१९ (२६)	३ (१)	२५ (२७)	४ (२)	-	-	७	-	२ (३)	६० (५९)
३	नांदेड	१३ (४)	२८ (२५)	१० (१८)	१० (११)	-	-	-	-	२ (५)	६३ (६३)
४	परभणी	५ (२)	६ (८)	२४ (२५)	१३ (११)	-	-	-	३	३ (६)	५४ (५२)
५	उस्मानाबाद	४ (२)	१३ (२०)	२६ (१८)	११ (१४)	-	-	-	-	१	५५ (५४)
६	जालना	२२ (१७)	५ (५)	१३ (१४)	१४ (१६)	-	-	-	-	२ (३)	५६ (५५)
७	लातूर	३६ (८)	१५ (३५)	५ (९)	१ (५)	-	-	-	-	१ (१)	५८ (५८)
८	हिंगोली	१० (०)	१२ (९)	१२ (११)	१५ (२७)	-	-	-	-	३ (३)	५२ (५०)
	एकूण	१३१ (६५)	९८ (११८)	११८ (१३४)	८६ (१०२)	१ (८)	१	७	३	१५ (२४)	४६० (४५१)

जिल्हा परिषद निवडणूक २०१७ मध्ये मराठवाड्यातील आठ जिल्ह्यांमध्ये ४६० गटातून २३०५ उमेदवारांनी निवडणुकीसाठी अर्ज भरले होते. कोणत्याही पक्षाची युती किंवा आघाडी झाली नाही. त्यामुळे सर्व पक्षांनी स्वबळावर निवडणुकीत भाग घेतला. जिल्हा परिषदेच्या ४६० जागांपैकी १३१ जागा जिंकून भाजप हा मराठवाड्यामध्ये प्रथम क्रमांकाचा पक्ष बनला. देशाच्या राजकारणात आपली ओळख निर्माण केलेल्या कै. विलासराव देशमुख, माजी केंद्रीय मंत्री शिवराज पाटील चाकूरकर, माजी मुख्यमंत्री शिवाजीराव पाटील निलंगेकर आदी नेत्यांनी लातूर जिल्हा परिषदेवर पस्तीस वर्षे सत्ता कायम राखली होती. परंतु, राज्याचे कॅबिनेट मंत्री व लातूरचे पालकमंत्री संभाजीराव पाटील निलंगेकर यांनी भाजपचे कार्यकर्ते व नेत्यांचे गटातटातील संघर्ष संपुष्टात आणून ३६ सदस्य निवडून आणले; आणि भाजपचे निर्विवाद वर्चस्व स्थापन केले. दुसरीकडे हिंगोली जिल्हा परिषदेमध्ये २०१२ साली एकही जागा भाजपला मिळविता आली नव्हती; परंतु आज १० जागांवर भाजपचे उमेदवार विजयी झाले आहेत. एकूणच मराठवाड्यातील जिल्हा परिषदेमध्ये २०१२ साली केवळ ६५ जागा जिंकणाऱ्या भाजप पक्षाने आज सर्वाधिक १३१ जागा मिळविल्या आहेत.

राष्ट्रवादी काँग्रेसने उस्मानाबाद, परभणी, बीडमध्ये अधिक जागा मिळवून आपले वर्चस्व कायम ठेवले आहे; तर काँग्रेसला फक्त नांदेडमध्ये जास्त जागा मिळविता आल्या आहेत. औरंगाबाद जिल्हा परिषद काँग्रेसला आपल्या ताब्यात ठेवता आली नाही. शिवसेना पक्षाला हिंगोलीमध्ये सर्वांत जास्त जागा मिळाल्या असल्या तरी त्यांना सत्ता स्थापन करण्यासाठी भाजप किंवा राष्ट्रवादी काँग्रेस पक्षाबरोबर युती करावी लागणार आहे. एकूण मराठवाड्यातील जनतेने विकासाच्या मुद्द्याचा विचार करून भाजपला मतदान केल्याचे दिसून येते.

अशारीतीने केंद्रात, राज्यात भाजपची सत्ता आहे. त्यामुळे स्थानिक पातळीवर भाजपचा विस्तार झाल्याचे या निवडणुकीच्या निकालावरून दिसून येते. मराठवाड्यातील सर्व जिल्ह्यातून मनसे आणि आरपीआय पक्षाला एकाच जागेवर समाधान मानावे लागले आहे. परंतु, २०१२मध्ये मनसेही औरंगाबाद जिल्हा परिषदेत सत्तेमध्ये सहभागी झाला होता. यातूनच मराठवाड्यातील जनतेने नोटाबंदी विरोधात न जाता भाजपच्या पारड्यात यश टाकलेले दिसून येते.

तक्ता क्र.२ : मराठवाड्यातील जिल्हा परिषदा : महिला व पुरुष सदस्यनिहाय वर्गीकरण

अ.क्र.	वर्गवारी	भाजप	काँग्रेस	राष्ट्रवादी काँग्रेस	शिव सेना	मनसे	आरपी आय	स्थानिक आघाडी	अपक्ष	सपा	एकूण
१	महिला	६५	५०	७३	५५	-	-	०३	०७	०१	२५४
२	पुरुष	६६	४८	४५	३१	०१	०१	०१	१०	०३	२०६
	एकूण	१३१	९८	११८	८६	०१	०१	०४	१७	०४	४६०

१०८ वी घटनादुरुस्ती करून स्थानिक स्वराज्य संस्थांमध्ये एकूण जागांपैकी आणि अध्यक्षपदाच्या एकूण जागांपैकी ५० टक्के जागा महिलांसाठी आरक्षित केलेल्या आहेत. यानुसार मराठवाड्यातील जिल्हा परिषदेच्या ४६० जागांपैकी २३० जागा महिलांसाठी आरक्षित असणे हे कायद्यानुसार आहे; तर २० महिला, महिलांसाठी आरक्षण नसलेल्या जागेवरून निवडून आल्या. एकूण जागांपैकी २५४ महिला निवडून आल्या असून त्यामध्ये राष्ट्रवादी काँग्रेस पक्षाच्या महिला मोठ्या प्रमाणात निवडून आल्या. त्यापाठोपाठ भाजपच्या ६५ आणि शिवसेनेच्या ५५ जागा निवडून आल्या. अनेक ठिकाणी स्त्रियांना राजकारणात येण्याची संधी ही महिला आरक्षणामुळे मिळते आणि स्त्रिया जास्त निवडून येण्याचा दुसरा अर्थ स्त्रिया चांगल्या पद्धतीने कार्य करतील असा विश्वास लोकांना वाटतो. त्यामुळे महिलांना जास्त संख्येने निवडून आणल्याचे दिसून येते. मराठवाड्यातील परभणी जिल्हा परिषदेमध्ये सगळ्यात जास्त ३७ महिला निवडून आल्या आहेत, तर लातूरमध्ये मात्र महिला-पुरुष यांची निवडून येण्याची संख्या समान दिसून आली.

तक्ता क्र.३ : मराठवाड्यातील जिल्हा परिषद : संवर्गनिहाय वर्गीकरण

अ. क्र.	वर्गवारी	भाजप	काँग्रेस	राष्ट्रवादी काँग्रेस	शिव सेना	मनसे	आरपी आय	स्थानिक आघाडी	रासप	अपक्ष	सपा	एकूण
१	ओपन	७०	४५	६८	४३	०१	०१	०२	-	०९	०४	२४३
२	ओबीसी	३२	२६	३८	२२	-	-	०२	-	०४	-	१२४
३	एससी	२३	१८	०८	१९	-	-	-	-	०४	-	७२
४	एसटी	०६	०९	०४	०२	-	-	-	-	-	-	२१
	एकूण	१३१	९८	११८	८६	०१	०१	०४	-	१७	०४	४६०

मराठवाड्यातील ४६० पैकी २४१ जागा या सर्वसाधारण स्त्री-पुरुषांसाठी होत्या. त्यामध्ये सर्वाधिक ७० जागा भाजपला मिळाल्या. जो सर्वसाधारण समाज आहे; त्याने

भाजपला पाठिंबा दिल्याचे यावरून दिसून येते, तर ओबीसी समाजातील लोकांचा पाठिंबा राष्ट्रवादी काँग्रेसला आणि अनुसूचित जातींनी भाजपला पाठिंबा दिला. परंतु, त्याचबरोबर काँग्रेस आणि शिवसेनेला समानतेने पाठिंबा दिल्याचे दिसून येते. आदिवासी समाजाने मात्र आजही काँग्रेसला पाठिंबा दिला; कारण अनुसूचित जमातींसाठी राखीव जागा २१ होत्या, त्यामध्ये सर्वाधिक ९ जागांवर काँग्रेस पक्षाला विजय मिळाला.

तक्ता क्र.४ : मराठवाड्यातील जिल्हा परिषद : खुल्या जागेवरील महिला

अ.क्र.	पक्ष	औरंगाबाद	बीड	नांदेड	परभणी	उस्मानाबाद	जालना	हिंगोली	एकूण
१	भाजप	०२	–	–	०१	–	०२	–	०५
२	काँग्रेस	–	–	०३	–	–	–	–	०३
३	राष्ट्रवादी काँ.	–	–	–	०३	०१	०२	–	०६
४	शिवसेना	–	–	–	०२	–	–	०१	०३
५	आघाडी	–	०२	–	–	–	–	–	०२
	एकूण	०२	०२	०३	०६	०१	०४	०१	१९

मराठवाड्यात एकूण २५४ महिला निवडून आलेल्या असून त्यामध्ये २० महिला या महिलांना आरक्षित नसलेल्या जागेवर निवडून आल्या आहेत. परभणी जिल्हा परिषदेमध्ये सर्वाधिक ६ सदस्य विजयी झाले आहेत; तर भाजप आणि राष्ट्रवादी काँग्रेस पक्षाकडून प्रत्येकी ६ महिला सदस्य महिलांना आरक्षित नसलेल्या जागेवरून निवडून आल्या आहेत.

तक्ता क्र.५ : मराठवाड्यातील जिल्हा परिषदांमधील
निवडून आलेल्या मुस्लीम सदस्यांची संख्या

अ.क्र.	वर्गवारी	काँग्रेस	शिवसेना	एकूण
१	ओपन	०१	०१	०२
२	ओबीसी	०३	–	०३
३	एससी	–	–	–
४	एसटी	–	–	–
	एकूण	०४	०१	०५

मराठवाड्यातील ८ जिल्हा परिषदांच्या ४६० जागांपैकी ५ मुस्लीम सदस्य निवडून आले. त्यांपैकी ४ काँग्रेस व १ शिवसेना पक्षाकडून विजयी झाले. विधानसभेमध्ये एमआयएम या पक्षाकडून आमदार निवडून आले. परंतु, जिल्हा परिषदेमध्ये एमआयएम

या पक्षाचा एकही उमेदवार निवडून आला नाही. दुसरी गोष्ट म्हणजे औरंगाबादमध्ये मुस्लिमांची संख्या जास्त असली तरी त्यांचे निवडून येण्याचे प्रमाण कमी आहे. जालना, उस्मानाबाद जिल्हा परिषदेत प्रत्येकी २ सदस्य मुस्लीम आहेत तर औरंगाबादमध्ये फक्त १ मुस्लीम उमेदवार विजयी झाला. त्यामुळे एकूणच मुस्लीम सदस्यांचे प्रमाण कमी आहे.

तक्ता क्र.६ : जिल्हा परिषदेतील घराणेशाही

अ.क्र.	पक्ष	औरंगाबाद	बीड	जालना	लातूर	नांदेड	उस्मानाबाद	परभणी	एकूण
१	भाजप	०२	०१	०३	०१	०४	०२	०१	१४
२	काँग्रेस	०१	-	-	०१	०२	०२	०१	०७
३	राष्ट्रवादी काँ.	-	०२	०१	-	०२	०१	-	०६
४	शिवसेना	०१	०१	०१	०१	०२	-	०१	०७
	एकूण	०४	०४	०५	०३	१०	०५	०३	३४

प्रत्येक राजकीय पक्षामध्ये घराणेशाही ही आहेच. त्यानुसार मराठवाड्यातील जिल्हा परिषदेच्या निवडणुकीत अनेक लोकांनी आपल्या वारसदारांना पुढे आणण्याचा प्रयत्न केला. त्यात काहीजणांना यश मिळाले. उस्मानाबादमध्ये राष्ट्रवादी काँग्रेसचे आमदार राणा जगजितसिंह यांची पत्नी अर्चना पाटील, काँग्रेसचे माजी राज्यमंत्री बसवराज पाटील यांचे पुत्र शरद पाटील, आमदार मधुकरराव चव्हाण यांचे पुत्र बाबुराव चव्हाण, भाजपचे नेते कैलास शिंदे यांचे पुत्र दिग्विजय शिंदे इत्यादी तर जालन्यात भाजपचे प्रदेशाध्यक्ष रावसाहेब दानवे यांची कन्या आशाताई दानवे, पालकमंत्री बबनराव लोणीकर यांचा मुलगा राहुलभैय्या लोणीकर, शिवसेनेचे राज्यमंत्री अर्जुनराव खोतकर यांचे बंधु अनिरुद्ध खोतकर, माजी आ. अरविंदराव चव्हाण यांच्या पत्नी पुष्पाताई चव्हाण तर लातूरमध्ये विलासराव देशमुखांचा मुलगा धीरज देशमुख, नांदेडमध्ये आ. चिखलीकर यांची कन्या प्रणीता देवरे व मुलगा प्रवीण पाटील, भाजपचे प्रदेश उपाध्यक्ष भास्करराव पाटील खतगांवकर यांच्या सून डॉ. मिनल खतगांवकर, माजी आ. शंकरअण्णा धोंडगे यांचा पुतण्या विजय धोंडगे इत्यादी वारसदार सदस्य जिल्हा परिषदेच्या निवडणुकीत विजयी झाले आहेत.

अनेक माजी आमदारांचे वारसदार निवडून आले आहेत, तर खा. रवींद्र गायकवाड यांचा मुलगा किरण व प्रदेशाध्यक्ष रावसाहेब दानवे यांची कन्या व आ. हर्षवर्धन जाधव यांची पत्नी संजना जाधव या पराभूत झाल्या. अशा अनेक आजी-माजी जिल्हा परिषद अध्यक्ष, सदस्य व आमदारांच्या वारसदारांना पराभव स्वीकारावा लागला. एकूणच

घराणेशाहीला विरोध होत असला तरी घराणेशाही मोठ्या प्रमाणात पुढे येताना दिसून येते. परंतु, अपवाद म्हणून कोणतीही पार्श्वभूमी नसलेल्या, चहाची टपरी असलेल्या ज्ञानेश्वर जरांगे (अंमळनेर) यांची पत्नी अश्विनी जरांगे केवळ अकरा मतांनी निवडून आल्या.

मराठवाड्यातील पंचायत समिती

जिल्हा परिषद व पंचायत समितीच्या निवडणुका एकाचवेळी झाल्या असून जिल्हा परिषदेच्या जागेच्या दुप्पट जागा या पंचायत समितीच्या असतात. मराठवाड्यातील जिल्हा परिषदांचे विश्लेषणानंतर पंचायत समितीतील स्थानिक राजकारण अभ्यासणे गरजेचे आहे. त्यामुळे पंचायत समितीचा अभ्यास करताना प्रत्येक जिल्ह्याच्या आकडेवारीच्या आधारे विश्लेषण करण्यात आले आहे. पंचायत समितीच्या एकूण ९२० सदस्यांसाठी ४१९१ उमेदवार रिंगणात होते. त्या अनुषंगाने जिल्हानुसार खालील पद्धतीने विश्लेषण करण्यात आले आहे.

तक्ता क्र.७ : औरंगाबाद जिल्ह्यातील पंचायत समितीतील पक्षीय बलाबल

अ. क्र.	जिल्हा परिषद	भाजप	काँग्रेस	राष्ट्रवादी काँग्रेस	शिव सेना	मनसे	आरपी आय	स्थानिक आघाडी	अपक्ष	एकूण
१	औरंगाबाद	०७	०८	-	०३	-	०१	-	०१	२०
२	सोयगाव	०२	०३	-	०१	-	-	-	-	०६
३	सिल्लोड	०९	०७	-	-	-	-	-	-	१६
४	कन्नड	०५	०२	०१	०३	-	-	०५	-	१६
५	फुलंब्री	०७	०१	-	-	-	-	-	-	०८
६	खुलताबाद	०४	०१	-	-	-	-	-	०१	०६
७	वैजापूर	०३	०१	०५	०७	-	-	-	-	१६
८	गंगापूर	०९	-	-	०९	-	-	-	-	१८
९	पैठण	०१	०२	०३	११	०१ (८)	-	-	-	१८
	एकूण	४७	२५	०९	३४	०१	०१	०५	०२	१२४

औरंगाबाद जिल्ह्यामधील ९ पंचायत समितीच्या निवडणुका झाल्या. त्यामध्ये १२४ गण आहेत. त्यात भाजपने सर्वाधिक जागा मिळवल्या. शिवसेना पक्षाला दुसऱ्या क्रमांकावरील जागा मिळाल्या. पैठणमध्ये शिवसेनेने १८ पैकी ११ जागा मिळवून प्रथम स्थान मिळविले. गंगापूर तालुक्यामध्ये काँग्रेस-राष्ट्रवादीच्या उमेदवारांना पूर्णपणे

नाकारल्याचे दिसून येते. औरंगाबाद, सोयगाव, सिल्लोड, फुलंब्री, खुलताबाद येथे राष्ट्रवादीचा एकही सदस्य निवडून आला नाही. यावरून भाजप आणि शिवसेनेचे वर्चस्व औरंगाबाद जिल्ह्यात निर्माण झाल्याचे दिसून येते. परंतु, शिवसेनेचे आमदार संजय शिरसाठ व भाजपचे हरिभाऊ बागडे हे दोन आमदार असतानाही काँग्रेसचे २० पैकी ८ सदस्य निवडून आले, हे विशेष आहे. परंतु, जिल्ह्यातील ९ पंचायत समित्यांपैकी चार पंचायत समित्या काँग्रेस आघाडीच्या ताब्यात होत्या.

तक्ता क्र.८ : औरंगाबाद पंचायत समितीमधील महिला व पुरुषांची आकडेवारी

अ.क्र.	वर्गवारी	भाजप	काँग्रेस	राष्ट्रवादी काँग्रेस	शिव सेना	मनसे	आरपी आय	विकास आघाडी	अपक्ष	एकूण
१	महिला	२४	१५	०३	१८	०१	०१	०३	०१	६६
२	पुरुष	२३	१०	०६	१६	-	-	०२	०१	५८
	एकूण	४७	२५	०९	३४	०१	०१	०५	०२	१२४

१२४ पंचायत समिती सदस्यांपैकी ६६ महिला सदस्य निवडून आले. भाजपचे सर्वाधिक २४ सदस्य आहेत. एकूणच पुरुषांपेक्षा स्त्रियांचे प्रमाण जास्त आहे. मनसे आणि आरपीआय या पक्षांना केवळ एकच जागा मिळाली आहे. त्यामध्ये महिला सदस्यांचा समावेश आहे.

तक्ता क्र.९ : औरंगाबाद पंचायत समितीमधील संवर्गनिहाय सदस्यसंख्या

अ.क्र.	वर्गवारी	भाजप	काँग्रेस	राष्ट्रवादी काँग्रेस	शिव सेना	मनसे	आरपी आय	विकास आघाडी	अपक्ष	एकूण
१	खुला	२८	१२	०३	१९	०१	-	०५	०१	६९
२	ओबीसी	१३	०९	०६	०४	-	०१	-	०१	३४
३	एससी	०५	०३	-	०८	-	-	-	-	१६
४	एसटी	०१	०१	-	०३	-	-	-	-	०५
	एकूण	४७	२५	०९	३४	०१	०१	०५	०२	१२४

औरंगाबाद जिल्ह्यातील सर्व पंचायत समितीतील संवर्गनिहाय विचार केला तर ६९ सर्वसाधारण गण आहेत. त्यात भाजपने २८ गणांमध्ये विजय मिळविला आहे. त्यामुळे सर्वसाधारण गणांबरोबरच ओबीसी आणि एससीची संख्या जास्त असलेली दिसून येते. राष्ट्रवादी काँग्रेस पक्षाचा अनुसूचित जातींमधील व अनुसूचित जमातींमधील एकही उमेदवार निवडून आला नाही.

तक्ता क्र.१० : औरंगाबाद पंचायत समितीमध्ये खुल्या जागेवर निवडून आलेल्या महिलांची संख्या

अ.क्र.	वर्गवारी	भाजप	विकास आघाडी	एकूण
१	खुला	-	०१	०१
२	ओबीसी	०२	-	०२
३	एससी	-	-	-
४	एसटी	०१	-	०१
	एकूण	०३	०१	०४

ओबीसी सर्वसाधारण असलेल्या गणामधून भाजपच्या ३ महिला सदस्य निवडून आल्या, तर विकास आघाडीची एक महिला सदस्य निवडून आली.

तक्ता क्र.११ : औरंगाबाद पंचायत समितीमधील मुस्लीम सदस्यांची संख्या

अ.क्र.	जिल्हा परिषद	भाजप	काँग्रेस	राष्ट्रवादी काँग्रेस	आरपीआय	एकूण
१	सोयगाव	-	०१	-	१	०२
२	सिल्लोड	०१	०५	-	-	०६
३	कन्नड	-	०१	-	-	०१
४	खुलताबाद	-	०१	-	-	०१
५	औरंगाबाद	-	-	-	०१	०१
६	पैठण	-	०१	०१	-	०२
	एकूण	०१	०९	०१	०२	१३

संपूर्ण औरंगाबाद जिल्ह्यातील पंचायत समितीमध्ये १२ मुस्लीम सदस्य निवडून आले असून सर्वाधिक सदस्य काँग्रेस पक्षाचे आहेत. यावरून आजही मुस्लीम हे काँग्रेसच्या बाजूने असल्याचे दिसून येते.

तक्ता क्र.१२ : बीड जिल्ह्यातील पंचायत समितीमधील पक्षीय बलाबल

अ.क्र.	तालुका	भाजप	काँग्रेस	राष्ट्रवादी काँग्रेस	शिव सेना	आघाडी	संग्राम परिषद	अपक्ष	माकप	एकूण
१	गेवराई	०७	-	०५	०६	-	-	-	-	१८
२	माजलगाव	०३	-	०८	-	०१	-	-	-	१२
३	वडवाळी	०१	-	०३	-	-	-	-	-	०४
४	बीड	०१	-	०२	०३	०६	०३	०१	-	१६
५	शिन्नर	०३	-	०४	-	०१	-	-	-	०८
६	पाटोढादा	०५	-	०१	-	-	-	-	-	०६
७	आष्टी	०७	-	०७	-	-	-	-	-	१४
८	केज	०७	-	०४	-	-	-	०१	-	१२
९	धारूर	०३	-	०३	-	-	-	-	-	०६
१०	परळी	०४	-	०७	-	-	-	-	०१	१२
११	अंबाजोगाई	०३	०२	०७	-	-	-	-	-	१२
	एकूण	४४	०२	५१	०९	०८	०३	०२	०१	१२०

बीड जिल्ह्यातील राजकारण हे मुंडे बहीण–भावातील संघर्षामध्ये गुंतलेले आहे. पंकजा मुंडे यांच्या स्वतःच्या परळी पंचायत समितीमध्ये अथवा जिल्हा परिषदेमध्ये भाजपला अपयश आल्याचे दिसून येते. बीड जिल्ह्यात भाजपचे ४४ सदस्य निवडून आले असले तरी राष्ट्रवादी काँग्रेस हाच सर्वांत मोठा पक्ष म्हणून उदयास आला आहे. माजलगाव, वडवाळी, शिरूर, परळी आणि अंबाजोगाई इत्यादी पंचायत समितीमध्ये राष्ट्रवादी काँग्रेसचे वर्चस्व कायम राहिले आहे. एक वेळ गोपीनाथ मुंडे यांच्या बीड जिल्ह्यावर त्यांचे वर्चस्व होते. परंतु, त्यांच्या निधनानंतर पंकजा मुंडे यांना तो सांभाळता आला नाही, हेच दिसून येते. माजी मंत्री बदामराव पंडित यांनी राष्ट्रवादी काँग्रेसमधून शिवसेना पक्षात प्रवेश केला आणि गेवराईमध्ये आधीच्या तुलनेत ४ जागा जास्त निवडून आणल्या आहेत. तर आघाडीने ८ जागा जिंकल्या आहेत.

तक्ता क्र.१३ : बीड जिल्ह्यातील पंचायत समितीमधील महिला व पुरुष यांची संख्या

अ.क्र.	वर्गवारी	भाजप	काँग्रेस	राष्ट्रवादी काँग्रेस	शिव सेना	आघाडी	संग्राम परिषद	अपक्ष	माकप	एकूण
१	महिला	२५	०१	२७	०६	०६	०२	०२	०१	७०
२	पुरुष	१९	०१	२४	०३	०२	०१	-	-	५०
	एकूण	४४	०२	५१	०९	०८	०३	०२	०१	१२०

बीड जिल्ह्यातील पंचायत समितीमध्ये एकूण ७० महिला सदस्या निवडून आले. त्यांपैकी राष्ट्रवादी पक्षाच्या २७ व भाजपच्या २५ सदस्या आहेत.

तक्ता क्र.१४ : बीड पंचायत समितीमधील संवर्गनिहाय सदस्यसंख्या

अ.क्र.	संवर्ग	भाजप	काँग्रेस	राष्ट्रवादी काँग्रेस	शिव सेना	आघाडी	संग्राम परिषद	अपक्ष	माकप	एकूण
१	सर्वसाधारण	२४	०२	३२	०७	०४	०१	०१	-	७१
२	ओबीसी	१२	-	१३	०२	०३	०२	-	-	३२
३	एससी	०८	-	०६	-	०१	-	०१	०१	१७
४	एसटी	-	-	-	-	-	-	-	-	-
	एकूण	४४	०२	५१	०९	०८	०३	०२	०१	१२०

संवर्गनिहाय आकडेवारीचा विचार केला असता सर्वसाधारण, ओबीसी या दोन्ही संवर्गामध्ये राष्ट्रवादी काँग्रेसचे सदस्य निवडून आल्याचे दिसून येते. बीड जिल्ह्यामध्ये ऊसतोड कामगारांची संख्या जास्त असली तरी त्यांनी भाजपपेक्षा राष्ट्रवादी काँग्रेसला पाठिंबा दिल्याचे दिसून येते. काँग्रेस पक्षाला केवळ दोन जागांवर समाधान मानावे लागले असून ते अंबाजोगाई तालुक्यातील आहेत.

तक्ता क्र.१५ : खुल्या जागेवरील निवडून आलेल्या महिलांची संख्या

अ.क्र.	संवर्ग	राष्ट्रवादी काँग्रेस	शिवसेना	आघाडी	अपक्ष	एकूण
१	सर्वसाधारण	०१	०१	-	-	०२
२	ओबीसी	०४	०१	०१	-	०६
३	एससी	०१	-	-	०१	०२
	एकूण	०६	०२	०१	०१	१०

बीड जिल्ह्यात सर्वाधिक महिला उमेदवार असल्या तरी त्यामध्ये दहा सर्वसाधारण ओबीसी, एससी जागेवरसुद्धा महिला निवडून आल्या असून त्यात राष्ट्रवादी काँग्रेसचे सहा सदस्य आहेत. शिवसेना आघाडी आणि अपक्ष यांमधूनही महिलांना आरक्षित नसलेल्या गणातून निवडून आणले गेले आहे.

तक्ता क्र.१६ : मुस्लीम सदस्यांची संख्या

अ.क्र.	संवर्ग/पक्ष	सर्वसाधारण	ओबीसी	एकूण
१	राष्ट्रवादी	०१	०२	०३
	एकूण	०१	०२	०३

पंचायत समितीमध्ये केवळ ३ मुस्लीम सदस्य हे राष्ट्रवादी पक्षाकडून निवडून आले.

तक्ता क्र.१७ : नांदेड जिल्ह्यातील पंचायत समितीतील पक्षीय बलाबल

अ.क्र.	पंचायत समिती/पक्ष	भाजप	काँग्रेस	राष्ट्रवादी काँग्रेस	शिव सेना	भारिप	अपक्ष	रासप	एकूण
१	माहूर	-	०२	०१	०१	-	-	-	०४
२	किनवट	०६	०१	०३	०१	०१	-	-	१२
३	हिमायतनगर	-	०४	-	-	-	-	-	०४
४	हदगाव	-	०६	-	०६	-	-	-	१२
५	अर्धापूर	-	०२	-	०१	-	०१	-	०४
६	नांदेड	०१	०६	-	०१	-	-	-	०८
७	मुदखेड	-	०३	-	०१	-	-	-	०४
८	भोकर	०२	०३	-	-	-	०१	-	०६
९	उमरी	-	०१	०३	-	-	-	-	०४
१०	धर्माबाद	०१	०१	०१	०१	-	-	-	०४
११	बिलोली	०५	०३	-	-	-	-	-	०८
१२	नायगाव खुर्द	०३	०३	०२	-	-	-	-	०८
१३	लोहा	०२	०३	-	०७	-	-	-	१२
१४	कंधार	०४	०१	०१	०३	-	०१	०२	१२
१५	मुखेड	०७	०४	०१	०२	-	-	-	१४
१६	देगलूर	०३	०७	-	-	-	-	-	१०
	एकूण	३४	५०	१२	२४	०१	०३	०२	१२६

नांदेड जिल्ह्यामधील सोळा नगरपंचायतीच्या निवडणुका झाल्या. यामध्ये काँग्रेसला सर्वाधिक जागा मिळाल्या असून जवळपास ४० टक्के सदस्य निवडून आले. यावरून अशोक चव्हाण यांचे वर्चस्व जिल्ह्यात कायम राहिले आहे, असे दिसून येते. माहूर, अर्धापूर, नांदेड, मुखेड, भोकर, देगलूर इत्यादी पंचायत समित्यांमध्ये काँग्रेसचे वर्चस्व प्रस्थापित झाले आहे; तर हिमायतनगर पंचायत समितीतील सर्व पंचायत समितीच्या जागा काँग्रेसने जिंकल्या आहेत.

तक्ता क्र.१८ : नांदेड जिल्ह्यातील पंचायत समितीतील महिला व पुरुष सदस्यांची संख्या

अ.क्र.	लिंग/पक्ष	भाजप	काँग्रेस	राष्ट्रवादी काँग्रेस	शिव सेना	भारिप	अपक्ष	रासप	एकूण
१	महिला	१६	२५	०८	१५	०१	-	०१	६६
२	पुरुष	१८	२५	०४	०९	-	०३	०१	६०
	एकूण	३४	५०	१२	२४	०१	०३	०२	१२६

किनवट, मुखेड व बिलोली या तीन पंचायत समित्या भाजपच्या ताब्यात राहिल्या आहेत; तर लोहा पंचायत समिती शिवसेना पक्षाकडे आणि उमरी ही पंचायत समिती राष्ट्रवादी काँग्रेस पक्षाकडे राहिली आहे. एकूण संपूर्ण मराठवाड्यात नांदेड या एकाच जिल्ह्यामध्ये काँग्रेसला आपले वर्चस्व टिकवता आले आहे. १२६ सदस्यांपैकी ६६ महिला निवडून आल्या असून काँग्रेस सदस्यांपैकी २५-२५ असे समान स्त्री-पुरुष सदस्य निवडून आले आहेत. नांदेडमधील पंचायत समित्यांमध्ये महिलांच्या संख्येपेक्षा पुरुषांची पदे भाजपला अधिक मिळाली आहेत.

तक्ता क्र.१९ : नांदेड जिल्ह्यातील पंचायत समिती संवर्गनिहाय सदस्यसंख्या

अ.क्र.	संवर्ग/पक्ष	भाजप	काँग्रेस	राष्ट्रवादी काँग्रेस	शिव सेना	भारिप	अपक्ष	रासप	एकूण
१	ओपन	१५	२०	०५	०९	-	०२	०१	५२
२	ओबीसी	११	१५	०१	०६	-	०१	-	३४
३	एससी	०४	१०	०४	०८	-	-	०१	२७
४	एसटी	०४	०५	०२	०१	०१	-	-	१३
	एकूण	३४	५०	१२	२४	०१	०३	०२	१२६

काँग्रेस पक्षातील ५० सदस्यांपैकी सगळ्या संवर्गातून काँग्रेस पक्षाचे सर्वाधिक सदस्य निवडून आले. विशेष म्हणजे या जिल्ह्यामध्ये अनुसूचित जमातीला १३ जागा आरक्षित ठेवल्या आहेत. त्यामध्ये सर्वाधिक सदस्य काँग्रेसचेच निवडून आले. त्याचबरोबर सर्वसाधारण, ओबीसी अनुसूचित जाती आणि जमातींमधील महिला आरक्षित नसलेल्या गणांमधून ७ महिला निवडून आल्या. त्यामध्येही काँग्रेसचे सदस्य जास्त आहेत. मुस्लीम धर्माचे २ सदस्य निवडून आले असून ते काँग्रेसचे आहेत. या सर्व गोष्टींचा विचार करता सर्व स्तरांमध्ये काँग्रेसचे वर्चस्व आजही टिकून राहिले आहे. अशोक चव्हाण हे नांदेडचे

खासदार व काँग्रेसचे प्रदेशाध्यक्ष आहेत. या निवडणुकीत मुख्यमंत्री देवेंद्र फडणवीस यांनी नांदेडकडे लक्ष केंद्रित केले होते. मराठवाड्यातील अनुशेष अडीच वर्षांत भरून काढला असल्याची भूमिका त्यांनी मांडली. परंतु, जनतेने काँग्रेसला मतदान करून काँग्रेसला सत्ता स्थापनेसाठी पुन्हा संधी दिल्याचे दिसून येते. यापाठीमागे अशोक चव्हाण हे असून जिल्ह्यात त्यांनी जवळपास ३५ सभा घेतल्या होत्या.

तक्ता क्र.२० : पंचायत समितीमधील खुल्या जागेतील महिला

अ.क्र.	पक्ष/संवर्ग	सर्वसाधारण	ओबीसी	एससी	एकूण
१	भाजप	०१	-	०१	०२
२	काँग्रेस	०१	०१	०२	०४
३	शिवसेना	-	०१	-	०१
	एकूण	०२	०२	०३	०७

तक्ता क्र.२१ : संवर्गनिहाय सदस्यसंख्या

अ.क्र.	पक्ष/संवर्ग	सर्वसाधारण
१	काँग्रेस	०२

तक्ता क्र.२२ : परभणी जिल्ह्यातील पंचायत समितीतील पक्षीय बलाबल

अ. क्र	पंचायत समिती	भाजप	काँग्रेस	राष्ट्रवादी काँग्रेस	शिव सेना	सीपीआय (एम)	घनदाट मित्र मंडळ	अपक्ष	रासप	एकूण
१	जिंतूर	-	०५	१२	०२	-	-	०१	-	२०
२	परभणी	०३	०८	-	०८	०१	-	-	-	२०
३	मानवत	-	०२	-	०६	-	-	-	-	०८
४	सेलू	०१	-	०६	०३	-	-	-	-	१०
५	पाथरी	-	-	०७	०३	-	-	-	-	१०
६	सोनपेठ	-	-	०५	०१	-	-	-	-	०६
७	पूर्णा	०२	०१	०४	०५	-	-	-	-	१२
८	पालम	०२	-	०२	-	-	०३	-	०१	०८
९	गंगाखेड	०२	०१	०५	-	-	-	-	०३	११
	एकूण	१०	१७	४१	२८	०१	०३	०१	०४	१०५

परभणी जिल्ह्यातील राजकारणामध्ये माजी मंत्री सुरेश वरपूडकर व माजी आ.रामप्रसाद बोर्डीकर यांना मतदारांनी नाकारल्याचे दिसून येते; कारण पाथरी तालुक्यातील नेते सुरेश वरपूडकर यांना काँग्रेसचा एकही सदस्य निवडून आणता आला नाही; परंतु, रामप्रसाद बोर्डीकर यांच्या सेलू, जिंतूरमध्ये मात्र बोर्डीकर यांना काँग्रसचे केवळ सहा गणातून सदस्य निवडून आणता आले. मानवत परभणी पंचायत समितीमध्ये जिंतूर, सेलू, पाथरी, सोनपेठ इत्यादी पंचायत समित्या राष्ट्रवादी पक्षाने ताब्यात ठेवल्या आहेत. परभणीमध्ये काँग्रेस पक्षाला ८ जागांवर समाधान मानावे लागले तर सेलू, पाथरी, सोनपेठ, पालम इत्यादी पंचायत समित्यांमध्ये काँग्रेसला एकही जागा मिळविता आली नाही. राष्ट्रवादी काँग्रेसचे आमदार विजय मावळ यांनी निवडणुकीत यशस्वीरीत्या कार्य केले आहे. एकूणच परभणी जिल्ह्यातील पंचायत समित्यांमध्ये राष्ट्रवादी काँग्रेसचे वर्चस्व कायम राहिलेले दिसून येते.

तक्ता क्र.२३ : परभणी जिल्ह्यातील पंचायत समितीमधील महिला व पुरुष सदस्य संख्या

अ.क्र.	लिंग/पक्ष	भाजप	काँग्रेस	रा.काँ.	शिवसेना	माकप	रासप	अपक्ष	एकूण
१	महिला	०६	०८	२१	१८	-	०२	०४	५९
२	पुरुष	०४	०९	२०	१३	०१	०२	-	४९
	एकूण	१०	१७	४१	३१	०१	०४	०४	१०८

राष्ट्रवादी काँग्रेसचे ५९ पैकी २१ महिला सदस्य निवडून आले असून, स्त्री-पुरुष सदस्यांचे प्रमाण ५५:४५ असे आहे. पंचायत समितीमध्ये ५० टक्क्यांपेक्षा जास्त स्त्रिया असून त्यामध्ये शिवसेनेच्या १८ सदस्य निवडून आल्या आहेत.

तक्ता क्र.२४ : परभणी जिल्ह्यातील पंचायत समितीमधील संवर्गनिहाय आकडेवारी

अ.क्र.	संवर्ग	भाजप	काँग्रेस	रा.काँ.	शिवसेना	माकप	रासप	अपक्ष	एकूण
१	ओपन	०३	१२	२३	२२	-	०१	०२	६३
२	ओबीसी	०५	०३	१२	०६	-	०२	०२	३०
३	एससी	०२	०१	०६	०३	०१	०१	-	१४
४	एसटी	-	०१	-	-	-	-	-	०१
	एकूण	१०	१७	४१	३१	०१	०४	०४	१०८

राष्ट्रवादी काँग्रेसचे सर्वसाधारण, ओबीसी व एससी या तीनही संवर्गातील सदस्य निवडून आले आहेत. १०८ पैकी ६३ जागा सर्वसाधारण असून शिवसेनेचे २२ तर राष्ट्रवादीचे २३ सदस्य निवडून आले आहेत. यावरून सर्व संवर्ग आधारावर सदस्यांची संख्या दिसून येते.

तक्ता क्र.२५ : परभणी : खुल्या जागेवरील निवडून आलेल्या महिलांची संख्या

अ.क्र.	पक्ष/संवर्ग	सर्वसाधारण	ओबीसी	एससी	एकूण
१	भाजप	-	०१	-	०१
२	राष्ट्रवादी काँग्रेस	०१	-	-	०१
३	शिवसेना	-	०१	०१	०२
	एकूण	०१	०२	०१	०४

आरक्षित नसलेल्या जागांवर ४ महिला सदस्य निवडून आल्या असून, त्यामध्ये भाजप, शिवसेना, राष्ट्रवादी काँग्रेस या पक्षातील सदस्यांचा समावेश आहे. परंतु, १०८ पैकी एकही मुस्लीम उमेदवार निवडून आला नाही हे वैशिष्ट्य आहे.

तक्ता क्र.२६ : उस्मानाबाद जिल्हा पंचायत समितीतील पक्षीय बलाबल

अ.क्र.	पंचायत समिती	भाजप	काँग्रेस	राष्ट्रवादी	शिवसेना	एकूण
१	लोहारा	०२	०५	०१	-	०८
२	परंडा	०१	-	०७	०२	१०
३	उमरगा	०३	०९	०४	०२	१८
४	वाशी	-	०२	०२	०२	०६
५	भूम	०१	०१	०५	०३	१०
६	कळंब	-	-	१०	०६	१६
७	तुळजापूर	०१	१०	०७	-	१८
८	उस्मानाबाद	०३	०२	१६	०३	२४
	एकूण	११	२९	५२	१८	११०

उस्मानाबाद जिल्हा हा राष्ट्रवादी काँग्रेसचे वर्चस्व असलेला जिल्हा आहे. येथे पद्मसिंह पाटील, राणा जगजितसिंह पाटील यांनी आपले वर्चस्व असल्याचे पुन्हा एकदा सिद्ध केले आहे. लोहारा, उमरगा, तुळजापूर या तीनही पंचायत समित्यांमध्ये काँग्रेसचे वर्चस्व राहिले आहे. उमरगा तालुक्यात आ. बसवराज पाटील, तुळजापूरमध्ये आमदार मधुकरराव चव्हाण यांनी आपले वर्चस्व अबाधित राखल्याचे दिसते; तर कळंब आणि वाशीमध्ये भाजपला एकही उमेदवार निवडून आणता आला नाही. या ठिकाणी शिवसेनेचे मोठे नुकसान झाले आहे; कारण उस्मानाबादचे खासदार शिवसेनेचे असूनदेखील तेथे त्यांना एकाही पंचायत समितीमध्ये सत्ता मिळवता आली नाही. राष्ट्रवादी काँग्रेसने परंडा, भूम, कळंब, उस्मानाबाद या पंचायत समित्या आपल्या ताब्यात ठेवल्या आहेत. एकूणच जिल्ह्यामध्ये राष्ट्रवादी काँग्रेसने आपले वर्चस्व टिकवून ठेवले आहे. अशारीतीने राष्ट्रवादी

काँग्रेसने ५२ जागा जिंकून जिल्ह्यात प्रथम क्रमांकाचा पक्ष म्हणून आपले स्थान कायम ठेवले.

तक्ता क्र.२७ : उस्मानाबाद पंचायत समितीतील महिला व पुरुष उमेदवार

अ.क्र.	लिंग/पक्ष	भाजप	काँग्रेस	राष्ट्रवादी काँग्रेस	शिवसेना	एकूण
१	महिला	०५	१७	२५	१०	५७
२	पुरुष	०६	१२	२७	०८	५३
	एकूण	११	२९	५२	१८	११०

जिल्ह्यातील ८ पंचायत समित्यांमधील ११० जागांपैकी ५७ जागांवर स्त्री उमेदवार निवडून आल्या आहेत. त्याचबरोबर काँग्रेस व शिवसेना पक्षातील पुरुषांपेक्षा स्त्रिया जास्त निवडून आल्याचे दिसून येते.

तक्ता क्र.२८ : उस्मानाबाद पंचायत समितीमधील संवर्ग निहाय उमेदवार

अ.क्र.	संवर्ग/पक्ष	भाजप	काँग्रेस	राष्ट्रवादी काँग्रेस	शिवसेना	एकूण
१	ओपन	०६	१३	३५	०९	६३
२	ओबीसी	०३	११	१२	०४	३०
३	एससी	०२	०५	०५	०५	१७
४	एसटी	–	–	०१	–	०१
	एकूण	११	२९	५३	१८	१११

जिल्ह्यातील ६३ जागा सर्वसाधारण व ३० जागा ओबीसी, १७ एससी व १ एसटीसाठी राखीव होती. त्यांपैकी राष्ट्रवादी काँग्रेसचे सर्वाधिक सदस्य निवडून आले. काँग्रेस हा दुसऱ्या क्रमांकाचा पक्ष असून या ठिकाणी अपक्षांना थारा मिळाला नाही.

तक्ता क्र.२९ : उस्मानाबाद पंचायत समितीमधील खुल्या जागेवरील महिला व पुरुष

अ.क्र.	पक्ष/संवर्ग	सर्वसाधारण	ओबीसी	एससी	एकूण
१	भाजप	–	०१	–	०१
२	काँग्रेस	–	–	०१	०१
३	राष्ट्रवादी काँग्रेस	०१	–	–	०१
	एकूण	०१	०१	०१	०३

खुल्या संवर्गामधून केवळ ३ जागांवर उमेदवार निवडून आले. ते सर्वसाधारण ओबीसी व एससी या तिन्ही गटातील आहेत. त्याचबरोबर १०८ पैकी एक मुस्लीम सदस्य निवडून आला. हा मुस्लीम सदस्य राष्ट्रवादी काँग्रेस पक्षातील आहे.

तक्ता क्र.३० : उस्मानाबाद पंचायत समितीमधील मुस्लीम सदस्य

अ.क्र.	पक्ष/संवर्ग	ओपन
१	राष्ट्रवादी काँग्रेस	०१
२	एकूण	०१

तक्ता क्र.३१ : जालना जिल्ह्यातील पंचायत समितीमधील पक्षीय बलाबल

अ.क्र.	पं.स.	भाजप	काँग्रेस	राष्ट्रवादी काँग्रेस	शिवसेना	अपक्ष	एकूण
१	भोकरदन	१६	-	०३	०३	-	२२
२	जाफ्राबाद	०८	-	०१	०१	-	१०
३	बदनपूर	०४	-	-	०६	-	१०
४	जालना	०७	०३	-	०७	०१	१८
५	मंठा	०६	०१	-	०२	०१	१०
६	परतून	०७	०३	-	-	-	१०
७	घनसांगवी	-	-	१०	०५	०१	१६
८	अबंड	०६	-	१०	-	-	१६
	एकूण	५४	०७	२४	२४	०३	११२

जालना जिल्ह्यातील आठ पंचायत समितीच्या निवडणुकीमध्ये ११२ पंचायत समितीचे गण होते. त्यांपैकी भाजप हा सर्वाधिक सदस्य निवडून आणून जिल्ह्यात सर्वांत मोठा पक्ष ठरला. भोकरदन, जाफ्राबाद, मंठा, परतूर इत्यादी पंचायत समित्यांमध्ये भाजपला बहुमत प्राप्त झाले. घनसांगवी व अबंड या दोनही पंचायत समित्यांमध्ये राष्ट्रवादी काँग्रेसची सत्ता आली असून काँग्रेसला केवळ ७ सदस्यांवर समाधान मानावे लागले. बदनापूर ही एकमेव पंचायत समिती शिवसेनेकडे आली. जिल्ह्यातील राज्यमंत्री अर्जुनराव खोतकर, माजी आ. संतोष सांबरे इत्यादींनी जालन्यातील प्रचाराची धुरा सांभाळली. जाफ्राबाद तालुक्यात भाजपला शह देण्यासाठी काँग्रेस, राष्ट्रवादी-शिवसेनेने छुपी युती केली होती. तरीही भाजपने १० पैकी ८ सदस्य निवडून आणून आपले वर्चस्व कायम राखले. काँग्रेसला एकही जागा मिळविता आली नाही. जिल्ह्यातील पक्षीय राजकारणामध्ये भाजप वर्चस्व

ठेवून आहे हे निश्चित आहे. या यशामागे प्रदेशाध्यक्ष रावसाहेब दानवे, पालकमंत्री बबनराव लोणीकर यांचे मोठे प्रयत्न आहेत.

तक्ता क्र.३२ : जालना जिल्ह्यातील पंचायत समितीमधील महिला व पुरुष सदस्यांची संख्या

अ.क्र.	लिंग/पक्ष	भाजप	काँग्रेस	राष्ट्रवादी	शिवसेना	अपक्ष	एकूण
१	महिला	३०	०५	१६	१२	०२	६५
२	पुरुष	२४	०२	०८	१२	०१	४७
	एकूण	५४	०७	२४	२४	०३	११२

जालना पंचायत समितीमध्ये सर्वाधिक महिला उमेदवार निवडून आले आहेत. ५० टक्के आरक्षणानुसार ५६ जागा महिलांसाठी राखीव ठेवण्यात आल्या होत्या. परंतु, एकूण ६५ महिला निवडून आल्या असून, ९ महिला या महिलांना आरक्षित नसलेल्या गणातून पुरुषांच्या विरुद्ध निवडणूक लढवून जिंकल्या आहेत. भाजप, काँग्रेस, राष्ट्रवादी काँग्रेस या पक्षातून निवडून येणाऱ्या महिलांची संख्या जास्त असून शिवसेनेतील स्त्री-पुरुष सदस्यांची संख्या समान आहे.

तक्ता क्र.३३ : जालना जिल्ह्यातील पंचायत समितीमधील संवर्गनिहाय सदस्यसंख्या

अ.क्र.	पक्ष/संवर्ग	ओपन	ओबीसी	एससी	एसटी	एकूण
१	भाजप	२९	१५	०९	०१	५४
२	काँग्रेस	०५	०२	-	-	०७
३	राष्ट्रवादी	१५	०६	०३	-	२४
४	शिवसेना	१३	०७	०४	-	२४
५	अपक्ष	०२	०१	-	-	०३
	एकूण	६४	३१	१६	०१	११२

जिल्ह्यातील पंचायत समितीमध्ये सर्वच संवर्गातून भाजपचे सर्वाधिक सदस्य निवडून आले आहेत. यामध्ये ५० टक्क्यांपेक्षा जास्त आरक्षित असल्याचे दिसून येते.

तक्ता क्र.३४ : जालना पंचायत समितीतील खुल्या जागेवरील महिला सदस्यांची संख्या

अ.क्र.	पक्ष/संवर्ग	ओपन	ओबीसी	एससी	एकूण
१	भाजप	०१	०१	०१	०३
२	काँग्रेस	०१	-	-	०१
३	राष्ट्र. काँग्रेस	०२	-	०१	०३
४	शिवसेना	०१	-	-	०१
५	अपक्ष	०१	-	-	०१
	एकूण	०६	०१	०२	०९

आरक्षित नसलेल्या जागेवर ९ महिला उमेदवार निवडून आल्या असून ६ महिला उमेदवार या सर्वसाधारण गटातील आहेत. हे सर्व उमेदवार राजकीय पक्षातून निवडून आलेले आहेत.

तक्ता क्र.३५ : मुस्लीम सदस्यांची संख्या

अ.क्र.	पक्ष/संवर्ग	भोकरदन	घनसांगवी	अबंड	एकूण
१	भाजप	०१	-	-	०१
२	राष्ट्र . काँग्रेस	-	०१	०३	०४
	एकूण	०१	०१	०३	०५

जिल्ह्यातील ११२ पैकी ५ मुस्लीम सदस्य निवडून आले असून ४ सदस्य हे राष्ट्रवादी काँग्रेस पक्षाचे आहेत. १ सदस्य भाजपचे आहेत.

तक्ता क्र.३६ : लातूर जिल्हा पंचायत समितीमधील पक्षीय बलाबल

अ.क्र.	पंचायत समिती	भाजप	काँग्रेस	राष्ट्रवादी काँग्रेस	शिवसेना	मनसे	अपक्ष	एकूण
१	अहमदपूर	०९	०१	०१	०१	-	-	१२
२	जळकोट	०१	०३	०१	-	-	०१	०६
३	उदगीर	०९	०३	०१	०१	-	-	१४
४	देवळी	०६	-	०१	-	-	-	०७
५	शिरूर	०३	०१	-	-	-	-	०४
६	चाकूर	०८	-	०२	-	-	-	१०
७	रेणापूर	०८	-	-	-	-	-	०८
८	लातूर	०७	१०	०३	-	-	-	२०
९	औसा	०५	०९	०२	०१	०१	-	१८
१०	निलंगा	१६	०२	-	-	-	-	१८
	एकूण	७२	२९	११	०३	०१	०१	११७

लातूर हा काँग्रेसच्या वर्चस्वाखाली असलेला जिल्हा होता. या जिल्ह्यात खरी लढत काँग्रेस आणि भाजप यांच्यामध्येच होती. येथील १० पंचायत समित्यांपैकी ७ पंचायत समित्या भाजपकडे आणि ३ पंचायत समित्या काँग्रेसच्या ताब्यात आल्या. निलंगा, उदगीर पंचायत समित्यांमध्ये पहिल्यांदाच भाजपचे वर्चस्व निर्माण झाले. जिल्ह्याचे पालकमंत्री संभाजीराव पाटील निलंगेकर यांनी भाजपमधील राजकारण संपुष्टात आणून

भाजपला सत्ताधारी पक्ष बनविले. त्यामुळे लातूरमधील ३५ वर्षांची काँग्रेसची सत्ता संपुष्टात आली. काँग्रेस पक्षाला लातूरमध्ये निसटता विजय मिळाला. रेणापूर पंचायत समितीमध्ये आठच्या आठ जागा भाजपने जिंकल्या. चाकूर, देवळी या पंचायत समित्यांमध्ये काँग्रेसचा एकही सदस्य निवडून आला नाही. देशाचे माजी गृहमंत्री शिवराज पाटील चाकूरकर हे चाकूरचे असून चाकूरमध्ये एकही काँग्रेस सदस्य निवडून आला नाही. याचा अर्थ तेथील काँग्रेसही सक्रिय नाही असे म्हणावे लागेल. पक्षाचे वर्चस्व संपुष्टात आल्याचे दिसून येते. भाजपची सर्वांत जास्त सदस्यसंख्या लातूर जिल्ह्यातील आहे.

तक्ता क्र.३७ : लातूर पंचायत समितीमधील महिला व पुरुष सदस्यांची संख्या

अ.क्र.	लिंग/पक्ष	भाजप	काँग्रेस	रा.काँ.	शिवसेना	मनसे	अपक्ष	एकूण
१	महिला	३५	१३	०८	०२	०१	०१	६०
२	पुरुष	३७	१६	०२	०१	-	-	५६
	एकूण	७२	२९	१०	०३	०१	०१	११६

एकूण संख्येच्या ५२ टक्के महिला निवडून आल्या आहेत. राष्ट्रवादी काँग्रेसच्या १० पैकी ८ महिला सदस्य निवडून आल्या आहेत.

तक्ता क्र.३८ : लातूर पंचायत समितीमधील संवर्गनिहाय सदस्यसंख्या

अ.क्र.	संवर्ग/पक्ष	भाजप	काँग्रेस	राष्ट्रवादी	शिवसेना	मनसे	अपक्ष	एकूण
१	ओपन	३४	१७	०५	०२	०१	०१	६०
२	ओबीसी	१८	०८	०४	०१	-	-	३१
३	एससी	१९	०४	०१	-	-	-	२४
४	एसटी	०१	-	-	-	-	-	०१
	एकूण	७२	२९	१०	०३	०१	०१	११६

संवर्गनिहाय ६० जागा या सर्वसाधारण गटातून निवडून आल्या आहेत; तर एससी व एसटी सदस्यांचे हे लक्षणीय यश म्हणावे लागेल.

तक्ता क्र.३९ : लातूर पंचायत समितीतील खुल्या जागेवरील महिला

अ.क्र.	संवर्ग/पक्ष	सर्वसाधारण	एससी	एकूण
१	भाजप	०१	०१	०२
२	काँग्रेस	०१	-	०१
	एकूण	०२	०१	०३

लातूरमधील आरक्षित नसलेल्या जागेवर ३ सदस्य निवडून आले. त्यामध्ये ओपनमधून २ सदस्य आहेत. हे सदस्य भाजप, राष्ट्रवादी काँग्रेस यांना मिळाले आहेत.

तक्ता क्र.४० : मुस्लीम सदस्यांची संख्या

अ.क्र.	पक्ष/संवर्ग	ओबीसी	एकूण
१	भाजप	०१	०१
२	रा. काँग्रेस	०१	०१
	एकूण	०२	०२

तक्ता क्र.४१ : हिंगोली जिल्ह्यातील पंचायत समितीतील पक्षीय बलाबल

अ.क्र.	पक्ष/पं.स.	हिंगोली	कळमनुरी	सेनगाव	औटानागनाथ	वसमत	एकूण
१	भाजप	०३	–	०४	०२	१३	२२
२	काँग्रेस	०६	१३	०६	०२	–	२७
३	रा.काँग्रेस	०१	–	०४	०३	०९	१७
४	शिवसेना	०८	०६	०५	११	०२	३२
५	रासप	०१	–	–	–	–	०१
६	अपक्ष	०१	०३	०१	–	–	०५
	एकूण	२०	२२	२०	१८	२४	१०४

हिंगोली जिल्ह्यातील ५ पंचायत समित्यांमधील १०४ सदस्यांपैकी शिवसेना हा मोठा पक्ष म्हणून उदयास आला. काँग्रेसला खासदार राजीव सातव व माजी आमदार भाऊराव पाटील गोरेगावकर यांच्यातील वादाचा फटका बसला. सेनगाव पंचायत समितीमध्ये काँग्रेसचे ६ सदस्य निवडून आल्यामुळे भाऊराव पाटील गोरेगावकर यांना काही अंशी दिलासा मिळालेला. कळंमनुरी या खासदार राजीव सातव यांचे वर्चस्व असलेल्या पंचायत समितीमध्ये काँग्रेसला स्पष्ट बहुमत मिळाले. परंतु, हिंगोलीमध्ये कोणत्याही पक्षाला बहुमत नसून शिवसेनेला सत्तेसाठी केवळ ३ जागांची आवश्यकता आहे. औटानागनाथमध्ये शिवसेनेला व वसमतमध्ये भाजपला स्पष्ट बहुमत मिळाले असून वसमत तालुक्यातील पंचायत समितीमध्ये काँग्रेसचा एकही सदस्य निवडून आला नाही. औटा तालुक्यात मुख्यमंत्री, ग्रामविकासमंत्री यांच्या सभा होऊनही भाजपला फायदा झाला नाही. परंतु, गतवर्षापेक्षा भाजपला १ जागा जास्त मिळाली. शिवसेनेला वसमत पंचायत समितीवरील वर्चस्व कायम राखता आले नाही. भाजपला गतवर्षाच्या निवडणुकीत एकही जागा नसताना यावेळी मात्र १३ जागा जिंकून भाजपने बहुमत प्रस्थापित केले. याचे श्रेय शिवाजी जाधव यांना जाते.

तक्ता क्र.४२ : हिंगोली पंचायत समितीतील महिला व पुरुषांची आकडेवारी

अ.क्र.	पक्ष/लिंग	भाजप	काँग्रेस	रा.काँ.	शिवसेना	रासप	अपक्ष	एकूण
१	महिला	१५	१४	११	१७	-	०३	६०
२	पुरुष	०७	१३	०६	१५	०१	०२	४४
	एकूण	२२	२७	१७	३२	०१	०५	१०४

शिवसेनेचे आमदार जयप्रकाश मुंदडा यांना वर्चस्व मिळविता आले नाही. हिंगोलीमधील १०४ जागांपैकी तब्बल ६० जागांवर महिला प्रतिनिधी निवडून आले आहेत. त्यामध्ये सगळ्याच पक्षातील स्त्रियांचे प्रमाण जास्त आहे. एकूणच महिलांचे वर्चस्व निर्माण झालेले दिसून येते.

तक्ता क्र.४३ : हिंगोली पंचायत समिती संवर्गनिहाय आकडेवारी

अ.क्र.	संवर्ग/पक्ष	भाजप	काँग्रेस	रा. काँ.	शिवसेना	रासप	अपक्ष	एकूण
१	ओपन	०९	१२	०८	१७	०१	-	४७
२	ओबीसी	०८	०७	०४	०७	-	०३	२९
३	एससी	०३	०५	०४	०७	-	०१	२०
४	एसटी	०२	०३	०१	०१	-	०१	०८
	एकूण	२२	२७	१७	३२	०१	०५	१०४

हिंगोली जिल्ह्यातील पंचायत समितीमध्ये एकूण १०४ जागांपैकी ४७ जागा सर्वसाधारण, २९ जागा ओबीसी, २० एससी आणि ८ एसटीला आरक्षित राहिल्या आहेत. त्यांपैकी काँग्रेस व शिवसेनेचे सर्वसाधारण सदस्य जास्तीचे निवडून आले आहेत. अनुसूचित जमातींच्या ८ जागा राखीव असून त्यात ३ सदस्य हे काँग्रेसचे निवडून आले आहेत. अदिवासी लोकांची संख्या जास्त असल्याचे यावरून दिसून येते.

तक्ता क्र.४४ : हिंगोली पंचायत समितीमधील खुल्या जागेवरील महिला

अ.क्र.	संवर्ग/पक्ष	ओपन	ओबीसी	एकूण
१	काँग्रेस	-	०१	०१
२	शिवसेना	०१	०१	०२
३	अपक्ष	-	०१	०१
	एकूण	०१	०३	०४

या ठिकाणी महिला ६० जागांवर निवडून आल्या असल्या तरी त्यांपैकी ४ महिला या आरक्षित नसलेल्या जागांवरून निवडून आल्या आहेत.

तक्ता क्र.४५ : मराठवाड्यातील जिल्हा परिषदेचे अध्यक्ष व उपाध्यक्षांचा तक्ता

अ.क्र.	जिल्हा परिषद	अध्यक्षांचे नाव	पक्ष	उपाध्यक्षांचे नाव	पक्ष
१	औरंगाबाद	देवयानी पाटील डोणगावकर	शिवसेना	केशवराव तायडे	काँग्रेस
२	लातूर	मिलिंद लातूरे	भाजप	रामचंद्र तिरूके	भाजप
३	परभणी	उज्ज्वला राठोड	रा. काँग्रेस	भावना नखाते	रा. काँग्रेस
४	नांदेड	शांताबाई जवळगावकर	काँग्रेस	समाधान जाधव	रा. काँग्रेस
५	उस्मानाबाद	नेताजी पाटील	रा. काँग्रेस	अर्चना पाटील	रा. काँग्रेस
६	जालना	अनिरूद्ध खोतकर	शिवसेना	सतीश टोपे	रा. काँग्रेस
७	हिंगोली	शिवराणी नरवाडे	शिवसेना	अनिल पतंगे	रा. काँग्रेस
८	बीड	सविता गोल्हार	भाजप	जयश्री मस्के	शिवसंग्राम

जिल्हा परिषदेच्या अध्यक्षांच्या निवडीमध्ये सत्ता समीकरणे मोठ्या प्रमाणात बदलली आहेत. औरंगाबाद जिल्हा परिषदेमध्ये भाजपचे २२ सदस्य आहेत. परंतु, शिवसेना, काँग्रेसने ३४ सदस्यांच्या जोरावर जिल्हा परिषदेची सत्ता ताब्यात घेतली आहे. भाजपला जास्त जागा मिळूनही शिवसेना व काँग्रेसने त्यांना दूर ठेवण्यासाठी युती केल्याचे दिसून येते. त्यामुळे शिवसेनेकडे अध्यक्षपद व काँग्रेसकडे उपाध्यक्षपद देण्यात आले. लातूरमध्ये भाजपचे बहुमत असल्यामुळे मिलिंद लातूरे अध्यक्ष व रामचंद्र तिरूके उपाध्यक्ष अशी निवड करण्यात आली. उस्मानाबादमध्ये कोणालाही स्पष्ट बहुमत नसले तरी राष्ट्रवादी काँग्रेसने भाजपशी हात मिळवणी करून अध्यक्ष व उपाध्यक्ष ही दोन्ही पदे राष्ट्रवादी काँग्रेसला मिळाली आहेत. अध्यक्ष तानाजी पाटील व राष्ट्रवादी काँग्रेस पक्षाचे नेते राणा जगजितसिंह पाटील यांच्या पत्नी अर्चना पाटील या उपाध्यक्ष झाल्या आहेत. बीड जिल्ह्यात राष्ट्रवादी काँग्रेसचे संख्याबळ जास्त असले तरी पंकजा मुंडे यांनी सत्ता स्थापन केल्याचे दिसून येते; कारण ऐनवेळी सुरेश धस, बदामराव पंडित, विनायक मेटे यांनी भाजपला मदत केली. त्यामुळे राष्ट्रवादी काँग्रेस अपयशी ठरली. भाजपच्या सकिना गोल्हार अध्यक्ष तर शिवसंग्रामच्या मस्के या उपाध्यक्ष म्हणून निवडून आल्या. परभणी जिल्हा परिषदेत राष्ट्रवादीच्या उज्ज्वला राठोड अध्यक्ष व भावना नखाते या उपाध्यक्ष झाल्या; तर हिंगोलीमध्ये शिवसेनेने थेट काँग्रेस व राष्ट्रवादी काँग्रेसशी युती करून भाजपला सत्तेपासून दूर ठेवल्याचे दिसून येते. नांदेड जिल्हा परिषदेत काँग्रेस, राष्ट्रवादी काँग्रेस, रासप व अपक्ष यांची युती होऊन अध्यक्ष काँग्रेसकडे व उपाध्यक्ष पद राष्ट्रवादी काँग्रेसकडे

देण्यात आले. जालन्यामध्ये राज्यमंत्री अर्जुन खोतकर यांनी काँग्रेस आणि राष्ट्रवादी काँग्रेस यांच्या मदतीने भाजपला सत्तेपासून दूर ठेवण्याचा प्रयत्न केला आहे.

अशा प्रकारे मराठवाड्यातील ८ जिल्हा परिषदांच्या अध्यक्षांपैकी दोन भाजप, तीन शिवसेना, एक काँग्रेस आणि दोन राष्ट्रवादी काँग्रेसकडे राहिले आहेत. यामध्ये अध्यक्ष, उपाध्यक्ष निवडताना घराणेशाहीतील लोकांना संधी देण्यात आली आहे, असे स्पष्ट दिसून येते.

तक्ता क्र.४६ : मराठवाड्यातील पंचायत समितीच्या सभापतींची पक्षनिहाय संख्या

अ.क्र.	जिल्हा	एकूण	भाजप	काँग्रेस	रा. काँग्रेस	शिवसेना	इतर
१	औरंगाबाद	०९	०५	०२	-	०१	०१
२	बीड	११	०२	-	०७	०१	०१
३	नांदेड	१६ (एक राखीव)	०४	०८	०१	०१	०१
४	परभणी	०९	-	०१	०५	०१	०२
५	उस्मानाबाद	०८	००	०३	०५	-	-
६	जालना	०८	०५	-	०२	०१	-
७	लातूर	१०	०७	०३	-	-	-
८	हिंगोली	०५	०१	०२	-	०२	-
९	एकूण	७६	२४	१९	२०	०७	०५

मराठवाड्यातील ७६ पंचायत समितीच्या सभापती पदाची आकडेवारी पाहिली तर काँग्रेस आणि राष्ट्रवादी काँग्रेस पक्षाने ५० टक्के पंचायत समितीवर आपले वर्चस्व स्थापन केल्याचे दिसून येते. उर्वरित ५० टक्क्यांमध्ये भाजपचे २५ पंचायत समितीचे सभापती निवडून आले आहेत. एकूणच जिल्हा परिषदेमध्ये शिवसेनेने भाजपला सत्तेपासून दूर ठेवण्याचा प्रयत्न केला आहे; तर पंचायत समितीमध्ये मात्र उस्मानाबाद आणि लातूर या दोनही जिल्ह्यांमध्ये एकही पंचायत समिती शिवसेनेकडे नाही. उस्मानाबादचे खासदार रवींद्र गायकवाड असतानाही त्यांना यश मिळविता आले नाही. पंचायत समितीमध्ये सर्वांत जास्त वर्चस्व प्रस्थापित करून मराठवाड्यामध्ये भाजपने स्थानिक पातळीवर आपला विस्तार भक्कम केलेला दिसून येतो. यामागे भाजपचा विकासात्मक दृष्टिकोन व स्थानिक पातळीवरील सत्ता समीकरण व गटतट संपवून पक्ष बांधिलकीसाठी कार्य करणाऱ्या नेत्यांचा प्रयत्न आहे असे दिसते; कारण भाजपला सुरुवातीच्या काळामध्ये अधिक अडचणीतून जावे लागले. आज मात्र भाजपने देशात महाराष्ट्र राज्यासोबत इतर अनेक राज्यांमध्ये सत्ता स्थापन केली असून महाराष्ट्राच्या स्थानिक राजकारणातही आपले वर्चस्व

प्रस्थापित केल्याचे दिसून येते. नांदेड जिल्हा परिषदेमध्ये भाजपला यश मिळाले नसले तरी २५ टक्के पंचायत समित्या भाजपकडे आहेत. परभणी या एकाच जिल्ह्यामध्ये भाजपला फक्त पंचायत समितीमध्ये यश मिळविता आले नाही.

निष्कर्ष

मराठवाड्यातील ८ जिल्हा परिषदा व ७६ पंचायत समितींच्या निवडणुका झाल्या. त्यांचे निकाल २३ फेब्रुवारी २०१७ रोजी जाहीर झाले. औरंगाबाद, जालना व हिंगोली या जिल्हा परिषदांमध्ये भाजपने वर्चस्व प्रस्थापित केले. राष्ट्रवादी काँग्रेसने उस्मानाबाद व परभणीमध्ये सत्ता स्थापन केली तर काँग्रेसला केवळ नांदेडमध्ये सत्ता काबीज करता आली.

या निवडणुकीमध्ये सर्वच राजकीय पक्षांनी स्वतंत्रपणे निवडणूक लढविली होती. त्यामुळे प्रत्येक पक्षाच्या नेत्यांनी मराठवाड्यात सत्ता प्रस्थापित करण्यासाठी प्रयत्न केले. काँग्रेस पक्षाच्या नेत्यांनी नोटाबंदीचा कशा पद्धतीने त्रास झाला आणि सरकार कसे प्रचार करत आहे यावर बऱ्यापैकी प्रकाशझोत टाकला. काँग्रेसचे तीन माजी मुख्यमंत्री पृथ्वीराज चव्हाण, नारायण राणे, अशोक चव्हाण, विरोधी पक्षनेते राधाकृष्ण विखे पाटील इत्यादी नेत्यांनी अनेक प्रचारदौरे केले. भाजपचे प्रदेशाध्यक्ष रावसाहेब दानवे, बबनराव लोणीकर, अर्जुन खोतकर इत्यादी मंत्री आणि अनेक नेत्यांनी प्रचारसभा घेतल्या. यातून भाजपने मराठवाड्यात सर्वाधिक जागा जिंकल्या आणि आपले वर्चस्व प्रस्थापित केले. परंतु काही ठिकाणी शिवसेना, काँग्रेस, राष्ट्रवादी काँग्रेसने भाजपला सत्तेपासून दूर ठेवल्याचे दिसून येते.

जिल्हा परिषद व पंचायत समितीच्या निवडणुकीमध्ये भाजपचे सर्वाधिक सदस्य निवडून आले. परभणी व उस्मानाबाद या दोन जिल्ह्यांमध्ये राष्ट्रवादी काँग्रेसला जास्त प्रमाणात यश मिळाले; कारण तेथील सहकारक्षेत्र आणि साखर कारखाने हे राष्ट्रवादी काँग्रेसच्या व काँग्रेसच्या नेत्यांकडे आहेत. त्याचबरोबर नांदेडमध्ये अशोक चव्हाण यांनी काँग्रेसचे वर्चस्व प्रस्थापित केले आहे. लातूर जिल्ह्यात काँग्रेसने ३५ वर्षे कायमस्वरूपी सत्ता प्रस्थापित केली होती. परंतु, तेथील काँग्रेस नेत्यांचा जनमानसात संपर्क कमी झाला आहे. त्याचबरोबर विलासराव देशमुखांच्या निधनानंतर नेतृत्व निर्माण झाले नाही. दिलीप देशमुख, शिवराज पाटील चाकूरकर व शिवाजीराव पाटील निलंगेकर यांच्या नेतृत्वाला जनतेने स्वीकारले नाही. संभाजीराव पाटील निलंगेकर हे मात्र गटातटाचे राजकारण संपुष्टात आणत आहेत.

मराठवाड्याच्या एकूणच जिल्हा परिषद व पंचायत समितीच्या निवडणुकीचा विचार केला तर अनेक राजकीय नेते यांनी आपल्या वारसदारांना निवडून आणले आहे.

प्रत्येक जिल्ह्यातील राजकीय नेत्यांच्या वारसदारांना चांगली संधी मिळाली आहे; कारण जे वारसदार उभे होते त्यातील कमी लोकांना पराभव स्वीकारावा लागला; पण जास्तीत जास्त वारसदार निवडून आले आहेत. त्यामुळे एकीकडे घराणेशाहीचे राजकारण असू नये असे वाटते; कारण नव्या नेतृत्वाला संधी देताना सामान्य लोकांना संधी देणे गरजेचे आहे.

मराठवाड्यातील जिल्हा परिषदेत ४६० पैकी २५४ व ९२० पंचायत समित्यांपैकी ५०४ जागांवर महिला सदस्य निवडून आले आहेत. खऱ्या अर्थाने स्थानिक स्वराज्य संस्थांमध्ये महिलांना ५० टक्के आरक्षण दिल्याचे बोलके उदाहरण आहे. ५० टक्क्यांपेक्षा जास्त महिला सदस्य निवडून आल्याने मराठवाड्यात महिलांचे वर्चस्व निर्माण झाले असे म्हणता येईल. महिलांकडे कारभार असेल त्यामुळे विकास होईल अशी आशा वाटते.

मराठवाड्यातील औरंगाबाद, हिंगोली, जालना या तीनही जिल्ह्यांमध्ये भाजप पक्षाची सदस्यसंख्या लक्षणीय असतानाही शिवसेनेने भाजपला बरोबर न घेता त्यांना सत्तेपासून दूर ठेवल्याचे दिसते; कारण मुंबईमधील जो सत्तासंघर्ष होता त्यामुळे शिवसेनेला असे वाटते की, महाराष्ट्रात भाजप हा पक्ष शिवसेनेबरोबर युती करून विस्तारित झाला. आज भाजप सत्तेत लढण्यासाठी तयार झाला आहे. त्यामुळे त्यांनी राज्यात सरकार स्थापन केले आहे. परंतु, शक्य त्या स्थानिक राजकारणात काँग्रेस, राष्ट्रवादी काँग्रेस व शिवसेनेची एकत्रित छुपी युती होऊन भाजपला सत्तेपासून दूर सारण्याचा प्रयत्न झाला आहे.

मराठवाड्यातील निवडून आलेल्या सदस्यांमध्ये जवळपास ३० टक्के सदस्य घराणेशाहीतून आले आहेत; तर दुसऱ्या बाजूला जे राजकारणात आधीपासून सक्रिय होते अशा जिल्हा परिषद व पंचायत समिती सदस्यांना तसेच सभापती, उपसभापती असलेल्या घरातील व्यक्तींना पुन्हा संधी दिली आहे. त्याचबरोबर तेथील स्थानिक पातळीवर सत्तेसाठी पक्षांतर केल्याचेही काही प्रमाणात दिसून येते. या सर्व राजकारणाच्या पाठीमागे पैसा महत्त्वाचा असून अनेक सदस्य हे पूरक व्यवसाय असलेले बिल्डर, बांधकाम व्यावसायिक, उद्योजक किंवा उद्योगक्षेत्रातील लोकांचा पाठिंबा असलेले आहेत. तसेच अनेक राजकीय नेत्यांचे नातेवाईक निवडून आल्याचे दिसून येते.

एकूणच मराठवाड्यातील स्थानिक राजकारणामध्ये काँग्रेस, राष्ट्रवादी काँग्रेसचे वर्चस्व काही प्रमाणात कमी होऊन भाजप, शिवसेना या पक्षांनी यशस्वी वर्चस्व प्रस्थापित केल्याचे दिसून येते. तरीही नांदेडमध्ये काँग्रेस आणि उस्मानाबाद व परभणी, बीड इत्यादी ठिकाणी राष्ट्रवादी काँग्रेस प्रबळ पक्ष म्हणून कायम राहिला आहे.

१३

हिंगोली जिल्हा परिषद निवडणूक

डॉ. विशाल पतंगे

हिंगोली जिल्हा परिषदेमध्ये काँग्रेस, शिवसेना व राष्ट्रवादी काँग्रेस यांचा संमिश्र प्रभाव राहिला आहे. प्रत्येक जिल्हा परिषद निवडणुकीनंतर हिंगोली जिल्हा परिषदेमध्ये सत्ता स्थापनेचा नवा पॅटर्न आकाराला येतो. गेल्या वेळी स्वबळावर एकट्या शिवसेनेने ५० पैकी २७ जागांवर विजय संपादन करत हिंगोली जिल्हा परिषद एकहाती ताब्यात ठेवली होती. २०१७च्या निवडणुकीत जिल्हा परिषदेचे अध्यक्षपद परत एकदा शिवसेनेकडे आले पण यावेळेचा सत्ता स्थापनेचा पॅटर्न मात्र शिवसेना, राष्ट्रवादी काँग्रेस व काँग्रेस यांची आघाडी हा आहे. शिवसेनेचा अध्यक्ष व एक सभापतीपद, राष्ट्रवादी काँग्रेसचा उपाध्यक्ष व एक सभापतीपद आणि काँग्रेसला दोन सभापतीपदे अशाप्रकारचे सत्तावाटप हिंगोली जिल्हा परिषदेमध्ये झाले. हिंगोली जिल्हापरिषदेत स्पष्ट बहुमत कोणत्याही पक्षाला मिळालेले नाही. गेल्या निवडणुकीच्या तुलनेत शिवसेना पक्षाचे नियंत्रण ढिले होऊन ऱ्हास झाला, असे चित्र दिसते. २०१७च्या हिंगोली जिल्हा परिषद निवडणुकीच्या पक्षनिहाय संख्याबळावरून हा मुद्दा स्पष्टपणे दिसतो.

तक्ता क्र.१ : हिंगोली जिल्हा परिषद : जि. प. सदस्यांचे जाती व पक्षनिहाय वर्गीकरण

अ.क्र.	पक्ष जात	एससी	एसटी	ओबीसी	एकूण
१	भाजप	१	१	३	०५
२	काँग्रेस	२	३	२	०७
३	राष्ट्रवादी काँग्रेस	१	१	५	०७
४	शिवसेना	४	१	२	०७

हिंगोली जिल्हा परिषदेच्या एकूण आरक्षित २६ जागांपैकी ०७ जागांवर शिवसेनेने विजय मिळवला आहे. विशेष म्हणजे औरंगाबाद विद्यापीठ नामविस्तारानंतर अनुसूचित जाती प्रवर्गाची शिवसेना विरोधाची धार आता निश्चित कमी झाली आहे. अनुसूचित जाती प्रवर्गासाठी आरक्षित ०८ जागांपैकी ०४ जागांवर शिवसेनेने विजय संपादित केला

आहे. अनुसूचित जाती प्रवर्गासाठी राखीव उर्वरित ०४ जागांपैकी काँग्रेसने ०२ आणि भाजपा व राष्ट्रवादी काँग्रेसने प्रत्येकी ०१ जागेवर विजय मिळवला. आरक्षित जागेवर विशेष म्हणजे अनुसूचित जाती प्रवर्गातून शिवसेनेच्या मंगला कांबळे या सलग तीन वेळा वेगवेगळ्या जिल्हा परिषद गटातून निवडून आल्या आहेत. त्यांनी आपल्या राजकीय कारकिर्दीची सुरुवात पंचायत समिती सदस्या म्हणून केली होती. राजकीय पार्श्वभूमी व वारसा नसताना सर्वसाधारण कुटुंबातून आलेल्या मंगला कांबळे यांनी हे यश संपादित केले आहे.

अनुसूचित जमाती प्रवर्गासाठी आरक्षित ०६ जागांपैकी ०३ जागेवर विजय मिळवत काँग्रेसने आपल्या पारंपरिक आदिवासी मतदारांवर नियंत्रण ठेवले. तर भाजपा, शिवसेना व राष्ट्रवादी काँग्रेसनेसुद्धा प्रत्येकी एका जागेवर अनुसूचित जमाती प्रवर्गातून विजय प्राप्त केला. विशेष म्हणजे कळमनुरी तालुक्यातील पोत्रा गटातून डॉ. सतीश पाचपुते हे उच्च शिक्षित आदिवासी उमेदवार सर्वसाधारण खुल्या जागेवरून निवडून आले आहेत. डॉ. संतोष टारफे हे उच्चशिक्षित आदिवासी उमेदवार कळमनुरी विधानसभा मतदारसंघातील आदिवासी बहुलते मुळे २०१४च्या विधानसभा निवडणुकांमध्ये आमदार झाले. ही घटना आदिवासी समूहाला बहुलतेच्या आधारावर राजकीय दावेदारी केली पाहिजे अशी प्रेरणा देणारी ठरली. त्यामुळे पोत्रा गटातून यापूर्वी दोन वेळा जिल्हा परिषद सदस्य म्हणून निवडून आलेले आणि परभणी जिल्हा मध्यवर्ती सहकारी बँकेचे विद्यमान संचालक असलेल्या सुरेश वडगांवकर या मराठा देशमुख उमेदवाराला आपला मतदारसंघ सोडून दुसऱ्या मतदारसंघात जाऊन उभे राहावे लागले. ही बाब आदिवासींच्यामधील नव्या राजकीय चेतनेचा व आत्मभानाचा आविष्कार आहे. पोत्रा जि. प. गटात दुसऱ्या क्रमांकावर राहिलेला उमेदवार हा वडार जात समूहातून व तिसऱ्या क्रमांकाचा उमेदवार हटकर जात समूहातून येतो. आरक्षित १२ जागांपैकी राष्ट्रवादी काँग्रेसने ०५ जागांवर विजय मिळवला, भाजपने ०३ तर काँग्रेस व शिवसेनेने प्रत्येकी ०२ जागा मिळवल्या. तसेच शिवसेनेचे ०३ जि. प. सदस्य हे सर्वसाधारण जागेवर ओबीसीच्या जात प्रवर्गातील उमेदवार निवडून आले आहेत.

तक्ता क्र.२ : हिंगोली जिल्हा परिषदेतील महिलांचे बलाबल

पक्ष	भाजप	काँग्रेस	राष्ट्रवादी काँग्रेस	शिवसेना	अपक्ष	एकूण
महिला	८	६	५	१०	१	३०

हिंगोली जिल्हा परिषदेत महिलांसाठी २६ जागा आरक्षित होत्या. मात्र, ३० महिला निवडून आल्या. यावेळी हिंगोली जिल्हा परिषदेचे अध्यक्षपद अनुसूचित जाती

महिला प्रवर्गासाठी आरक्षित असल्यामुळे अनुसूचित जाती सर्वसाधारण या आरक्षित गटातूनही ४ पैकी ३ जागांवर महिला सदस्य निवडून आल्या. तसेच खुल्या सर्वसाधारण गटातूनही एक ओबीसी महिला निवडून आली. हिंगोली जिल्हा परिषदेतील ३० महिला सदस्यांपैकी सर्वांत जास्त म्हणजे १० महिला सदस्य ह्या शिवसेनेने निवडून आणल्या आहेत. त्यापाठोपाठ भाजपच्या ८ महिला सदस्या निवडून आल्या आहेत. म्हणजे भाजपचे जिल्हा परिषदेतील एकूण संख्याबळ १० आहे. त्यांपैकी ८ महिला सदस्या आहेत. काँग्रेसने ६ तर राष्ट्रवादी काँग्रेसने ५ महिला सदस्य निवडून आणण्यात यश प्राप्त केले आहे.

हिंगोली जिल्हा परिषद घराणेशाहीतून निवडून आलेले पक्षीय संख्याबळ

काँग्रेसचे डोंगरकडा गटातून निवडून आलेले दिलीप देसाई व जवळा पांचाळ गटातून निवडून आलेले कैलास सोंळुके हे घराण्याचा राजकीय वारसा असलेले सदस्य आहेत. शिवसेनेचे घराणेशाहीची पार्श्वभूमी असलेले दोन सदस्य निवडून आले आहेत. त्यांपैकी गोरेगाव गटातून निवडून आलेल्या रूपाली पाटील, ज्या माजी जिल्हा परिषद उपाध्यक्ष भैय्या पाटील गोरेगांवकर यांच्या पत्नी, तथा माजी आमदार साहेबराव पाटील गोरेगावकरांच्या स्नुषा आहेत. तर कळमनुरी तालुक्यातील सिंदगी गटातून निवडून आलेले कैलास मगर हेही जि. म. स. बँक परभणीचे प्रदीर्घकाळ संचालक राहिलेल्या उत्तमराव मगर यांचे चिरंजीव आहेत. शिवसेनेचे हे दोन विजयी उमेदवार घराणेशाहीची पार्श्वभूमी असले तरीही त्यातील महत्त्वपूर्ण बाब म्हणजे त्या दोघांनीही जिल्हा परिषद निवडणुकीपूर्वी राष्ट्रवादी काँग्रेसमधून शिवसेना पक्षामध्ये प्रवेश केला होता.

तक्ता क्र.३ : हिंगोली जिल्हा परिषेदेत सर्वसाधारण आरक्षण (ओबीसी) गटातून (कुणबी–मराठा) जाती व निवडून आलेले पक्षीय संख्याबळ

पक्ष	भाजप	राष्ट्रवादी
कुणबी मराठाजात	१	२

ओबीसी राखीव गटातून कुणबी मराठा ह्या दाखल्यावर तीन उमेदवार हिंगोली जिल्हा परिषदेमध्ये निवडून आले. त्यांपैकी भाजपकडून भानखेडा गटातून संगिता शिंदे या उमेदवार तसेच करंजाळा गटातून योगिता दशरथे व येहळेगांव (सो.) गटातून मनिष आखरे हे राष्ट्रवादी काँग्रेसचे २ उमेदवार कुणबी मराठा जातप्रमाणपत्रावर ओबीसी राखीव गटातून निवडून आले; पण दुसऱ्या बाजूने कोथळज, जवळाबाजार, सिद्धेश्वर, शिरड शहापूर अशा चार खुल्यागटातून ओबीसी प्रवर्गातील ४ उमेदवार निवडून आले आहेत.

तसेच एका खुल्या जागेवर अनुसूचित जमाती प्रवर्गातील उमेदवार निवडून आला आहे.

हिंगोली जिल्हा परिषदेमध्ये एकही मुस्लीम धर्मीय सदस्य निवडून आलेला नाही. राष्ट्रवादी काँग्रेसचे जिल्हाध्यक्ष मुनिर पटेल यांच्या पत्नी शेख साहिदा बेगम ह्या औंढा तालुक्यातील जवळा बाजारगटातून दुसऱ्या क्रमांकावर राहिल्या. उर्वरित ५१ गटांमध्ये कुठेही मुस्लीम उमेदवार स्पर्धेमध्येही नव्हता.

तक्ता क्र.४ : हिंगोली जिल्हा परिषदेतील २०१७ निवडणुकीतील पक्षीय संख्याबळ

पक्ष निवडणूक	२०१२	२०१७
भाजप	--	१०
काँग्रेस	०९	१२
राष्ट्रवादी काँग्रेस	१०	१२
शिवसेना	२७	१५
अपक्ष	०४	०३

हिंगोली जिल्हा परिषदेच्या २०१२च्या निवडणुकांमध्ये २७ जागा मिळवत शिवसेनेने एकहाती सत्ता मिळवली होती; पण २०१७च्या निवडणुकीमध्ये १५ जागांवर शिवसेना विजय मिळवू शकली; तर निवडणूक पूर्व आघाडी करून लढलेले काँग्रेस व राष्ट्रवादी काँग्रेस यांनी प्रत्येकी १२ जागा मिळवल्या. २०१२च्या निवडणुकीत ९ जागा मिळविणाऱ्या काँग्रेसने व १० जागा मिळवणाऱ्या राष्ट्रवादी काँग्रेसने तुलनेत परिस्थिती थोडीशी सुधारली. २०१७च्या जिल्हा परिषद निवडणुकीत ३ अपक्ष उमेदवार निवडून आले आहेत. त्यांपैकी एक काँग्रेस बंडखोर आणि २ शिवसेना बंडखोर उमेदवार अपक्ष म्हणून निवडून आले आहेत.

प्रमुख वैशिष्ट्ये

१. या निवडणुकीत शिवसेना व भाजप युती न करता स्वतंत्रपणे निवडणूक लढले.

२. काँग्रेस व राष्ट्रवादी काँग्रेस या दोन्ही पक्षांनी मात्र या निवडणुकीत आघाडी केली होती.

३. शिवसेना हा एकमेव पक्ष आहे ज्यांनी हिंगोली जिल्हा परिषदेच्या संपूर्ण ५२ जागा लढविल्या, भाजपाने ५१, राष्ट्रवादी काँग्रेसने २८ तर काँग्रेसने ३३ जागा लढविल्या. आघाडी करणाऱ्या काँग्रेस व राष्ट्रवादी काँग्रेस पक्षाने ६ जागी मैत्रीपूर्ण लढत दिली.

४. शिवसेना आमदार तथा माजी मंत्री जयप्रकाश मुंदडा यांच्या वसमत तालुक्यातून

यावेळी जि. प. निवडणुकीत शिवसेना पूर्णपणे हद्दपार झाली. २०१२च्या जि. प. निवडणुकीत १२ पैकी १० जागा मिळवणारी शिवसेना या वेळेस वसमत तालुक्यात एकाही जागेवर विजय मिळवू शकली नाही. हा शिवसेना पक्षाचा ऱ्हास ठरतो.

५. २०१२च्या जिल्हा परिषद निवडणुकांमध्ये एकही जागा न जिंकलेल्या भाजपने २०१७च्या निवडणुकीत १० जागा मिळवल्या. हिंगोली जिल्ह्यात भाजपचे पूर्वापार प्रभावक्षेत्र हिंगोली विधानसभा मतदारसंघ हे राहिले आहे. २०१४ मध्येही भाजपचे तानाजी मुटकुळे हे आमदार म्हणून निवडून आले आहेत. २०१७च्या जि. प. निवडणुकीत भाजपचे जे १० सदस्य निवडून आले आहेत त्यांपैकी ४ सदस्य हे हिंगोली विधानसभाक्षेत्रातून निवडून आले आहेत. या ४ सदस्यांपैकी पुष्पा थोरात या काँग्रेसचे नेते प्रकाश थोरात यांच्या पत्नी आहेत. जि. प. निवडणुकीपूर्वी प्रकाश थोरात यांनी भाजपात प्रवेश केला होता; तर वसमत तालुक्यात भाजपाला ६ जागा मिळाल्या आहेत. विधानसभेच्या निवडणुकीच्या वेळी नामवंत विधितज्ज्ञ ॲड. शिवाजी जाधव यांनी राष्ट्रवादी काँग्रेसमधून भाजपामध्ये प्रवेश करून विधानसभेची निवडणूक लढवली. ॲड. जाधव यांच्या प्रभावामुळे भाजपला शिवसेना व राष्ट्रवादी काँग्रेसचा प्रभाव असलेल्या वसमत तालुक्यात मुसंडी मारता आली; तसेच वसमत तालुका पंचायत समितीमध्ये भाजपला सत्ता मिळवता आली. जिल्ह्यात १० जागा मिळवणारा भाजप १३ ठिकाणी क्रमांक दोनचा पक्ष राहिला. हिंगोली जिल्ह्यात भाजपची ताकद वाढली आहे.

६. हिंगोली जिल्हा परिषद निवडणुकीत झालेल्या एकूण मतदानापैकी शिवसेनेला सर्वांत जास्त १ लाख ५९ हजार ९८५ मते मिळाली, तर १ लाख २० हजार ४०९ मते मिळवत भाजप दोन क्रमांकावर राहिला; काँग्रेसला १ लाख ०३ हजार ३८६मते आणि राष्ट्रवादी काँग्रेसला ७९ हजार १२१ मते मिळाली. सर्वांत कमी मते मिळवूनही राष्ट्रवादी काँग्रेसने १२ जागा मिळवल्या.

१४

पश्चिम महाराष्ट्रातील राजकारण

सचिन भोसले

सहकाराचे जाळे असलेल्या विभागास 'शुगर बेल्ट' म्हणून ओळखले जाते. महाराष्ट्राच्या एकूण लोकसंख्येपैकी पश्चिम महाराष्ट्रातील पाच जिल्ह्यातील एकूण लोकसंख्या २०.८६ टक्के आहे. त्यांपैकी पश्चिम महाराष्ट्रातील ग्रामीण लोकसंख्या ही ५८.७६ टक्के असून बड्या शेतकऱ्यांची लोकसंख्या २५,८७,८१८ आहे. अल्पभूधारक शेतकऱ्यांची लोकसंख्या २६३२६४ इतकी आहे. स्थानिक नेतृत्वाची वाढ श्रीमंत शेतकरी वर्गातून झाली. त्यांचा राजकारणात मोठ्या प्रमाणात सहभाग असल्याचे दिसते. पश्चिम महाराष्ट्रातील स्थानिक राजकारणाचा मुख्य आधार सहकारी संस्था हा घटक गेली साठ वर्षे राहिला आहे. यामध्ये सहकारी साखर कारखाने १७३ आहेत. त्यांपैकी ७२ साखर कारखाने पश्चिम महाराष्ट्रातील आहेत. महाराष्ट्रातील एकूण १२२९९ सहकारी दूध संस्थांपैकी ६३ टक्के म्हणजेच ७७५७ संस्था पश्चिम महाराष्ट्रातील आहेत. तसेच पाच ५ प्रमुख जिल्हा मध्यवर्ती बँकांमार्फत आर्थिक व्यवहाराची देवाणघेवाण होताना दिसते.

साधारणपणे १९६० पासून २००९पर्यंत ग्रामीण अर्थ रचना हा स्थानिक शासनाचा प्रबळ घटक होता. मात्र, तो घटक २०१२ पासून २०१७च्या निवडणुकीत मागे पडताना दिसतो आहे; कारण सहकारी संस्था, सहकारी कारखाने, सहकारी बँका यांचा राजकारणातील प्रभाव कमी होत आहे. २०१७मध्ये पश्चिम महाराष्ट्रातील जिल्हा परिषदांमध्ये व पंचायत समितीमध्ये वेगाने राजकीय परिवर्तन झाले. त्यास पश्चिम महाराष्ट्रातील राजकीय अर्थकारण जबाबदार असल्याचे स्पष्टपणे दिसते. पश्चिम महाराष्ट्रातील स्थानिक राजकारणात फेरबदल झाला आहे; कारण २०१२च्या तुलनेत २०१७मध्ये राष्ट्रवादी काँग्रेस पक्षाची जवळजवळ १० टक्के घसरण झाली आहे. परंतु, भाजपच्या प्रभावाच्या काळात राष्ट्रवादी काँग्रेस पक्षाला ३९.२२ टक्के जागा मिळालेल्या आहेत. याचा अर्थ राष्ट्रवादी काँग्रेसचे स्थानिक आधार फार खिळखिळे झाले नाहीत. राष्ट्रवादी काँग्रेसच्या तुलनेत काँग्रेस पक्षाचे स्थानिक आधार मात्र खूपच खिळखिळे झाले; कारण ३०.२३ टक्के जागांवरून काँग्रेसच्या जागांची घसरण १३.४७ टक्क्यांवर

खाली झाली आहे. भाजपच्या जागांमध्ये १७.६७ टक्क्यांची वाढ झाली, ही वाढ सत्ताधारी भाजपची आहे. त्यामुळे सत्ताधारी नसतानाही दोन्ही काँग्रेस पक्षाच्या ५२.६९ टक्के जागा निवडून आल्या आहेत; म्हणजेच स्थानिक पातळीवर दोन्ही काँग्रेस पक्षांचा पराभव झाला नाही. परंतु, वीस टक्क्यांच्या आसपासची पोकळी भाजपने व्यापली आहे. भाजपने त्यांचे स्थान निर्माण केले आहे. त्यांचा विस्तार सत्तेच्या अंगाने झाला आहे. ही भाजपची जमेची बाजू आहे. तसेच एक मोठी मर्यादादेखील दिसते.

तक्ता क्र.१ : पश्चिम महाराष्ट्रातील पक्षनिहाय बलाबल (टक्केवारी) (२००२–२०१७)

वर्ष/पक्ष	२००२	२००७	२०१२	२०१७	वाढ/घसरण
काँग्रेस	३१.९५	३९.९	३०.२३	१३.४७	१६.७६
रा. काँग्रेस	४६.६१	४२.८५	४९.७०	३९.२२	१०.४८
भाजप	२.२५	१.५०	१.७९	१९.४६	+१७.६७
शिवसेना	३.७५	०.७५	५.९८	९.८८	+३.९
इतर पक्ष स्थानिक आघाड्या	१५.४१	१५.७८	१४.३७	१७.९६	+३.५९

तक्ता क्र.२ : पश्चिम महाराष्ट्रातील पंचायत समिती व पक्षनिहाय सत्ता (२००२–२०१२)

जिल्हा	पंचायत समित्या	रा. काँग्रेस	काँग्रेस	शिवसेना	शेकाप	आघाडी
सातारा	११	४	५	१	-	१
सांगली	९	७	२	-	-	
कोल्हापूर	१२	६	३	-	-	३
सोलापूर	११	४	४	१	२	
एकूण	४३	२१	१४	२	२	४

तक्ता क्र. ३ : पश्चिम महाराष्ट्रातील पंचायत समिती सदस्यांचे पक्षनिहाय संख्याबळ (२०१७)

जिल्हा	पंचायत समित्या	रा. काँग्रेस	भाजप	काँग्रेस	शिवसेना	शेकाप	आघाडी
पुणे	१३	८	१	१	३	-	-
सातारा	११	११	-	-	-	-	-
सांगली	१०	४	५	-	१	-	-
कोल्हापूर	१२	१	२	४	२	-	३
सोलापूर	११	२	३	१	३	१	१
एकूण	५७	२६	११	६	९	१	४

तक्ता क्रमांक १ व २मध्ये असे दिसते की, २०१२च्या तुलनेत २०१७मध्ये काँग्रेस पक्षाच्या सदस्यांची घसरण १६.७६ टक्के झाली. एकविसाव्या शतकाच्या आरंभीच्या दशकापर्यंत पश्चिम महाराष्ट्राच्या स्थानिक शासन संस्थेत भाजपला नाममात्र जागेवर समाधान मानावे लागत होते. मात्र, २००२ ते २०१२ या कालावधीमध्ये हिंदुत्वाचा चेहरा असणाऱ्या पक्षाने २०१७च्या निवडणुकीत ग्रामीण पश्चिम महाराष्ट्रात प्रवेश केलेला दिसतो. यामागचे प्रमुख कारण हिंदुत्व विचारसरणीच्या माध्यमातून पुढे आलेले नेतृत्व हे आहे. संघात घडलेल्या चंद्रकांत पाटील तसेच सुभाष देशमुख या दोघांनी पश्चिम महाराष्ट्रात भाजपला व्यापक जनाधार मिळवून देण्यासाठी प्रयत्न केले. म्हणजेच पश्चिम महाराष्ट्रातील स्थानिक पातळीवरील जुळणी करण्यात या बहुजन समाजातील नेतृत्वाचा पुढाकार राहील. नवी सत्ता समीकरणे त्यांनी मांडली. तसेच गटागटातील संघर्षामधून एक नवीन वाट तयार केली. पश्चिम महाराष्ट्रात भाजपला यश मिळण्याचे दुसरे मुख्य कारण म्हणजे घराणेशाही विरोधीचा लढा. हा लढा आभासी स्वरूपाचा आहे. परंतु, हा लढा तरुण वर्गासमोर श्रीमंतांच्या विरोधातील चळवळ म्हणून प्रकट झाला.

तिसरे महत्त्वाचे कारण म्हणजे सहकार शुद्धीकरणाची चळवळ हे आहे. या चळवळीच्या मदतीने भाजपने ग्रामीण भागात शिरकाव केला. राष्ट्रवादाच्या मुख्य प्रश्नाकडे आकर्षित करून स्थानिक राजकारणात यश मिळवण्याचा हा डावपेच यशस्वी ठरला. त्याचबरोबर पश्चिम महाराष्ट्रातील विकसित भागात पारंपरिक सत्ता साधन असणाऱ्या संस्था राजकारणात मागे पडल्या. त्या सहकारी संस्थांच्या ऐवजी सेवा व्यवसायिक तरुण वर्गामध्ये भाजपने शिरकाव केला. या माध्यमातून भाजपचे राजकारण घडत आहे. सारांश रूपाने पाहाता पश्चिम महाराष्ट्रातील काँग्रेस, राष्ट्रवादी काँग्रेस या दोन पक्षांना २०१७च्या जिल्हा परिषद निवडणुकांमध्येही ग्रामीण भागाने नाकारले. त्यांच्या जनाधाराचा ऱ्हास

झाला. सत्तेचे केंद्रीकरण हे याचे प्रमुख कारण आहे. तसेच पक्षातील नेतृत्वामध्ये हेवेदावे, द्वेष, उघड सत्ता संघर्ष हे आहे. याबरोबरच ग्रामीण भागातील जनता आणि दोन्ही काँग्रेस यांचा संपर्क कमी कमी होत गेला. नेतृत्व ग्रामीण भागामध्ये करावयाचे आणि वास्तव्य शहरी भागात अशी विसंगती उदयास आली होती. या प्रक्रियेमुळे दोन्ही काँग्रेस पक्ष आणि ग्रामीण स्थानिक गटाची- गणाची नाळ तुटली. मुख्यतः मध्यमवर्गीय व तरुणांमध्ये या दोन्ही काँग्रेस पक्ष आणि पक्षातील नेतृत्वाबद्दल नाराजी होती. दोन्ही काँग्रेस पक्षाच्या ऱ्हासाचे हे एक महत्त्वाचे कारण ठरले. यातूनच ग्रामीण भागात काँग्रेसचा मतदार भाजपकडे वळला. सामाजिक स्थितीशीलता, स्त्री-पुरुष निहाय दृष्टिकोन, सत्तेतील अभिजनांचा सहभाग, घराणेशाही यांना सामान्यजनांचा प्रचंड विरोध होता. या गोष्टीमुळे भाजपला ताकद मिळत गेली. याचबरोबर उजव्या विचारसरणी असलेल्या पक्षांना वेगाने प्रतिसाद मिळत गेला. तसेच पक्षांतर या राजकीय प्रक्रियेतील घटकांमुळे पश्चिम महाराष्ट्रात राजकीय सत्तांतर घडून आले.

पक्षांतराचे आव्हान

विसाव्या शतकात सत्यशोधक चळवळ आणि सहकार चळवळीचे जाळे पश्चिम महाराष्ट्रात होते. विकासाचे प्रयोग करणारे राज्य अशी राज्याची प्रतिमा होती. यात स्थानिक संस्थांचा सेतू करून नव्या नेतृत्वाला राजकारणात आणण्याची पाठशाळा स्थानिक संस्था होत्या. ही भूमिका चव्हाणांची होती. स्थानिक शासन संस्था या राजकीय सहमती, संमती किंवा अधिमान्यतेचा एक प्रमुख घटक होता. स्थानिक शासन व्यवस्था आम जनतेत नेत्याबद्दल किंवा राजकीय पक्षांबद्दल आदर निर्माण करीत होती. म्हणजेच नेतृत्वाला व पक्षाला भक्कम अधिमान्यतेचा आधार मिळत होता. या विधानाचा आज ऱ्हास झाला आहे. स्थानिक आघाड्या आणि पक्षांतरे घडत आहेत. पक्षीय व्यवस्थेला हे एक आव्हान ठरले आहे. स्थानिक संस्थांच्या निवडणुकीत वैचारिक लढ्याचे, त्याचबरोबर विचारसरणीच्या संघर्षाचे किंवा वाद-विवादाचे स्थान राहिलेले नाही. सत्ता काबीज करणे हा जणू नित्याचा राजकीय व्यवहार आणि डावपेच झाला आहे. त्याची प्रचिती पश्चिम महाराष्ट्रात स्थानिक शासन संस्थांच्या निवडणुकीत दिसून येते. निष्ठा बाळगणारे कार्यकर्ते व नेते, त्यांचे तत्त्वनिष्ठ राजकारण अभावानेच घडताना दिसते. म्हणजेच विचारसरणीचा ऱ्हास झाला आहे; म्हणून पक्षांतरे घडत आहेत.

भाजपचा पश्चिम महाराष्ट्रातील प्रवेश होण्यास प्रामुख्याने तरुण वर्गाची दोन्ही काँग्रेस पक्षाबदल कमी होत असलेली विश्वसनीयता हे एक महत्त्वाचे कारण आहे. या मुद्द्याला धरून कोल्हापुरातील काँग्रेस व राष्ट्रवादी काँग्रेस या पक्षातील नेतृत्व पक्षांतर

करत आहे. समरजित घाडगे, संभाजी राजे छत्रपती यांनी भाजपशी जुळवून घेतले. या नेतृत्वाबरोबरच इतर स्थानिक नेतृत्वांशी भाजपने सांगड घातली. या प्रक्रियेतून कोल्हापुरातील राजकारणात भाजपने प्रवेश केल्याचे दिसून येते. सोलापूरमध्ये बार्शी तालुक्यातील ग्रामीण नेतृत्वाचा चेहरा असलेले काँग्रेसचे राजेंद्र राऊत, पंढरपूर तालुक्यातील प्रशांत परिचारक, मंगळवेढा तालुक्यातील समाधान आवताडे यांना भाजपने पक्षात घेतले. हे तरुण नेतृत्व सहकारी संस्थांच्या ऐवजी सेवा व्यवसायाच्या माध्यमातून घडलेले आहे. या सर्वांची एक टीम उभी करून भाजपने राजकारण घडविले. सोलापूर जिल्ह्यामध्ये सुभाष देशमुख व विजयकुमार देशमुख यांनी भाजपला व्यापक जनाधार मिळवून दिल्याचे दिसते. सुभाष देशमुखांचा लोकमंगल उद्योग समूह आहे. या उद्योगसमूहाशी जनतेचा संपर्क आहे. तसेच हा उद्योग समूह ग्रामीण जीवनावर आर्थिक प्रभाव टाकतो.

जिल्ह्यातील मुख्य नेतृत्वाचे विभाजन झाल्यामुळे याचा फायदा भाजपला झाला. भाजपने प्रमुख नाराज झालेल्या नेत्यांना एकत्र करून दोन्ही काँग्रेस विरोधी एक आघाडी उभी केली होती. नव्या नेतृत्वापेक्षाही उपलब्ध नेतृत्वामधून भाजपने नेतृत्वाची फळी तयार केली होती. ही नेतृत्वाची फळी सहकार क्षेत्रापेक्षा वेगळी होती. खासगी क्षेत्राशी या नेतृत्वाचा संबंध होता. तक्ता क्र. चारमध्ये सांगली, कोल्हापूर, सोलापूरच्या जिल्हा अध्यक्षांची उदाहरणे खासगी क्षेत्राशी संबंधित दिसतात (पाहा तक्ता क्र. ४).

तक्ता क्र.४ : पश्चिम महाराष्ट्रातील जिल्हा परिषदेतील अध्यक्ष व उपाध्यक्ष (२०१७)

जिल्हा परिषदा	अध्यक्ष	उपाध्यक्ष	पक्ष व आघाडी
पुणे	विश्वासराव देवकते (धनगर)	विवेक वळसे पाटील (मराठा)	राष्ट्रवादी काँग्रेस
सातारा	संजीवराजे नाईक निंबाळकर (मराठा)	वसंतराव मानकुमरे	राष्ट्रवादी काँग्रेस
सांगली	संग्रामसिंह देशमुख (भाजप) (मराठा)	सुहास बाबर (शिवसेना) (मराठा)	आघाडी
कोल्हापूर	शौमिका महाडिक (भाजप) (मराठा)	सर्जेराव पाटील (शिवसेना) (मराठा)	आघाडी
सोलापूर	संजयमामा शिंदे (स्वाभिमानीपक्ष) (मराठा)	शिवानंद पाटील (अपक्ष) (लिंगायत)	आघाडी

जिल्हा परिषदेच्या अध्यक्ष निवडीमध्ये नवीन राजकीय संस्कृतीला सुरुवात झाल्याचे दिसून येते. पक्ष निष्ठा, व्यक्तीकेंद्रित राजकारण, धनाच्या जोरावर प्रत्येक गोष्ट

मिळवण्याची चढाओढ ही नव्या संस्कृतीची वैशिष्ट्ये दिसतात. ही सर्व वैशिष्ट्ये पश्चिम महाराष्ट्रातील जिल्ह्यात मोठ्या प्रमाणात दिसून येतात. चंद्रकांत पाटील (कोल्हापूर) यांनी भाजपची सत्ता स्थापन करण्यासाठी विरोधकांना एकत्र करून जिल्हा परिषदेत भाजपच्या शौमिका अमल महाडिक यांना अध्यक्ष व शिवसेनेच्या सर्जेराव पाटील यांना उपाध्यक्ष केले. महाडिक व पाटील हे खासगी सेवा व्यवसायातील प्रमुख नेते आहेत. जिल्ह्यातील राजकारण दूध संस्थेच्या माध्यमातून व खासगी व्यावसायिक या अर्थकारणाच्या मदतीने झाल्याचे दिसते. या आर्थिक संसाधनावर महाडिक कुटुंबाचे नियंत्रण आहे.

सोलापूर जिल्ह्यातील सहकारी क्षेत्रातील महत्त्वाचे स्थान प्राप्त असलेले विजयसिंह मोहिते पाटील स्वतःच्या जिल्ह्याच्या राजकारणात कमी पडत असल्याचे दिसते; कारण त्याचे सहकारी संस्थांमधील नियंत्रण कमी होत आहे. तसेच सहकारी क्षेत्राची आर्थिक ताकद कमी झाली आहे. त्यांना अर्थकारणाची फेरमांडणी करता आली नाही. विजयसिंह मोहिते पाटील यांची प्रतिमा सहकार केंद्रित झाली. जनसामान्यात वेगळी प्रतिमा त्यांना निर्माण करता आली नाही. त्यांनी कुटुंबाला अग्रक्रम दिला. संजय शिंदे यांच्या निवडीप्रसंगी राष्ट्रवादी काँग्रेस व भाजप यांनी एकत्र येऊन स्थानिक राजकारणात नवीन सत्तासमीकरणाला सुरुवात केल्याचे दिसून आले; म्हणजेच सहकाराचा हा पराभव होता.

पुण्यात नाना देवकते यांना अध्यक्ष करून पवारांनी मराठा-धनगर असे समीकरण घडवले. राष्ट्रवादी काँग्रेसने सातारा जिल्ह्याचे अध्यक्षपद संजीव निंबाळकर यांना दिले. ते विधानपरिषदेचे सभापती रामराजे निंबाळकर यांचे भाऊ आहेत. शिवेंद्रराजे यांचे ग्रामीण भागातील संघटन कौशल्य व जनसंपर्क आहे. ते घराण्याशी संबंधित आहेत. त्यांचा राष्ट्रवादी काँग्रेसला पाठिंबा होता. या खेरीज निंबाळकर सात वेळा स्थानिक संस्थांमध्ये निवडून आलेले आहेत; म्हणून संजीव नाईक निंबाळकर या अनुभवी नेतृत्वाची अध्यक्षपदी निवड केली. उदयनराजे यांची स्थानिक आघाडी राष्ट्रवादी काँग्रेस विरोधी काम करत होती. त्याचबरोबर सातारा जिल्ह्यातील काँग्रेस मधील राष्ट्रीय नेते पृथ्वीराज चव्हाण यांना पक्षातील नेतृत्वाशी संघर्ष करावा लागला. त्यामुळे अनेक मर्यादा त्यांना दिसून आल्या. सांगली जिल्ह्यांमध्ये राष्ट्रवादी काँग्रेस, काँग्रेस या मुख्य नेतृत्वाला मागे टाकत भाजपचे जिल्हा अध्यक्ष पृथ्वीराज देशमुख यांचे पुतणे व माजी दिवंगत आमदार यांचे पुत्र संग्रामसिंह देशमुख यांना अध्यक्ष केले. मात्र, भाजपचे खासदार संजयकाका पाटील यांनी आपल्या चुलत्यासाठी अध्यक्ष पदासाठी प्रयत्न केले होते. सांगलीच्या राजकारणात या दोन नेत्यांमध्ये सुभाष देशमुख (सोलापूर) यांनी वाटाघाटी केल्या होत्या. देशमुख यांच्या पुढाकाराने भाजपने सांगलीचे राजकारण भाजपच्या नियंत्रणाखाली आणले. या सर्व तपशिलाचा अर्थ म्हणजे पश्चिम महाराष्ट्रात नवीन मराठा नेतृत्व पुढाकार घेत होते.

पश्चिम महाराष्ट्र : पंचायत समिती सभापती व उपसभापती

तक्ता क्र.५ : कोल्हापूर जिल्हा : पंचायत समिती सभापती/उपसभापती

अ.क्र.	पं. समिती	सभापती	पक्ष	उपसभापती	पक्ष
१	पन्हाळा	पृथ्वीराज सरनोबत (सर्वसाधारण)	जनस्वराज्य	उज्ज्वला पाटील (सर्वसाधारण)	जनस्वराज्य
२	कागल	कमल पाटील (सर्वसाधारण)	शिवसेना	रमेश तोडकर (सर्वसाधारण)	शिवसेना
३	करवीर	प्रदीप झांबरे (सर्वसाधारण)	काँग्रेस	आनंदा भोसले (सर्वसाधारण)	काँग्रेस
४	शाहूवाडी	स्नेहा जाधव (अनु. जाती)	शिवसेना	दिलीप पाटील (सर्वसाधारण)	शिवसेना
५	चंदगड	जगन्नाथ हुलजी (सर्वसाधारण)	स्वाभिमानी शे. संघटना	अनंत कांबळे (अनु. जाती)	स्वाभिमानी शे. संघटना
६	शिरोळ	मल्लाप्पा चौगुले (सर्वसाधारण)	काँग्रेस	कविता चौगुले (सर्वसाधारण)	शिवसेना
७	गडहिंग्लज	जयश्री तेली (नागरिकांचा मागास प्रवर्ग)	भाजप	वनश्री चौगुले (सर्वसाधारण)	राष्ट्रवादी काँग्रेस
८	भुदरगड	सरिता वरंडेकर (नागरिकांचा मागास प्रवर्ग)	राजर्षी शाहु आघाडी	अजित देसाई (सर्वसाधारण)	राजर्षी शाहु आघाडी
९	आजरा	रंजना होलम (सर्वसाधारण)	काँग्रेस	शिरीष देसाई (सर्वसाधारण)	काँग्रेस
१०	हातकणंगले	रेश्मा सनदी (नागरिकांचा मागास प्रवर्ग)	भाजप	सुलोचना देशमुख (सर्वसाधारण)	जनसुराज्य
११	गगनबावडा	मंगल कांबळे (अनु. जाती)	काँग्रेस	पांडुरंग भोसले (ना.मा.प्रवर्ग)	काँग्रेस
१२	राधानगरी	दिलीप कांबळे (अनु.जाती)	राष्ट्रवादी काँग्रेस	रवीश पाटील (सर्वसाधारण)	काँग्रेस

तक्ता क्र.६ : सांगली जिल्हा : पंचायत समिती सभापती/उपसभापती

अक्र	पं. समिती	सभापती	पक्ष	उपसभापती	पक्ष
१	तासगाव	माया येडके (ना.मा.प्रवर्ग)	राष्ट्रवादी कॉंग्रेस	संभाजी पाटील (सर्वसाधारण)	राष्ट्रवादी कॉंग्रेस
२	कडेगाव	मंदाताई करांडे (सर्वसाधारण)	भाजप	रवींद्र कांबळे (अनु. जाती)	भाजप
३	शिराळा	मायावती कांबळे (अनु. जाती)	कॉंग्रेस	सम्राटसिंग नाईक (सर्वसाधारण)	राष्ट्रवादी कॉंग्रेस
४	कवठेमहांकाळ	मनोहर पाटील (सर्वसाधारण)	राष्ट्रवादी कॉंग्रेस	सरिता शिंदे (सर्वसाधारण)	स्वा. वि. आघाडी
५	खानापूर	मनीषा बागल (सर्वसाधारण)	शिवसेना	बाळासाहेब नलवडे (ना.मा.प्र.)	शिवसेना
६	मिरज	जनाबाई पाटील (सर्वसाधारण)	भाजप	काकासाहेब धामणे (सर्वसाधारण)	भाजप
७	आटपाडी	हर्षवर्धन देशमुख (सर्वसाधारण)	भाजप	तानाजी यमगर (सर्वसाधारण)	भाजप
८	जत	मंगल जमदाडे (सर्वसाधारण)	भाजप	शिवाजी शिंदे (सर्वसाधारण)	स्वा.वि. आघाडी
९	पलूस	सीमा मांगलेकर (सर्वसाधारण)	भाजप	अरुण पवार (सर्वसाधारण)	राष्ट्रवादी कॉंग्रेस
१०	वाळवा	सचिन हुलवान (नागरिकांचा मा. प्र.)	राष्ट्रवादी कॉंग्रेस	नेताजी पाटील (सर्वसाधारण)	राष्ट्रवादी कॉंग्रेस

तक्ता क्र.७ : सातारा जिल्हा : पंचायत समिती सभापती/उपसभापती

अ.क्र.	पं. समिती	सभापती	पक्ष	उपसभापती	पक्ष
१	खंडाळा	मारुती मोरे (नागरिकांचा मा.प्रवर्ग)	राष्ट्रवादी कॉंग्रेस	वंदना पाटील (सर्वसाधारण)	कॉंग्रेस
२	फलटण	रेशमा भोसले (सर्वसाधारण)	राष्ट्रवादी कॉंग्रेस	शिवरूप निंबाळकर (सर्वसाधारण)	राष्ट्रवादी कॉंग्रेस
३	माण	रमेश पाटोळे (अनु. जाती)		नितीन राजगे (ना. मा. प्रवर्ग)	राष्ट्रवादी कॉंग्रेस
४	खटाव	संदीप मांडवे (सर्वसाधारण)	राष्ट्रवादी कॉंग्रेस	कैलास घाडगे (सर्वसाधारण)	राष्ट्रवादी कॉंग्रेस
५	कोरेगाव	शंकर जगदाळे (सर्वसाधारण)		संजय साळुंखे (सर्वसाधारण)	राष्ट्रवादी कॉंग्रेस

६	वाई	रजनी भोसले (सर्वसाधारण)	राष्ट्रवादी काँग्रेस	अनिल जगताप (सर्वसाधारण)	राष्ट्रवादी काँग्रेस
७	महाबळेश्वर	रूपाली राजापुरे (सर्वसाधारण)		अंजना कदम (सर्वसाधारण)	राष्ट्रवादी काँग्रेस
८	जावळी	अरुणा शिर्के (सर्वसाधारण)	राष्ट्रवादी काँग्रेस	दत्तात्रय गावडे (सर्वसाधारण)	राष्ट्रवादी काँग्रेस
९	सातारा	मिलिंद कदम (ना. मा. प्रवर्ग)	राष्ट्रवादी काँग्रेस	जितेंद्र सावंत (सर्वसाधारण)	राष्ट्रवादी काँग्रेस
१०	पाटण	उज्ज्वला जाधव (सर्वसाधारण)	राष्ट्रवादी काँग्रेस	राजाराम शेलार (ना. मा. प्रवर्ग)	राष्ट्रवादी काँग्रेस
११	कराड	शालन माळी (ना. मा. प्रवर्ग)	राष्ट्रवादी काँग्रेस	रमेश देशमुख (सर्वसाधारण)	कराड विकास आ.

तक्ता क्र.८ : सोलापूर जिल्हा : पंचायत समिती सभापती/उपसभापती

अक्र	पं. समिती	सभापती	पक्ष	उपसभापती	पक्ष
१	करमाळा	शेखर गाडे (अनु. जाती)	शिवसेना	गहीनीनाथ ननवरे (सर्वसाधारण)	शिवसेना
२	माढा	विक्रम शिंदे (ना. मा. प्रवर्ग)	राष्ट्रवादी काँग्रेस	बाळासाहेब शिंदे (सर्वसाधारण)	राष्ट्रवादी काँग्रेस
३	बार्शी	कविता वाघमारे (अनु. जाती)	राष्ट्रवादी काँग्रेस	अविनाश मांजरे (सर्वसाधारण)	भाजप
४	उत्तर सोलापूर	संध्याराणी पवार (सर्वसाधारण)	भाजप	रजनी भांडकुले (अनु. जाती)	भाजप
५	मोहोळ	समता गावडे (ना.मा. प्रवर्ग)	भी. वि. आघाडी	साधना देशमुख	भी. वि. आघाडी
६	पंढरपूर	दिनकर नाईकनवरे (सर्वसाधारण)	भाजप	अरुण घोलप (सर्वसाधारण)	भाजप
७	माळशिरस	वैष्णवीदेवी मोहिते पाटील (सर्वसाधारण)	राष्ट्रवादी काँग्रेस	किशोर सूळ (ना.मा. प्रवर्ग)	राष्ट्रवादी काँग्रेस
८	सांगोला	माय्याका यमगर (ना.मा.प्रवर्ग)	शेकाप	शोभा खटकाळे (सर्वसाधारण)	राष्ट्रवादी काँग्रेस
९	मंगळवेढा	प्रदीप खांडेकर (सर्वसाधारण)	ज.शि.वि. आघाडी	विमल पाटील (ना.मा. प्रवर्ग)	ज.शि.वि. आघाडी
१०	दक्षिण सोलापूर	ताराबाई पाटील (सर्वसाधारण)	भाजप	संदीप टेळे (ना.मा. प्रवर्ग)	शिवसेना
११	अक्कलकोट	सुरेखा कारगाव (सर्वसाधारण)	काँग्रेस	प्रकाश शिप्परगी (सर्वसाधारण)	अपक्ष

तक्ता क्र.९ : पुणे जिल्हा : पंचायत समिती सभापती/उपसभापती

अ.क्र.	पं. समिती	सभापती	पक्ष	उपसभापती	पक्ष
१	जुन्नर	ललिता चव्हाण (सर्वसाधारण)	शिवसेना	उदय भोपे	काँग्रेस
२	आंबेगाव	उषा कानडे (ना. मा. प्रवर्ग)	राष्ट्रवादी काँग्रेस	नंदकुमार सोनवले (सर्वसाधारण)	राष्ट्रवादी काँग्रेस
३	शिरूर	सुभाष उमाप (सर्वसाधारण)	राष्ट्रवादी काँग्रेस	मोनिका हरगुडे (ना. मा. प्रवर्ग)	राष्ट्रवादी काँग्रेस
४	खेड	सुभद्रा शिंदे (अनु. जमाती)	शिवसेना	अमोल पवार (ना. मा. प्रवर्ग)	काँग्रेस
५	मावळ	गुलाब म्हाळसकर (ना. मा. प्रवर्ग)	राष्ट्रवादी काँग्रेस	शांताराम कदम (सर्वसाधारण)	राष्ट्रवादी काँग्रेस
६	मुळशी	कोमल वाशिवले (ना. मा. प्रवर्ग)	राष्ट्रवादी काँग्रेस	पांडुरंग ओझरकर (ना. मा. प्र.)	राष्ट्रवादी काँग्रेस
७	हवेली	वैशाली महाडिक (सर्वसाधारण)	राष्ट्रवादी काँग्रेस	अजिंक्य घुले (सर्वसाधारण)	राष्ट्रवादी काँग्रेस
८	दौंड	मीना धामगुडे (ना. मा. प्रवर्ग)	राष्ट्रवादी काँग्रेस	सुशांत दरेकर (सर्वसाधारण)	राष्ट्रवादी काँग्रेस
९	पुरंदर	अतुल मस्के (सर्वसाधारण)	शिवसेना	दत्तात्रय काळे (सर्वसाधारण)	शिवसेना
१०	वेल्हे	सीमा राऊत (सर्वसाधारण)	काँग्रेस	दिनकर सरपाले (सर्वसाधारण)	काँग्रेस
११	भोर	मंगल बोडके (सर्वसाधारण)	राष्ट्रवादी काँग्रेस	लहू शेलार (सर्वसाधारण)	राष्ट्रवादी काँग्रेस
१२	बारामती	संजय भोसले (अनु. जाती)	राष्ट्रवादी काँग्रेस	शारदा खराडे (सर्वसाधारण)	राष्ट्रवादी काँग्रेस
१३	इंदापूर	करणसिंह घोलप (सर्वसाधारण)	काँग्रेस	देवराज जाधव (सर्वसाधारण)	काँग्रेस

तक्ता क्र.१० : घराणेशाही

जिल्हा/	काँग्रेस		राष्ट्रवादी		भाजप		शिवसेना		इतर		एकूण
लिंग	पुरुष	स्त्री	पुरुष	स्त्री	पुरुष	स्त्री	पुरुष	स्त्री	पुरुष	स्त्री	
पुणे		१	२(४)	-(१)	-	-	-	-	-	-	३
सातारा	१	-	१(२)	१	-	-	-	-	१	-	४
सांगली	१	-	१(१)	१	१	-	१	-	-	-	५
कोल्हापूर	१	१	-	-	२	१	२	-	१	-	८
सोलापूर	२	-	१	१	१	-	१	-	३	-	९
एकूण	५	२	५	३	४	१	४		५		२९(८)

पश्चिम महाराष्ट्रत नव्या नेतृत्वाची फळी भाजपने उभी केली. घराणेशाही विरोधी भूमिका घेत भाजपने नव्याने घराणेशाहीला महत्त्व दिले. जिल्हा परिषद निवडणुकांत राजकीय वारसदारांना निवडून आणण्यासाठी मुख्य नेतृत्व प्रयत्न करत होते. स्वत:चा मुलगा, मुलगी, सून, पत्नीसाठी गटात व गणात राजकीय नेतृत्व काम करत होते. पक्ष वाढवण्याचे मुख्य कार्य न करता आपल्या घराण्याचे स्थान कसे बळकट होईल यासाठी नेतृत्व प्रयत्न करीत होते. असे एकूण चित्र पश्चिम महाराष्ट्राच्या घराणेशाहीच्या तक्त्यावरून लक्षात येते. एकूण जिल्हा परिषदेत व पंचायत समितीत अनुक्रमे २९ व ८ असे घराणेशाही असणारे स्थानिक नेते निवडून आले आहेत. यात प्रामुख्याने मोठी राजकीय पार्श्वभूमी असणाऱ्या नातेसंबंधांचा समावेश होतो. मात्र, बहुतेक ठिकाणी स्थानिक राजकारणाची पार्श्वभूमी असणारे अनेक सदस्यही निवडून आल्याचे दिसते. या बरोबर सर्वसामान्य नेतृत्वाला संधी मिळाली नाही. वारसदारांचा जनसंपर्काचा अभाव असल्यामुळे अनेक वारसदारांना जनतेने नाकारल्याचे दिसते.

२०१२मध्ये राष्ट्रवादी काँग्रेसचे नेते शरद पवार यांनी स्थानिक निवडणुकांमध्ये घराणेशाहीच्या मोठ्या प्रमाणात होत असलेल्या प्रवेशाविषयी चिंता व्यक्त केलेली होती. सोलापुरातील राष्ट्रवादी काँग्रेसमध्ये वेगवेगळ्या तालुक्यातून ९ जागा राजकीय घराण्यातील वारसदारांची निवड झाली आहे. यात प्रामुख्याने बबनदादा शिंदे व विजयसिंह मोहिते पाटील यांचे नातेवाईक निवडून आले. मोहोळ तालुक्यातील राजन पाटील यांचे दोन पुत्र निवडून आले. असेच चित्र सांगलीतही दिसते. भाजपचे खासदार संजयकाका पाटील यांनी आपल्या चुलत्यासाठी प्रयत्न केल्याचे दिसते. सांगलीत अनुक्रमे जिल्हा परिषदेच्या ४ व पंचायत समितीची १ जागा अशा एकूण ५ जागांवर राजकीय पुढाऱ्यांचे नातलग निवडून आले आहेत.

कोल्हापूर जिल्ह्याची राजकारणाची पार्श्वभूमी यापेक्षा वेगळी नाही. जिल्हा परिषदेच्या ६ व पंचायत समितीच्या ८ जागांवर प्रत्येक पक्षांच्या नेतृत्वाने आपल्या घराण्यातील लोकांना निवडून आणण्यासाठी तडजोडीचे राजकारण केले, असा बोलबाला आहे. साताऱ्यामध्येही राष्ट्रवादी काँग्रेसचे निंबाळकर घराण्याचे ५ सदस्य निवडून आले. पुणे जिल्ह्यात पवार घराण्यातील अजित पवारांचे पुतणे रोहित पवार, इंदापूर तालुक्यातील काँग्रेसचे हर्षवर्धन पाटील यांच्या मातोश्री, तसेच आमदार दिलीप वळसे पाटील यांचे पुतणे विवेक वळसे पाटील निवडून आले. हे सर्व घराणेशाही समर्थक आहेत. अशा प्रकारे हे राज्याच्या राजकारणातील मुख्य चेहरा असणारे नेतृत्व यांचेच वारसदार स्थानिक पातळीवर सत्ता स्पर्धेत पुढे असल्याचे दिसतात.

याबरोबरच संघटन कौशल्याचा अभाव, तसेच जनतेतील नाराजी, कमी असलेला जनसंपर्क, या कारणांमुळे प्रामुख्याने कोल्हापुरातील कागल तालुक्यातील संजय मंडलिक यांचे चिरंजीव वीरेंद्र मंडलिक, आमदार चंद्रदीप नरके यांचे बंधु अजित नरके, पंढरपुरातील विद्यमान आमदार भारत भालके यांचे पुत्र भगिरथ भालके इत्यादी अनेक वारसदारांना जनतेने नाकारल्याचे दिसते; म्हणजेच स्थानिक राजकारणात घराणेशाही हा एक मध्यवर्ती घटक आहे. त्यांचा दुहेरी फायदा भाजपला झाला.

तक्ता क्र.११ : पश्चिम महाराष्ट्रातील पंचायत समितीची संवर्ग व पक्षनिहाय सदस्य संख्या (२०१७)

जिल्हा/	पुणे				सातारा				सांगली				कोल्हापूर				सोलापूर				एकूण				
लिंग	खुला	ना.मा.प्र.	अ.जा.	अ.ज.	खुला	ना.मा.प्र.	अ.जा.	अ.ज.	खुला	ना.मा.प्र.	अ.जा.	अ.ज.	खुला	ना.मा.प्र.	अ.जा.	अ.ज.	खुला	ना.मा.प्र.	अ.जा.	अ.ज.	खुला	ना.मा.प्र.	अ.जा.	अ.ज.	एकूण
रा. काँग्रेस	४१	२३	८	६	४८	१९	८	१	२२	८	२	०	१४	७	३	०	२७	११	७	०	१५२	६८	२८	७	२५५
भाजप	८	६	२	१	८	४	०	०	२३	११	५	०	९	५	२	०	१९	६	८	०	६७	३२	१७	१	११७
काँग्रेस	११	४	१	०	९	५	२	०	१६	५	४	०	२०	७	४	०	१०	६	२	०	६६	२७	१३	०	१०६
शिवसेना	२०	५	५	२	५	१	०	०	२	२	१	०	१५	५	३	०	४	४	१	१	४६	१७	१०	३	७६
शेकाप	०	०	०	०	०	०	०	०	०	०	०	०	०	०	०	०	४	३	०	०	४	३	०	०	७
स्वाभिमानी	०	०	०	०	०	०	०	०	१	०	०	०	३	१	२	०	०	०	०	०	४	१	२	०	७
जनस्वराज्य	०	०	०	०	०	०	०	०	०	१	०	०	८	५	२	०	०	०	०	०	८	६	२	०	१६
स्थानिक आघाड्या	१	१	०	०	८	७	१	०	६	४	१	०	९	५	४	०	१२	५	३	०	३६	२२	९	०	६७
अपक्ष	२	२	०	०	१	०	१	०	४	१	०	०	२	१	०	०	३	०	०	०	१२	४	१	०	१७
एकूण	८३	४१	१६	९	७९	३६	१२	१	७४	३२	१३	०	८०	३६	२०	०	७९	३५	२१	१	३९५	१८०	८२	११	६६८

तक्ता क्र.१२ : पश्चिम महाराष्ट्रातील जिल्हा परिषद संवर्ग व पक्षनिहाय सदस्य संख्या (२०१७)

जिल्हा/ लिंग	पुणे				सातारा				सांगली				कोल्हापूर				सोलापूर				एकूण				
	खुला	ना.मा.प्र.	अ.ज.	अ.जा.	खुला	ना.मा.प्र.	अ.ज.	अ.जा.	खुला	ना.मा.प्र.	अ.ज.	अ.जा.	खुला	ना.मा.प्र.	अ.ज.	अ.जा.	खुला	ना.मा.प्र.	अ.ज.	अ.जा.	खुला	ना.मा.प्र.	अ.ज.	अ.जा.	एकूण
रा. काँग्रेस	२८	८	६	२	२३	१२	५	०	८	३	३	०	६	५	०	०	१२	७	४	०	७७	३५	१८	२	१३२
भाजप	३	३	०	०	५	१	१	०	१३	८	२	०	६	४	३	१	५	७	१	१	३२	२३	७	२	६४
काँग्रेस	४	३	०	०	५	१	०	०	८	२	०	०	११	२	१	०	५	०	२	०	३३	८	३	०	४४
शिवसेना	७	४	०	२	१	१	०	०	१	०	२	०	३	४	३	०	४	०	१	०	१६	९	६	२	३३
शेकाप	०	०	०	०	०	०	०	०	०	०	०	०	०	०	०	०	२	०	१	०	२	०	१	०	३
स्वाभिमानी	०	०	०	०	०	०	०	०	१	०	०	०	२	०	०	०	१	०	०	०	४	०	०	०	४
जनस्वराज्य	०	०	०	०	०	०	०	०	०	०	०	०	३	१	२	०	०	०	०	०	३	१	२	०	६
स्थानिक आघाड्या	२	०	०	०	५	१	१	०	३	२	०	०	८	१	०	०	८	३	१	०	२६	७	२	०	३५
अपक्ष	१	०	१	०	१	१	०	०	३	१	०	०	१	०	०	०	२	१	१	०	८	३	२	०	१३
एकूण	४५	१८	७	४	४०	१७	७		३७	१६	७		४०	१७	९	१	३९	१८	११	१	२०१	८६	४१	६	३३४

तक्ता क्र.१३ : मुस्लीम सदस्यांची पश्चिम महाराष्ट्रातील पंचायत समिती व जिल्हापरिषदेतील पक्षनिहाय सदस्य संख्या

जिल्हा/पक्ष	सातारा	सांगली	कोल्हापूर	सोलापूर	एकूण
रा. काँग्रेस			(१) १	(१) १	२ (२)
भाजप			१	१	२
काँग्रेस			१		
शिवसेना	(१)			(१)	(२)
स्वाभिमानी			१		१
जनस्वराज्य					
स्थानिक आघाड्या	१	(१)	१	(१) १	३ (२)
अपक्ष			१		१
एकूण	(१)१	(१)	(१) ६	(३)३	९ (६)

(कंसातील संख्या जिल्हा परिषद सदस्यांची)

बहुजन समाजातील फेरबदल

भाजपने पश्चिम महाराष्ट्राच्या स्थानिक राजकारणात बहुजातीय राजकीय विश्वसनियता मिळवली. यामध्ये पश्चिम महाराष्ट्रातील सांगली, कोल्हापूर, सोलापूर या भागात बहुजन समाजाला भाजपकडे वळवण्यात आले. काँग्रेसचा जनाधार या तीन जिल्ह्यात वेगाने कमी होत आहे. महादेव जानकरांनी ओबीसींचे पश्चिम महाराष्ट्रात ध्रुवीकरण केले. महादेव जानकरांना भाजपने जिल्हा परिषदेच्या निवडणुकीत पुढे केले. त्याचा परिणाम म्हणजे ओबीसी राजकारण भाजपकडे वळले. तसेच राजेंद्र राऊत, समाधान आवताडे, संजय शिंदे, तानाजी सावंत यांनी सोलापूर जिल्ह्यात मराठ्यांचे नेतृत्व केले. सांगलीमध्ये संग्राम देशमुख व अमल महाडिक या सेवा व्यावसायिक अभिजन मराठ्यांनी भाजपचे नेतृत्व केले. त्यांना एकत्र करून राजकीय बदल घडविला. राष्ट्रवादी काँग्रेसचा जनाधार पश्चिम महाराष्ट्रात कमी झाला नाही. जिल्हा परिषदेच्या एकूण ३३४ जागांपैकी १३२ जागा आणि पंचायत समितीच्या ६६८ जागांपैकी २५५ जागा राष्ट्रवादी काँग्रेसच्या निवडून आल्या. राष्ट्रवादी काँग्रेसने सत्ता स्थाने टिकविली. राष्ट्रवादी काँग्रेस पक्षाने या पाच जिल्हातील सहकारी संस्थांच्या माध्यमातून बहुजन समाजातील नेतृत्वास पुढे आणण्याचे कार्य केले. यामध्ये उत्तर सोलापूरचे बळीराम साठे हे अनुसूचित जातींमधील नेतृत्व जे सात वेळा स्थानिक संस्थांमध्ये निवडून आले आहेत. तसेच नाना देवकते हे

धनगर समाजातील सदस्य निवडून आले आहेत. पुणे जिल्हा परिषद अध्यक्ष म्हणून त्यांची निवड राष्ट्रवादी काँग्रेस पक्षाने केली. जिल्हा परिषद निवडणुकांत २००२-२००३ ते २००९-२०१४ यामध्ये किरकोळ फरक झाला. मात्र, २९ टक्क्यांवरून ३९ टक्के असा २००२ ते २०१७ चढउतार झाला. पश्चिम महाराष्ट्रातील बहुजन प्रतिमा टिकवून ठेवण्याचे मोठे आव्हान राष्ट्रवादी काँग्रेस समोर आहे. भाजपला पश्चिम महाराष्ट्र बहुजन समाजाने स्वीकारले आहे. त्यामुळे भाजप व राष्ट्रवादी काँग्रेस असा संघर्ष पश्चिम महाराष्ट्रात बहुजनांच्या पाठिंब्यावर राहील.

पश्चिम महाराष्ट्रातील ग्रामीण भागात जरी शहरी भागाप्रमाणे मुस्लिमांची संख्या कमी असली तरी गटात गणात मुस्लीम स्त्री व पुरुष उमेदवार निवडून आले. कोल्हापूर जिल्ह्यामध्ये रेश्मा सनदी, सोलापूर जिल्ह्यामध्ये पिरजादे अ. कय्युम बशीर अ., ॲड. शेख हसीन वजीर (राष्ट्रवादी काँग्रेस) हे निवडून आले आहेत. भाजप आणि शिवसेना या पक्षातून मुस्लीम उमेदवार निवडून आले. नव्या राजकीय प्रक्रियेचा हा एक भाग आहे.

तक्ता क्र.१४ : स्त्रियांची राजकीय भागीदारी

जिल्हा परिषद स्त्री-पुरुष सदस्य संख्या २०१७													
जिल्हा/	पुणे		सातारा		सांगली		कोल्हापूर		सोलापूर		एकूण		
लिंग	पुरुष	स्त्री	पुरुष	स्त्री	पुरुष	स्त्री	पुरुष	स्त्री	पुरुष	स्त्री	पुरुष	स्त्री	एकूण
रा. काँग्रेस	१९	२५	१८	२१	८	६	७	४	१०	१३	६२	६९	१३१
भाजप	३	४	३	४	११	१२	७	७	५	९	३६	२९	६५
काँग्रेस	५	२	४	३	५	५	८	६	३	४	२५	२०	४५
शिवसेना	७	६	१	१	१	२	४	६	३	२	१६	१७	३३
शेकाप	०	०	०	०	०	०	०	०	२	१	२	१	३
स्वाभिमानी	०	०	०	०	०	१	१	१	०	०	१	२	३
जनस्वराज्य	०	०	०	०	०	०	४	२	०	०	४	२	६
स्थानिक आघाड्या	०	२	४	३	२	३	२	७	८	४	१६	१९	३५
अपक्ष	१	१	१	१	३	१	०	१	३	१	८	५	१३
एकूण	३५	४०	३१	३३	३०	३०	३३	३४	३४	३४	१७०	१६४	३३४

तक्ता क्र.१५ : पंचायत समिती स्त्री–पुरुष सदस्यांची संख्या २०१७

जिल्हा/ लिंग	पुणे		सातारा		सांगली		कोल्हापूर		सोलापूर		एकूण		
	पुरुष	स्त्री	पुरुष	स्त्री	पुरुष	स्त्री	पुरुष	स्त्री	पुरुष	स्त्री	पुरुष	स्त्री	एकूण
रा. काँग्रेस	३४	४४	४१	३५	१६	१६	९	१५	१९	२५	११९	१३५	२५४
भाजप	१०	७	६	६	१९	२०	५	१०	१९	१५	५९	५८	११७
काँग्रेस	८	८	५	११	१४	११	१४	१७	७	१०	४८	५७	१०५
शिवसेना	१८	१४	४	२	२	३	१४	८	६	३	४४	३०	७४
शेकाप	०	०	०	०	०	०	०	०	४	३	४	३	७
स्वाभिमानी	०	०	०	०	०	१	५	१			५	२	७
जनस्वराज्य	०	०	०	०	१	०	८	७	०	०	९	७	१६
स्थानिक आघाड्या	१	२	७	९	५	७	८	१०	९	१३	३०	४१	७१
अपक्ष	३	१	१	१	३	२	२	१	२	१	११	६	१७
एकूण	७४	७६	६४	६४	६०	६०	६५	६९	६६	७०	३२९	३३९	६६८

स्त्रियांची राजकीय भागीदारी

एकीकडे व्यक्तीकेंद्री राजकारणामुळे राजकीय पक्षांचे महत्त्व कमी होत आहे. तरी राजकीय निर्णय प्रक्रियेत महिलांची भागीदारी वाढत आहे. बहुजन समाजाबरोबरच महिलांच्या इच्छा आकांक्षा बदललेल्या आहेत. स्वातंत्र्याची व्याख्या बदलून स्वातंत्र्यापेक्षा प्रतिष्ठा मिळविण्यासाठी राजकारणात सहभाग घेतला जात आहे. महिलांचा राजकीय प्रशिक्षणाचा काळ मागे पडला आहे. सक्षमपणे राजकारण करण्यासाठी महिला पुढे येत आहेत. नव्वदीच्या दशकातील काळ असा होता की ५० टक्के असणाऱ्या स्त्रीचा राजकारणातील सहभाग अत्यंत नगण्य होता. स्थानिक पातळीवर पुरुषांना महिलांचे नेतृत्व अमान्य होते. तसेच ५० टक्के आरक्षणाला भाजपमधील सदस्यांनी मोठ्या प्रमाणात विरोध केला होता. मात्र, २०१७च्या स्थानिक निवडणुकांमध्ये भाजप या पक्षातून पुणे जिल्ह्यातील धोंडाबाई खंडागळे (अनुसूचित जमाती) महिला राखीव जागा नसतानाही निवडून आल्या. असा हा व्यापक बदल झाल्याचे दिसते. राष्ट्रवादी काँग्रेसच्या स्त्री उमेदवार एकूण जागांच्या ६९ टक्के निवडून आल्या आहेत. पुरुषांपेक्षा ही वाढ ५ टक्के जास्त आहे. भाजपच्या एकूण ३६ टक्के महिला पश्चिम महाराष्ट्रातील स्थानिक राजकारणात निवडून आल्या आहेत. इतर पक्षांपेक्षाही भाजप मधील स्त्रियांचा सहभाग महत्त्वाचा आहे. जिल्हा परिषदेच्या पाच जिल्ह्यातील एकूण १३४ जागांपैकी एक महिला अध्यक्ष

आहे. तसेच भाजपच्या पंचायत समिती गणात सभापती/उपसभापती पदासाठी एकूण ४७ स्त्रिया पदावर निवडून आल्या आहेत.

स्त्रियांच्या आरक्षणाचा स्त्रियांची भागीदारी वाढण्यात नक्कीच फायदा झाला. ५० टक्के आरक्षण असतानाही स्त्रिया खुल्या जागेवर निवडून आल्या. फलटणच्या राजकीय घराण्यातील जिजामाता निंबाळकर (काँग्रेस), रंजना भालशंकर (राष्ट्रवादी काँग्रेस), सोनाली पाटील, आक्काताई नलवडे (भाजप), मंगल जंगम (राष्ट्रवादी काँग्रेस) या स्त्री सदस्या खुल्या, ओबीसी, अनुसूचित जातीजमाती मधील खुल्या जागेवर निवडून आल्या आहेत. पक्षीय राजकारणापेक्षा पाणी, दारूबंदी, पर्यावरणाचे संरक्षण या मूलभूत प्रश्नांसाठी स्त्री सदस्यांनी वेगळी भूमिका घेतलेली दिसते.

तक्ता क्र.१६ : पश्चिम महाराष्ट्रातील जिल्हा परिषदेत खुल्या जागांवर निवडून आलेल्या स्त्री सदस्य

जिल्हा/लिंग	खुला	नागरिकांचा मागास प्रवर्ग	अनुसूचित जाती	अनुसूचित जमाती	एकूण
रा. काँग्रेस	-	(१)	(१) १	-	(२) १
भाजप	-	-	-	(१)	(१)
काँग्रेस	१	-	-	-	१
शिवसेना	-	-	-	१	१
इतर आघाड्या	-	(२)	-	-	(२)
एकूण	१	(३)	(१) १	(१) १	३ (५)

(कंसातील आकडेवारी पंचायत समिती सदस्य दर्शविते.)

भाजप हा शहरी भागाचे नेतृत्व करणारा पक्ष आहे. परंतु, पश्चिम महाराष्ट्रातील स्थानिक राजकारणात नव्याने प्रवेश करत आहे. यामध्ये भाजपला सेवा क्षेत्रातील साधनांचा पाठिंबा मिळत आहे. या माध्यमातून भाजप पश्चिम महाराष्ट्राची राजकीय सत्ता सूत्रे आपल्या हाती घेतो आहे. यामागील महत्त्वाची कारणे म्हणजे ग्रामीण भागातील सहकारी संस्था अडचणीत आहेत, त्यामुळे बहुसंख्याक मध्यमवर्गीय व सामान्य शेतकऱ्यांचे जीवनमान कोलमडले आहे. मध्यमवर्गीय तरुण वर्गातील नाराजीचा फायदा भाजपला झाला. तसेच दोन्ही काँग्रेसची ग्रामीण भागातील नेतृत्वाची फळी कमी होत आहे. सत्तेचे व नेतृत्वाचे केंद्रीकरण हा परिणाम करणारा मुख्य मुद्दा आहे. ग्रामीण भागातील मूलभूत प्रश्न शेतकऱ्यांना वीज, पाणी, अनुदान या मागण्यांबरोबरच पारंपरिक व्यवस्थेमध्ये बदल, तसेच उत्पादित मालाचा हमीभाव हे सर्व मुद्दे आहेत. त्या प्रश्नांकडे दुर्लक्ष केल्यामुळे काँग्रेस व राष्ट्रवादी काँग्रेस या पक्षांना जनतेने नाकारले. काँग्रेस व राष्ट्रवादी काँग्रेस या

पक्षातील स्थानिक नेतृत्वाचा आत्मकेंद्रीपणा व सामान्य नेतृत्वाला सतत नाकारल्यामुळे भाजपला फायदा झाला. कर्जबाजारी शेतकरी, उत्पादित मालाला हमीभाव याचबरोबर मराठा व बहुजन मोर्चे यातून ग्रामीण समाज भाजपकडे वळला. स्थानिक राजकारणात पारंपरिक सहकारी संस्थांऐवजी व्यावसायिक नेतृत्व येत आहे. सहकारी तत्त्व व सामूहिकपणा मागे पडून पक्षात नवी संस्कृती येत आहे (बाहुबली व स्वकेंद्री नेतृत्व). पश्चिम महाराष्ट्राच्या स्थानिक राजकारणात हा बदल झाला आहे. ही नवी संस्कृती आर्थिक व राजकीय सत्तेचे केंद्रीकरण करणारी दिसते. हा फेरबदल नव्वदीच्या दशकापासून होत आला आहे. त्या बदलामध्ये संघटितपणा दिसतो. हा संघटितपणा लोकशाही अवकाश कमी करत आहे.

१५

ग्रामीण राजकारणात महिलांची भागीदारी

डॉ. वैशाली पवार

ग्रामीण महाराष्ट्रातील स्थानिक शासन संस्थांमध्ये महिलांची राजकीय भागीदारी पन्नास टक्क्यांपेक्षा जास्त वाढली आहे. यामुळे तीन मुख्य परिणाम झाले आहेत. – १.) ग्रामीण महाराष्ट्रातील राजकारणात स्त्रियांची भागीदारी वाढल्यामुळे पुरुषाच्या राजकीय वर्चस्वाला आव्हान उभे राहिले. पुरुषाच्या राजकीय वर्चस्वाला आव्हान म्हणजे पितृसत्ताक सत्तासंबंधामध्ये बदल घडू लागले. किंबहुना, पितृसत्ता या नवीन सत्तासंबंधामध्ये तिचा आशय वेगळ्या पद्धतीने समाविष्ट होत आहे. २.) राजकीय पक्ष आणि पितृसत्ता यांचा समझोता असतो. त्यामुळे पितृसत्तावादी मुख्य चार पक्षांमधून स्त्रियांची भागीदारी वाढत आहे (पहा- तक्ता १). या अर्थी पितृसत्तेचे संरक्षण राजकीय पक्ष करत आहेत. ३.) महाराष्ट्रातील सर्व उपप्रदेश आणि जिल्हे यांच्यामध्ये पितृसत्ता व राजकीय पक्ष यांचा समझोता दिसतो; कारण भाजप, शिवसेना, राष्ट्रवादी काँग्रेस, काँग्रेस या परंपरागत पितृसत्तावादी पक्षाकडून स्त्रियांचे निवडणुकीय राजकारण घडले आहे. त्याचा तपशील आणि आकडेवारी यांची मांडणी येथे केली आहे. परंपरागत पितृसत्तावादी पक्षांच्या निवडणुकीय कामगिरीमध्ये स्त्रीमुक्ती विरोधी, स्त्रियांच्या राजकीय भागीदारी विरोधीची प्रक्रिया दिसते; कारण त्यांना स्वतंत्र व्यक्ती म्हणून स्थान मिळत नाही. दुसऱ्या शब्दांत ही प्रक्रिया पितृसत्तेच्या सत्ता, अधिकारांचे संघटित रूप आहे. हा मुद्दा इथे मांडलेला आहे.

जिल्हा परिषदेच्या राजकारणात चार प्रकारच्या वर्गवारीतील महिला भागीदार झाल्या आहेत. त्यांपैकी सर्वसाधारण जागेवरील महिला बहुसंख्येने राजकीय वारसा असलेल्या घराण्यातून राजकारणात प्रवेश करत आहेत. स्वतंत्रपणे राजकारण करण्याची जाणीव खुल्या जागांवरील महिलांमध्ये कमी आहे. दुसरी वर्गवारी ओबीसी स्वरूपाची आहे. ओबीसी या वर्गवारीतील स्त्रियांमध्ये मुख्य दोन प्रकार दिसून येतात. एक, राजकीय घराणी असलेल्या घराण्यातील स्त्री राजकारण करते. दोन, राजकीय वारसा नसलेल्या जवळपास २५ टक्के स्त्रिया राजकारणात येत आहेत. तिसरी वर्गवारी ही अनुसूचित जातीची आहे. या

वर्गवारीमध्येदेखील ओबीसी प्रमाणे दोन प्रकार दिसतात. मात्र, ओबीसींची ही घराणी सत्ता, अधिकार व संपत्ती असलेली आहेत. अनुसूचित जातींमधील घराण्यातील स्त्रियांचे सामाजिक स्थान ओबीसींइतके उंचावलेले नाही. दुसरा अनुसूचित जातींमधील स्त्रियांचा वर्ग हा राजकीय वारसा नसलेला दिसून येतो. चौथी महत्त्वाची वर्गवारी अनुसूचित जमाती ही आहे. अनुसूचित जमातींमधील या स्त्रिया निवडक घराण्यातील आहेत. परंतु, त्यास घराणे म्हणता येत नाही. कारण पक्ष, नेते किंवा संघटनांनी पाठिंबा दिलेले नेतृत्व निवडून येत आहे. राजकीय पक्ष, नेते, संघटना यांनी संघटित केलेले नेतृत्व स्त्रियांमध्ये दिसते. तक्ता क्र. १ मध्ये राजकीय पक्ष आणि स्त्रियांचे संबंध स्पष्टपणे दिसतात.

महिला या वर्गवारीत भाजपने अव्वल स्थान मिळविलेले दिसते; कारण भाजपला यामध्ये २७.२२ टक्के जागा मिळाल्या आहेत. भाजप नंतर दोन नंबरच्या जागा राष्ट्रवादी काँग्रेसला मिळाल्या आहेत. राष्ट्रवादी काँग्रेस पक्षालादेखील एक चतुर्थांश जागा मिळाल्या आहेत (२४.३४ टक्के). भाजप आणि राष्ट्रवादी काँग्रेस यांच्यामध्ये केवळ तीन टक्के जागांचा फरक दिसतो (२३ जागा). म्हणजेच राष्ट्रवादी काँग्रेस व भाजप यांच्यामध्येच मुख्य राजकीय स्पर्धा दिसते. काँग्रेस या पक्षालाही महिला वर्गवारीत चांगल्या जागा मिळाल्या आहेत (२०.३५ टक्के). शिवसेना या पक्षाला चौथ्या क्रमांकाच्या जागा मिळाल्या आहेत (१७.९८ टक्के). भाजप आणि शिवसेना यांचे एकत्रित संख्याबळ महिला वर्गवारीत ४५.२० टक्के आहे तर दोन्ही काँग्रेसचे मिळून संख्याबळ जवळजवळ भाजप, शिवसेने एवढेच आहे (४४.६९ टक्के). मनसे या पक्षाची एकही महिला सदस्य जिल्हा परिषदेत निवडून आलेली नाही. राजकीय पक्ष त्यांचा सामाजिक आधार वाढविण्यासाठी स्त्रियांचे संघटन करतात. त्यामुळे पक्षांचे हे राजकारण स्त्रियांच्या संदर्भात घडत आहे. स्त्रियांचे म्हणून स्वायत्त आणि स्वतंत्र राजकारण मात्र घडत नाही. त्यामुळे पक्षीय स्पर्धेचा भाग म्हणून स्त्रियांचे राजकारण घडत आहे. त्यामुळे स्त्रियांच्या राखीव जागा या संघटित करण्याच्या आहेत, पक्षांचा आधार वाढविणाऱ्या आहेत, अशी जाणीव मोठ्या प्रमाणावर दिसते.

तक्ता क्र.१ : जिल्हा परिषदेतील महिला विजयी उमेदवारांची संख्या

अ.क्र	जिल्हा/पक्ष	भाजप	काँग्रेस	रा.काँ.	शिवसेना	स्था.आ./इतर	अपक्ष	एकूण
१	कोल्हापूर	७	६	४	६	१०	१	३४
२	सोलापूर	९	४	१३	२	५	१	३४
३	सांगली	१२	५	६	२	४	१	३०
४	सातारा	०४	३	२१	१	३	१	३३
५	पुणे	४	२	२५	६	२	१	४०
६	उस्मानाबाद	१	६	१६	४	-	१	२८
७	लातूर	१७	९	१	१	-	१	२९
८	नांदेड	६	१७	६	६	-	१	३६
९	बीड	८	१	१६	२	४	१	३२
१०	हिंगोली	८	६	५	११	-	१	३१
११	जालना	११	३	७	८	-	-	२९
१२	परभणी	३	३	१९	१०	-	२	३७
१३	औरंगाबाद	११	५	३	१३	-	-	३२
१४	अमरावती	५	१४	४	-	८	-	३१
१५	यवतमाळ	१०	८	३	८	-	१	३०
१६	बुलढाणा	१२	९	२	२	-	२	२७
१७	नाशिक	१०	६	६	१५	२	१	४०
१८	जळगाव	२१	२	९	६	-	-	३८
१९	अहमदनगर	७	१२	१०	३	७	-	३९
२०	चंद्रपूर	१८	१०	-	-	-	-	२८
२१	गडचिरोली	१३	६	२	-	४	४	२९
२२	वर्धा	१६	८	१	१	१	१	२८
२३	सिंधुदुर्ग	३	१५	१	६	-	-	२५
२४	रत्नागिरी	-	१	८	२२	-	-	३१
२५	रायगड	२	२	७	९	१०	-	३०
	एकूण	२१८	१६३	१९५	१४४	६०	२१	८०१

भाजप-राष्ट्रवादी स्पर्धा

महाराष्ट्रामध्ये प्रदेश व पक्षनिहाय जिल्हा परिषदेमध्ये महिला निवडून येण्याचे प्रमाण तपासले असता असे दिसते की, सर्वांत जास्त महिला या मराठवाडा विभागातून निवडून आल्या आहेत. ८०१ पैकी २५४ महिला या विभागातून निवडून आल्या आहेत. यामध्ये भाजपच्या ६५, शिवसेनेच्या ५५, राष्ट्रवादी काँग्रेस ७३, काँग्रेस ५०, इतर ४ व

अपक्ष ७ निवडून आल्या आहेत. या विभागातून राष्ट्रवादी काँग्रेसकडून सर्वांत जास्त महिला निवडून आल्या आहेत. दुसऱ्या क्रमांकावर विदर्भ विभागातून महिला निवडून आलेल्या आहेत. १७३ महिला विदर्भ विभागातून निवडून आल्या आहेत. तिसऱ्या क्रमांकावर पश्चिम महाराष्ट्रातून महिला निवडून आलेल्या आहेत. राष्ट्रवादी काँग्रेसच्या १७१ पैकी ६९ महिला पश्चिम महाराष्ट्रातून निवडून आल्या आहेत.

तक्ता क्र.२ : प्रदेश निहाय पक्ष आणि महिला जि. प. सदस्य संख्या

अ.क्र	जिल्हा/पक्ष	भाजप	काँग्रेस	रा.काँ.	शिवसेना	स्था.आ./इतर	अपक्ष	एकूण
१	मराठवाडा	६५	५०	७३	५५	४	०७	२५४
२	प. महाराष्ट्र	३६	२०	६९	१७	२४	५	१७१
३	विदर्भ	७४	५५	१२	११	१३	८	१७३
४	उत्तर म.	३८	२०	२५	२४	९	१	११७
५	कोकण	५	१८	१६	३७	१०	०	८६
६	महाराष्ट्र	२१८	१६३	१९५	१४४	६०	२१	८०१

तक्ता क्र.३ : महिला जि. प. सदस्य प्रदेश आणि पक्ष निहाय टक्केवारी

अ.क्र	विभाग/पक्ष	भाजप	काँग्रेस	रा.काँ.	शिवसेना	स्था.आ./इतर	अपक्ष	एकूण टक्केवारी
१	मराठवाडा	२८	१९	२५	२३	२	३	१००
२	प. महाराष्ट्र	२१	१२	४०	१०	१४	३	१००
३	विदर्भ	४३	३२	७	६	८	५	१००
४	उत्तर महाराष्ट्र	३२	१७	२१	२१	८	१	१००
५	कोकण	६	२१	१९	४३	१२	०	१००
६	महाराष्ट्र	२७	२०	२४	१८	७	३	१००

पश्चिम महाराष्ट्र

पश्चिम महाराष्ट्रात सर्वांत जास्त महिला सदस्य राष्ट्रवादी काँग्रेसकडून निवडून आल्या आहेत. पश्चिम महाराष्ट्रात एक तृतीयांशपेक्षा जास्त जागा राष्ट्रवादी काँग्रेसच्या निवडून आल्या आहेत (४० टक्के). भाजपच्या दुप्पट व काँग्रेस आणि शिवसेना पक्षाच्या चौपट जागा राष्ट्रवादी काँग्रेसच्या निवडून आल्या आहेत. भाजप-शिवसेनेच्या एकत्र ताकदीपेक्षा जास्त ताकद राष्ट्रवादी काँग्रेसची दिसते (भाजप-शिवसेना ५३ जागा व राष्ट्रवादी काँग्रेस ६९ जागा).

तक्ता क्र.४ : पश्चिम महाराष्ट्रातील जिल्हा परिषद महिला सदस्य व पक्ष निहाय वर्गीकरण

अ.क्र	जिल्हा/पक्ष	भाजप	काँग्रेस	रा.काँ.	शिवसेना	स्था.आ./इतर	अपक्ष	एकूण
१	कोल्हापूर	७	६	४	६	१०	१	३४
२	सोलापूर	९	४	१३	२	५	१	३४
३	सांगली	१२	५	६	२	४	१	३०
४	सातारा	४	३	२१	१	३	१	३३
५	पुणे	४	२	२५	६	२	१	४०
	एकूण	३६	२०	६९	१७	२४	५	१७१
	टक्केवारी	२१	१२	४०	१०	१४	३	

मराठवाडा

मराठवाडा विभागातील जिल्हा परिषदेत सर्वांत जास्त महिला सदस्या राष्ट्रवादी काँग्रेसच्या निवडून आल्या आहेत. भाजप आणि राष्ट्रवादी काँग्रेस अशी थेट राजकीय स्पर्धा दिसते; कारण राष्ट्रवादी काँग्रेसच्या जवळपास भाजपची ताकद दिसते (२५ टक्के). या चार मुख्य पक्षांमध्ये फार अंतर नाही. त्यामुळे मराठवाड्यामध्ये महिला या घटकामध्येदेखील चौरंगी स्पर्धा पक्षीय पातळीवर दिसते.

तक्ता क्र.५ : मराठवाडा विभागातील जिल्हा परिषद महिला सदस्य व पक्ष निहाय वर्गीकरण

अ.क्र	जिल्हा/पक्ष	भाजप	काँग्रेस	रा.काँ.	शिवसेना	स्था.आ./इतर	अपक्ष	एकूण
६	उस्मानाबाद	१	६	१६	४	-	१	२८
७	लातूर	१७	९	१	१	-	१	२९
८	नांदेड	६	१७	६	६	-	१	३६
९	बीड	८	१	१६	२	४	१	३२
१०	हिंगोली	८	६	५	११	-	१	३१
११	जालना	११	३	७	८	-	-	२९
१२	परभणी	३	३	१९	१०	-	२	३७
१३	औरंगाबाद	११	५	३	१३	-	-	३२
	एकूण	६५	५०	७३	५५	४	७	२५४
	टक्केवारी	२५.५९	१९.६९	२८.७४	२१.६५	१.५७	२.७६	१००

विदर्भ

विदर्भ विभागातील जिल्हा परिषदेत सर्वांत जास्त महिला भाजपकडून निवडून आल्या आहेत. १७३ पैकी ७४ महिला भाजपकडून निवडून आल्या आहेत. त्यानंतर

काँग्रेसकडून निवडून आल्या आहेत. या विभागात भाजप व काँग्रेस यांच्यात स्पर्धा दिसून येते.

तक्ता क्र.६ : विदर्भ विभागातील जिल्हा परिषद महिला सदस्य व पक्ष निहाय वर्गीकरण

अ.क्र.	जिल्हा/पक्ष	भाजप	काँग्रेस	रा.काँ.	शिवसेना	स्था.आ./इतर	अपक्ष	एकूण
१४	अमरावती	५	१४	४	-	८	-	३१
१५	यवतमाळ	१०	८	३	८	-	१	३०
१६	बुलढाणा	१२	९	२	२	-	२	२७
१७	चंद्रपूर	१८	१०	-	-	-	-	२८
१८	गडचिरोली	१३	६	२	-	४	४	२९
१९	वर्धा	१६	८	१	१	१	१	२८
	एकूण	७४	५५	१२	११	१३	८	१७३
	टक्केवारी	४३	३२	७	६	८	५	१००

उत्तर महाराष्ट्र

उत्तर महाराष्ट्र विभागातूनही भाजपच्या जास्त महिला सदस्य निवडून आल्या आहेत. चौरंगी स्पर्धेमध्ये काँग्रेस, राष्ट्रवादी काँग्रेस व शिवसेनेची ताकद जवळपास समान आहे.

तक्ता क्र.७ : उत्तर महाराष्ट्र विभागातील जिल्हा परिषद महिला सदस्य व पक्ष निहाय वर्गीकरण

अ.क्र	जिल्हा/पक्ष	भाजप	काँग्रेस	रा.काँ.	शिवसेना	स्था.आ./इतर	अपक्ष	एकूण
२०	नाशिक	१०	६	६	१५	२	१	४०
२१	जळगाव	२१	२	९	६	-	-	३८
२२	अहमदनगर	७	१२	१०	३	७	-	३९
	एकूण	३८	२०	२५	२४	९	१	११७
	टक्केवारी	३२	१७	२१	२१	८	१	१००

कोकण

कोकण विभागातून शिवसेनेच्या सर्वांत जास्त महिला सदस्य जिल्हा परिषदेत निवडून आल्या आहेत. या विभागामध्ये भाजपची ताकद दिसून येत नाही. काँग्रेस, राष्ट्रवादी काँग्रेस व स्थानिक आघाड्या यांच्या तुलनेतही भाजपची ताकद कमी आहे. या विभागात शिवसेना, काँग्रेस, राष्ट्रवादी काँग्रेस अशी पक्षीय स्पर्धा दिसते.

तक्ता क्र.८ : कोकण विभागातील जिल्हा परिषद महिला सदस्य व पक्ष निहाय वर्गीकरण

अ.क्र	जिल्हा/पक्ष	भाजप	काँग्रेस	रा.काँ.	शिवसेना	स्था.आ./इतर	एकूण
२३	सिंधुदुर्ग	३	१५	१	६	-	२५
२४	रत्नागिरी	-	१	८	२२	-	३१
२५	रायगड	२	२	७	९	१०	३०
	एकूण	५	१८	१६	३७	१०	८६
	टक्केवारी	६	२१	१९	४३	१२	

तक्ता क्र.९ : पंचायत समितीमधील महिला विजयी उमेदवारांची जिल्हा निहाय संख्या

अ.क्र	जिल्हा/पक्ष	भाजप	काँग्रेस	रा.काँ.	शिवसेना	मनसे	स्था.आ./इतर	अपक्ष	एकूण
१	कोल्हापूर	१०	१७	१५	८	-	१८	१	६९
२	सोलापूर	१५	१०	२५	३	-	१६	१	७०
३	सांगली	२०	११	१६	३	-	८	२	६०
४	सातारा	६	११	३५	२	-	९	१	६४
५	पुणे	७	८	४४	१४	-	२	१	७६
६	उस्मानाबाद	५	१७	२५	१०	-	-	-	५७
७	लातूर	३५	१३	८	२	१	-	१	६०
८	नांदेड	१६	२५	८	१५	-	१	१	६६
९	बीड	२५	१	२७	६	-	९	२	७०
१०	हिंगोली	१५	१४	११	१७	-	-	३	६०
११	जालना	३०	५	१६	१२	-	-	२	६५
१२	परभणी	६	८	२१	१८	-	२	४	५९
१३	औरंगाबाद	२४	१५	३	१८	१	४	१	६६
१४	अमरावती	NA	NA	NA	NA	NA	NA	NA	NA
१५	यवतमाळ	NA	NA	NA	NA	NA	NA	NA	NA
१६	बुलढाणा	१६	१६	४	१४	-	५ भारिप	२	५७
१७	नाशिक	१३	५	१६	३७	-	४	१	७६
१८	जळगाव	३८	३	१८	१५	-	-	४	७८
१९	अहमदनगर	१८	१७	२०	७	-	८	४	७४
२०	चंद्रपूर	३४	१८	-	-	-	१	१	५४
२१	गडचिरोली	१९	१४	८	१	-	९	५	५६

२२	वर्धा	३३	१४	३	२	-	१	२	५५
२३	सिंधुदुर्ग	३	२०	१	१०	-	-	-	३४
२४	रत्नागिरी	३	-	१२	४०	१	-	-	५६
२५	रायगड	५	५	१४	१८	-	२० शेकाप	-	६२
	एकूण	३९६	२६७	३५०	२७२	०३	११७	३९	१४४४

निष्कर्ष

ग्रामीण महाराष्ट्रात पितृसत्ताक राजकीय पक्षांकडून स्त्री उमेदवार निवडून आले आहेत. भाजप या पक्षाने स्त्रियांना पक्षाकडे आकर्षित केलेले दिसते. ग्रामीण भागातील स्त्रियांची भागादारी प्रमुख चार पक्षांमध्ये विभागली आहे. ग्रामीण भागातील स्त्री प्रतिनिधित्व स्त्रियांची इच्छा व्यक्त करत नाहीत. तसेच स्त्री प्रतिनिधी स्व-विवेकानुसार कृती करत नाहीत. तसेच स्त्रियांचे स्त्रियांच्या प्रतिनिधित्वावर नियंत्रणदेखील नाही; कारण पक्ष, घराणे, कुटुंब, संस्कृती अशा नानाविध गोष्टींचा परिणाम स्त्रीं प्रतिनिधित्वावर दिसतो. जॉन स्टुअर्ट मिलने यांच्या मते प्रतिनिधींना स्व-विवेकानुसार कृती करण्याचे स्वातंत्र्य असावे, तसेच लोकांचे आपल्या प्रतिनिधींवर नियंत्रण कसे असावे हा देखील महत्त्वाचा प्रश्न आहे. या अर्थी, निवडणुकीच्या राजकारणात भेदभावना नष्ट केल्या जात नाहीत. तरीही सामूहिक कृतीमध्ये भागीदारी वाढत आहे. त्यामुळे सामूहिक कृतीमधून वाढत जाणारी क्षमता म्हणजे सत्ता असते (हॅना ऑरेंट). त्यामुळे क्षमतांचा विकास होत आहे. कमीत कमी स्त्री-पुरुषांनी एकत्रितपणे संवाद करण्यास सुरुवात केली आहे. त्या सामूहिक कृतीमधून सत्ता स्त्रियांकडे वळत आहे. सत्ता सातत्याने संघर्षात्मक असते याचे आत्मभान त्यांना येत आहे त्यांच्या राजकारण, नैतिकता व आदर्शाच्या धारणा बदलत आहेत.

विभाग ३

शहरी राजकारण

१६

नगरपालिका व नगर पंचायत निवडणूक

डॉ. प्रकाश पवार

नगरपालिका व नगरपंचायत निवडणूका या छोट्या शहरांमधील होत्या. डिसेंबर २०१६मध्ये ४०२७ नगरसेवक पदांसाठी व १६१ नगराध्यक्ष पदांसाठी निवडणुका झाल्या. या निवडणुकांमध्ये थेट नगराध्यक्षाची निवडणूक झाली, आणि निवडणुकीमध्ये भाजपला सर्वांत जास्त जागा आणि नगराध्यक्ष निवडून आणता आले. त्यामुळे भाजपचे या निवडणुकीवर वर्चस्व होते. भाजपला सर्वांत जास्त मते मिळाली (२१.८५ टक्के). दुसऱ्या क्रमांकाची मते काँग्रेस पक्षाने मिळवली आहेत (१८.९९ टक्के). तिसऱ्या स्थानावर शिवसेनेला मते मिळाली (१५.५६ टक्के). राष्ट्रवादी काँग्रेस पक्षाला १४.१२ टक्के मते मिळाली. भाजप-शिवसेना व दोन्ही काँग्रेस यांच्या मतांमध्ये फरक ४ टक्के मतांचा आहे. भाजप-शिवसेना केवळ ४ टक्के मतांनी पुढे राहिली आहे. मात्र, हा फरक विदर्भ व उत्तर महाराष्ट्रामध्ये वाढलेला दिसतो. त्यामुळे भाजपचे वर्चस्व या दोन विभागात दिसते; म्हणजेच छोट्या शहरातील पक्षीय सत्तास्पर्धा बदललेली आहे. या बदललेल्या पक्षीय सत्तास्पर्धेचे स्वरूप इथे स्पष्ट केले आहे.

भाजपचे वर्चस्व

महाराष्ट्रामध्ये नगरसेवक व नगराध्यक्ष निवडणुकीत भाजपने इतर पक्षांना मागे टाकले. भाजप हा या निवडणुकीतील सर्वांत मोठा पक्ष म्हणून पुढे आला (पहा- तक्ता क्र. १); कारण भाजपला ४०२७ पैकी ९७४ नगरसेवक निवडून आणता आले. या अर्थी भाजपचे २४.१९ टक्के नगरसेवक निवडून आले. या आकडेवारीचा असा अर्थबोध होतो की, भाजपच्या नियंत्रणाखाली एक चतुर्थांश नगरपालिका-नगर पंचायतीमधील नगरसेवक आहेत. हा स्थानिक पातळीवरील भाजपचा विस्तार आहे. परंतु, पश्चिम महाराष्ट्र, मराठवाडा आणि कोकण या तीन विभागात भाजपला २२२८ पैकी ३३७ जागा मिळाल्या आहेत (१५.१३ टक्के); तर उत्तर महाराष्ट्र व विदर्भ या दोन विभागात भाजपला १७९९ पैकी ६३७ जागा मिळालेल्या आहेत (३५.४१ टक्के). पश्चिम महाराष्ट्र, मराठवाडा आणि कोकण या तीन विभागांच्या तुलनेत भाजपची ताकद उत्तर महाराष्ट्र व विदर्भ विभागात

केंद्रित झालेली दिसते. पश्चिम महाराष्ट्र, मराठवाडा आणि कोकण या तीन विभागात भाजप सत्ताधारी असूनही परिघावरील पक्ष ठरला आहे. भाजपच्या नंतर काँग्रेस पक्षाने दुसऱ्या क्रमांकाच्या जागा जिंकल्या आहेत (१९.१७ टक्के). परंतु, काँग्रेस आणि राष्ट्रवादी काँग्रेस पक्षांच्या जागांमध्ये ७४ जागांचा फरक दिसत आहे; कारण राष्ट्रवादी काँग्रेस पक्षाला १७.३३ टक्के नगरसेवक निवडून आणता आले आहेत; म्हणजेच दोन्ही काँग्रेसची छोट्या शहरांमध्ये समान ताकद दिसते. शिवसेना पक्ष मात्र नगरसेवक पातळीवरील ताकदीच्या संदर्भात तिसऱ्या स्थानावर आहे. भाजप-शिवसेनेचे ३८ टक्के नगरसेवक निवडून आले आहेत; तर दोन्ही काँग्रेस पक्षांचे ३६.५० टक्के नगरसेवक निवडून आले आहेत. भाजप-शिवसेना व दोन्ही काँग्रेस पक्षांमध्ये १.$\frac{१}{२}$ टक्के नगरसेवकांचादेखील फरक दिसत आहे; म्हणजेच राजकीय स्पर्धा तीव्र आहे. भाजप सर्वांत मोठा पक्ष असला तरी एकूण ताकदीच्या संदर्भात छोट्या शहरांमध्ये दोन्ही काँग्रेसने सत्तांतरानंतरदेखील ताकद कमावलेली दिसते. कोकण, पश्चिम महाराष्ट्र, मराठवाडा विभागातून १८ व उत्तर महाराष्ट्र आणि विदर्भ विभागातून ३८ नगराध्यक्ष भाजपचे निवडून आले आहेत. हा फरक भाजपच्या असमतोल विस्ताराचा मुद्दा ठरतो.

तक्ता क्र.१ : महाराष्ट्रातील विभागनिहाय नगरपालिकांतील नगरसेवकांचे पक्षनिहाय वर्गीकरण

अ.क्र.	विभाग	भाजप	शिवसेना	काँग्रेस	राष्ट्रवादी काँग्रेस	आघाडी/ इतर	अपक्ष	एकूण
१	पश्चिम महाराष्ट्र	१३३	९४	१७८	१९७	१९०	२६१	१०५३
२	कोकण	५३	१२९	७५	६०	३३	४५	३९५
३	मराठवाडा	१५१	८४	१७८	२७३	६०	३४	७८०
४	विदर्भ	४४८	११३	२२१	९६	१०४	१००	१०८२
५	उत्तर महाराष्ट्र	१८९	१३२	१२०	७२	१०८	९६	७१७
	एकूण	९७४	५५२	७७२	६९८	४९५	५३६	४०२७
	टक्केवारी	२४.१९	१३.७१	१९.१७	१७.३३	१२.२९	१३.३१	१००

तक्ता क्र.२ : नगराध्यक्ष आणि पक्षीय बलाबल

अ.क्र.	विभाग	भाजप	शिवसेना	काँग्रेस	राष्ट्रवादी काँग्रेस	आघाडी/ इतर	अपक्ष	एकूण
१	पश्चिम महाराष्ट्र	९	४	७	५	१०	६	४१
२	कोकण	३	५	३	३	१	१	१६
३	मराठवाडा	६	५	८	१०	१	२	३२
४	विदर्भ	२६	५	६	१	४	२	४४
५	उत्तर महाराष्ट्र	१२	७	२	१	३	३	२८
	एकूण	५६	२६	२६	२०	१९	१४	१६१

पश्चिम महाराष्ट्र

पश्चिम महाराष्ट्रामध्ये मागील निवडणुकीच्या संदर्भात फेरबदल दिसतो; कारण कोल्हापूर व सोलापूर या दोन जिल्ह्यात सर्वांत मोठे पक्ष म्हणून अनुक्रमे भाजप व शिवसेना पुढे आले आहेत. परंतु, सत्तांतराच्या पार्श्वभूमीवर दोन्ही काँग्रेस पक्षांची कामगिरी भाजप-शिवसेनेच्या तुलनेमध्ये चांगली झालेली दिसते. याची दोन कारणे दिसतात- १. सांगली व सातारा जिल्ह्यात सर्वांत मोठा पक्ष म्हणून राष्ट्रवादी पुढे आला आहे. २. काँग्रेस पक्षाचे नगरसेवक सर्वांत जास्त निवडून आले आहेत (नगरसेवक-१५३). दुसऱ्या क्रमांकाचे नगरसेवक राष्ट्रवादी काँग्रेस पक्षाचे निवडून आले आहेत (नगरसेवक-१३६). या आकडेवारीचा अर्थ असा होतो की, ३३.८४ टक्के नगरसेवक दोन्ही काँग्रेस पक्षाचे निवडून आले आहेत, तर दोन्ही काँग्रेस पक्षांचे नगरसेवक (२८९) भाजप-शिवसेनेच्या (१७२) तुलनेत दुपटीपेक्षा जास्त निवडून आले आहेत. भाजप-शिवसेनेचे नगरसेवक केवळ २०.१४ टक्के निवडून आले आहेत. हे पश्चिम महाराष्ट्रातील चित्र दोन्ही काँग्रेस पक्षाचा पूर्ण पराभव दर्शविणारे दिसत नाही. मात्र, भाजप-शिवसेना पक्षांनी दोन्ही काँग्रेसच्या पुढे आव्हान उभे केले आहे. नगराध्यक्ष निवडणुकीमध्येदेखील दोन्ही काँग्रेस पक्ष शिवसेना-भाजपच्या पुढे दिसतात; कारण दहा नगराध्यक्ष दोन्ही काँग्रेस पक्षांचे निवडून आले आहेत. तर भाजप-शिवसेनेचे मिळून नऊ नगराध्यक्ष निवडून आले आहेत. आघाडी व अपक्षांमध्ये भाजप-शिवसेनेच्या तुलनेत दोन्ही काँग्रेस पक्षांशी संबंधित नगराध्यक्ष जास्त निवडून आले आहेत.

तक्ता क्र.३ : पश्चिम महाराष्ट्रातील नगराध्यक्ष

जिल्हा	नगरपालिका	नगराध्यक्ष	जातीगट	पक्ष
कोल्हापूर	कागल	माणिक रमेश माळी	ओबीसी (महिला)	रा. काँग्रेस
	पन्हाळा	रूपाली धडेल	ओबीसी(महिला)	जनसुराज्य
	मलकापूर	अमोल केसरकर	ओबीसी	भाजप
	गडहिंग्लज	स्वाती कोरे	सर्वसाधारण	जनतादल
	मुरगुड	राजेखान जमादार	ओबीसी	शिवसेना
	कुरूंदवाड	जयराम पाटील	सर्वसाधारण	काँग्रेस
	पेठवडगाव	मोहनलाल माळी	ओबीसी	युवक क्रांती आघाडी
	जयसिंगपूर	नीता माने	अनुसूचित जाती (महिला)	ताराराणी आघाडी
	इचलकरंजी	अलका स्वामी	अनुसूचित जाती	भाजप
सोलापूर	कुर्डूवाडी	समीर मुलाणी	ओबीसी	शिवसेना
	बार्शी	आसिफ तांबोळी	ओबीसी	शिवसेना
	मंगळवेढा	अरुणा माळी	ओबीसी (महिला)	रा. काँग्रेस
	पंढरपूर	साधना भोसले	सर्वसाधारण	परिचारक गट
	मैंदर्गी	दीप्ती केसूर	सर्वसाधारण (महिला)	केसूर गट
	दुधनी	भीमा शंकर इंगळे	अनुसूचित जाती	भाजप
	करमाळा	वैभव जगताप	सर्वसाधारण	काँग्रेस
	अक्कलकोट	शोभा खेडगी	सर्वसाधारण (महिला)	भाजप
	सांगोला	राणी माने	सर्वसाधारण (महिला)	भाजप सेना आ.
सांगली	पलूस	राजाराम सदामते	अनुसूचित जाती	काँग्रेस
	आष्टा	स्नेहा माळी	ओबीसी (महिला)	रा. काँ
	विटा	प्रतिभा पाटील	सर्वसाधारण (महिला)	काँग्रेस
	इस्लामपूर	निशिकांत पाटील	सर्वसाधारण	स्वाभीमानी आघाडी
	तासगाव	विजय सावंत	अनुसूचित जाती	भाजप
सातारा	सातारा	माधवी कदम	सर्वसाधारण (महिला)	उदयन राजे गट
	कराड	रोहिणी शिंदे	अनुसूचित जाती (महिला)	भाजप
	वाई	प्रतिभा शिंदे	अनुसूचित जाती	विकास आ.
	फलटण	नीता नेवसे	ओबीसी (महिला)	रा. काँ
	म्हसवड	तुषार वीरकर	ओबीसी	परिवर्तन आ.
	रहिमतपूर	आनंदा कोरे	ओबीसी	रा. काँ
	पाचगणी	लक्ष्मी कऱ्हाडकर	सर्वसाधारण	अपक्ष
	महाबळेश्वर	स्वप्नाली शिंदे	अनुसूचित जाती	अपक्ष

मराठवाडा विभाग

मराठवाडा विभागात छोट्या शहरांवर दोन्ही काँग्रेस पक्षांचे वर्चस्व या निवडणुकीत दिसून आले; कारण दोन्ही काँग्रेस पक्षांचे नगरसेवक ६०.२४ टक्के निवडून आले. भाजप-शिवसेना या दोन्ही पक्षांच्या तुलनेत दुपटीपेक्षा जास्त नगरसेवक दोन्ही काँग्रेस पक्षांचे निवडून आले. पक्षीय स्पर्धेमध्ये राष्ट्रवादी काँग्रेस पक्ष वरचढ ठरला; कारण या पक्षांचे ६७९ पैकी २५१ उमेदवार निवडून आले (३६.९७ टक्के); तर दुसऱ्या स्थानावर काँग्रेस पक्ष राहिला. त्यांचे १५८ उमेदवार मराठवाडा विभागात निवडून आले (२३. २७ टक्के). सत्तांतराच्या नंतरची ही मोठी कामगिरी दोन्ही काँग्रेस पक्षांनी केलेली दिसते. सत्ताधारी भाजप-शिवसेना पक्षांचे हे सुस्पष्ट अपयश दिसते. २८ पैकी १० नगराध्यक्ष राष्ट्रवादी काँग्रेस पक्षाचे निवडून आले. त्यानंतर ७ नगराध्यक्ष काँग्रेस पक्षाचे निवडून आले. भाजप व शिवसेनेचे प्रत्येकी केवळ ५ नगराध्यक्ष निवडून आले. या आकडेवारीचा अर्थ असा होतो की, भाजप-शिवसेनेची सत्ता असूनही दोन्ही काँग्रेस पक्षांची कामगिरी भाजप-शिवसेनेपेक्षा जास्त चांगली झाली आहे. विभागामध्ये केवळ एकच नगराध्यक्ष अपक्ष निवडून आला आहे. या अर्थी विभागातील छोट्या शहरांचे राजकारण पक्षांच्या नियंत्रणाखाली घडलेले दिसते.

तक्ता क्र.४ : मराठवाडा विभागातील नगराध्यक्ष

क्र.	जिल्हा	नगरपालिका	नगराध्यक्ष		पक्ष
१	उस्मानाबाद	उस्मानाबाद	मकरंदराजे निंबाळकर	सर्वसाधारण	शिवसेना
२		नळदुर्ग	सुरेखा जगदाळे	सर्वसाधारण	रा. काँग्रेस
३		परांडा	झाकीर सौदागर	सर्वसाधारण	रा. काँग्रेस
४		कळंब	सुवर्णा मुंडे	ओबीसी महिला	रा. काँग्रेस
५		भूम	सुप्रिया वारे	ओबीसी महिला	रा. काँग्रेस
६		तुळजापूर	अर्चना गंगणे	सर्वसाधारण महिला	रा. काँग्रेस
७		मुरूम	अनिता अंबर	ओबीसी महिला	काँग्रेस
८		उमरगा	प्रेमलता टोपगे	ओबीसी महिला	काँग्रेस
१	परभणी	पाथरी	मीना भोरे	अनुसूचित जाती	रा. काँग्रेस
२		गंगाखेड	विजयकुमार तापडीया	सर्वसाधारण	काँग्रेस
३		सोनपेठ	जिजाबाई राठोड	सर्वसाधारण महिला	काँग्रेस
४		पूर्णा	गंगाबाई ऐकलारे	ओबीसी महिला	शिवसेना
५		सेलू	विनोद बोराडे	सर्वसाधारण	अपक्ष
६		जिंतूर	सबीया बेगम फारूकी	सर्वसाधारण महिला	रा.काँग्रेस
७		मानवत	शिवकन्या स्वामी	अनुसूचित जाती	शिवसेना

१	बीड	बीड	भारतभूषण क्षीरसागर	सर्वसाधारण	रा.कॉंग्रेस
२		गेवराई	सुशील जवंजाळ	ओबीसी	भाजप
३		आंबेजोगाई	रचना मोदी	सर्वसाधारण महिला	रा. कॉंग्रेस
४		माजलगाव	साहिल चाऊस	सर्वसाधारण	भाजप
५		परळी वैजनाथ	सरोजिनी हालगे	ओबीसी महिला	रा. कॉंग्रेस
६		धारूर	डॉ. सुरूपसिंह हजारी	ओबीसी	भाजप
१	हिंगोली	हिंगोली	बाबाराव बांगर	सर्वसाधारण	भाजप
२		कळमनुरी	उत्तम शिंदे	ओबीसी	शिवसेना
३		वसमत	श्रीनिवास ओराजवार	अनुसूचित जाती	शिवसेना
१	जालना	जालना	संगिता गोरटयाल	सर्वसाधारण महिला	काँग्रेस
२		अंबड	संगीता कुचे	अनुसूचित जाती (महिला)	भाजप
३		परतूर	विमल जेथलिया	अनुसूचित जाती	काँग्रेस
४		भोकरदन	मंजुषा देशमुख	सर्वसाधारण	काँग्रेस

उत्तर महाराष्ट्र

उत्तर महाराष्ट्रातील नगरपालिका व नगरपंचायतीचा निकाल मराठवाडा व पश्चिम महाराष्ट्रापेक्षा वेगळा दिसतो; कारण उत्तर महाराष्ट्रामध्ये भाजप हा पक्ष सर्वांत मोठा म्हणून पुढे आला. या पक्षाला १८९ जागा जिंकता आल्या (२६.३६ टक्के). शिवसेना पक्षाला ७१७ पैकी १३२ जागा जिंकता आल्या (१८.४१ टक्के). नाशिक व जळगाव जिल्ह्यांमध्ये शिवसेना पक्ष सर्वांत प्रभावी ठरला आहे. या दोन्ही पक्षांचे नगरसेवक ७१७ पैकी ३२१ निवडून आले आहेत (४४.७७ टक्के). या आकडेवारीचा अर्थबोध म्हणजे उत्तर महाराष्ट्रात भाजप-शिवसेना या दोन पक्षांचा छोट्या शहरांवर प्रभाव पडलेला आहे. दोन्ही काँग्रेस पक्षांना मिळून शिवसेना-भाजपच्या तुलनेत निम्म्यापेक्षा कमी जागा मिळाल्या आहेत (१९२ जागा). तिसऱ्या स्थानावर काँग्रेस पक्ष गेला आहे (१६.७४ टक्के) व चौथ्या स्थानावर राष्ट्रवादी काँग्रेस (१०.०४ टक्के) गेला आहे. उत्तर महाराष्ट्रात भाजपची कामगिरी पाथर्डी व देवळाली प्रवरा (अहमदनगर) व दोंडाईचा (धुळे) वगळता फार प्रभावी ठरली नाही. जळगाव व नाशिकमध्ये शिवसेना सर्वच पक्षांच्या पुढे सरकलेली दिसते. नगराध्यक्ष भाजपचे सर्वांत जास्त निवडून आले (२५ पैकी ११). भाजपची नगराध्यक्ष जिंकण्याची कामगिरी शिवसेनेपेक्षा जास्त चांगली झाली आहे. शिवसेना पक्षाचे सहा नगराध्यक्ष निवडून आले आहेत. भाजप व शिवसेना पक्षाचे मिळून २५ पैकी १७ नगराध्यक्ष निवडून आले आहेत. दोन्ही काँग्रेस पक्षांच्या तुलनेत भाजप व शिवसेनेची ही कामगिरी प्रभावी ठरणारी दिसते. काँग्रेस पक्षाचे २, आघाडीचे ५ व १ अपक्ष असे केवळ ८ नगराध्यक्ष

भाजप व शिवसेनेतर पक्षांमधून निवडून आले आहेत. सर्वांत जास्त ढिसाळ कामगिरी राष्ट्रवादी काँग्रेस पक्षाची ठरली आहे.

तक्ता क्र.५ : उत्तर महाराष्ट्रातील पक्षनिहाय नगराध्यक्ष

अ.क्र.	जिल्हा	नगरपालिका	नगराध्यक्ष		पक्ष
१	नाशिक	मनमाड	पद्मावती धात्रक	सर्वसाधारण महिला	शिवसेना
२		सिन्नर	किरण ढगळे	अनुसूचित जमाती	शिवसेना
३		नांदगाव	राजेश कवडे	ओबीसी	शिवसेना
४		येवला	बंडू क्षीरसागर	सर्वसाधारण	भाजप
५		सटाणा	सुनिल मोरे	सर्वसाधारण	शहर वि. आ.
६		भगूर	अनिता करंजकर	सर्वसाधारण महिला	शिवसेना
१	अहमदनगर	राहुरी	प्राजक्ता तनपुरे	ओबीसी	जनविआ
२		पाथर्डी	मृत्युंजय जर्जे	सर्वसाधारण	भाजप
३		संगमनेर	दुर्गा तांबे	सर्वसाधारण	काँग्रेस
४		श्रीरामपूर	अनुराधा अधिक	सर्वसाधारण महिला	महाआघाडी
५		कोपरगाव	विजय वहाडणे	सर्वसाधारण	अपक्ष
६		देवळाली प्रवरा	सत्यजित कदम	सर्वसाधारण	भाजप
१	धुळे	शिरपूर	जयश्रीबेन पटेल	सर्वसाधारण महिला	काँग्रेस
२		दोंडाईचा	नयनकुँवर रावल	सर्वसाधारण	भाजप
१	जळगाव	एरंडोल	रमेश परदेशी	ओबीसी	भाजप
२		अमळनेर	पुष्पलता पाटील	सर्वसाधारण महिला	शविआ
३		चोपडा	मनिषा चौधरी	सर्वसाधारण महिला	शविआ
४		धरणगाव	सलिम पटेल	सर्वसाधारण	शिवसेना
५		पारोळा	करण पवार	ओबीसी	भाजप
६		रावेर	दादा महंमद	सर्वसाधारण	जनक्रांतीआ
७		सावदा	अनिता येवले	सर्वसाधारण महिला	भाजप
८		फैजपूर	महानंदा ढोले	अनुसूचित जमाती	भाजप
९		यावल	सुरेखा कोळी	अनुसूचित जमाती महिला	सेना भाजप
१०		चाळीसगाव	आशालता चव्हाण	अनुसूचित जाती	भाजप
११		पाचोरा	संजय गोहील	अनुसूचित जाती	शिवसेना
१२		भुसावळ	रमण भोळे	सर्वसाधारण	भाजप
१	नंदुरबार	शहादा	मोतीलाल पाटील	सर्वसाधारण	भाजप

विदर्भ

पूर्व विदर्भातील वर्धा व चंद्रपूर जिल्ह्यांमध्ये निवडणूक झाली. या दोन जिल्ह्यांमध्ये भाजपचे वर्चस्व असल्याचे स्पष्ट झाले; कारण भाजपने २५७ पैकी १५७ जागा जिंकल्या (६१.०९ टक्के). भाजपेतर पक्षांच्या एकूण १०० जागा निवडून आल्या (३८.९१ टक्के). भाजपविरोधी इतर असे या दोन जिल्ह्यांमध्ये ध्रुवीकरण झाले. शिवसेना (१३ जागा), काँग्रेस (४९ जागा) व राष्ट्रवादी काँग्रेस (१३ जागा) निवडून आले. आकडेवारीच्या अर्थाने भाजपेतर पक्षांची ही हद्दपारी झालेली दिसते. पूर्व विदर्भातील १० पैकी ०९ नगराध्यक्ष भाजपचे निवडून आले. केवळ राजुराचा एक नगराध्यक्ष काँग्रेस पक्षाचा निवडून आला. पश्चिम विदर्भातील अमरावती, अकोला, बुलढाणा, यवतमाळ व वाशिम जिल्ह्यामध्ये निवडणूक झाली. पूर्व विदर्भाप्रमाणे पश्चिम विदर्भातदेखील सर्वांत जास्त जागा (२९१) व नगराध्यक्ष (१७) भाजपने जिंकले. भाजपची ही सर्वांत चांगली कामगिरी ठरली आहे. परंतु, पूर्व विदर्भाच्या तुलनेत ही कामगिरी खुजी दिसते; कारण पूर्व विदर्भात भाजपला ६१.०९ टक्के जागा जिंकता आल्या. त्या तुलनेत पश्चिम विदर्भात भाजपने ३४.१५ टक्के जागा जिंकल्या. आकडेवारीतील सारांश असे सूचित करतो की पश्चिम विदर्भाच्या तुलनेत पूर्व विदर्भात दुप्पट जागा भाजपने जिंकल्या; म्हणजेच दुसऱ्या शब्दांत पश्चिम विदर्भातील कामगिरी पूर्व विदर्भाच्या तुलनेत उठावदार झाली नाही. परंतु, स्वतंत्रपणे पश्चिम विदर्भाच्या संदर्भात ही कामगिरी उठावदार आहे; कारण ८२५ पैकी २९१ जागा भाजपने जिंकल्या. त्याचा फटका काँग्रेस, राष्ट्रवादी काँग्रेस व शिवसेनेला बसला. विशेष शिवसेना पक्षाचे मोठे नुकसान या विभागात झाले; कारण १०० जागा शिवसेनेच्या निवडून आल्या आहेत (१२.१२ टक्के). यानंतरचा दुसरा मोठा फटका राष्ट्रवादी काँग्रेस पक्षाला बसला आहे; कारण त्यांच्या केवळ ८३ जागा निवडून आल्या (१०.०६ टक्के). भाजपचे ३४ पैकी १७ नगराध्यक्ष निवडून आले. शिवसेना व काँग्रेस पक्षांचे प्रत्येकी पाच नगराध्यक्ष निवडून आले. पुसद येथे केवळ एक नगराध्यक्ष राष्ट्रवादी काँग्रेस पक्षाचा निवडून आला आहे. विशेष म्हणजे भारिपचे तीन नगराध्यक्ष निवडून आले आहेत. ही भारिपची कामगिरी चांगली झालेली दिसते (पहा-तक्ता क्र. ६ व ७). दोन्ही विदर्भांचे चित्र एकत्रितपणे भाजपचा प्रभाव असलेले दिसते; कारण ४०.१६ नगरसेवक भाजपचे निवडून आले आहेत; तर ४४ पैकी २६ नगराध्यक्ष भाजपचे निवडून आले आहेत. हा घटक भाजपच्या स्थानिक वर्चस्वाचा मुद्दा ठरतो.

तक्ता क्र.६ : पूर्व विदर्भातील नगराध्यक्ष

अ.क्र.	जिल्हा	नगरपालिका	नगराध्यक्ष		पक्ष
१	वर्धा	वर्धा	अतुल तराके	सर्वसाधारण	भाजप
२		हिंगणघाट	प्रेम बसतानी	सर्वसाधारण	भाजप
३		पुलगाव	शीतल गाते	सर्वसाधारण महिला	भाजप
४		आर्वी	प्रशांत सव्वालाख	ओबीसी	भाजप
५		देवळी	सुचिता मंडावी	अनुसूचित जमाती	भाजप
६		सिंद्री (रेल्वे)	संगीता शेंडे	अनुसूचित जाती	भाजप
१	चंद्रपूर	बल्लापूर	हरिष शर्मा	सर्वसाधारण	भाजप
२		मूल	रत्नमाला भोपर	सर्वसाधारण महिला	भाजप
३		वरोरा	एहतेशाम अली	सर्वसाधारण	भाजप
४		राजुरा	अरूण धोटे	सर्वसाधारण	कॉंग्रेस

तक्ता क्र.७ : अमरावती विभागातील नगराध्यक्ष

अ.क्र.	जिल्हा	नगरपालिका	नगराध्यक्ष		पक्ष
१	अमरावती	अचलपूर	सुनीता फिस्के	ओबीसी महिला	शिवसेना
२		अंजनगाव	कमलकांत लोडाळे	सर्वसाधारण	भाजप
३		वरूड	स्वाती आंडे	सर्वसाधारण महिला	भाजप
४		चांदुर बाजार	अवी पवार	ओबीसी	भाजप
५		चांदुररेल्वे	निलेश सूर्यवंशी	ओबीसी	काँग्रेस
६		मोर्शी	शीला रोडे	सर्वसाधारण महिला	भाजप
७		शेंदूरजनाघाट	रूपेश मांडवे	अनुसूचित जाती	भाजप
८		दर्यापूर	नलिनी भारसाकळे	सर्वसाधारण	भाजप
९		धामणगाव रेल्वे	प्रताप अडसड	सर्वसाधारण	भाजप
१	अकोला	अकोट	हरीनारायण माकोडे	सर्वसाधारण	भाजप
२		मूर्तीजापूर	मोनाली गावंडे	सर्वसाधारण महिला	भाजप
३		बाळापूर	एनोद्दीन खतीब	सर्वसाधारण	काँग्रेस
४		पातूर	प्रभा कोथळकर	अनुसूचित जाती	काँग्रेस
५		तेल्हारा	जयश्री पुंडकर	सर्वसाधारण महिला	भाजप

तक्ता क्र.८ : बुलढाणा विभागातील नगराध्यक्ष

१	बुलढाणा	बुलढाणा	तनमुन्नीसा मो.	ओबीसी	भारिप.
२		चिखली	प्रिया बोंद्रे	ओबीसी महिला	भाजप
३		देवळगाव राजा	सुनिता शिंदे	सर्वसाधारण महिला	भाजप
४		मेहकर	कासम गवळी	ओबीसी	काँग्रेस
५		खामगाव	अनिता डवरी	अनुसूचित जाती	भाजप
६		शेगाव	शकुंतला बुच	अनुसूचित जाती	भाजप
७		जळगाव जामोद	सीमा डोंबे	ओबीसी महिला	भाजप
८		मलकापूर	हरीष रावळ	सर्वसाधारण	काँग्रेस
९		नांदूरा	रजनी जवरे	अनुसूचित जाती महिला	आघाडी
१	वाशिम	वाशिम	अशोक हेडा	सर्वसाधारण	शिवसेना
२		कारंजा	शेषराव ढोके	अनुसूचित जाती	भारिप.
३		मंगळूरपीर	गझाल यास्मिनखान	सर्वसाधारण महिला	भारिप.
१	यवतमाळ	यवतमाळ	कांचन चौधरी	सर्वसाधारण महिला	शिवसेना
२		वणी	तारेंद्र बोर्डे	सर्वसाधारण	भाजप
३		पुसद	अनिता नाईक	ओबीसी महिला	रा.काँग्रेस
४		उमरखेड	नामदेवी ससाने	सर्वसाधारण महिला	भाजप
५		दिग्रज	सदफजहाँ जावेद	सर्वसाधारण महिला	अपक्ष
६		दारव्हा	बबन इरवे	अनुसूचित जाती	शिवसेना
७		आर्णी	अर्चना मंगाम	अनुसूचित जमाती	शिवसेना
८		घाटंजी	नैना ठाकूर	सर्वसाधारण महिला	अपक्ष

कोकण विभाग

नगरपालिका व नगरपंचायत निवडणुकीत कोकण विभागामध्ये शिवसेना हा सर्वांत मोठा पक्ष ठरला. ३९५ पैकी शिवसेनेने १२९ जागा जिंकल्या (३२.६६ टक्के). भाजपच्या तुलनेत शिवसेना पक्षाला तिप्पट जागा मिळाल्या. भाजपला केवळ ५३ जागा जिंकता आल्या (१३.४२ टक्के). भाजपच्या तुलनेत काँग्रेस व राष्ट्रवादी काँग्रेसची कामगिरी वरचढ ठरली; कारण दोन्ही काँग्रेस पक्षांना मिळून १३५ जागा जिंकता आल्या (३४.१० टक्के). शिवसेना व भाजपची एकत्रित ताकद मात्र दोन्ही काँग्रेसपेक्षा जास्त आहे. १६ पैकी पाच नगराध्यक्ष शिवसेनेचे जिंकले; तर भाजपला प्रत्येक जिल्ह्यात एक अशी ३ नगराध्यक्षपदे जिंकता आली. शिवसेना व भाजपने ८ नगराध्यक्षपदे जिंकली. काँग्रेसने व राष्ट्रवादी काँग्रेसने प्रत्येकी ३ नगराध्यक्षपदे जिंकली. मनसे व शेकापने प्रत्येकी १ नगराध्यक्ष पद

जिंकले. दोन्ही काँग्रेसची ताकद या विभागात फार घटली नाही. कोकण विभागात दोन्ही काँग्रेस स्पर्धेत आहेत, असे स्पष्टपणे दिसते.

तक्ता क्र.९ : कोकण विभागातील नगराध्यक्ष

अ.क्र.	जिल्हा	नगरपालिका	नगराध्यक्ष	जातीगट	पक्ष
१	सिंधुदुर्ग	सावंतवाडी	बबन साळगावकर	सर्वसाधारण	शिवसेना
२		मालवण	महेश कांदळगांवकर	सर्वसाधारण	शिवसेना
३		वेंगुर्ला	राजन गिरप	ओबीसी	भाजप
१	रत्नागिरी	रत्नागिरी	राहुल पंडित	सर्वसाधारण	शिवसेना
२		चिपळूण	सुरेखा खेराडे	सर्वसाधारण	भाजप
३		राजापूर	हनिफ काझी	ओबीसी	काँग्रेस
४		खेड	वैभव खेडेकर	ओबीसी	मनसे
१	रायगड	उरण	सायली म्हात्रे	ओबीसी	भाजप
२		खोपोली	सुमन अवसरमल	अनुसूचित जाती	रा. कॉंग्रेस
३		पेण	प्रितम पाटील	सर्वसाधारण	काँग्रेस
४		अलिबाग	प्रशांत नाईक	ओबीसी	शेकाप
५		मुरूड	स्नेहा पाटील	सर्वसाधारण महिला	शिवसेना
६		रोहा	संतोष पोटफोडे	सर्वसाधारण	रा. कॉंग्रेस
७		श्रीवर्धन	नरेंद्र भुसाने	सर्वसाधारण	रा. कॉंग्रेस
८		महाड	स्नेहल जगताप	सर्वसाधारण महिला	कॉंग्रेस
९		माथेरान	प्रेरणा सावंत	सर्वसाधारण महिला	शिवसेना

पुणे व लातूर

डिसेंबर २०१६मध्ये पुणे व लातूर जिल्ह्यातील १४ नगरपालिकांच्या निवडणुका झाल्या. दोन्ही जिल्ह्यांमध्ये भाजपच्या जागा व नगराध्यक्षांच्या संख्येत वाढ झाली. तळेगाव-दाभाडे, लोणावळा, आळंदी या ३ नगरपालिकांचे नगराध्यक्ष भाजपचे निवडून आले. निलंगा व उद्गीर या लातूर जिल्ह्यातील २ नगरपालिकांचे नगराध्यक्ष भाजपचे निवडून आले. पुणे जिल्ह्यात ३४ व लातूर जिल्ह्यात ४७ जागा भाजपने जिंकल्या. (२६.१२ टक्के). भाजपपेक्षा राष्ट्रवादी काँग्रेस पक्षाला कमी नगराध्यक्षपदे मिळाली. (बारामती व औसा). परंतु, राष्ट्रवादी काँग्रेस पक्षाला मते आणि जागा भाजपच्या तुलनेत या दोन्ही जिल्ह्यात जास्त मिळाल्या. पुणे जिल्ह्यात ७१ व लातूर जिल्ह्यात २२ जागा

राष्ट्रवादी काँग्रेस पक्षाला मिळाल्या. म्हणजेच या दोन जिल्ह्यांमध्ये राष्ट्रवादी काँग्रेस पक्षाच्या जवळजवळ ३० टक्के जागा आणि काँग्रेस पक्षाला १४.५२ टक्के जागा या दोन जिल्ह्यांमध्ये मिळाल्या होत्या.

तक्ता क्र.१० : पक्षनिहाय बलाबल

अ.क्र.	पक्ष	एकूण	पुणे	लातूर
१	रा. काँग्रेस	९३	७१	२२
२	भाजप	८१	३४	४७
३	काँग्रेस	४५	२५	२०
४	शिवसेना	२३	२१	०२
५	एमआयएम	०६	००	०६
६	इतर	३६	३२	०४
७	अपक्ष	२६	२७	-
	एकूण	३१०	२०९	१०१

(लोकसत्ता १६ डिसेंबर २०१६)

तक्ता क्र.११ : पुणे जिल्ह्यातील नगराध्यक्ष

अ.क्र.	नगरपरिषद	नगराध्यक्ष	पद
१	बारामती	पौर्णिमा तावरे	राष्ट्रवादी काँग्रेस
२	सासवड	मार्तंड भोंडे	काँग्रेस
३	तळेगाव	चित्रा जगनाडे	भाजप
४	आळंदी	वैजयंत उमरगेकर	भाजप
५	शिरूर	वैशाली वाखारे	शहर विकास आघाडी
६	जेजुरी	वीणा सोनवणे	काँग्रेस
७	दौंड	शीतल कटारिया	रासप
८	इंदापूर	अंकिता शहा	काँग्रेस
९	लोणावळा	सुरेखा जाधव	भाजप
१०	जुन्नर	श्याम पांडे	शिवसेना

तक्ता क्र.१२ : लातूर जिल्ह्यातील नगराध्यक्ष

अ.क्र.	नगरपरिषद	नगराध्यक्ष	पद
१	मिलंगा	श्रीकांत शिंगाडे	भाजप
२	अहमदपूर	अश्विनी कासनाळे	बहुजन विकास
३	औसा	अफसर शेख	राष्ट्रवादी काँग्रेस
४	उदगीर	बसवराज बागबंदे	भाजप

भाजपचे या निवडणुकीवर वर्चस्व दिसले कारण भाजपला विदर्भात सर्वात जास्त जागा आणि नगराध्यक्ष निवडून आणता आले. मराठवाडा व पश्चिम महाराष्ट्रात मराठा मोर्चाचा फायदा दोन्ही काँग्रेस पक्षांना झाला. अन्यथा भाजपचा या प्रदेशांमध्ये दमदार शिरकाव झाला असता. हा मुद्दा निवडणुकीचे स्वरूप बदलवणारा ठरला आहे. या निकालावर विदर्भाच्या विकासाच्या दाव्याची छाप दिसते. विदर्भात सत्तेचे केंद्रीकरण झाले आहे. त्यांचा हा प्रभाव दिसतो (मुख्यमंत्री, मंत्रीमंडळ व केंद्रीय मंत्रीमंडळातील स्थान). मराठा व मुस्लीम असे नवीन समीकरण या निवडणुकीत यशस्वी ठरले (मुरगुड, बार्शी, कुर्डूवाडी, परांडा, जिंतूर). तेरा मुस्लीम नगराध्यक्ष झाले.

तक्ता क्र.१३ : मुस्लीम नगराध्यक्ष

नगरपरिषद	नगराध्यक्ष	पक्ष
जिंतूर	सबिया बेगम फारुखी	राष्ट्रवादी काँग्रेस
धरणगाव	सलीम पटेल	शिवसेना
मुरगुड	राजेरखान जमादार	शिवसेना
कुर्डूवाडी	समीर मुल्लाणी	शिवसेना
बार्शी	आसिफ तांबोळी	शिवसेना
मेहकर	कासम गवळी	काँग्रेस
बाळापूर	सय्यद खतीब	काँग्रेस
राजापूर	हनीफ काझी	काँग्रेस
परांडा	जाकिर सौदागर	राष्ट्रवादी काँग्रेस
मंगळूरपीर	डॉ. गजाला खान	आरपीआय
बुलढाणा	नज्मुन्निसा	आरपीआय
रावेर	दारा मोहम्मद	अपक्ष
वरोरा	एतेशाम अली	भाजप
औसा	अफसर शेख	राष्ट्रवादी काँग्रेस

१७

सोलापूर महानगरपालिकेतील सत्तांतर

प्रा. संगमेश्वर नीला

सोलापूर महानगरपालिकेच्या स्थापनेपासून आजपर्यंत सत्तेत राहिलेल्या काँग्रेसच्या कारभारावरील नाराजी व्यक्त करताना सोलापूरकरांनी भाजपला पहिल्यांदा स्पष्ट बहुमत दिले. १९८५ साली पुलोदने सत्तांतर केले होते. हा काँग्रेसला धक्का दिला होता, पण हा प्रयोग फार काळ टिकू शकला नाही. २०१४च्या निवडणुकीत ४९ जागांसह भाजप सर्वांत मोठा पक्ष म्हणून पुढे आला. निवडणुकीत भाजपच्या २४ जागा वाढल्या. शिवसेना २१ जागांसह दुसऱ्या क्रमांकाचा पक्ष ठरला. शिवसेना पक्षाच्या मागील निवडणुकीपेक्षा १४ जागा वाढल्या. सोलापुरातील दलित, मुस्लीम व पद्मशाली मतदार बऱ्याचअंशी काँग्रेस आघाडीसोबत होते. त्यामुळे काँग्रेसला २०१२च्या निवडणुकीपर्यंत महानगरपालिकेवर सत्ता प्रस्थापित करता आली होती. भाजपला लोकसभा व विधानसभा निवडणुकीत मिळालेल्या अभूतपूर्व यशामुळे पक्षबांधणीचे स्वरूप अधिक बळकट झाले. तिकीट मागणीत सर्वाधिक गर्दी भाजपमध्ये दिसून आली होती. २०१२च्या महानगरपालिकेच्या निवडणुकीत काँग्रेस पक्षाला १४ जागा मिळाल्या होत्या, पण २०१४च्या लोकसभा निवडणुकीत काँग्रेसचा पराभव झाला, त्याचेच प्रतिबिंब विधानसभेत व स्थानिक शासन संस्थेच्या निवडणुकीत दिसून आले. काँग्रेसचा दारुण पराभव झाला आणि काँग्रेसला गेल्या वेळच्या तुलनेत २९ जागा गमवाव्या लागल्या. काँग्रेस १४ जागांवर खाली घसरली. राष्ट्रवादी काँग्रेसला केवळ ४ जागा जिंकता आल्या. एम. आय. एम. ९ जागा मिळवून मनपाच्या राजकारणात पहिल्यांदा सहभागी झाला. बीएसपीने एका प्रभागातील चारही उमेदवार निवडून आणून आपले अस्तित्व दाखविले, मार्क्सवादी कम्युनिस्ट पक्षाला केवळ एका जागेवर समाधान मानावे लागले. सत्ता स्थापनेसाठी कोणत्याच पक्षाला स्पष्ट बहुमत मिळाले नाही. शिवसेना राज्यात सत्तेत असताना विरोधी पक्षासारखे वागणे, स्थानिक शासन संस्थेत युती तोडणे या गोष्टींमुळे राजकीय सत्ता स्पर्धा अधिक चुरशीची झाली आहे, असे महापौर निवडीच्या राजकारणात दिसून आले. शिवसेना व भाजप या दोन्ही पक्षांचे शेवटपर्यंत स्वबळावर सत्ता स्थापण्याचे डावपेच होते.

तक्ता क्र.१ : सोलापूर महानगरपालिका १९९२–२०१७ पक्षीय बलाबल

	१९९२	१९९७	२००२	२००७	२०१२	२०१७	एकूण
काँग्रेस	४२	३४	४२	४०	४५	१४	२१७
राष्ट्रवादी काँग्रेस	–		१२	१४	१६	०४	४६
बीजेपी	२२	२३	२९	१५	२५	४९	१६३
शिवसेना	१	१३	११	९	७	२१	६२
जनसुराज्य				२			२
बीएसपी			१	२	२	४	९
आरपीआय	१	१		२	१		५
सीपीआय	२	१	३	१			७
सीपीएम					२	१	३
तेलगुदेसम	१	२					३
जनता दल	२	२					४
मुस्लीम लीग	१						१
एम. आय. एम.						०९	९
इतर				३			३
अपक्ष	१५	१३		१०	२		४०
एकूण	८७	८९	९८	९८	१००	१०२	५७४

(संदर्भ : सोलापूर महानगरपालिका निवडून आलेल्या सदस्यांची यादी १९९२–२०१७)

भाजपचा विस्तार

केंद्रातील नरेंद्र मोदी सरकार व राज्यातील देवेंद्र फडणवीस सरकार आल्यावर जनतेला शासन स्वराज्य संस्थेत बदल हवा होता. त्यामुळे पक्षांतर्गत वादाचा, नोटबंदीचा अथवा उमेदवार निवडीतून आलेल्या नाराजीचा परिणाम भाजपच्या राजकारणावर झाला नाही. राज्यातील अनेक मंत्र्यांवर भ्रष्टाचाराचे आरोप असले तरी पंतप्रधान नरेंद्र मोदी आणि मुख्यमंत्री देवेंद्र फडणवीस यांचे आकर्षण सर्वसामान्यलोकांना आहे हे सोलापूर येथे दिसून आले. सोलापूरचा स्मार्ट सिटीत समावेश, शहरांतर्गत उड्डाणपुलाची मंजुरी व पालकमंत्री विजयकुमार देशमुख यांची स्वच्छ प्रतिमा हे भाजप विस्ताराला कारणीभूत ठरले. निवडणूक प्रचारात मुख्यमंत्री देवेंद्र फडवणीस यांनी पारदर्शक राज्यकारभाराला व विकासाला मुख्य मुद्दा बनविला होता. लोकांनी त्याला प्रतिसाद दिला. केंद्र, राज्य नंतर स्थानिक शासन संस्थेत एकच सरकार असेल तर विकास होईल या मुद्द्याखाली भाजपला

साथ दिल्याचे दिसून येते. शिवसेना पक्षाबरोबर युती न झाल्याचा फायदा भाजपला झाला. असाही एक अर्थ या निवडणुकीतून काढता येतो. भाजपची (मोदींची) ही लाट व काँग्रेस विरोधाचे वातावरण लक्षात आल्यानंतर अनेकांनी भाजपमध्ये प्रवेश केला. दोन्ही काँग्रेस पक्षातून आलेले उमेदवारही भाजपमध्ये वाढले. लोकसभा व विधानसभेत मिळालेल्या यशाचे वलय होते; शिवाय विधानपरिषदेच्या जागेवर भाजपचे स्थानिक शासन संस्थेत बहुमत नसताना परिचारक यांचा विजय हा भाजपचा राजकीय पुढाकार सूचक ठरला. या घडामोडीमुळे महानगरपालिकेच्या निवडणुकीत भाजपने घवघवीत यश मिळविणे निश्चितच होते. ४९ नगरसेवक निवडून आणून भाजपने अभूतपूर्व यश संपादन केले. महेश कोठे हे विधानसभा निवडणूक लढवण्यासाठी काँग्रेस पक्ष सोडून शिवसेना पक्षात आले होते. त्यांच्या पाठोपाठ त्यांचे समर्थक ९ नगरसेवक शिवसेनेत आले. शहरामध्ये शिवसेनेला प्रभावी व पक्षाबाहेरील उमेदवार मिळाले. त्यामुळे शिवसेनेचे बळ वाढले. शिवसेना २१ जागांवर यश संपादन करून दुसऱ्या स्थानावर पोहोचली.

काँग्रेस आणि राष्ट्रवादी काँग्रेस विरुद्ध जनमत

काँग्रेस आघाडीबद्दल भ्रमनिरास झालेला दिसून येतो. नाराजीचा सूर अनेक कारणांनी होता. हद्दवाढ भागातून विविध कर आकारले जातात पण विकास मात्र झाला नाही. महापौर हद्दवाढ भागातून असूनही अनेक प्रश्न सुटलेच नाहीत. पाणी, रस्ते, कचरा व्यवस्थापन अशा मूलभूत गरजा पूर्ण करण्यात काँग्रेस आघाडी अपयशी ठरली. तोट्यात चाललेली परिवहन व्यवस्था तसेच अनेक बस डेपोमध्ये चॅसीज तुटल्याने पडून आहेत. यामुळे जनता काँग्रेस आघाडीला कंटाळली होती. लोकसभा व विधानसभेतील पराभवानंतर दोन्ही काँग्रेसनी आत्मपरीक्षण केले नाही आणि चुकाही सुधारल्या नाहीत. प्रदीर्घ काळ सत्तेवर राहून दोन्ही काँग्रेसनी एक मजबूत संस्थात्मक बांधणी केली होती. बहुसंख्य बँका, पतसंस्था, साखर कारखाने, सूत गिरण्या, शिक्षणसंस्था, बचत गट यांची एक मजबूत पायाभरणी केली होती. त्यामध्ये हितसंबंध गुंतलेले मतदार व कार्यकर्त्यांची एक फळी निर्माण झाली होती; पण आर्थिक उदारीकरणामुळे या घटकांचे महत्त्व कमी झाले. हे घटक प्रस्थापितांना कामी आले नाहीत. दीर्घ काळ राजकीय व अराजकीय सत्ताकेंद्रापासून वंचित राहिलेल्या सामान्यलोकांची राजकीय आकांक्षा वाढली होती. प्रस्थापितांची घराणेशाही, विशिष्ट कुटुंबातच सर्व स्थानिक पदे, विशिष्ट जातीचा विशिष्ट पक्ष असे चित्र निर्माण झाले होते. प्रस्थापित पक्षात सहज प्रवेश शक्य नसल्यामुळे हा नवोदित वर्ग भाजप-शिवसेनेकडे वळला, त्यामुळे प्रस्थापितांविरोधी वातावरण व सत्ता वातावरण निर्माण झाले होते.

सामाजिक घटक

भारताच्या राजकीय प्रक्रियेत संघटित दबाव गट म्हणून जाती समुदाय प्रमुख भूमिका निभावीत आल्या आहेत. याचाच परिणाम म्हणून निवडणुकीत जातप्राबल्याचा विचार केला जातो. उमेदवारी देताना, नेता निवडताना मतदान करताना जातीचा आधार घेतला जातो. कोणत्याही राजकीय सत्तेचा पाया हा तेथील सामाजिक व आर्थिक आधारामध्ये असतो. या पायामध्ये बदल झाला म्हणजे सत्तेतही बदल होतो. राजकीय सत्तेतील वाटा तपासण्यासाठी जात हाच निकष ठेवावा लागतो. सोलापूरच्या शहरी राजकारणाचे जात या घटकाच्या आधारे विश्लेषण केल्यास अनेक मुद्दे पुढे येतात. सोलापूर शहरात पूर्वीपासून वास्तव्यास असणारा लिंगायत जातीसमूह आणि पद्मशाली जातीसमूह यांचाही राजकारणात प्रभाव आहे. या खालोखाल मुस्लीम, मराठा, दलित समाज व अनेक इतर मागास वर्गीय जातीसमूह राजकारणात प्रभावी आहेत. जुन्या शहरामध्ये अनेक जाती शहराच्या विशिष्ट भागात अनेक वर्षांपासून वस्तीने राहतात. उलट हद्दवाढ भागात मिश्र व मध्यम लोक वस्ती असल्यामुळे तेथे कोणत्याही विशिष्ट जातीचे वर्चस्व दिसत नाही.

सोलापूर महानगरपालिकेत लिंगायत व पद्मशाली समाजगटांचे सर्वाधिक नगरसेवक निवडून आले. या खालोखाल मुस्लीम व मराठा नगरसेवक निवडून आलेले दिसतात. शहरामध्ये लक्षणीय संख्येने असणारे दलित, नवबौद्ध समाज गटाचे १६ नगरसेवक निवडून आले. ओबीसी जातीसमूहातील पद्मशाली, धनगर व कैकाडी जातीसमूहातील नगरसेवकांनी राजकीय सत्तेत अधिक वाटा मिळवला. या उलट, शहरी राजकारणात ब्राह्मण समाजाचे प्रतिनिधित्व कमी होताना दिसले. सोलापुरातील इतर छोट्या-मोठ्या जाती आपल्या संख्याबळावर आधारित राजकीय सत्तेत वाट मिळविताना दिसतात. या जातीचे १ ते २ प्रतिनिधी निवडून येतात, त्यामध्ये वडार, भावसार, तोगतवीर, निलकंटेश्वर, लमाण, लोधीया या जाती समूहाचा समावेश होतो.

सोलापूर महानगरपालिकेत अनेक जातीसमूहांना मिळणाऱ्या प्रतिनिधित्वाचे प्रमाण उत्तरोत्तर वाढत गेले आहे. याचा अर्थ शहरी राजकारणात राजकीय सत्तेतील वाटा हा फक्त प्रस्थापित बहुसंख्याक समाजापुरता मर्यादित न राहता तो अनेक जातीसमुहांना घेऊन विस्तारतो आहे. या राजकीय सत्तावाटपामध्ये इतर जातीसमूहांच्या वाढत्या राजकीय अकांक्षा प्रस्थापित पक्ष पूर्ण करू शकत नाही. म्हणून हा वर्ग भाजप शिवसेना व एम.आय.एम.कडे गेल्याचे दिसते. एम.आय.एम. पक्षकडून दलितांना उमेदवारी देण्यात आली. ते निवडूनही आले; तसेच बीएसपी या पक्षाने लिंगायत व गुरव जातीला उमेदवारी देऊन निवडून आणले आहे.

सोलापूर शहराचे हेच राजकारण पक्षीय दृष्टिकोनातून पाहिले असता असे दिसून

येते की, लिंगायत समाज हा काँग्रेसचा पारंपरिक मतदार होता. परंतु, २००४च्या विधानसभेच्या निवडणुकीपासून हा समाज भाजप व शिवसेनेच्या पाठीशी उभा असल्याचे दिसून येते. २००४ पासून भाजपच्या नगरसेवकांच्या संख्येत वाढ व्हायला सुरुवात झाली. पद्मशाली समाजही भाजपचा पारंपरिक मतदार समजला जातो. पद्मशाली समाजातील सर्वाधिक नगरसेवक भाजपमधून निवडून येत. पण यंदाच्या निवडणुकीत हा समाज शिवसेनेकडे गेल्याचे दिसते. काही प्रमाणात हा समाज मार्क्सवादी कम्युनिस्ट पक्षात विभागलेला दिसतो. मराठा समाज हा राष्ट्रवादी काँग्रेसचा पारंपरिक मतदार. यंदाच्या निवडणुकीत राष्ट्रवादी काँग्रेसच्या सर्व दिग्ज्ज मराठा उमेदवारांचा पराभव झाला. हा समाज शिवसेनेच्या पाठीशी उभा असल्याचे दिसते. सर्वाधिक मराठा नगरसेवक शिवसेना या पक्षातून निवडून आल्याचे दिसून येते. सोलापूरच्या शहरी राजकारणावर कोणत्याही एका जातीसमूहाचे वर्चस्व नाही, त्यामुळे कोणत्याही पक्षाला सर्व जातीसमूहांचे हितसंबंध विचारात घेऊन सर्व जातीसमूहांना सत्तेत सहभागी करून घ्यावे लागते, असे दिसून येते.

तक्ता क्र.२ : सोलापूर महानगरपालिका पक्ष व जातीगटनिहाय वर्गीकरण (२०१७)

	उच्च जाती	मध्यम जाती	मराठा	ओबीसी	एससी	एसटी	मुस्लीम	एकूण
भाजप	११	८	२	१९	६	३		४९
शिवसेना	१		५	१४	१			२१
काँग्रेस			२	३	४		५	१४
राष्ट्रवादी काँग्रेस				३	१			४
बीएसपी	१			१	२			४
सीपीएम		१						१
एम. आय. एम.					२		७	९
एकूण	१३	९	९	४०	१६	३	१२	१०२

(आधार : नीला, २०१५ व २०१७)

उच्च जातीगट वा मध्यम जातीगट हा अभ्यासाच्या सोयीसाठी केलेला गट आहे. सोलापूरच्या दृष्टीने लिंगायत समाजाला उच्च जातीगटात घेतले आहे. यंदाच्या निवडणुकीत ब्राह्मण समाजाचा एकही नगरसेवक निवडून आला नाही. सोलापूरच्या राजकारणात ब्राह्मण समाजाच्या संख्येत घट होताना दिसते. प्रदीर्घ काळापासून प्रभुत्वशाली पक्ष आणि प्रभुत्वशाली सत्ताधारी गट म्हणून लिंगायत, पद्मशाली व मुस्लीम जातीगटांचा सोलापूरच्या राजकारणावर विशेष प्रभाव आहे. पूर्वी हा मतदार दोन काँग्रेसचा पारंपरिक पाठीराखा होता; पण हा गट आता भाजप व शिवसेनेचा पाठीराखा झाला आहे. मुस्लीम

समाज एम.आय.एम.च्या पाठीशी असल्याचे दिसते. या बदलाची सुरुवात २००४च्या विधानसभा निवडणुकीपासून झाली. २०१४च्या लोकसभा निवडणुकीत काँग्रेसचा पराभव झाला. महेश कोठे हे पूर्वीचे महानगरपालिकेचे काँग्रेसचे सभागृह नेते होते. विधानसभा निवडणुकीच्या वेळी त्यांनी शिवसेनेत प्रवेश केला आणि काँग्रेसपुढे मोठे आव्हान उभे केले. महानगरपालिकेच्या निवडणुकीत त्यांच्या ९ निष्ठावंतांनी शिवसेनेत प्रवेश केला. ते निवडूनही आले. त्यामुळे काँग्रेस पक्षाच्या जागांमध्ये खूप मोठी घट झाली. एम.आय.एम.च्या प्रवेशामुळे काँग्रेसला खूप मोठा फटका बसला. काँग्रेसचा पारंपरिक पाठीराखा मुस्लीम मतदार अस्मितेच्या राजकारणामुळे एम.आय.एम. मागे उभे राहिला. त्यांचे ९ उमेदवार निवडून दिले. काँग्रेसचा बालेकिल्ला असलेल्या प्रभागात एम.आय.एम.चे नवखे उमेदवार निवडून आले. मराठा मतदार हा पारंपरिक राष्ट्रवादी काँग्रेसचा पाठीराखा आहे; पण या निवडणुकीत शिवसेनेच्या पाठीशी हा मतदार असल्याचे दिसून येते. शिवसेनेने मराठ्यांना उमेदवारी दिल्याने व दोन काँग्रेसविषयी निष्ठा कमी झाल्याने या मतदारांनी शिवसेनेला निवडून दिले. दलित समाजाने बीएसपीला मते देऊन एक पूर्ण प्रभाग निवडून दिला. काँग्रेसच्या ४३ उमेदवारांची अनामत रक्कम जप्त झाली. यात अनेक दिग्गज उमेदवार व माजी महापौर, उपमहापौर आहेत. लोकसभा निवडणुकीत देशभराच्या मतदारांचे बदललेले कल, पंतप्रधान नरेंद्र मोदींची वाढती लोकप्रियता, यामुळे काँग्रेसचा पाया पूर्ण उखडलेला होता.

जात व पक्षनिहाय विचार केल्यास असे दिसून येते की, भाजपमधून सर्वाधिक नगरसेवक लिंगायत समाजाचे निवडून आले. लिंगायत समाजातून १४ नगरसेवक निवडून आले असून त्यांपैकी १२ भाजप, १ शिवसेना व १ बीएसपीमधून निवडून आले. पद्मशाली समाजाचे १५ नगरसेवक निवडून आले असून ७ भाजप व ८ शिवसेनेतून निवडून आले. मुस्लीम समाजाचे १२ नगरसेवक निवडून आले असून ७ एम.आय.एम. व ५ काँग्रेस मधून निवडून आले. मराठा समाजाचे ९ नगरसेवक निवडून आले असून २ भाजप, ५ शिवसेना तर २ काँग्रेस मधून आले. नवबौद्ध समाजाचे सर्वाधिक ४ नगसेवक भाजपमधून निवडून आले. त्यानंतर शिवसेना, काँग्रेस, एम.आय.एम. व बीएसपी मधून निवडून आले आहेत. धनगर, तोगतवीर, वडार, करुहीनशेट्टी लोधी, लमाण व पारधी या समाजाचे उमेदवार भाजपमधून निवडून आल्याचे दिसतात. याचा अर्थ छोट्या-मोठ्या सर्वच जातीसमूहांनी भाजपला साथ दिल्याचे दिसते.

पक्ष व जातीचे विभागीय वर्चस्व

शहर-उत्तर हा भाजपचा बालेकिल्ला समजला जातो. या मतदारसंघातील ४८ नगरसेवकांपैकी भाजपचे २७ नगरसेवक निवडून आले. त्यापैकी २४ उमेदवार पॅनेल टू

पॅनेल निवडून आले. गेल्या वेळी १४ नगरसेवक उत्तर सोलापूर मतदारसंघात होते, यावेळी १३ नगरसेवक वाढले. शिवसेनेचे १७ तर बीएसपीचे ४ नगरसेवक निवडून आले. या मतदारसंघात दोन्ही काँग्रेसला एकही जागा मिळाली नाही. या विधानसभा मतदारसंघात लिंगायत समाजाचे प्रभुत्व आहे. तसेच मराठा व मागासवर्गीय मतदार मोठ्या संख्येने आहेत. लिंगायत बहुलप्रभागात भाजपचे, मराठा बहुलप्रभागात शिवसेनेचे तर मागासवर्गीय मतदार बहुसंख्येने असणाऱ्या प्रभागात बीएसपीचे उमेदवार निवडून आले. बीएसपीने तिकीट वाटप करताना लिंगायत, गुरव, मातंग व नवबौद्ध असे समीकरण केल्यामुळे या प्रभागातील चारही उमेदवार बीएसपीचे निवडून आले. मराठा वस्ती असलेल्या भागात राष्ट्रवादी काँग्रेसचे मराठा उमेदवार वर्षानुवर्षं निवडून येत होते. त्यात अनेक माजी महापौर व उपमहापौर होते. त्यांचा शिवसेनेच्या नवख्या उमेदवारांनी पराभव केल्याने राष्ट्रवादी काँग्रेसचे शहरातील अस्तित्व संपले. याचा अर्थ लिंगायत मतदार भाजपच्या पाठीशी, मराठा मतदार शिवसेनेच्या पाठीशी असल्याचे दिसते. सोलापूरच्या पूर्व भागात भाजप व शिवसेनेचे वर्चस्व राहिले. या भागात तेलगु व पद्मशाली समाजाचे वर्चस्व आहे. विडी व यंत्रमाग कामगारांची विडी घरकुल ही वसाहत आहे. या भागात महेश कोठे यांचे वर्चस्व आहे. काँग्रेसचा एकही तेलगु नगरसेवक निवडून आला नाही. पूर्व भागात भाजपचे १२ नगरसेवक तसेच शिवसेनेचे ९ नगरसेवक निवडून आले. तेलगु समाजाने पहिल्यांदाच पूर्णपणे भाजप व शिवसेनेचा स्वीकार केला आहे. पूर्वभागातील शहर मध्य येथे काँग्रेसचे आमदार असताना काँग्रेसचा दारुण पराभव झाला. शहर दक्षिण मतदारसंघ हा सहकारमंत्री सुभाष देशमुख यांच्या मतदारसंघात येतो. हा भाग संमिश्र लोकवस्ती व मध्यमवर्गीय भाग आहे. या भागात भाजपची ताकद वाढली. याच भागातून महापौरांचा पराभव झाला.

मुस्लीम व ओबीसी प्रतिनिधित्व

एम.आय.एम.ने ३१ उमेदवार निवडणूक रिंगणात उतरवले होते. मागील विधानसभा निवडणुकीतील मतकौल पाहता आणखी नगरसेवक निवडून आले असते. परंतु इतर पक्षांच्या मुस्लीम उमेदवारांमुळे मुस्लिम मतांची विभागणी झाली. दलित व अल्पसंख्याकांच्या मतांमुळे पक्षाची ताकद वाढली. एम.आय.एम. मुळे काँग्रेसला खूप मोठा झटका बसला. मुस्लीम मतदार आता काँग्रेसऐवजी एम.आय.एम.ला प्राधान्य देत असल्याचे दिसून येत आहे. एम.आय.एमने इतर समाजांना उमेदवारी दिल्यामुळे मुस्लीम व इतर मते एकवटली गेली. एम.आय.एम.ने दोन ठिकाणी दलितांना उमेदवारी दिल्यामुळे दलित व मुस्लीम मते एकवटल्याचे दिसते. दोन दलित नगरसेवक एम.आय.एम.चे निवडून आले. ओबीसी गटाचे ४० नगरसेवक निवडून आले. सर्वाधिक भाजपमधून १९, शिवसेनेतून

१४, काँग्रेस ३, राष्ट्रवादी काँग्रेसचे ३ व बीएसपीचा एक नगरसेवक निवडून आला आहे. पद्मशाली समाजाचे नगरसेवक १०, १ कुडमुडे जोशी, १ कोळी, २ कुरुहीशेट्टी, २ लोधी व १ तोगतवीर समाजाचे खुल्या गटातून निवडून आले आहेत. त्या भागात ओबीसी जातीची संख्या खूप असल्यामुळे ते खुल्या गटातून निवडून आल्याचे दिसते. ओबीसी समाज भाजपच्या व शिवसेनेच्या पाठीशी असल्याचे दिसते.

महापौर पदाचे राजकारण

सोलापूर महानगरपालिका स्थापनेपासून(१९६४ ते आतापर्यंत) २४ महापौर होऊन गेले. त्यापैकी ६ लिंगायत समाजाचे होते, ७ पद्मशाली, ३ ब्राह्मण, ४ मुस्लीम, २ मराठा, २ बंजारा/लमाण आणि कैकाडी, धनगर, मारवाडी, जैन, भटक्या विमुक्त, मोची, नवबौद्ध, भावसार, राजपूत समाजाचे प्रत्येकी एक महापौर झाले. महापौर पदाच्या सत्तास्पर्धेत लिंगायत व पद्मशाली समाजगट प्रभावी असल्याचे दिसते. सोलापूर महानगरपालिकेचे ३२वे महापौर म्हणून शोभा बनशेट्टी यांची निवड झाली. महापौर निवडणुकीत बसप, एम.आय.एम. व माकप यांनी तटस्थ भूमिका घेतली. भाजपने शिवसेनेला सोबत न घेता स्वबळावर सत्ता स्थापन केली. शिवसेनेनेही सत्तेत सहभागी न होता विरोधी पक्षनेते पद घेणे पसंद केले. महापौर पदाचा उमेदवार निवडताना पालकमंत्री विजयकुमार देशमुख व सहकारमंत्री सुभाष देशमुख यांच्यातील स्पर्धा दिसून आली. पालकमंत्र्यांनीही महापौर निवडणुकीत ३५ नगरसेवकांचा गट करून सभागृह नेते, स्थायी समिती व इतर समित्या नेमण्याचा अधिकार मिळाला तरच ते ३५ नगरसेवक मतदानाला येतील असे दबाव तंत्र वापरून आपल्या गटातील सभागृह नेते, स्थायी समिती व इतर समित्यांवर निमंत्रण ठेवले.

महिला प्रतिनिधित्व

महिलांचा राजकारणातील सहभाग वाढला तरी, एकूण परिस्थिती फार बदलली असे नाही. आरक्षणामुळे महिलांचे प्रमाण वाढले पण निर्णय प्रक्रियेत अजूनही महिलांना दुय्यम स्थान आहे. अनेक महिला घराणेशाहीतून राजकारणात आल्या आहेत. त्यात त्या कोणत्यातरी राजकीय नेत्यांची सून, पत्नी किंवा मुलगी आहेत. कोणतीही राजकीय पार्श्वभूमी नसलेल्या महिलाही राजकारणात येतात; पण दीर्घ काळ टिकून राहू शकत नाहीत किंवा सत्तास्पर्धेत वरचे पद मिळवू शकत नाहीत. राजकीय सत्तास्पर्धेत ज्या घराण्याचे राजकीय, सामाजिक, सहकार क्षेत्रात वर्चस्व आहे, व्यावसायिक क्षेत्रात विविध सत्ता केंद्रांवर वर्चस्व आहे, अशाच घराण्यातील स्त्रिया राजकीय क्षेत्रात सक्रिय राहिल्याचे दिसून येते. अशा घराण्यातील पुरुषमंडळी अराजकीय सत्ताकेंद्रावर वर्चस्व ठेवून राजकारणात सत्तास्थानी आहेत. दुर्बल घटकातील व आरक्षणामुळे राजकारणात आलेल्या महिला आपला प्रभाव फार काळ टिकवू शकल्या नाहीत. सत्ता टिकविण्यामध्ये वरिष्ठ

सधन वर्गाचेच वर्चस्व असल्याचे दिसते. दुर्बल गटातील महिलांना आरक्षणामुळे संधी मिळाली असली तरी राजकीय निर्णयप्रक्रियेत भाग घेण्याची संधी मिळाली नाही असे दिसून येते.

तक्ता क्र.३ : सोलापूर महानगरपालिका पक्ष व जातीगटनिहाय महिला प्रतिनिधींचे वर्गीकरण (२०१७)

	उच्च जाती	मध्यम जाती	मराठा	ओबीसी	एससी	एसटी	मुस्लीम	एकूण
भाजप	६	४	१	१३	३	१		२८
शिवसेना			३	५				८
काँग्रेस			१	१	१		२	५
राष्ट्रवादी काँग्रेस		१			१			२
बीएसपी	१				१			२
सी पी एम		१						१
एम. आय. एम.					२		४	६
एकूण	७	६	५	१९	८	१	६	५२

(आधार : संशोधकाने संकलित केलेली महिती २०१७)

भाजपमधून सर्वाधिक महिलांना प्रतिनिधित्व मिळाले आहे. उमेदवारी देताना भाजपने एका ओबीसी जागेवर ओबीसी महिलेला तिकीट दिल्यामुळे महिलांची संख्या एकने वाढून ५२ झाली आहे. तर पुरुष नगरसेवकांची संख्या ५० इतकी आहे. भाजपमधून सर्वाधिक महिला निवडून आल्या. महिलांसाठी खुल्या जागेतून १४ तर ओबीसी गटातून ९ महिला निवडून आल्या. ४ ओबीसी महिला खुल्या गटातून निवडून आल्या. शिवसेनेतून ८ महिला निवडून आल्या. त्यापैकी ३ मराठा व ५ पद्मशाली समाजाच्या आहेत. शिवसेनेने पूर्व भागात बहुसंख्य असलेल्या पद्मशाली समाजाला तिकिटे दिली होती. राष्ट्रवादी काँग्रेसचा बालेकिल्ला असलेल्या भागात एकही मराठा महिला निवडून आली नाही. ज्या दोन महिला निवडून आल्या त्या एक दलित व कैकाडी समाजाच्या आहेत. एम.आय.एम.मध्ये ६ महिला निवडून आल्या. त्यापैकी २ एस.सी. मधून व ४ मुस्लीम महिला निवडून आल्या. एम.आय.एम.ने मुस्लीम समाजाच्या अस्मितेचा मुद्दा करून नवख्या महिला निवडून आणल्या. काँग्रेस पक्षाच्या ५ महिला निवडून आल्या. १ प्रस्थापित राजकीय घराण्यातील मराठा आहेत तर १ ओबीसी गटातून, १ एस.सी. व २ पारंपरिक मतदार असलेल्या मुस्लीम समाजातून निवडून आल्या. सीपीएम मधून निवडून आलेली महिला ह्या माजी आमदार

नरसय्या आडम यांच्या पत्नी आहेत. त्या प्रभागात भाजपच्या विद्यमान सदस्याचे अर्ज तांत्रिक कारणामुळे नाकारले गेले होते. त्यामुळे सीपीएमची एक महिला निवडून येऊ शकली. महिलांना तिकीट देताना पूर्वीच्या उमेदवाराच्या पत्नीला तिकीट देण्यात सर्वच पक्ष आघाडीवर होते. प्रभाग आरक्षणामुळे अनेक सक्रिय महिलांना तिकीट मिळू शकले नाही. ज्या महिला सामाजिक व सांस्कृतिक क्षेत्रात, महिला बचत गट, महिला मंडळ, महिला उद्योग, आरोग्य शिबीर, महिला व बालकल्याण समितीच्या योजना, जातीय संघटना अशा कार्यात सतत सक्रिय राहिल्या त्याच महिला पुन्हा निवडून येऊ शकल्या.

केवळ आरक्षणामुळे राजकारणात आलेल्या महिला पुन्हा तिकिटही मिळवू शकल्या नाहीत. महिलांना आरक्षण मिळाले तरी सर्वसाधारण महिला सशक्तीकरण झाले नाही. राजकीय वारसा लाभलेल्याच महिला आपले वर्चस्व टिकवू शकतात असे दिसून येते. स्त्रियांच्या संख्यात्मक वाढीसोबत गुणात्मक बदल होईल का, स्थानिक शासन संस्थेतील आरक्षण स्त्रियांच्या सक्रिय, सकारात्मक राजकीय सहभागासाठी मोठ्या प्रमाणात उपयोगी झाला आहे का? ह्या प्रश्नाचा ऊहापोह होणे आवश्यक आहे. गेल ऑम्वेट व मधु किश्वर यांच्या मते भारतीय स्त्रियांच्या राजकीय परिस्थितीत कोणताही गुणात्मक फरक होणार नाही. एकतर स्त्रियांच्या राखीव जागांमुळे राजकारणातील प्रस्थापित कुटुंबातून त्या भरल्या जातील. निर्णयप्रक्रियेत वर्चस्वशाली वर्गाकडून याचा वापर होताना दिसतो. सामान्य स्त्री ही सामान्यच राहते, असे दिसून येते.

घराणेशाही

सोलापूरच्या शहरी राजकारणात सत्ताबदल सातत्याने होत आहे असे दिसून येते. संपूर्ण सोलापूर शहराचे नेतृत्व करतील असे नेते कोणत्याच पक्षात दिसत नाही. सोलापूरच्या राजकारणात अनेक राजकीय घराणी आहेत. त्यांचे नेतृत्व फारतर एक दोन पिढ्या मान्य झाले. जनतेने तिसऱ्या पिढीला स्वीकारले नाही. तसेच या घराण्याचे वर्चस्व विशिष्ट क्षेत्रापुरते मर्यादित राहिले. यंदाच्या निवडणुकीत प्रस्थापित घराणेशाहीतील नेत्यांना जनतेने नाकारल्याचे दिसते. तरीही ३४ नगरसेवक हे राजकीय घराण्याशी संबंधित असल्याचे दिसतात. पूर्वीच्या सदस्यांच्या मुलाला पत्नीला तिकीट देण्याकडे सर्वच राजकीय पक्षांचा कल दिसून आला याचे सर्वाधिक प्रमाण भाजपमध्ये होते. लिंगायत समाजातील भाजपच्या ८ नगरसेवकांना राजकीय वारसा लाभलेला आहे. त्यात पालकमंत्री यांचे पुत्र, माजी नगराध्यक्ष व महापौर यांची नातसून शोभाताई बनशेट्टी या महापौर झाल्या आहेत. पद्मशाली समाजातून ७ तर मराठा समाजातून ५ नगरसेवकांना राजकीय घराण्याचा वारसा आहे. काँग्रेस व राष्ट्रवादी काँग्रेसमधील घराण्याचा वारसा लाभलेल्या उमेदवारांना जनतेने

नाकारले. भाजपमध्ये सर्वाधिक १२ नगरसेवकांना राजकीय वारसा लाभला आहे, त्यानंतर शिवसेनेचे १० नगरसेवक आहेत. विशेषतः महेश कोठे यांचे पुत्र, पुतणे, जावई, सासू व बहीण असे एकच राजकीय घराण्यातील ५ नगरसेवक निवडून आले आहेत. काँग्रेसचे माजी आमदार यांच्या वहिनी, काँग्रेसचे माजी शहराध्यक्ष्यांचे पुत्र, माजी महापौर यांचे बंधू एम.आय.एम.मधून निवडून आले आहेत.

तक्ता क्र.४ : सोलापूर महानगरपालिका : घराणेशाहीतून निवडून आलेले पक्ष व जातनिहाय नगरसेवक २०१७

	भाजप	शिवसेना	काँग्रेस	राष्ट्रवादी काँग्रेस	एमआयएम	सीपीएम	एकूण
लिंगायत	८						८
पद्मशाली	१	५				१	७
मराठा		२	२	१			५
मुस्लीम			१		२		३
कोळी	१		१				२
धनगर		१					१
कुरुहीनशेट्टी	१						१
कैकाडी		१		२			३
महार/नवबौद्ध	१	१			१		३
एकूण	१२	१०	४	३	३	१	३३

(आधार : संशोधकाने संकलित केलेली महिती २०१७)

लोकशाहीमध्ये अभिजनांचे अभिसरण नि:ष्पक्षपाती खुल्या निवडणुकीद्वारे होते. समाजाचा समतोल हा अभिजनांचे समावेशन सामान्य जनतेतून होण्यातून होतो. सततचे होणारे राजकीय अभिसरण व राजकीय भरती हे चांगल्या लोकशाहीचे लक्षण आहे. मागील मनपातील जवळजवळ ६० ते ७० टक्के नगरसेवक पुन्हा निवडून आले नाहीत. ६ माजी महापौरांसह विद्यमान महापौरांचा पराभव झाला. १०२ विद्यमान नगरसेवकांपैकी २० नगरसेवक व १३ नगरसेविका पुन्हा निवडून आल्या. या निवडणुकीत ६९ नगरसेवक पहिल्यांदा निवडून आले. सर्वच पक्षांनी विशेषतः भाजपने उमेदवारी देताना नवीन चेहऱ्यांना व युवकांना तिकिटे दिली. त्यांना मतदारांनी स्वीकारले, अनेक जुने आजी माजी महापौर, उपमहापौर यांचा पराभव झाला. याचा अर्थ मतदारांनी या बदलाला स्वीकारून प्रस्थापितांना नाकारले.

प्रभाग पद्धतीचा परिणाम

प्रभाग पद्धतींचा परिणाम भाजप व शिवसेनेला झाला. वॉर्ड पद्धतीने निवडणुका झाल्या तेव्हा अपक्ष आणि छोट्या पक्षांचे अनेक उमेदवार निवडून येत होते. त्यांचे भौगोलिक क्षेत्र मर्यादित होते. अपक्ष उमेदवार आपल्या कार्याची चमक दाखवून निवडून यायचा. छोट्या जातीगटांना प्रतिनिधित्व मिळत असे. पण प्रभाग पद्धतीत एकही अपक्ष निवडून आला नाही. छोट्या पक्षांना खाते उघडता आले नाही. चार सदस्यीय प्रभाग पद्धतीमुळे प्रभागाचे भौगोलिक क्षेत्र वाढले. मतदारसंख्या वाढली. त्यामुळे अपक्ष व छोट्या पक्षांची दमछाक झाली. त्यांची ताकद मोठ्या पक्षांपुढे नगण्य बनली. उलट मोठ्या पक्षातील उमेदवारांचे वैयक्तिक जनसंपर्क, प्रभाव अथवा मतदारसंघात कोणतेही काम नसताना निवडून आल्याचे दिसून येते. तर इतर पक्षात दिग्गज आजी माजी महापौर व पदाधिकाऱ्यांना नवोदित उमेदवाराकडून पराभूत व्हावे लागले. भाजप, शिवसेना तसेच दोन्ही काँग्रेसने स्वतंत्र निवडणूक लढविल्यामुळे भाजपच्या जागा वाढल्या. ७ प्रभागांमध्ये भाजपचे सर्व उमेदवार निवडून आले.

प्रभाग पद्धतीमुळे मतदारांनी पक्षाकडे पाहून मतदान केले. फार क्वचित प्रभागात क्रॉस वोटिंग झाले. शिवसेनेचे ४ प्रभागात तर काँग्रेस व बीएसपीचे एका प्रभागात सर्व उमेदवार निवडून आले. असे उमेदवार केवळ भाजपची लाट व प्रभाग पद्धतीमुळे निवडून आले. महानगरपालिकेच्या सभागृहात ६९ नगरसेवक पहिल्यांदाच निवडून आले आहेत. पालिका सभागृहामध्ये येणाऱ्या उमेदवारांचे वय सरासरी चाळिशीमधील असते; पण यंदाच्या निवडणुकीत कमी वय असलेले अनेक उमेदवार सभागृहात दिसतील. कमी वय असलेले अनेक नगरसेवक भाजपमध्ये आहेत. ४० पेक्षा कमी वयाचे ४५ नगरसेवक आहेत. चार सदस्यीय प्रभाग पद्धतीमुळे प्रभागाचे क्षेत्र मोठे झाले असल्यामुळे अपक्ष, बंडखोर, व छोट्या पक्षांना पुन्हा निवडून येता आले नाही. प्रभाग पद्धतीमुळे निवडणूक खर्च प्रचंड प्रमाणात वाढला. खर्च वाढल्यामुळे छोटे पक्ष व अपक्ष टिकू शकले नाही. स्त्री आरक्षणामुळे काही नवीन महिला राजकारणात आल्या. काही सक्रिय व दिग्गजांना तिकीट मिळू शकले नाही. काही दिग्गज उमेदवारांचा पराभव झाला. भाजपमध्ये सर्वाधिक तरुणांना संधी मिळाल्याचे दिसते. महापालिकेच्या कामकाजाचा अनुभव नसलेले नगरसेवक विकासाची कामे कसे करतील, गुंतागुंतीचे प्रश्न कसे सोडवतील, मागील सरकार ज्या गोष्टी करू शकले नाही, ज्या अपेक्षेने स्मार्ट सिटी व पारदर्शक कारभार मुद्द्यावर निवडून आलेले नगरसेवक किती यशस्वी होतील हा प्रश्न शिल्लक राहतो.

तक्ता क्र.५ : नगरसेवक, त्यांचे पती व कुटुंबीयांचा व्यवसाय आणि पक्ष निहाय वर्गीकरण

व्यवसाय	भाजप	शिवसेना	काँग्रेस	राष्ट्रवादी काँग्रेस	बीएसपी	एमआय एम	सीपीएम	एकूण
शेती	६	३	१					१०
रेशन दुकान	१		२		१			४
शिक्षक	५	१	१					७
दुकान/व्यापारी	८	१	१,१ लॉन्ड्री		१	२		१४
नोकरी		१						१
ट्रान्सपोर्ट/ट्रॅव्हल्स	२					१		३
संस्था चालक		३	२	१				६
डॉक्टर	२							२
फाईनान्स/मनी लेंडिंग	२			२				४
हॉटेल	३	५			१	३		१२
काँट्रॅक्टर/बांधकाम	५		२	१				८
बिल्डर/डेव्हलपर्स	३					३		६
सोनार	१							१
पुजारी					१			१
दुग्ध डेअरी	२							२
खडी क्रशर		१						१
केबल व्यवसाय		१						१
टेक्सटाईल्स	२							२
महा ई सेवा	१							१
बिडी कामगार		२						२
मंगलकार्यालय	१	१	१					३
सीए			१					१
एनजीओ			१					१
पेंटिंग काँट्रॅक्टर	२		१					३
संचालक ब्लड बँक	१							१
नर्स							१	१
इतर	२	१	१					४
एकूण	४९	२०	१५	०४	०४	०९	१	१०२

कोणत्याही समाजात राजकीय सत्ता प्राप्तीसाठी राजकारणात सहभागी होणाऱ्यांची संख्या अल्प असते. राजकारणात सक्रिय असूनही सर्वांनाच सत्तास्थाने मिळतातच असे नाही.

सामाजिक-आर्थिक रचना व राजकीय व्यवस्थेच्या मर्यादा यांचा एकत्रित परिणाम होऊन विशिष्ट प्रकारच्या व्यक्तीच सत्तारूढ होताना दिसतात. राजकारणात आर्थिक रचना, आर्थिक वर्चस्व व व्यावसायिक हितसंबंध, गुन्हेगारी पार्श्वभूमी यांचा जवळचा संबंध असतो. व्यवसाय व राजकारण यांचा परस्पर संबंध पाहिला असता विशिष्ट व्यावसायिक प्रतिनिधी राजकारणात असल्याचे दिसतात. विशिष्ट व्यावसायिक गट आपल्या व्यवसायाचे व त्यामध्ये हितसंबध गुंतलेल्या समूहाचे रक्षण करण्यासाठी राजकारणात येताना दिसतात. व्यवसाय हे फक्त आर्थिक हितसंबधच जपतात असे नाही तर, विशिष्ट व्यावसायिक सत्तापदाच्या उच्च पदावर पोहोचताना व प्रतिष्ठा मिळवताना दिसतात. सोलापूर महानगरपालिकेत सर्वाधिक व्यापारी, दुकानदार, हॉटेल/बार, शेतकरी, फाईनान्स/मनी लेंडिंग, बिल्डर/डेव्हलपर्स, संस्थाचालक, रेशन दुकान, रॉकेल एजन्सी व खडी क्रशर या व्यावसायिकांचा प्रभाव असल्याचे दिसते. ५२ महिलांपैकी ४३ महिला या गृहिणी आहेत फक्त ९ महिला शिक्षक नोकरी, व एनजीओ क्षेत्रात कार्यरत आहेत. बाकी सर्व ४३ महिला पती व कुटुंबीयांच्या व्यवसायावर आधारित राजकारणात आलेल्या दिसतात.

व्यक्तीची प्रतिष्ठा ही फक्त शिक्षणावरून ठरत नाही तर भारतीय राजकारणात आर्थिक स्थिती ही खूप महत्त्वाची बाब आहे. आर्थिक स्थितीमुळे फक्त प्रतिष्ठाच मिळत नाही तर व्यक्ती राजकारणात उच्च पदावर पोहोचण्यासाठी महत्त्वाची असते. आर्थिक बाबतीत प्रबळ वर्गच राजकारणात यशस्वी होतो. त्यामुळे राजकारणात आर्थिक पार्श्वभूमीला खूप महत्त्वाचे स्थान आहे. निवडून आलेल्या सदस्यांपैकी २१ नगरसेवक करोडपती आहेत. निवडून आलेल्या सदस्यांची सरासरी मालमत्ता ७३.६२ लाख इतकी आहे. फक्त ३ सदस्यांनी १ लाखांहून कमी मालमत्ता असल्याचे घोषित केले आहे. २ सदस्यांचे वार्षिक उत्पन्न २० लाखांपेक्षा अधिक आहे. ५ सदस्यांनी वार्षिक उत्पन्न १० ते २० लाख दाखवले आहे. वय : ५ सदस्य २१ ते २४ वयोगटातील आहेत. ५३ सदस्य ४० वयाच्या आतील आहेत. ११ सदस्य ५१ ते ७० वयोगटातील आहेत.

तक्ता क्र.६ : पश्चिम महाराष्ट्रातील महानगरपालिकांमध्ये जात व प्रदेशानुसार २०१२-२०१७ मधील बलाबल

	सोलापूर	कोल्हापूर	सांगली	पुणे	पिंपरी-चिंचवड	अहमदनगर	एकूण	%
मराठा	११	३९	१८	६५	६४	२२	२१९	३६.५%
कुणबी	०	३	३	१८	१०	०८	४२	७.१०%
लिंगायत	१३	२	६	०	१	१	२३	३.८९%
धनगर	७	०	८	१	१	१	१८	३.४%
माळी	०	०	०	१२	७	६	२५	४.१६%
मातंग	१	६	१	८	१	३	२०	३.३८%
मुस्लीम	१३	३	१०	२	४	७	३९	६.५%
नवबौद्ध/महार	७	४	८	११	१३	३	४६	७.७८%
ब्राह्मण	३	०	२	६	२	१	१४	२.३६%
पद्मशाली	१८	०	०	०	०	३	२१	३.५५%
जैन	०	३	७	१	०	२	१३	२.१%
वडार	२	०	२	७	३	१	१५	२.५%
इतर	२७	६	११	२१	२२	१०	९७	१६.४१%
एकूण	१०२	६६	७६	१५२	१२८	६८	५९२	१००%

(आधार : संशोधकाने संकलित केलेली माहिती , नीला २०१५ व २०१७)

तक्ता क्र.७ : सोलापूर मनपामधील सदस्यांचे जात व पक्ष यांचे वर्गीकरण

	भाजप	शिवसेना	काँग्रेस	राष्ट्रवादी काँग्रेस	एम.आय.एम	बीएसपी	सीपीएम	एकूण
लिंगायत	१२	१				१		१४
पद्मशाली	७	८						१५
मुस्लीम			५		७			१२
मराठा	२	५	२					९
नवबौद्ध/महार	४	१	१		२	१		९
धनगर	३	२	१					६
चर्मकार /मोची	२		३					५
टकारी/कैकाडी		२		३				५
तोगटवीर	३							३
महादेव कोळी	१		१					२
वडार	२							२
कुरुहीनशेट्टी	२							२
लोधी	२	१						३
लमाण	२							२
पारधी (एस.टी.)	२							२
इतर जाती	५	१	१	१		२	१	११
एकूण	४९	२१	१४	४	९	४	१	१०२

(आधार : संशोधकाने संकलित केलेली माहिती, नीला २०१५ व २०१७)

तळटिपा : १) निवडून आलेल्या काही सदस्यांवर फौजदारी गुन्हे व गंभीर स्वरूपाचे गुन्हे नोंद आहेत. निवडून आलेल्या २३ सदस्यांवर फौजदारी गुन्हे व १४ नगरसेवकांवर गंभीर स्वरूपाचे गुन्हे नोंद आहेत. गंभीर गुन्ह्यांमध्ये खून, खुनाचा प्रयत्न, महिलाविषयक गुन्हे, अपहरण, खंडणी व फसवणूक इत्यादी स्वरूपाचे गुन्हे आहेत.

२) पक्ष निहाय विचार केल्यास भाजपचे १०, शिवसेनेचे ५, काँग्रेसचे ३, एम.आय.एम.चे २, बी.एस.पी.चा १, राष्ट्रवादी काँग्रेसचे २, आणि इतर पक्षाचा १ अशा नगरसेवकांवर विविध गुन्हे नोंदविले आहेत. गंभीर गुन्ह्याच्या बाबतीत भाजपचे ५, शिवसेनेचे ४, काँग्रेस, एम.आय.एम., व बी.एस.पी.चे प्रत्येकी १, राष्ट्रवादी काँग्रेसचे २ नगरसेवकांवर गंभीर गुन्हे नोंदविले गेले आहेत.

१८

लातूर महानगरपालिका निवडणुकीचा परामर्श

प्रमोद शिंदे
सुनील शिंदे

महाराष्ट्रातील राजकारणाचा अभ्यास करीत असताना स्थानिक पातळीवरील निवडणुकींच्या राजकारणाचा आढावा घेणे महत्त्वाचे ठरते. राजकीय पक्ष म्हणजे शासनयंत्रणा आणि जनता यांच्यातील दुवा होय. जनतेच्या आशा-आकांक्षांना धोरण व कार्यक्रमांच्या रूपाने मूर्त स्वरूप देऊन त्यांची शासनयंत्रणेद्वारे अंमलबजावणी करून घेणे हे राजकीय पक्षाचे कार्य असते. जिल्ह्याच्या राजकीय प्रक्रियेचा अभ्यास करावयाचा असेल तर जिल्ह्यातील राजकीय पक्ष, त्यांची ध्येय-धोरणे, त्यांनी व्यापलेला राजकारणातला अवकाश इत्यादींचा आपणास शास्त्रशुद्ध आणि पद्धतशीरपणे अभ्यास करावा लागतो. राजकीय पक्ष हे लोकशाही राज्यव्यवस्थेचा गाभा असतात. समाजातील व्यक्तींना, गटांना जोडण्याचे कार्य राजकीय पक्ष करीत असतात. समाजामध्ये असणाऱ्या सुट्या-सुट्या व्यक्तींचा राजकारणावर म्हणावा इतका प्रभाव पडत नसतो; तर त्यांच्या समूहात्मक कृतींचा प्रभाव सरस ठरत असतो. त्यामुळे सामूहिक कृतींचा अभ्यास आपणास करावा लागतो. मग ते महाराष्ट्राचे राजकारण असो वा जिल्ह्याचे राजकारण असो, तेथील राजकीय पक्षांचे अध्ययन करणे क्रमप्राप्त ठरते.

सदर लेखात लातूर जिल्ह्यातील महानगरपालिका निवडणुकींच्या पक्षीय कामगिरीवर विश्लेषण करण्यात आले आहे. त्यामध्ये २०१२ व २०१७ मधील सार्वत्रिक निवडणुकीतील पक्षीय बलाबल, मतांची टक्केवारी, संवर्गनिहाय वर्गीकरण, प्रचाराचे स्वरूप आदींचा अभ्यास करण्यात आला आहे. लातूर जिल्हा हा पूर्वापार काँग्रेसचा बालेकिल्ला म्हणून ओळखला जातो. या जिल्ह्यातून राज्य व राष्ट्रीय स्तरावर काँग्रेस पक्षातून नेतृत्व विकसित झाले आहे. त्यामध्ये स्व. विलासराव देशमुख, शिवराज पाटील चाकूरकर, शिवाजीराव पाटील निलंगेकर यांची नावे आपणास घेता येतील. यांच्या कार्यातून तसेच व्यूहरचनेतून लोकसभा, विधानसभा, विधानपरिषद तसेच स्थानिक पातळीवरील जिल्हा परिषद, पंचायत समित्या, नगरपालिका, नगरपंचायत, सहकारी सोसायट्या, सहकारी साखरकारखाने यांच्यावर काँग्रेस पक्षाचा वरचष्मा होता. परंतु, जिल्ह्यातील राजकारणात

मागील दोन वर्षांत काँग्रेस पक्षाच्या नेतृत्वाची पडझड झालेली दिसते. तसेच काँग्रेस पक्षांतर्गत गटा-तटांचा उदय झाला, जातींची समीकरणे बदलली त्यातून स्व. विलासराव देशमुख यांच्या नंतर जी राजकीय पोकळी जिल्ह्याच्या राजकारणात निर्माण झाली ती मागील दोन वर्षांत भरून काढण्याचा प्रयत्न भाजपने केला. परिणामी लातूर शहर व ग्रामीण विधानसभा मतदारसंघ वगळता जिल्ह्यात इतरत्र भाजपचा शिरकाव झाल्याचे दिसून येते. तसेच महानगरपालिकेच्या २०१७ मधील सार्वत्रिक निवडणुकीतून हे स्पष्टपणे दिसते. त्यामुळे भाजपचे जिल्ह्याचे पालकमंत्री संभाजीराव पाटील निलंगेकर यांच्या रूपाने जिल्ह्यात नवीन नेतृत्व विकसित झालेले आहे.

लातूर जिल्ह्याची सामाजिक व आर्थिक पार्श्वभूमी

उस्मानाबाद जिल्ह्याचे विभाजन करून १६ ऑगस्ट १९८२ रोजी लातूर या नवीन जिल्ह्याची निर्मीती करण्यात आली. लातूर या अ वर्ग नगरपालिकेची स्थापना १९३५ साली झाली. २५ ऑक्टोबर २०११ रोजी लातूर शहरास महानगरपालिकेचा (ड वर्ग) दर्जा देण्यात आला. २०११च्या जनगणनेप्रमाणे शहर हद्द २१.०० चौ.कि.मी. आहे. लातूर शहराची लोकसंख्या ३९६९५५ इतकी असून ग्रामीण लोकसंख्या २८६७११ इतकी आहे. जिल्ह्यात १ महानगरपालिका व ४ नगरपरिषदा असून त्यांचे २०१२-१३ चे उत्पन्न ११४०२.४५ लक्ष तर खर्च १०३८४.५७ लक्ष एवढा झाला. उत्पन्नाच्या बाबीमध्ये प्रामुख्याने २४.०९ टक्के करापासून, ६७.४० टक्के शासकीय अनुदान व वर्गणीपासून तर ८.५१ टक्के उत्पन्न इतर मालमत्ते पासून मिळाले. एकूण खर्चाच्या १२.५६ टक्के खर्च सार्वजनिक आरोग्य सेवेवर, १९.६८ टक्के सामान्य प्रशासन, १.१० टक्के शिक्षण व ६६.६६ टक्के इतर बाबींवर खर्च झाला.

महानगरपालिका निवडणुकीतील प्रचाराचे स्वरूप

प्रत्यक्ष प्रचारात काय दिसले? काँग्रेस, भाजप-रिपाइं, शिवसेना आणि बंडखोर काँग्रेस उमेदवार यांनी स्थानिक पातळीवरील पक्षाच्या अस्तित्वावर प्रचार केला. आम्हीच चांगला स्वच्छ कारभार कसा केला याबद्दल काँग्रेसने लोकांना विश्वास दिला. लातूर शहराचे विद्यमान आमदार अमित देशमुख यांनी संपूर्ण प्रचारयंत्रणा राबवली. या प्रचारयंत्रणेत मागील ३५ वर्षांत काँग्रेसने केलेल्या विकास कामावर लक्ष केंद्रित केले.

या संदर्भात माजी मुख्यमंत्री अशोक चव्हाण, माजी केंद्रीय गृहमंत्री सुशीलकुमार शिंदे, माजी मंत्री पतंगराव कदम, माजी मंत्री हर्षवर्धन पाटील, बाळासाहेब थोरात, बसवराज पाटील आदि नेत्यांच्या प्रचारसभा आयोजित करण्यात आल्या होत्या. तसेच प्रचार सभेचा शेवट हा सिने अभिनेते रितेश देशमुख यांच्या रॅलीने झाला. भाजपच्यावतीने प्रदेशाध्यक्ष रावसाहेब दानवे, समाजकल्याण मंत्री राजकुमार बडोले, शहानवाज हुसेन,

केंद्रीय राज्यमंत्री रामदास आठवले यांनी भाजपा-रिपाइं उमेदवारांच्या प्रचारार्थ शहरात सभा घेतल्या. तसेच मुख्यमंत्री देवेंद्र फडणवीस यांनी लोकांमध्ये विश्वास जागृत करण्यासाठी शिक्षणाप्रमाणेच विकासाचा पॅटर्न देण्याचे आश्वासन दिले. तसेच लातूरात झोपडपट्टी वासियांसाठी पक्की घरे, लातूर शहरात सीसीटीव्ही लावणे, मुंबई प्रमाणे लातूरच्या सीसीटीव्ही बरोबर नवे तंत्रज्ञान देण्याचे, नागपूर पालिकेप्रमाणे टॉयलेटसाठी वापरलेल्या पाण्यातून वीजनिर्मिती प्रकल्प उभारणे आदी विषयांवर सभा घेतली. त्याचप्रमाणे महाराष्ट्र विकास आघाडी, एमआयएम, शेतकरी संघटना, परिवर्तन आघाडीचे उमेदवार यांनीदेखील निवडणूक प्रचारात सक्रिय सहभाग घेतला.

एमआयएमचे संस्थापक खा. असदुद्दीन ओवेसी यांच्या जिल्ह्यात दोन सभा तसेच आ. इम्तियाज जलील, ॲड. आण्णाराव पाटील आदींनीदेखील प्रचारसभा घेतल्या. या एकूणच प्रचार सभेत भाजपचे जिल्ह्यातील पालकमंत्री संभाजीराव पाटील निलंगेकर यांनी प्रचारयंत्रणा सांभाळली. या प्रचारातील मुख्य विषय पाणी टंचाई, कचरा व्यवस्थापन, महापालिकेतील भ्रष्टाचार हे होते. भाजपची केंद्रात आणि राज्यात सत्ता आहे. त्यामुळे मनपातही 'एकहाती सत्ता द्या' या मुद्द्यावर प्रचार करून पालकमंत्री संभाजीराव पाटील यांनी मतदारांना भाजपकडे आकृष्ट केले. लातूरात उद्‌भवलेली भीषण पाणीटंचाई ही निसर्गनिर्मित नसून, मानवनिर्मित आहे. पिण्यापुरते पाणी असताना ते काँग्रेसच्या नेत्यांनी साखरकारखान्यांसाठी नेले त्यामुळे पाणीटंचाई उद्‌भवली, मनपातील सत्ताधारी काँग्रेसच्या पदाधिकाऱ्यांनी वाहन भाड्यातून भ्रष्टाचार केला, कचऱ्याचा प्रश्न सोडविला नाही, खतनिर्मितीचा प्रकल्पही उभारला नाही. पाणीटंचाईच्या काळात शहराला स्थानिक आमदारांनी लक्ष दिले नाही उलट भाजप शासनाने रेल्वेने पाणी आणून लातूरकरांना दिले आदी आरोप सत्ताधारी पक्षावर त्यांनी केले.

मनपा निवडणुकीतील पक्षीय राजकारण

लातूर जिल्ह्याच्या राजकारणातील जिल्हापरिषद व महानगरपालिका या दोन महत्त्वाच्या स्थानिक संस्थांवर काँग्रेस पक्षाची एकहाती सत्ता होती. त्याला केवळ डॉ. जनार्दन वाघमारे यांचा अपवाद वगळता लातूर नगरपालिकेत काँग्रेसचे नगराध्यक्ष होते. २०१२ मधील झालेल्या मनपाच्या पहिल्या सार्वत्रिक निवडणुकीत काँग्रेसचा वरचष्मा होता. परंतु, २०१७ मधील मनपाच्या दुसऱ्या सार्वत्रिक निवडणुकीत भाजपने पालकमंत्री संभाजीराव पाटील निलंगेकर यांच्या नेतृत्वाखाली सत्ता प्राप्त केली. यापूर्वीच झालेल्या जिल्हा परिषद निवडणुकीत ५८ पैकी ३७ जागा जिंकून भाजपने सत्ता स्थापन केली. तसेच १० पैकी ८ पंचायत समित्यांवरही भाजपची सत्ता प्रस्थापित झाली. केवळ दोन पंचायत समित्यांवर काँग्रेसची सत्ता राहिली आहे. उदगीर, निलंगा आणि अहमदपूर

नगरपालिकेवरही भाजपची सत्ता आहे. रेणापूर, देवणी, जळकोट नगरपंचायती भाजपच्याच ताब्यात आहेत. शिरूर अनंतपाळ काँग्रेस-रा.काँ. आघाडीच्या ताब्यात असून, चाकूर नगरपंचायत राष्ट्रवादी आघाडीच्या ताब्यात आहे. परिणामी जिल्ह्यात काँग्रेसचा प्रभाव कमी झाल्याचे दिसून येते.

तक्ता क्र. १ : लातूर महापालिकेतील पक्षीय बलाबल

पक्ष	वर्ष २०१२	वर्ष २०१३
भाजप	००	३६
काँग्रेस	४९	३३
राष्ट्रवादी काँग्रेस	१३	०१
शिवसेना	०६	००
रिपाइं	०२	००

वरील तक्त्यावरून असे दिसते की, भाजपच्या जागा वाढल्या तर काँग्रेसच्या जागा कमी झाल्या आणि २०१७मध्ये प्रथमच लातूर महानगरपालिकेत भाजपची सत्ता स्थापन झाली.

महानगरपालिका निवडणूक विश्लेषण

लातूर मनपाच्या निवडणुकीमध्ये एकूण १८ प्रभागातील ७० जागांसाठी ४०७ उमेदवार उभे होते. त्यासाठी ३७१ मतदानकेंद्रांची व्यवस्था केली होती. एकूण २,७७,७७५ मतदारांपैकी १,६०,८५८ मतदारांनी मतदानाचा हक्क बजावला. त्यात ८५,९९७ पुरुष तर ७४,८६१ महिला मतदारांचा समावेश असून ५७.९० टक्के मतदान झाले. प्रभागक्रमांक १८मध्ये सर्वाधिक ६६.२४ टक्के मतदान झाले; तर प्रभागक्रमांक ११मध्ये सर्वांतकमी ५१.०३ टक्के मतदान झाले.

लातूर मनपाच्या दुसऱ्या सार्वत्रिक निवडणुकीसाठी काँग्रेस, भारतीय जनता पक्ष, राष्ट्रवादी काँग्रेस पक्ष, शिवसेना, एमआयएम-परिवर्तन आघाडी याबरोबरच इतर छोट्या पक्षांसहित अपक्ष मिळून ४०७ उमेदवारांनी निवडणूक लढवली. काँग्रेस व भाजप यांनी ७० जागांसाठी उमेदवार दिले. रा.काँ. यांनी ५२, शिवसेनेने ५५, एमआयएम-परिवर्तन आघाडी ३७, तर भारिप बहुजन महासंघ, बसपा, रिपाइं आठवले यांचे किरकोळ एका जागेवर उमेदवारांनी निवडणूक लढवली. या निवडणुकीत मतदारांनी अनेक दिग्गजांना पराभूत केले त्यामध्ये सर्वाधिक ४ उमेदवार काँग्रेस पक्षाचे आहेत याशिवाय रा.काँ., शिवसेना, रिपाइं या पक्षांचे माजी गटनेतेही पराभूत झाले. काँग्रेस सोडून भाजपात गेलेले

सुरेश पवार, ज्योती आवसकर व राष्ट्रवादीतून आलेले शैलेश स्वामी पुन्हा निवडून आले. पक्षांतरानंतर विजयी झालेल्या उमेदवारांमध्ये सुरेश पवार, ज्योती आवसकर, अजित पाटील कव्हेकर, रागिणी यादव, हनुमान जाकते, शकुंतला गाडेकर, अजय कोकाटे, दीप्ती खंडागळे, आयुब मणियार, संगिता रंदाळे, अशोक गोविंदपूरकर, रेहाना बासले तर पक्षांतरानंतर पराभूत झालेल्या उमेदवारांमध्ये राजू आकनिगरे, रवी सुडे, धनराज साठे, विद्यासागर शेरखाने, गौरव मदने, संभाजी बसपुरे, सय्यद मेहरून्निसा, अर्चना आल्टे इत्यादींचा समावेश होतो.

तक्ता क्र. २ : विजयी उमेदवारांचे संवर्गनिहाय वर्गीकरण

अ.क्र.	पक्ष	निवडून आलेली सदस्य संख्या	उमेदवारांचे संवर्गनिहाय वर्गीकरण
१	भाजपा	३६	ओपन-२१, ओबीसी-१०, एससी-०४, एसटी-०१
२	काँग्रेस	३३	ओपन-१६, ओबीसी-०९,एससी-०८
३	राष्ट्रीय काँग्रेस	०१	ओपन-०१ (मुस्लीम)

(स्रोत : वेबसाईट, लातूर मनपा.)

वरील तक्त्यावरून दिसून येते की खरी लढत ही भाजप व काँग्रेस पक्षामध्ये होती. भाजपच्या निवडून आलेल्या एकूण सदस्यांपैकी ओपन संवर्गातून २१ तर काँग्रेस पक्षाचे ओपन संवर्गातून १६ उमेदवार निवडून आले. ओबीसी संवर्गातून १० उमेदवार हे भाजपचे तर ०९ हे काँग्रेसचे तसेच भाजपमध्ये एस.सी. संवर्गातून ०४ तर काँग्रेसचे ०८ उमेदवार विजयी झाले आहेत. राष्ट्रवादी काँग्रेसचा विजयी उमेदवार मुस्लीम समाजाचा आहे. काँग्रेस पक्षातून निवडून आलेल्या एकूण सदस्यांपैकी ०६ उमेदवार मुस्लीम समाजाचे आहेत. यावरून असे दिसते की, काँग्रेस पक्षाचा पारंपरिक पाठीराखा वर्ग दलित व मुस्लीम समाजाचा आहे.

तक्ता क्र. ३ : पक्षनिहाय मतांची टक्केवारी (एप्रिल २०१७)

अ.क्र.	पक्ष	मिळालेली एकूण	मतांची टक्केवारी
१	काँग्रेस	२४६८४७	४१
२	भाजप	२३८७२८	३९.४७
३	राष्ट्रवादी काँग्रेस	४५८५५	८
४	शिवसेना	२१५९८	४
५	एमआयएम	१२२९८	३
६	रिपाइं	११३४१	२
७	महाराष्ट्र विकास आघाडी	१८६७	०.३२

लातूर महानगरपालिकेच्या निवडणुकीत नगरसेवकांच्या आकड्यात काँग्रेसपेक्षा भारतीय जनता पक्ष तीनने पुढे असून, मतदानाच्या आकडेवारीमध्ये मात्र काँग्रेस पक्ष प्रथम स्थानावर आहे. भारतीय जनता पक्षाला २ लाख ३८ हजार ७२८ मते मिळाली असून, काँग्रेस पक्षाला २ लाख ४६ हजार ८४७ मते मिळाली. प्रभाग क्रमांक ७ भाजपने मित्र पक्ष असलेल्या रिपाइंला सोडला होता. या मित्र पक्षाला पडलेली मते सोडली तर भाजप मतांच्या आकडेवारीत दुसऱ्या स्थानावर आहे. मित्रपक्षाला पडलेली मते भाजपात वर्ग केली तर त्यांचा प्रथम क्रमांक लागतो. राष्ट्रवादीला ४५ हजार ८५५, शिवसेनेला २१ हजार ५९८ आणि एमआयएमला १२ हजार २९४ मते मिळाली आहेत.

लातूर महानगरपालिकेची निवडणूक अटीतटीची झाली. या अटीतटीच्या लढतीत भारतीय जनता पक्षाचे ३६ नगरसेवक निवडून आले. काँग्रेस पक्षाचे ३३ जिंकले. एकूण १८ प्रभागात काँग्रेसचे उमेदवार होते; तर भारतीय जनता पार्टीचे १७ प्रभागात उमेदवार होते. एक प्रभाग त्यांनी मित्रपक्षाला सोडला होता. १ ते १६ प्रभागात चार उमेदवारांना आणि १७ ते १८ प्रभागात तीन उमेदवारांना पडलेल्या मतांची बेरीज केली असता काँग्रेस पक्षाच्या खात्यावर २ लाख ४६ हजार ८४७ मते आली; तर मित्र पक्षाला सोडलेला प्रभाग क्रमांक ७ वगळता भारतीय जनता पक्षाच्या खात्यावर २ लाख ३८ हजार ७२८ मते मिळाली. त्यानंतर राष्ट्रवादी काँग्रेस पक्षाला ४५ हजार ८५५ मते मिळाली आहेत.

शिवसेनेला २१ हजार ५९८ मते मिळाली असून, भाजपचा मित्रपक्ष असलेल्या रिपाइंला प्रभाग क्रमांक ७मध्ये चार उमेदवारांना एकूण ११ हजार ३४१ मते मिळाली. महाराष्ट्र विकास आघाडी, भारिप बहुजन महासंघ, बसपा व अन्य अपक्षांनीही मते खाल्ली. भाजपाला पडलेल्या २ लाख ३८ हजार ७२८ आणि त्यांच्या मित्रपक्षाच्या ११ हजार ३४१ मतांची बेरीज केली तर २ लाख ५० हजार ६९ मते होतात.

नगरसेवकांच्या आकड्यात भारतीय जनता पक्ष पुढे असून, काँग्रेस पक्षाला सर्वाधिक मते मिळाली. काँग्रेस पक्षाची टक्केवारी ४१ टक्के होते. भाजपला ३९.४७ तर राष्ट्रवादीला ८ टक्के मिळाली. उर्वरित पक्षांची टक्केवारी नगण्य आहे.

निष्कर्ष

२०१२ व २०१७ मधील मनपा सार्वत्रिक निवडणुकांचा अभ्यास केला असता असे दिसून येते की, २०१२मध्ये लातूर महापालिकेत काँग्रेस पक्षाची एक हाती सत्ता होती. नंतरच्या काळात मोदी लाटेच्या परिणाम स्वरूप काँग्रेसचा बालेकिल्ला ढासळला. मनपाच्या दुसऱ्या सार्वत्रिक निवडणुकीत काँग्रेस पक्षाच्या एकूण जागा कमी झाल्या परंतु भाजपची तुलना केली असता मतांची टक्केवारी जास्त होती. भाजपने काँग्रेस पक्षापेक्षा तीन अधिक जागांवर आपले वर्चस्व सिद्ध करून मनपात सत्ता स्थापन केली. खऱ्या

अर्थाने दुसरी सार्वत्रिक निवडणूक ही केवळ काँग्रेस व भाजप या दोन पक्षातच दिसून येते. अमित देशमुख विरुद्ध संभाजी पाटील निलंगेकर असे निवडणुकीचे स्वरूप दिसून येते. परिणामी जिल्ह्यात स्थानिक स्वराज्य संस्थेमध्ये भाजपचा प्रवेश झाला तसेच भाजपने शहरी भागाबरोबरच ग्रामीण भागात आपले पाय रोवल्याचे दिसते. त्यामुळे येणाऱ्या आगामी विधानसभा निवडणुकीत अमित देशमुख यांच्या नेतृत्वा समोर काँग्रेस पक्षाचा प्रभाव टिकविण्याचे आव्हान निर्माण झाले आहे. परिणामी लातूरच्या जनतेने बिगर काँग्रेस पक्षास कौल दिला आहे. त्यामुळे लातूरमध्ये भाजप 'झिरो टू हिरो' बनली असा प्रचार करण्यात आला.

११

परभणी महानगरपालिका निवडणूक

सुरेश भालेराव
सुनील शिंदे

महाराष्ट्र राज्यात एकूण २६ महानगरपालिका व २२४ नगरपालिका आहेत. महाराष्ट्रातील शहरी प्रशासनाच्या व राजकारणाच्या दृष्टीने महत्त्वपूर्ण असलेल्या महानगरपालिकांच्या निवडणुका फेब्रुवारी २०१७ व एप्रिल २०१७ या दोन टप्प्यात पार पडल्या. १९ एप्रिल २०१७ रोजी महाराष्ट्रातील चंद्रपूर, लातूर, परभणी या महानगरपालिकांसाठी निवडणुका पार पडल्या. या निवडणुका स्थानिक राजकारणाच्या दृष्टीने महत्त्वाच्या तर आहेतच पण त्यांचा परिणाम राज्याच्या राजकारणावर निश्चितपणे होताना दिसून येतो.

एकंदरीतच महाराष्ट्राच्या राजकारणाचा पोत समजून घ्यायचा असेल तर स्थानिक पातळीवरील राजकारण समजून घेतले पाहिजे. हे तत्त्व आज सर्वमान्य होताना दिसते. त्यातून दोन बाबी साध्य होऊ शकतात. त्यामध्ये वेगवेगळ्या भागातील राजकारणाची परस्परांशी तुलना करून विशिष्ट भागातील स्थानिक राजकारणात प्रभावशाली बाबींची कल्पना येऊ शकते किंवा विशिष्ट भागात कोणते घटक राजकारणाला प्रभावित करतात, याचा आढावा घेता येतो. यातून विशिष्ट भागातील राजकारणाची खास वैशिष्ट्ये कोणती आहेत, याचा उलगडा होऊन त्या भागातील राजकारण समजून घेण्यास मदत होते; कारण स्थानिक राजकारणाला स्वतंत्र कंगोरे असतात. खऱ्या अर्थाने राज्याच्या राजकारणाचा सूक्ष्म रीतीने अभ्यास करावयाचा असेल तर स्थानिक पातळीवरील राजकारणाचा परामर्श घ्यावा लागतो. त्यातूनच राज्य पातळीवरील राजकारणाच्या स्थूल प्रवाहाचे विश्लेषण करता येणे शक्य होते.

या पार्श्वभूमीवर एप्रिल २०१७मध्ये नुकत्याच झालेल्या परभणी महानगरपालिका निवडणुकांचे विश्लेषण सदर लेखामध्ये करण्याचा प्रयत्न केला आहे. या लेखामध्ये परभणी महानगरपालिका निवडणुकीतील पक्षीय बलाबल, स्त्री-पुरुष सदस्यसंख्या, मुस्लीम, अनुसूचित जाती-जमाती यांचा राजकारणातील सहभाग इत्यादी बाबींचे निवडणुकीच्या आकडेवारीवरून विश्लेषण करण्यात आले आहे.

परभणी : भौगोलिक, आर्थिक व सामाजिक परिस्थिती

कोणत्याही प्रदेशाच्या राजकारणावर तेथील सामाजिक परिस्थितीचा फार मोठा प्रभाव पडतो. त्याला परभणी शहरदेखील अपवाद नाही. परभणी शहरात हिंदू, मुस्लीम, ख्रिश्चन, जैन, बौद्ध या धर्माचे लोक राहतात. त्यामध्ये अनेक जाती-पोटजाती आहेत. लोकसंख्येतील विविध धर्मियांच्या प्रभावाचा विचार करता हिंदू ६५ टक्के, मुस्लीम ३२ टक्के, बौद्ध ४ टक्के व इतर धर्मीय १ टक्के एवढे प्रमाण आहे. हिंदू धर्मापाठोपाठ मुस्लीम धर्मियांचे शहरातील वास्तव्य हे हिंदू-मुस्लीम मतांच्या ध्रुवीकरणात महत्त्वाचे ठरते. मतांच्या ध्रुवीकरणामुळे त्यांचा फायदा लोकसभा व विधानसभा निवडणुकीत शिवसेना पक्षाला झाला असल्याचे मागच्या निवडणूक निकालावरून स्पष्ट होते. मुस्लीम मतांची एकगठ्ठा व्होट बँक ही स्थानिक राजकारणात महत्त्वपूर्ण ठरते. मुस्लीम मतदार काँग्रेस व राष्ट्रवादी काँग्रेस या पक्षांना मोठ्या प्रमाणात मतदान करताना दिसतात. तर बौद्ध धर्मीय मतदारदेखील या पक्षाबरोबर जातात; तर हिंदू मतदार शिवसेना-भाजप या पक्षाकडे मोठ्या प्रमाणात झुकलेला आहे.

परभणी शहरात मराठा जात बहुसंख्य आहे. परभणी जिल्ह्यात मराठा समाजाचे प्रमाण ३७.८४ क्के इतके आहे आणि एक प्रभावी जात म्हणून जिल्ह्याच्या राजकारणात ती केंद्रस्थानी आहे. जात व धर्म हे घटक परभणी शहराच्या राजकारणात अतिशय प्रभावशाली आहेत. मुस्लीम धर्मियांचे लोक परभणी शहराच्या मध्यवर्ती भागात मोठ्या प्रमाणात वास्तव्यास आहेत. राम जन्मभूमी आंदोलन व बाबरी मशीद वादामध्ये शहरात बॉम्बस्फोट व दंगली झाल्या होत्या. तेव्हापासून हिंदूविरोधी मुस्लीम असा सुप्त संघर्ष शहरात दिसून येतो. याचा फायदा शिवसेना या पक्षाने घेतला आहे. त्यामुळे मुस्लीम समुदायदेखील राजकीय भान बाळगून आहे. त्यामुळे स्थानिक पातळीवरील राजकारणात त्याचा सहभाग व प्रभाव लक्षणीय आहे. शिवसेना पक्षाने मुस्लीम विरोधाच्या मुद्द्यावर राजकीय पकड मजबूत केली. परभणी जिल्हा हा शिवसेनेचा बालेकिल्ला म्हणून ओळखला जातो. परंतु, स्थानिक स्वराज्य संस्था राजकारणाचा विचार केला तर शिवसेनेपेक्षा काँग्रेस, राष्ट्रवादी काँग्रेस यांच्याकडेच सत्तेची सूत्रे कायम राहिली आहेत. त्याचे कारण शहरात लक्षणीय असलेल्या मुस्लीम व बौद्ध धर्मियांचा पाठिंबा या पक्षांना मिळतो. त्यामुळे राज्यपातळीवर व देशपातळीवर प्रतिनिधित्व करण्यासाठी शिवसेना तर स्थानिक सत्ता मात्र काँग्रेस व राष्ट्रवादी काँग्रेस यांच्याकडे असे चित्र पाहावयास मिळते.

परभणी शहराचा विकास झाला नाही. आज शहराची ओळख महानगर अशी असली तरी परभणी शहर मागासलेले म्हणून ओळखले जाते. औद्योगिकदृष्ट्या हा जिल्हा मागास म्हणून ओळखला जातो. परभणी शहरात एम.आय.डी.सी. आहे. परंतु, त्यातील बरेच उद्योग बंद आहेत. त्यामुळे मोठ्या प्रमाणात रोजगाराच्या संधी उपलब्ध

नाहीत. अठरापगड जातींचे लोक उदरनिर्वाहासाठी आपला पारंपरिक जातव्यवसाय आधुनिक पद्धतीने करत असलेले दिसतात. लोकांना रोजगारासाठी जनरल स्टोअर्स, मेडिकल, कापड दुकाने शोरूम इ.वर अवलंबून राहावे लागते. शहरात प्रक्रिया उद्योग व त्यातून निर्माण होणारा रोजगार यांचा मोठ्या प्रमाणात अभाव आहे. त्यामुळे सुपीक जमीन व मुबलक पाणीव्यवस्था असूनदेखील शहराचा व परिसराचा विकास होऊ शकला नाही. कृषी विद्यापीठ वगळता तांत्रिक व कौशल्याधारित शिक्षण देणाऱ्या शैक्षणिक संस्था येथे नाहीत. तसेच मेडिकल, बी-फार्म अशी वैद्यकीय शिक्षण देणारी महाविद्यालये नाहीत. त्यामुळे शैक्षणिक दृष्ट्यासुद्धा मागास शहर अशीच परभणीची ओळख आहे.

परभणी शहराचे राजकारण

परभणी जिल्ह्यात संघर्षाचा व चळवळीचा राजकीय वारसा आहे. हैदराबाद मुक्तिसंग्रामात जिल्ह्यातील नेत्यांचा सक्रिय सहभाग राहिला. संयुक्त महाराष्ट्र निर्मितीनंतर १९६० ते १९८९ या काळात शेतकरी कामगार पक्षाचा प्रभाव जिल्ह्यात होता. अगदी सुरुवातीपासूनच परभणी जिल्ह्याची ओळख विरोधी पक्षाचा जिल्हा अशी आहे. सत्ताधारी काँग्रेस पक्षापुढे शेतकरी कामगार पक्षाचे आव्हान होते. त्यानंतरच्या काळात मात्र निर्माण झालेल्या पोकळीत शिवसेनेने जिल्ह्याच्या राजकारणात आपले स्थान निर्माण केले. एखादा अपवाद वगळला तर लोकसभा व विधानसभा निवडणुकांमध्ये शिवसेना पक्षाचे उमेदवार सातत्याने विजयी झाले; मात्र, स्थानिक संस्थांमधील ग्रामीण व शहरी राजकारणाचा आढावा घेतला तर काँग्रेस व राष्ट्रवादी काँग्रेस यांच्याकडेच सत्तासूत्रे राहिली आहेत. परभणी शहर नगरपरीषद असताना सुरुवातीचा शेतकरी कामगार पक्षाचा काही काळ वगळला तर सातत्याने काँग्रेस पक्ष हाच परभणी नगरपालिकेत सत्ताधारी पक्ष राहिलेला आहे.

परभणी शहराची वाढती लोकसंख्या व विस्तार लक्षात घेता, महाराष्ट्र शासनाने परभणी नगरपालिकेला सन २०११मध्ये महानगरपालिकेचा दर्जा दिला. त्यानुसार परभणी महानगरपालिकेसाठी २०१२मध्ये प्रथम निवडणुका झाल्या. परभणी शहराच्या नगरपालिकेचे रूपांतर महानगरपालिकेत झाल्यानंतर निवडणुकीमध्ये फारसा बदल झाला नाही. प्रभागरचना सारखीच होती. ६५ सदस्यांसाठी झालेल्या या निवडणुकीत तीनच पक्ष प्रभावी होते. त्यातही काँग्रेस आणि राष्ट्रवादी काँग्रेस या दोन पक्षातच बहुतांश प्रभागात लढती झाल्या. मोजक्याच एक-दोन प्रभागातच तिरंगी-चौरंगी लढती पाहावयास मिळाल्या. महानगरपालिकेच्या ६५ जागांसाठी एकूण ४२३ उमेदवार निवडणुकीच्या रिंगणात होते. या निवडणुकीत २९ प्रभाग असून ते द्विसदस्यीय होते. २०१७च्या निवडणुकीसाठी मात्र प्रभागरचनेत बदल करण्यात आला.

प्रभागरचनेचे बदलते स्वरूप

परभणी महानगरपालिकेची पहिली निवडणूक २०१२ साली प्रभाग पद्धतीनुसार झाली. या निवडणुकीत दोन सदस्यांचा एक प्रभाग तयार केला होता; परंतु, २०१७च्या निवडणुकीसाठी मात्र चार सदस्यांचा एक प्रभाग तयार करण्यात आला. यामुळे मतदारांची संख्या वाढली. प्रत्येक प्रभागात १२ ते १५ हजार मतदारांचा समावेश करण्यात आला. शहरात एकूण सोळा प्रभाग असून १५ क्रमांकाचा प्रभाग सर्वांत मोठा आहे. या प्रभागात सर्वाधिक १८ हजार ६८७ एवढे मतदार असून पाच सदस्य निवडले गेले. या प्रभागरचनेनुसार १६ प्रभागातून ६५ सदस्यांसाठी दिनांक १९ एप्रिल २०१७ रोजी मतदान पार पडले. त्यांचा निकाल २१ एप्रिल २०१७ रोजी जाहीर झाला.

पक्षीय राजकारण

महानगरपालिकेची सत्ता आपल्या ताब्यात असावी यासाठी काँग्रेस, राष्ट्रवादी काँग्रेस, शिवसेना, भाजप या प्रमुख पक्षांशिवाय एमआयएम, शेकाप हे पक्ष निवडणुकीच्या आखाड्यात उतरले. प्रमुख चार पक्ष ताकदीने उतरल्याने या निवडणुकीतील लढती चौरंगी झाल्या. मागच्या निवडणुकीत भाजपचा प्रभाव अत्यल्प होता. त्यांचे दोनच सदस्य होते. हे चित्र बदलण्यासाठी देशाच्या व राज्याच्या राजकारणात सत्ताधारी असलेल्या भारतीय जनता पक्षाने जिल्हा परिषदेच्या निवडणुकांपासून स्थानिक संस्थांच्या निवडणुकीत सर्व ताकदीनिशी सहभाग घेतला. त्यामुळे या पक्षाकडून निवडणूक लढविणाऱ्या इच्छुकांची संख्या वाढली. काँग्रेस, राष्ट्रवादी काँग्रेस, शिवसेनेपाठोपाठ भारतीय जनता पक्षाने ६१ जागांवर उमेदवार उभे केले. या निवडणुकीमध्ये प्रमुख राजकीय पक्षांनी सर्वच ६५ जागांवर उमेदवार देण्याचा प्रयत्न केला. काँग्रेस आणि राष्ट्रवादी काँग्रेसने सर्वच जागांवर उमेदवार दिले. शिवसेनेने ६४ जागांवर उमेदवार दिले. त्यामुळे बहुतांश प्रभागात चार पक्षांमध्ये लढत झाली.

पक्षांतर

परभणी महानगरपालिका निवडणुकीत सर्वच पक्षांना पक्षांतराचा सामना करावा लागला. परभणी जिल्ह्यातील राष्ट्रवादीची कमान माजी मंत्री सुरेशराव वरपुडकरांच्या हाती होती. त्यांनीच विधानसभा निवडणुकीपूर्वी राष्ट्रवादी काँग्रेस पक्षातून काँग्रेस पक्षात प्रवेश केला. त्यामुळे त्यांना मानणाऱ्या राष्ट्रवादी काँग्रेस पक्षातील समर्थकांनी मोठ्या प्रमाणात काँग्रेस पक्षात प्रवेश केला. त्यामुळे काँग्रेसची ताकद वाढली. काँग्रेसकडे सुरेश वरपुडकर, माजी खासदार तुकारामजी रेंगे पाटील, माजी आमदार सुरेश देशमुख, उपमहापौर

भगवान वाघमारे अशी दिग्गज नेतेमंडळी प्रचाराची यंत्रणा सांभाळत होती. काँग्रेसकडे इच्छुकांची संख्या अधिक होती. पक्षाकडून उमेदवारी मिळाली नाही, म्हणून दुसऱ्या पक्षाकडून उमेदवारी मिळविण्याचे प्रमाण वाढले. राष्ट्रवादी काँग्रेसच्या ८ विद्यमान नगरसेवकांनी तिकीट मिळाले नसल्यामुळे त्यांनी पक्षांतर करून उमेदवारी दाखल केली. काँग्रेसच्या विद्यमान नगरसेवक राजश्री जावळे, स्वाती खताळ, शिवाजी भरोसे यांनी भाजपकडून उमेदवारी दाखल केली. काँग्रेस नगरसेवक डॉ. विवेक नावंदर यांनी शिवसेनेत प्रवेश केला. त्यामुळे राजकीय विचारसरणीपेक्षा राजकीय सोय अधिक महत्त्वाची याचा प्रत्यय या निवडणुकीत आला. यावेळच्या निवडणुकीत आरक्षणाचा फटका काहींना बसला. आपल्याच घरातील उमेदवार उभा करून घराणेशाही प्रस्थापित केली गेली. मावळत्या महापौर संगिता वडकर यांच्याऐवजी त्यांचे पती राजेंद्र वडकर निवडणूक रिंगणात उतरले, विद्यमान नगरसेवक व्यंकट डहाळे यांनी राष्ट्रवादीमधून भाजपमध्ये प्रवेश करून आपल्या मातोश्री यमुनाबाई डहाळे यांना रिंगणात उतरविले; आरक्षणामुळे अनेकांनी असेच पर्याय शोधून आपल्याऐवजी नातेवाइकांना निवडणुकीत उतरविले होते.

प्रचाराचे स्वरूप

परभणी महानगरपालिका निवडणुकीमध्ये प्रत्येक पक्षाने आपली प्रचार मोहीम प्रभावीपणे राबविली. परभणी जिल्ह्यात तपमान ४० अंशांपेक्षा अधिक असल्यामुळे उमेदवारांना आपला प्रचार शक्य तो सायंकाळच्या वेळी करावा लागला. परभणी शहराची झालेली बकाल अवस्था आणि वर्षानुवर्षांपासून गाजत असलेला पाण्याचा प्रश्न या निवडणुकीतही ऐरणीवर आला. रस्त्याची दुरवस्था, पाणी, रोजगारांचा अभाव या मूलभूत प्रश्नांभोवतीच प्रचार रंगला. सत्ताधारी असलेल्या राष्ट्रवादी काँग्रेसने आपल्या कार्यकाळात झालेल्या कामाचा लेखाजोखा मांडताना पाणी, रस्ते, नाले स्वच्छता यासाठी केलेले कार्य प्रचारातून जनतेपर्यंत पोहचविण्याचा प्रयत्न केला; तर सत्तेत भागीदार असलेल्या काँग्रेस पक्षाने आम्हीच परभणीला 'स्वच्छ शहर बनवू' असा प्रचार केला. विरोधी पक्षात असलेल्या शिवसेना, भाजप या पक्षांनी प्रचारयंत्रणा राबवित असताना सत्ताधाऱ्यांचे अपयश व चुका जनतेसमोर मांडण्याचा प्रयत्न केला. शहराची सध्याची अवस्था पाहता अनेक समस्या जनतेसमोर आहेत. रस्त्यांची दुरवस्था झाली असून जागोजागी खड्डे पडले आहेत.

राजकीय पक्षांनी उमेदवार देताना जातीय समीकरणावरही भर दिला. कोणत्या प्रभागात कोणत्या जातीचे प्राबल्य आहे, त्यानुसार प्रचाराची रणनीती आखण्यात आली. त्यामुळे बहुसंख्य व शहराच्या अनेक भागात एकगठ्ठा असलेला मुस्लीम मतदार आपल्याकडे वळविण्यासाठी मोठ्या प्रमाणात मुस्लीम उमेदवार देण्यात आले. शहरात

मराठा जातीचे प्राबल्य असल्यामुळे सर्वच पक्षांनी मोठ्या प्रमाणात मराठा उमेदवार उभे केले. शहरात मुस्लीम सदस्यसंख्या अधिक असल्याने काँग्रेस, राष्ट्रवादी काँग्रेस या पक्षांची भिस्त मुस्लीम मतांवर होती. सत्ताधारी राष्ट्रवादी काँग्रेसकडे पक्षांतरामुळे प्रभावी व सक्षम नेतृत्वाचा अभाव होता; तसेच राष्ट्रवादी काँग्रेसकडे मुस्लीम नेता व कार्यकर्त्यांची वानवा आहे. सर्वसमावेशक असा स्थानिक चेहरा राष्ट्रवादीकडे नव्हता. केवळ जिल्हाध्यक्ष असलेले आ. बाबाजानी दुर्राणी हेच पक्षाकडे मुस्लीम मते किती प्रमाणात खेचू शकतात यावर बऱ्याच प्रमाणात राष्ट्रवादी काँग्रेसचे यश अवलंबून होते. काँग्रेसमध्ये मुस्लीम नेत्यांचा भरणा अधिक आहे. मुस्लीम हे काँग्रेसचे पारंपरिक मतदार मानले जात असल्याने या पक्षाने मोठ्या प्रमाणात मुस्लिमांना उमेदवारी दिली. त्यामुळे काँग्रेसला अनुकूल स्थिती निर्माण झाली व काँग्रेसने प्रचारात आघाडी घेतली. केंद्र व राज्यातील सत्तेच्या आधारे मतदारांनी भाजपला सत्ता द्यावी त्यामुळे विकासाला चालना मिळेल, असे आवाहन प्रचाराच्या माध्यमातून भारतीय जनता पक्षाद्वारे करण्यात आले. दुसरीकडे शिवसेनेने विकासाचा मुद्दा आपल्या निवडणूक प्रचारात महत्त्वाचा बनवला. त्यामुळे या वेळच्या निवडणुका या चौरंगी झाल्या.

सर्वच राजकीय पक्षांच्या प्रचारांची भिस्त स्थानिक नेतृत्वाकडे होती. प्रदेश पातळीवरील फारसे मोठे नेते या निवडणुकीच्या प्रसारासाठी परभणीकडे आले नाहीत; त्यामुळे स्थानिक नेतृत्वानेच प्रचाराची धुरा सांभाळत असताना प्रत्यक्ष गाठीभेटी, रॅली या माध्यमातून आपल्या पक्षांचा प्रचार केला. महानगरपालिका निवडणुकीतील निकालावर नजर टाकली असता काँग्रेस, राष्ट्रवादी काँग्रेस यांच्याकडेच सत्तासूत्रे राहिली असल्याचे स्पष्ट होते. भाजपच्या जागांमध्ये तुलनेत वाढ झाली परंतु सत्तासंपादन करण्याचे त्यांचे स्वप्न मात्र पूर्ण होऊ शकले नाही. शिवसेनेला मात्र अंतर्गत गटबाजीचा फटका बसला. २०१२च्या तुलनेत त्यांच्या जागा ८ वरून ६ एवढ्या कमी झाल्या. (पहा– तक्ता क्र.१)

तक्ता क्र.१ : परभणी महानगरपालिका निवडणुकीचे निकाल (२०१७)

अ.क्र.	पक्ष	वर्ष २०१२	वर्ष २०१७
१	भारतीय राष्ट्रीय काँग्रेस	२३	३१
२	राष्ट्रवादी काँग्रेस	३०	१८
३	शिवसेना	०८	०६
४	भाजप	०२	०८
५	अपक्ष	०२	०२
	एकूण	६५	६५

(स्त्रोत–दै. लोकमत, २२ एप्रिल २०१७).

महानगरपालिका निवडणुकीत शहरातील १६ प्रभागातून ६५ जागांसाठी ४१८ उमेदवार रिंगणात होते. काँग्रेस-राष्ट्रवादी काँग्रेससह शिवसेना व भारतीय जनता पक्षाने ही निवडणूक प्रतिष्ठेची केली होती. काँग्रेस पक्षाने ही निवडणूक जिल्हाध्यक्ष सुरेश वरपुडकर यांच्या नेतृत्वाखाली; राष्ट्रवादी काँग्रेसने आ. बाबाजानी दुर्राणी, शिवसेनेने आ. राहुल पाटील; तर भारतीय जनता पक्षाने आनंद भरोसे यांच्या नेतृत्वाखाली निवडणूक लढविली. या निवडणुकीत कोणत्याच पक्षाची युती किंवा आघाडी झाली नाही. सर्वच पक्षांनी स्वबळावर निवडणुकीत भाग घेतला. ६५ जागांपैकी सर्वाधिक ३१ जागा जिंकून काँग्रेस हा परभणी महानगरपालिकेतील प्रथम क्रमांकाचा पक्ष बनला. सत्ताधारी राष्ट्रवादी काँग्रेस पक्षाने १८ जागा जिंकून द्वितीय स्थान प्राप्त केले. भारतीय जनता पक्षाने उभ्या केलेल्या ५८ उमेदवारांपैकी फक्त ८ उमेदवार विजयी झाले. शिवसेनेला मात्र गटबाजीचा मोठ्या प्रमाणात फटका बसला. शिवसेनेच्या ६२ उमेदवारांपैकी फक्त ६ उमेदवारच जिंकले. त्यामुळे शिवसेना हा चौथ्या क्रमांकाचा पक्ष ठरला. अपक्ष म्हणून निवडणूक लढविणाऱ्यांपैकी फक्त दोन उमेदवारांना निवडणूक जिंकता आली. इतर अपक्षांना मात्र मतदारांनी नाकारले. या निवडणुकीत सहभागी झालेल्या एमआयएम, भारिप, शेकाप यांना मात्र एकही जागा जिंकता आली नाही.

तक्ता क्र.२ : एकूण मतांची पक्षनिहाय टक्केवारी (एप्रिल २०१७)

अ.क्र.	पक्ष	मिळालेली एकूण मते	मतांची टक्केवारी
१	काँग्रेस	१८०७०२	३२.२३
२	राष्ट्रवादी काँग्रेस	१०८८६६	१९.४२
३	शिवसेना	१०१८०४	१८.१६
४	भाजप	९२४६६	१६.४९
५	इतर पक्ष व अपक्ष	७६६६५	१३.७०
	एकूण		१००.००

परभणी महानगरपालिका निवडणुकीत पक्षनिहाय मतांची टक्केवारी पाहता काँग्रेसला सर्वाधिक ३२.२३ टक्के मते मिळाली. त्या खालोखाल राष्ट्रवादी काँग्रेसला १९.४२ टक्के मते मिळाली. शिवसेनेला १८.१६ टक्के, भाजपला १६.४९ टक्के तर अपक्ष व इतर पक्षांना मिळून १३.७० टक्के मते मिळाली. शिवसेनेला भाजपपेक्षा अधिक मते मिळाली असली तरी तुलनेने शिवसेनेपेक्षा भाजपला दोन जागा अधिक मिळाल्या आहेत. पक्षनिहाय प्राप्त मतांच्या टक्केवारीचे विश्लेषण केल्यास स्पष्ट होते की, काँग्रेसने ५२ प्रभागात प्रभावी कामगिरी केली. काँग्रेसचे ३१ उमेदवार विजयी झाले; तर २१

उमेदवार दुसऱ्या व ७ उमेदवार तिसऱ्या स्थानावर राहिले. शिवसेनेला भाजपपेक्षा जास्त मते मिळाली. शिवसेनेचे २५ उमेदवार दुसऱ्या क्रमांकावर तर २४ उमेदवार तिसऱ्या क्रमांकावर राहिले. म्हणजे शिवसेनेचे ५५ उमेदवार पहिल्या ३मध्ये होते. यावरून शिवसेनेला प्रभावी कामगिरी करण्याची संधी होती; पण गटबाजीमुळे त्यांना पराभवाला सामोरे जावे लागले. भाजपचे ८ उमेदवार विजयी झाले तर ८ उमेदवार दुसऱ्या व १५ उमेदवार तिसऱ्या क्रमांकावर राहिले. ६५ पैकी ३४ गटात भाजप प्रभावहीन ठरला. अपक्ष व इतर छोट्या पक्षांना मिळालेल्या मतांची टक्केवारी लक्षात घेता अपक्ष उमेदवारांचा १० गटात प्रभाव राहिला. त्यामध्ये दोन अपक्ष विजयी झाले. एक उमेदवार दुसऱ्या क्रमांकावर तर ७ उमेदवार तिसऱ्या स्थानावर राहिले.

तक्ता क्र.३ : परभणी महानगरपालिकेत निवडून आलेल्या महिला व पुरुषांची आकडेवारी

अ.क्र.	वर्गवारी	काँग्रेस	रा. काँ.	भाजप	शिवसेना	अपक्ष	एकूण
१	महिला	१८	०९	०५	-	०२	३४
२	पुरुष	१३	०९	०३	०६	-	३१
	एकूण	३१	१८	०८	०६	०२	६५

परभणी महानगरपालिकेच्या एकूण ६५ जागांपैकी ३३ जागा महिलांसाठी आरक्षित होत्या; तसेच महापौरपददेखील महिलांसाठी आरक्षित होते. त्यामुळे या निवडणुकीत सर्वच राजकीय पक्षांनी महिलांना मोठ्या प्रमाणात उमेदवारी दिली होती. परभणी महापालिकेची निवडणूक लढविणाऱ्या एकूण ४१८ उमेदवारांपैकी २०९ महिला उमेदवार होत्या. शिवसेनेकडून सर्वाधिक ३४ महिला उमेदवारांना; तर काँग्रेस, राष्ट्रवादी काँग्रेस व भाजपकडून सर्वच महिलांसाठी आरक्षित ३३ जागांवर उमेदवार देण्यात आले होते. तसेच इतर लहान पक्ष व अपक्ष अशा एकूण १७२ महिला उमेदवार होत्या. महिलांसाठी आरक्षित जागांवर ३३ महिला विजयी झाल्या; त्याशिवाय महिलांसाठी आरक्षित नसलेल्या सर्वसाधारण जागेवरून एक महिला उमेदवार विजयी झाल्या. त्यामुळे एकूण ३४ महिला उमेदवार विजयी झाल्या. पक्षानुसार महिला उमेदवारांचे विश्लेषण केले तर काँग्रेसच्या ३३ महिला उमेदवारांपैकी सर्वाधिक १८ महिला विजयी झाल्या आहेत. राष्ट्रवादी काँग्रेसच्या ३३ पैकी ८ व प्रभाग ६-ब मध्ये सर्वसाधारण जागेवर १ अशा ९ महिला उमेदवार विजयी झाल्या. भाजपच्या ३३ पैकी ५ महिला उमेदवार विजयी झाल्या; तर १ अपक्ष महिला उमेदवार विजयी झाल्या. शिवसेनेने मात्र सर्वाधिक ३४ महिला उमेदवार देऊन त्यांची एकही महिला उमेदवार विजयी झाली नाही.

तक्ता क्र.४ : परभणी मनपातील विजयी उमेदवारांचे संवर्गनिहाय वर्गीकरण

अ.क्र.	वर्गवारी	काँग्रेस	रा. काँग्रेस	भाजप	शिवसेना	अपक्ष	एकूण
१	सर्वसाधारण	२०	१०	०५	०२	०१	३८
२	ओबीसी	०९	०५	०२	०१	०१	१८
३	एससी	०२	०३	०१	०२	-	०८
४	एसटी	-	-	-	०१	-	०१
	एकूण	३१	१८	०८	०६	०२	६५

परभणी महानगरपालिकेतील ६५ पैकी ३८ जागा सर्वसाधारण स्त्री-पुरुषांसाठी होत्या. त्यामध्ये सर्वाधिक २० जागा काँग्रेस पक्षाला मिळाल्या; त्यापाठोपाठ राष्ट्रवादी काँग्रेस १०, भाजप ०५, शिवसेना ०२ असे उमेदवार निवडून आले; तर ओबीसी संवर्गातून काँग्रेस ०९, भाजप ०२, राष्ट्रवादी काँग्रेस ०५, शिवसेना ०१, अपक्ष ०१ असे उमेदवार विजयी झाले. अनुसूचित जाती व जमातींसाठीही राखीव असलेल्या जागांवर काँग्रेस ०२, राष्ट्रवादी काँग्रेस ०३, भाजप ०१, शिवसेना ०१ असे उमेदवार विजयी झाले. सर्वच प्रवर्गातून काँग्रेसला मोठ्या प्रमाणात पाठिंबा मिळाला हे यावरून स्पष्ट होते.

तक्ता क्र.५ : परभणी महानगरपालिकेत पक्षनिहाय निवडून आलेले मुस्लीम सदस्य

अ.क्र.	पक्ष	मुस्लीम उमेदवार	विजयी मुस्लीम उमेदवार
१	काँग्रेस	३१	१४
२	राष्ट्रवादी काँग्रेस	२९	११
३	भाजप	१३	-
४	शिवसेना	१२	-
५	अपक्ष	-	०२
	एकूण	८५	२७

परभणी शहरातील मुस्लीम धर्मियांची संख्या अधिक असल्याने मुस्लीम मतदार हे निवडणूक निकालाच्या दृष्टीने निर्णायक आहेत. त्यामुळे सत्ता आपल्याकडे यावी, सभागृहात आपले संख्याबळ वाढावे या हेतूने सर्वच प्रमुख राजकीय पक्षांनी मुस्लीम समाजातील व्यक्तींना उमेदवारी दिली. सर्वाधिक ३१ मुस्लीम उमेदवार काँग्रेसकडून निवडणुकीच्या मैदानात होते. त्यांपैकी १४ उमेदवार विजयी झाले. त्या खालोखाल राष्ट्रवादी काँग्रेसने २१ मुस्लीम उमेदवार दिले होते. त्यांपैकी ११ उमेदवार विजयी झाले. भाजपने १३ तर शिवसेनेने १२ मुस्लीम उमेदवार दिले होते. परंतु, त्यांचा एकही मुस्लीम उमेदवार निवडून आला नाही. अपक्ष म्हणून २ मुस्लीम उमेदवार विजयी झाले. त्यामुळे

नव्या सभागृहात ६५ पैकी मुस्लिमांची सदस्यसंख्या २७ झाली. यामुळे जवळपास निम्मे सदस्य मुस्लीम आहेत. तसेच हे सर्व सदस्य काँग्रेस व राष्ट्रवादी काँग्रेस या पक्षाकडून निवडून आले आहेत. यावरून हे स्पष्ट होते की, मुस्लीम समाज काँग्रेस व राष्ट्रवादी काँग्रेस पक्षाच्या मागे आहे.

पॅनेल टू पॅनेलमुळे काँग्रेस, राष्ट्रवादी काँग्रेसला मोठे यश

या महानगरपालिका निवडणुकीचे वैशिष्ट्य म्हणजे सर्वच पक्षांनी पूर्ण पॅनेलला निवडून देण्याचे आवाहन केले होते. त्यामुळे अनेक प्रभागात पक्षाचे पूर्ण पॅनेल विजयी झाले. शहरातील १६ प्रभागांपैकी ३ प्रभागात काँग्रेसचे पूर्ण पॅनेल म्हणजे चारही उमेदवार विजयी झाले. मतदारांनी पॅनेल टू पॅनेल मतदान केल्यामुळे काँग्रेस व राष्ट्रवादीला मोठे यश मिळू शकले. शहरात सर्वांत मोठ्या असलेल्या वॉर्ड क्र.१५मध्ये भाजपला 'पॅनेल टू पॅनेल' मतदान झाल्यामुळे भाजपचे ५ही उमेदवार विजयी झाले. त्यामुळे भाजपला ८ जागांपर्यंत मजल मारता आली. इतर प्रभागात मात्र मतदारांनी संमिश्र कौल दिला.

नवख्यांना संधी

परभणी महानगरपालिका निवडणुकीत अनेक मातब्बरांना पराजयाला सामोरे जावे लागले. अनेक प्रभागात नवखे उमेदवार विजयी झाले. विद्यमान मनपा सभागृहातील ४० उमेदवार मतदारांचा कौल मागण्यासाठी निवडणुकीच्या रिंगणात पुन्हा होते. त्यांपैकी २२ विद्यमान नगरसेवकांना पराभवाचा सामना करावा लागला. तसेच अनेक दिग्गजांचा पराभवही झाला. या निवडणुकीत राष्ट्रवादी काँग्रेसच्या महापौर संगिता वडकर यांचे पती राजेंद्र वडकर, शिवसेनेचे सहसंपर्क प्रमुख डॉ. विवेक नावंदर, भाजपचे शहर जिल्हाध्यक्ष आनंद भरोसे यांचे बंधू शिवाजी भरोसे, भाजपचे गटनेते दिलीपसिंग ठाकूर, शिवसेनेच्या विरोधी पक्षनेत्या अंबिका डहाळे, काँग्रेसचे श्याम खोले, सचिन कांबळे या दिग्गज विद्यमान नगरसेवकांचा या निवडणुकीत पराभव झाला. त्यांच्या पराजयाची अनेक कारणे आहेत. काहींनी नगरसेवक म्हणून विजयी झाल्यानंतर प्रभागात संपर्क ठेवला नाही, तर काहींना पक्ष बदलल्याचा फटका बसला. काहींना मत-विभाजनाचा फटका बसला. प्रभागरचना बदलल्यामुळे मतदारसंख्या वाढली. दुसऱ्या वॉर्डमध्ये परिचय नसल्यामुळेदेखील काहींना पराभवाला सामोरे जावे लागले. महानगरपालिका सभागृहातील मागच्या ६५ पैकी २० नगरसेवक पुन्हा निवडून आले.

पुन्हा संधी मिळालेल्या नगरसेवकांमध्ये सर्वाधिक ११ सदस्य काँग्रेसचे आहेत, तर राष्ट्रवादी काँग्रेस ६, शिवसेना १ असे सदस्य पुन्हा विजयी झाले. भाजपचे सर्व चेहरे नवखे आहेत. फक्त मोकिंद खिल्लारे हे माजी भाजप नगरसेवक विजयी झाले. एकंदरीत नवीन महानगरपालिका सभागृहात ६५ पैकी ३५ नवख्या उमेदवारांना मतदारांनी आपले

प्रतिनिधित्व करण्याची संधी दिली. त्याचबरोबर २० विद्यमान सदस्यांना तर १० माजी सदस्यांना सभागृहात प्रवेश मिळाला. तसेच विद्यमान सदस्यांचे काही नातेवाईक विजयी झाले.

शिवसेनेला गटबाजीचा फटका

परभणी जिल्हा शिवसेनेचा बालेकिल्ला असला तरी मनपा निवडणुकीत मात्र पक्षाला पराभवाला सामोरे जावे लागले. या निवडणुकीत पक्षातील गटबाजीच्या राजकारणाला ऊत आला. शिवसेनेने आ.डॉ.राहुल पाटील व खासदार संजय जाधव यांच्या नेतृत्वाखाली निवडणूक लढविली. सत्तेसाठी शिवसेनेने प्रयत्न केले. परंतु, त्यांना अवघ्या ६ जागाच जिंकता आल्या. त्यांना म्हणावे तसे यश मिळाले नाही. शिवसेनेला अंतर्गत कलहाचा सामना करावा लागला. तिकीट वाटपापासून प्रचारापर्यंत शिवसेनेत गटातटाचे राजकारण पाहावयास मिळाले. अनेकांनी गटातटानुसार 'एकला चलो'ची भूमिका घेतली. त्याचा फटका सर्वच उमेदवारांना बसला. लोकप्रतिनिधींमधील शीतयुद्धाची खुलेआम सुरू असलेली चर्चादेखील या नामुष्कीजनक पराभवास कारणीभूत ठरली.

राष्ट्रवादी काँग्रेसला अतिआत्मविश्वास नडला

परभणी महानगरपालिका निवडणुकीत राष्ट्रवादी काँग्रेस सत्ताधारी असल्यामुळे सत्ताधारी पक्षाच्या विरोधातील जनतेचा रोष (अॅन्टीइन्कम्बन्सी) याचाही फटका या पक्षाला बसला. या पक्षाच्या जागा ३० वरून १८ इतक्या कमी झाल्या. शिवाय राष्ट्रवादी काँग्रेसच्या नेत्यांनी प्रचाराकडे केलेले दुर्लक्ष पक्षाच्या अंगलट आले. जिल्ह्याबाहेरील एकाही वरिष्ठ नेत्याची सभा झाली नाही. परभणी जिल्हा परिषदेत राष्ट्रवादी काँग्रेस पक्षाला मिळालेल्या यशामुळे या पक्षातील नेत्यांमध्ये अति आत्मविश्वास निर्माण झाला होता. राष्ट्रवादी काँग्रेसच्या अनेक नगरसेवकांनी पक्ष सोडल्यामुळे पक्षाची मोठ्या प्रमाणात पडझड झाली. त्याकडेही दुर्लक्ष झाले. परिणामतः राष्ट्रवादी काँग्रेसला सत्ता गमवावी लागली.

काँग्रेस पक्षांतर्गत एकोपा

परभणी महानगरपालिकेत ३१ जागा जिंकून काँग्रेस पक्ष प्रथम क्रमांकाचा पक्ष बनला. तिकीट वाटपावरून अंतर्गत वादाने त्रस्त झालेल्या काँग्रेस पक्षातील नेत्यांनी प्रचारकाळात मात्र संघटितपणे काम केले. त्यामुळे मनपावर सत्ता मिळविण्यात काँग्रेसला यश आले. काँग्रेस पक्षाने ही निवडणूक जिल्हाध्यक्ष सुरेश वरपुडकर यांच्या नेतृत्वाखाली लढवली होती. तिकीट वाटपात अनेक विद्यमान नगरसेवकांची तिकिटे कापून एकसंध पॅनेल कसे राहील, आपापसातील मर्जीचे उमेदवार कसे राहतील अशीच व्यूहरचना या

पक्षाने केली. त्यामुळे पॅनेलमधील चारही उमेदवारांत एकी असल्याने वैयक्तिक मते न मागता पूर्ण पॅनेललाच मते मिळवण्यासाठी सर्वांनी प्रयत्न केले. नेते मंडळींनीदेखील विविध प्रभागात फारशी लुडबुड केली नाही. तसेच सुरेश वरपुडकर यांचा मुत्सद्दीपणा व निवडणुकीची त्यांनी केलेली व्यूहरचना यामुळे काँग्रेस पक्षाला मोठे यश मिळाले. काँग्रेसच्या नेत्यांनी वैयक्तिक प्रचारयंत्रणा राबविल्याचाही पक्षाला फायदा झाला.

निवडणुकीत पैशांचा वापर

परभणी महानगरपालिका निवडणुकीत पक्षाकडे तिकिटांची मागणी करणाऱ्यांमध्ये सर्वसामान्य कार्यकर्त्यांचा एक मोठा गट होता. पैसा नसतानाही केवळ कामाच्या आधारावर अनेक जण निवडणुकीला सामोरे गेले. काही जण लोकांच्या सहानुभूतीमुळे तरले तर काही जण थोडक्यात पराभूत झाले. आर्थिक शक्तीमुळे अनेक सामान्य कार्यकर्ते हतबल झाले होते. अनेक प्रभागात मातब्बर उमेदवारांनी लक्ष्मी अस्त्रांचा वापर केला. या अस्त्राने सर्वसामान्य व निष्ठावान कार्यकर्त्या उमेदवारांना गारद केले. लक्ष्मी अस्त्राचा मोठ्या प्रमाणात वापर करून कोणत्याही परिस्थितीत विजय मिळाला पाहिजे याला मातब्बरांनी महत्त्व दिले. त्यामुळे पैसा हाच अनेकांच्या विजयाचा मार्ग ठरला हे वास्तव नाकारता येणार नाही.

निष्कर्ष

१. २०१२ व २०१७ मधील महानगरपालिकांच्या सार्वत्रिक निवडणूक निकालांत काँग्रेस व राष्ट्रवादी काँग्रेस या सत्ताधारी पक्षांनाच मतदारांनी कौल दिला.
२. देशात व राज्यात मोदी लाटेवर आरूढ असलेल्या व सर्वत्र विजयी घोडदौड करत असलेल्या भाजपला परभणी महानगरपालिकेत मात्र फारसे यश मिळाले नाही. मागील निवडणुकीशी तुलना करता व सत्ताधाऱ्यांच्या विरोधात असलेल्यांचा (ॲन्टीइन्कम्बन्सी) फायदा करून घेण्यात हा पक्ष कमी पडला.
३. काँग्रेस-राष्ट्रवादी काँग्रेसचा पारंपरिक मतदार असलेला मुस्लीम समाज याही निवडणुकीत मोठ्या प्रमाणात काँग्रेस व राष्ट्रवादी काँग्रेस या पक्षाबरोबर राहिला; त्यामुळे काँग्रेसच्या विजयाचा मार्ग सुकर झाला.
४. महानगरपालिकेत शिवसेना या पक्षाला मात्र अंतर्गत कलहामुळे फटका बसला. त्यांनी सर्व ठिकाणी उमेदवार देऊनही पक्षातील गटबाजीमुळे ६ जागांवरच उमेदवार विजयी झाले. त्यामुळे अंतर्गत गटबाजी संपुष्टात आल्याशिवाय भविष्यात या पक्षाला निवडणुकीत यश मिळणे कठीण होईल.
५. या निवडणुकीत अपक्ष मोठ्या प्रमाणात उतरले होते. परंतु, त्यांचा फारसा प्रभाव पडला नाही. केवळ दोनच अपक्ष या निवडणुकीत विजयी झाले. यावरून जनतेने

अपक्ष उमेदवारांना नाकारल्याचे स्पष्ट होते.

६. राज्यातील चार प्रमुख पक्षांव्यतिरिक्त डावे व इतर लहान पक्ष या निवडणुकीत आपला प्रभाव पाडू शकले नाहीत. त्यांचे अस्तित्व या निवडणुकीत अत्यंत नगण्य स्वरूपाचे राहिले आहे.

७. महापालिकेत निवडून आलेल्या उमेदवारांमध्ये मुस्लीम प्रतिनिधींचे प्रमाण लक्षणीय आहे. २७ उमेदवार मुस्लीम समाजाचे निवडून आले.

८. महानगरपालिकेत नवख्या उमेदवारांना जनतेने निवडून दिले असले तरी त्या उमेदवारांना राजकीय वारसा आहे. तसेच या उमेदवारांमध्ये मोठ्या प्रमाणात स्थानिक नगरसेवक व त्यांचे नातेवाईक आणि कुटुंबीयांचा संख्या जास्त होती.

९. या निवडणुकीत सर्वच पक्षांतून मोठ्या प्रमाणात पक्षांतर दिसून आले. त्याचा फटका अनेक राजकीय पक्षांना बसला.

परभणी महानगरपालिका निवडणुकीचे एकूणच विश्लेषण करता २०१२च्या तुलनेत फारसा फरक पडलेला नाही. सत्तेचा केंद्रबिंदू हा काँग्रेस व राष्ट्रवादी काँग्रेसकडेच राहिला असल्याचे स्पष्ट होते. त्यामुळे ही निवडणूक जुन्याच कारभाऱ्यांना नव्याने संधी देणारी निवडणूक ठरली.

२०

पनवेल, मालेगाव, भिवंडी–निजामपूर महानगरपालिका

दत्ता जाधव

स्वतंत्र भारतात लोकशाही रुजविण्यासाठी ग्रामीण स्थानिक शासन संस्था व नागरी स्थानिक शासन संस्था यांनी प्रयत्न केले आहेत. लोकशाही विकासात त्यांचा वाटा महत्त्वाचा दिसतो. शहरी व निमशहरी भागातील शासन आणि सुशासनाचे काम नागरी स्थानिक शासन संस्था करतात. लोकशाही व्यवस्थेत निवडणुकांना अनन्यसाधारण असे महत्त्व आहे. भारतात दर पाच वर्षांनी लोकशाही मार्गाने निवडणुका होतात. अलीकडेच, महाराष्ट्रात पनवेल, मालेगाव व भिवंडी–निजामपूर महानगरपालिकांच्या निवडणुका पार पडल्या. या महानगरपालिकांचे निकाल पाहता त्या–त्या शहरी व निमशहरी भागातील पक्षीय राजकारण समजून येते. पनवेल महानगरपालिकेची स्थापना दि. १ ऑक्टोबर २०१६ रोजी झाली. पनवेल नगरपालिकेचे ऐतिहासिक महत्त्व अनन्यसाधारण आहे; कारण पनवेल ही देशातील पहिली (२५ ऑगस्ट १८५२) नगरपालिका होय. परंतु, नगरपालिकेचे महानगरपालिकेत रूपांतर ही प्रक्रिया रखडली होती. तेथील राजकीय कोंडीचे हे उदाहरण दिसते. भिवंडी–निजामपूर व मालेगाव या दोन्ही महानगरपालिका मुस्लीम बहुल आहेत. या दोन्ही महानगरपालिकांचे राजकारण हिंदू–मुस्लीम यांच्या भोवती फिरताना दिसते; तर पनवेलचे राजकारण हे आगरी जातीच्या भोवती फिरते. थोडक्यात, जात आणि धर्म या दोन घटकांच्या आधारे हितसंबंधाचे राजकारण घडते. जात व धर्म हे दोन्ही घटक संघटितपणे हितसंबंध जपतात का? हा मुद्दा या तीन महानगरपालिकांच्या निवडणुकांमधून सुस्पष्टपणे दिसतो.

पनवेल महानगरपालिका

पनवेल महानगरपालिकेत भाजपने स्पष्ट बहुमत मिळवले (पहा- तक्ता क्र. १). येथे मुख्य स्पर्धा भाजप विरोधी शेकाप अशी झाली. शेकापचा पराभव झाला. शेकापचा पराभव शेकापमधून भाजपमध्ये गेलेल्या नेतृत्वाने केला; म्हणजेच शेकाप पक्ष स्वतःच

स्वत:शी लढत होता. शेकापचे हे नवीन स्वरूप नव्वदीच्या दशकापासून पुढे आले होते. रियल इस्टेट, वाळू व्यवसाय आणि विविध सेवा व्यवसायांमध्ये प्रस्थापित आगरी समाजाने जम बसविला आहे. त्या राजकीय अर्थकारणामुळे प्रस्थापित आगरी समाजांतर्गत स्पर्धा सुरू झाली. प्रस्थापित विरोधी प्रस्थापित अशा स्पर्धेत शेकापचा एक गट भाजपकडे वळला. म्हणजेच शेकापचा एक गट व भाजप अशी राजकीय अर्थकारणवाचक युती झाली. सरतेशेवटी भाजप म्हणून त्यांनी एकसंघपणे प्रयत्न केले. त्या प्रयत्नांचा एक भाग म्हणून भाजपचा हा विजय झाला आहे.

तक्ता क्र.१ : पनवेल महानगरपालिका (२०१७)

अ. क्र.	पक्ष	प्राप्त जागा
१	भाजप	५१
२	शेकाप	२३
३	काँग्रेस	०२
४	राष्ट्रवादी काँग्रेस	०२
	एकूण	७८

(संदर्भ : दैनिक लोकसत्ता, दि. २७ मे २०१७).

पनवेल येथे भाजपांतर्गत आगरी वर्चस्वाचे नवीन प्रारूप घडले आहे. दुसऱ्या शब्दांत भाजपने जात या घटकांशी जुळवून घेतले. भाजपचे पनवेल महानगरपालिकेत सर्वसाधारण, ओबीसी, दलित व मुस्लीम या चार गटातील नगरसेवक आहेत. त्यामुळे पनवेलमध्ये भाजप हा पक्ष सर्वसमावेशक स्वरूप धारण करत आहे (पहा– तक्ता क्र.२). मात्र; पनवेलच्या राजकारणातून शिवसेना हा पक्ष हद्दपार झालेला दिसतो. दोन्ही काँग्रेस पक्षांचे राजकारण देखील परिघावर गेले आहे.

तक्ता क्र.२ : पनवेल महानगरपालिका जातनिहाय संख्याबळ

अ.क्र.	पक्ष	सर्वसाधारण	ओबीसी	एससी	मुस्लीम
१	काँग्रेस	–	०१	०१	–
२	राष्ट्र. काँग्रेस	०२	–	–	–
३	भाजप	३२	१५	०६	०१
५	शेकाप	१६	०६	०१	०१
	एकूण	५०	२२	०८	०२

मालेगाव महानगरपालिका

पनेवलमध्ये जात हा घटक राजकीय प्रक्रिया गतिशील करतो. त्या प्रमाणे मालेगाव येथे धर्म हा घटक राजकीय प्रक्रिया गतिशील करतो. काँग्रेस, राष्ट्रवादी काँग्रेस व जनता दल या तीन पक्षांमध्ये मुस्लीम धर्मनिरपेक्ष राजकारण करतात; तर एमआयएम थेट मुस्लिमांचे संघटन करत आहेत. पनवेलमध्ये आगरी भाजप व शेकापमध्ये विभागले आहेत तसेच काँग्रेस, राष्ट्रवादी काँग्रेस, जनता दल व एमआयएम या चार पक्षांमध्ये मुस्लीम विभागले आहेत. मुस्लीम व पक्ष या दोन घटकांच्या आधारे असे दिसते की मुस्लीम म्हणून मुस्लिमांचे एकसंघीकरण घडले नाही (पहा- तक्ता क्र.३). पक्षाच्या आधारे मुस्लिमांचे विभाजन होत गेले आहे. हिंदूंचे देखील एकसंघीकरण झाले नाही. हिंदूदेखील शिवसेना व भाजप या दोन पक्षांमध्ये विभागले गेले आहेत. धर्मांच्या आधारे राजकारणाचे ध्रुवीकरण केले तर अल्पसंख्याक बहुल भागात भाजपचे राजकारण परिघावर राहते, असे मालेगावच्या उदाहरणावरून दिसून येते. मात्र, अल्पसंख्याक बहुल शहरी भागात काँग्रेस हा पक्ष सत्ता स्पर्धेत पुढे जातो. तसेच या शहरात काँग्रेसच्या खेरीज राष्ट्रवादी काँग्रेस पक्षालादेखील अल्पसंख्याकांचा पाठिंबा मिळालेला दिसतो.

तक्ता क्र.३ : मालेगाव महानगरपालिका (२०१७)

अ. क्र.	पक्ष	प्राप्त जागा
१	काँग्रेस	२८
२	राष्ट्रवादी काँग्रेस व ज.द. आघाडी	२६
३	शिवसेना	१३
४	भाजप	०९
५	एमआयएम	०७
६	अपक्ष	०१
	एकूण	८४

(संदर्भ : २७ मे २०१७, दैनिक लोकसत्ता).

मालेगावमध्ये जवळपास साठ टक्के उमेदवार मुस्लीम निवडून आले आहेत (५७.१४ टक्के). म्हणजेच ८४ पैकी ४८ मुस्लीम उमेदवार निवडून आले आहेत. एमआयएमचे पाच नगरसेवक वगळता ४३ नगरसेवक दोन्ही काँग्रेस पक्षांचे मुस्लीम आहेत. मालेगावमध्ये सर्वसाधारण जागांवर दोन्ही काँग्रेसचे जास्त उमेदवार निवडून आले; म्हणजेच सर्वसाधारण जागेवर मुस्लीम निवडून आले. त्या तुलनेमध्ये दोन्ही काँग्रेसचे ओबीसी उमेदवार कमी

निवडून आले. २१ पैकी ११ ओबीसी दोन्ही काँग्रेस पक्षांचे निवडून आले. हे दोन्ही काँग्रेसचे खास वैशिष्ट्य दिसते. परंतु, एकूण ओबीसी आणि पक्ष यांचे संबंध फारच विस्कळीत दिसत आहेत. ओबीसी विविध पक्षांमध्ये विखुरले गेले आहेत. दलित समाजासाठी एकूण पाच जागा होत्या. त्यामधील निम्म्यापेक्षा जास्त जागा शिवसेना पक्षाच्या निवडून आल्या (तीन). विशेष म्हणजे राष्ट्रवादी काँग्रेस, जनता दल आणि एमआयएम या तीन पक्षांकडून दलित समाजातील उमेदवार निवडून आला नाही. येथे मुस्लीम व दलित राजकीय ऐक्याचा एमआयएमचा प्रयोग यशस्वी झाला नाही; तर भाजपचा हिंदू व दलित राजकीय ऐक्याचा प्रयोग मात्र सुरू झालेला दिसतो.

तक्ता क्र.४ : मालेगाव महानगरपालिकेतील जातनिहाय संख्याबळ

अ.क्र.	पक्ष	सर्वसाधारण	ओबीसी	एससी	एसटी	मुस्लीम
१	काँग्रेस	१७	०५	०१	-	२३
२	रा. काँग्रेस	१४	०६	-	-	२०
३	भाजप	०४	०३	०१	०१	-
४	शिवसेना	०६	०४	०३	-	-
५	एमआयएम	०४	०१	-	-	०५
६	जनता दल	०५	०२	-	-	-
	एकूण	५०	२१	०५	०१	४८

भिवंडी–निजामपूर महानगरपालिका

मालेगाव सारखेच दुसरे शहरी उदाहरण भिवंडी–निजामपूर, इथे धार्मिक घटकांच्या आधारे राजकारण गतिशील झाल्याचे दिसून येते. मालेगावमध्ये एमआयएमला पाच जागा मिळाल्या. मात्र, भिवंडी–निजामपूर महानगरपालिकेत एकही जागा जिंकता आली नाही. येथे जवळजवळ तिरंगी स्पर्धा झाली. या स्पर्धेत काँग्रेस पक्षाला बहुमत मिळालेले दिसते. भाजप व शिवसेना हे दोन्ही पक्ष पराभूत झाले परंतु परिघावर गेले नाहीत. भाजप, शिवसेना व आठवले गट यांची एकत्रित ताकद प्रभावी दिसते (पहा– तक्ता क्र.५). म्हणजेच नवहिंदुत्व ताकद येथे प्रभावी आहे.

तक्ता क्र.५ : भिवंडी–निजामपूर महानगरपालिका

अ. क्र.	पक्ष	प्राप्त जागा
१	काँग्रेस	४७
२	भाजप	१९
३	शिवसेना	१२
४	आरपीआय (आठवले)	०४
५	कोणार्क आघाडी	०४
६	समाजवादी पार्टी	०२
७	अपक्ष	०२
	एकूण	९०

(संदर्भ : दैनिक लोकसत्ता, दि. २७ मे २०१७).

भिवंडी–निजामपूर महानगरपालिका निवडणुकीत काँग्रेस पक्ष सर्वसाधारण, ओबीसी व मुस्लीम या तीन घटकांमध्ये वाढलेला दिसतो. दलित व आदिवासी समाजातून काँग्रेस पक्षाला येथे आधार मिळत नाही. भाजपच्या जागा काँग्रेसपेक्षा कमी निवडून आल्या. मात्र, भाजपला सर्वसाधारण, ओबीसी, दलित व मुस्लीम अशा मुख्य चार समाजगटातील प्रतिनिधी निवडून आणता आले. विशेष म्हणजे शिवसेना येथे सर्वच समाज घटकांचे प्रतिनिधित्व करत आहे (सर्वसाधारण, ओबीसी, दलित, आदिवासी व मुस्लीम).

तक्ता क्र.६ : भिवंडी–निजामपूर महानगरपालिकेतील जातनिहाय संख्याबळ

अ.क्र.	पक्ष	सर्वसाधारण	ओबीसी	एससी	एसटी	मुस्लीम
१	काँग्रेस	३६	११	–	–	४४
२	भाजप	१२	०५	०२	–	०१
३	शिवसेना	०७	०२	०१	०१	०१
४	कोणार्क आघाडी	०३	०१	–	–	–
५	सपा	०१	०१	–	–	–
६	आरपीआय	०३	०१	–	–	–
	एकूण	६२	२१	०३	०१	४६

वरील सर्व तक्त्यांमध्ये दर्शविल्याप्रमाणे, पनवेल, भिवंडी–निजामपूर व मालेगाव या तिन्ही महानगरपालिकांमध्ये एकूण २५२ जागा आहेत. त्या २५२ जागांपैकी ७९

जागा भाजपला, ७७ जागा काँग्रेसला व २२ जागा राष्ट्रवादी काँग्रेस पक्षाला मिळाल्या आहेत. सद्य:स्थितीत भाजप प्रथम क्रमांकावर दुसऱ्या स्थानी काँग्रेस व राष्ट्रवादी काँग्रेस पक्ष तिसऱ्या स्थानी दिसतो. भाजप व काँग्रेसला जवळजवळ समान जागा प्राप्त झाल्या. राष्ट्रवादी काँग्रेसला फक्त २२ जागा मिळालेल्या आहेत. या २२ जागांपैकी राष्ट्रवादी काँग्रेसला २० जागा मालेगावमध्ये व उर्वरित २ जागा पनवेल महानगरपालिकेत मिळाल्या.

पक्षांचे महिला राजकारण

राजकीय पक्ष महिलांना निवडून आणण्यामध्ये पुढाकार घेतात. महिला राखीव जागा पक्षांसाठी आणि पुरुषांसाठी त्यांचे राजकारण करण्याचा एक अवकाश आहे. त्या दृष्टिकोनातून काँग्रेस व भाजप अशी स्पर्धा या तीन मनपांमध्ये झालेली दिसते. शिवसेना या पक्षानेदेखील या अवकाशाचा उपयोग करून घेतला आहे. थोडक्यात, हे राजकारण महिलांचे स्वतंत्रपणे होत नाही. राजकीय पक्ष आणि पुरुषांनी संघटित केलेले हे राजकारण आहे.

तक्ता क्र.७ : मनपा पक्षनिहाय महिला विजयी उमेदवार

अ.क्र.	पक्ष	भिवंडी-निजामपूर	मालेगाव	पनवेल	एकूण
१	काँग्रेस	२४	०९	०२	३५
२	राष्ट्र. काँग्रेस	-	०८	-	०८
३	भाजप	०८	०४	२१	३३
४	शिवसेना	०५	०८	-	१३
५	एमआयएम	-	०२	-	०२
६	इतर आघाड्या	(०५) कोणार्क - २ आरपीआय - २ सपा - १	०२ ज.द. सेक्युलर	१४ शेकाप	२१
	एकूण	४२	३३	३७	११२

घराणेशाही

पनवेल महापालिकेमध्ये रामशेठ ठाकूर व प्रशांत ठाकूर यांचा प्रभाव आहे. रामशेठ ठाकूर यांनी शेकापच्या माध्यमातून स्वत:ची ताकद निर्माण केली. १९९८ व १९९९च्या लोकसभा निवडणुकीत रामशेठ ठाकूर शेकापच्या मदतीने निवडून आले होते. २०११मध्ये प्रशांत ठाकूर यांनी काँग्रेसला नगरपालिकेची सत्ता मिळवून दिली होती. २०१४मध्ये केंद्रात सत्ताबदल झाला. त्यानंतर ठाकूर घराणे भाजपकडे वळले. जवाहरलाल नेहरू पोर्ट ट्रस्टमधील कोट्यवधी रुपयांची कामे आणि नवी मुंबई विमानतळासाठी भरणीचे

मोठे काम यामुळेच ठाकूर यांना भाजपची दारे खुणावू लागली (लोकसत्ता, मुंबई, २७ मे २०१७). मथितार्थ, रामशेठ ठाकूर घराणे आणि भाजप यांचा सांधा राजकीय अर्थकारण या घटकांच्या मदतीने जोडला गेला. मालेगाव महानगरपालिका निवडणुकीत घराणेशाही प्रकर्षाने जाणवली. काँग्रेसचे माजी आमदार रशिद शेख व त्यांची पत्नी निवडून आले. परंतु खालीद शेख (मुलगा) व नसरीन बानो (सून) यांचा पराभव झाला. एमआयएमचे ६ उमेदवार एकाच कुटुंबातील होते. त्यांपैकी युनुसाईसा, पुत्र डॉ. खालीद व अब्दुल माजीद असे तिघे विजयी झाले. जनता दलाचे निहाल अहमद यांच्या कुटुंबातील दोघे जण निवडून आले (मुलगा- बुलंद इक्बाल व मुलगी सोनेहिंद निहाल अहमद) भाजपचे महानगर जिल्हाध्यक्ष सुनील गायकवाड व बंधू मदन गायकवाड निवडून आले. माजी उपमहापौर सखाराम घोडके व त्यांची मुलगी कल्पना वाघ शिवसेनेकडून निवडून आले. स्थायी समिती सभापती इजाज बेग व त्यांची पत्नी यास्मीन बेग सलग दुसऱ्यांदा निवडून आल्या.

मालेगाव व भिवंडी-निजामपूर येथे मुस्लीम केंद्रित राजकारण घडले. मुस्लिमांचा काँग्रेस पक्षाकडे झुकलेला कल दिसून आला. राष्ट्रवादी काँग्रेसच्या तुलनेत काँग्रेस पक्षाला मुस्लीम मतदार निवड करतात. एमआयएम पक्षाला दोन्ही मनपांमध्ये मुस्लिमांनी नाकारले. येथे मुस्लीम-दलित असा प्रयोग एमआयएमचा अयशस्वी ठरला. पनवेलमध्ये शहरी राजकीय अर्थकारणाचा प्रभाव राहिलेला दिसतो. मथितार्थ, लोकशाही पद्धतीच्या व्यवहाराच्या ऐवजी धर्म, जात व राजकीय अर्थकारण हे मुद्दे प्रभावी ठरतात.

२१

छोट्या शहरातील महिलांची राजकीय भागीदारी

डॉ. वैशाली पवार

लोकशाही व्यवस्थेमध्ये महिला व पुरुष हे दोन घटक समान असतात; परंतु, प्रत्यक्ष समाज व्यवहारात महिला हा घटक दुर्बल, मागास राहिलेला दिसतो. महिला या घटकाचा विकास करण्यासाठी शासकीय पातळीवर महिला सबलीकरणाचे धोरण, प्रक्रिया राबविली गेली. राजकीय क्षेत्रामध्ये महिलांचा सहभाग वाढविण्यासाठी सकारात्मक कृतीचे धोरण आखले गेले. महिलांचे राजकीय सबलीकरण याचा अर्थ महिलांना राजकीय सत्ता, अधिकार पदे, समान राजकीय अधिकार, समान राजकीय संधी प्रदान करणे होय. निर्णय-निश्चितीचा अधिकार देणे, उत्पादनाच्या साधनांवर महिलांची मालकी व नियंत्रण प्रस्थापित करणे होय. ७३ व ७४व्या घटनादुरुस्तीने महिलांना स्थानिक शासन संस्थांमध्ये ३३ टक्के जागा राखीव ठेवल्या गेल्या; समकालीन दशकात ५० टक्के जागा राखीव ठेवण्यात आलेल्या आहेत. या राखीव जागांमुळे संपूर्ण महाराष्ट्रात स्थानिक शासन स्वराज्य संस्थांच्या पातळीवर १,१९,८५१ एवढ्या महिला निवडून आलेल्या आहेत. ही स्थानिक पातळीवरील महिलांच्या राजकीय सबलीकरणाची प्रक्रिया आहे. शासनाने आखलेले महिला सबलीकरण धोरण, राज्य महिला आयोग व महिला आर्थिक विकास महामंडळ या सर्व उपायांच्या द्वारे महिलांच्या सबलीकरणाची प्रक्रिया कार्यान्वित होत आहे. स्थानिक पातळीवर महिला सबलीकरण प्रक्रियेला यश मिळताना दिसत आहे; परंतु, राज्य व राष्ट्रीय पातळीवर महिलांना राजकीय क्षेत्रात आरक्षण नसल्याने महिलांच्या राजकीय समावेशनाची प्रक्रिया घडून येताना दिसत नाही. राज्य व राष्ट्रीय पातळीवर महिलांचे राजकीय सबलीकरण घडून येण्यासाठी सकारात्मक कृती धोरणाची गरज आहे.

सबलीकरण किंवा सक्षमीकरण ही अशी प्रक्रिया आहे की ज्यामध्ये महिलांना विचार व कृती करण्यासाठी सक्षम केले जाते. महिलांमध्ये स्वतंत्रपणे काम करण्याची तसेच ज्ञान, अनुभव व सत्ता प्राप्त करण्याची क्षमता यामधून विकसित केली जाते. मानवी, शारीरिक, आर्थिक व वैचारिक अशा संसाधनांवर सबलीकरणातून नियंत्रण ठेवता येते. सबलीकरण ही केवळ बाह्य नियंत्रण असल्याची भावना नसून ती स्त्रियांची अंगभूत क्षमता वाढविते. तिचा आत्मविश्वास वाढविण्याबरोबरच पारंपरिक विचार-

प्रणालीमध्येदेखील बदल घडवून आणला जातो. एकूणच समाजाचा सर्वांगीण विकास करण्याकरिता महिला सबलीकरण संकल्पना महत्त्वाची ठरते.

महिला सबलीकरण संकल्पनेचा अर्थ

'युनायटेड नेशन्स डेव्हलपमेंट फंड फॉर वुमेन' यांनी महिला सबलीकरण संकल्पनेचा सांगितलेला अर्थ खालीलप्रमाणे-

१) ज्यामुळे संबंधांमध्ये बदल होतो ते लिंगभावविषयक संबंध समजून घेणे व ज्ञान प्राप्त करणे.

२) 'स्व'ची भावना किंवा स्वाभिमानाची जाणीव विकसित करणे. तसेच स्त्रीला स्वतःच्या क्षमतांची जाणीव करून देणे आणि स्वतःच्या जीवनावर तिचे स्वतःचे नियंत्रण प्रस्थापित करणे.

३) सत्ताप्राप्तीसाठी लागणाऱ्या सौदेबाजीच्या क्षमतांचा विकास करणे.

४) सामाजिक बदलाची दिशा ठरविणे व त्यावर प्रभाव टाकण्याची क्षमता विकसित करणे. सबलीकरण ही मनाची एक अवस्था किंवा भावना आहे, जिचा संबंध प्रत्यक्ष सामाजिक प्रभावाशी, राजकीय सत्तेशी व कायदेशीर हक्कांशी येतो. व्यक्ती, संघटना व समाज यांचे बहु पातळ्यांवर संबंध प्रस्थापित करणारी ही संकल्पना आहे. याशिवाय महिलांना सत्ता, अधिकार देणे, त्यांच्यामध्ये क्षमता व कौशल्ये विकसित करणे. महिलांना कायद्याच्या चौकटीमध्ये कायदेशीर अधिकार देणे किंवा अधिकृतपणे सत्ता देणे. जीवनाच्या सर्वच क्षेत्रात सुप्त क्षमता प्रत्यक्ष वापरता येतील असे सामाजिक व आर्थिक वातावरण कायद्याने तयार करणे. महिलांमध्ये कर्तेपणाची क्षमता विकसित करणे तसेच माणूस म्हणून जगण्याची क्षमता विकसित करणे, हे महिला सबलीकरण संकल्पनेचे विविध अर्थ आहेत.

'महिलांचे राजकीय सबलीकरण' या संकल्पनेचा अर्थ महिलांना राजकीय सत्ता, अधिकार पदे, समान राजकीय अधिकार, समान राजकीय संधी देणे हा आहे. तसेच निर्णय-निश्चितीचा अधिकार देणे, उत्पादनांच्या साधनांवरती महिलांची मालकी व नियंत्रण प्रस्थापित करणे हा आहे.

संरचनात्मक फेरबदल

७३ व ७४ व्या घटनादुरुस्तीने महिलांना स्थानिक शासन संस्थांमध्ये सुरुवातीला ३० टक्के व त्यानंतर ३३ टक्के व आता ५० टक्के जागा राखीव करण्यात आल्या. १९९० पूर्वी महिला या घटकाचा राजकीय प्रक्रियेतील सहभाग मर्यादित होता. त्यांना राज्यघटनेने

अधिकार दिलेले होते. परंतु, प्रत्यक्ष व्यवहारामध्ये त्या या अधिकारांपासून वंचित राहिल्या होत्या. राजकीय क्षेत्रातून त्या बहिष्कृत झाल्या होत्या. लोकशाहीच्या विस्ताराची प्रक्रिया घडून येताना दिसत नव्हती. या घटनादुरुस्तीने महिलांना राजकीय सहभागाची संधी उपलब्ध करून दिली. केवळ राजकीय सहभाग नाही तर राजकीय सत्तापदेदेखील महिलांसाठी राखीव करण्यात आली. सरपंच, सभापती, जिल्हा परिषद अध्यक्ष, नगराध्यक्ष, महापौर ही पदेदेखील महिलांसाठी आरक्षित झाल्याने महिलांना निर्णय-निश्चितीचा अधिकार प्राप्त झाला.

महाराष्ट्रामध्ये २८३०५ एवढ्या ग्रामीण स्थानिक शासन संस्था आहेत. यामध्ये २२९८७५ एवढ्या जागा आहेत. त्यांपैकी ११४९४८ एवढ्या जागा महिलांसाठी आरक्षित आहेत. याचा अर्थ ग्रामीण स्थानिक संस्थांमध्ये ११४९४८ एवढ्या मोठ्या प्रमाणावर महिलांचा राजकीय प्रक्रियेमध्ये सहभाग झालेला आहे; तर ३६६ शहरी स्थानिक शासन संस्था आहेत; यामध्ये ९५१७ एवढ्या जागा आहेत. त्यांपैकी ४९०३ एवढ्या जागा महिलांसाठी आरक्षित आहेत. याचा अर्थ शहरी स्थानिक शासन संस्थांमध्ये ४९०३ एवढ्या मोठ्या प्रमाणावर महिलांचा राजकीय प्रक्रियेमध्ये सहभाग झालेला आहे. महाराष्ट्रामध्ये ग्रामीण व शहरी स्थानिक शासन संस्थांची संख्या २८६७१ एवढी आहे. त्यामध्ये २३९३९२ एवढी सदस्य संख्या आहे. त्यांपैकी ११९८५१ एवढ्या जागा महिलांसाठी आरक्षित करण्यात आलेल्या आहेत. स्वातंत्र्यानंतर महिलांचा एवढ्या मोठ्या प्रमाणात स्थानिक राजकीय प्रक्रियेतील हा सहभाग आहे. याला 'अघोषित राजकीय क्रांती' असेच म्हणता येईल. यामुळे महिलांचे राजकीय सबलीकरण घडून येताना दिसते.

तक्ता क्र.१ : राज्यातील स्थानिक संस्थांमध्ये महिलांसाठी राखीव जागा

स्थानिक संस्था	संख्या	एकूण जागा	महिलांसाठी राखीव
महानगरपालिका	२६	२६२४	१३१८
नगरपरिषद	२३०	५०२३	२५९५
नगरपंचायत	११०	१८७०	९९०
जिल्हा परिषद	३४	२००६	१०१३
पंचायत समिती	३५१	४०१२	२००६
ग्रामपंचायत	२७९२०	२२३८५७	१११९२९
एकूण	२८६७१	२३९३९२	११९८५१

(संदर्भ- राज्य निवडणूक आयोग व महाराष्ट्राची आर्थिक पाहणी २०१५-१६, पान नं-१५९).

राजकारणाचे परीघ भेदणारे राजकारण

महिलांच्या राजकीय समावेशनामुळे राजकारणाचा रंग पालटला. याचा अर्थ राजकीय प्रक्रियेचे स्वरूप बदलले. महिलांच्या राजकीय समावेशनामुळे राजकारणातील प्राधान्यक्रम बदलले. महिलांच्या दैनंदिन जीवनामध्ये भेडसावणाऱ्या समस्या राजकारणाच्या विषयपत्रिकेच्या मध्यभागी आल्या. पाणी हा घटक विषयपत्रिकेचा केंद्रबिंदू झाला. पिण्यासाठी शुद्ध पाणी उपलब्ध झाले पाहिजे, कुटुंबासाठी, गावासाठी, जनावरांसाठी, शेतीसाठी पाणी उपलब्ध करून देण्यासंदर्भातील निर्णय-निश्चिती करण्यावर भर देण्यात येऊ लागला. दारूबंदी, बालविवाहावर बंदी, बालकामगारांवर बंदी हे प्राधान्यक्रम बनले (मेघा पानसरे, स्वाती शिंदे, माने). त्याचबरोबर कुटुंब-नियोजन, कौटुंबिक हिंसा, मुलांना ज्ञान व कौशल्याधारित शिक्षण याबाबत निर्णय घेतले जाऊ लागले. महिलांच्या राजकीय समावेशनामुळे भ्रष्टाचारविरहित व्यवस्था निर्माण होण्याची प्रक्रिया सुरू झाली. भ्रष्टाचार करणार नाही व करू देणार नाही, अशी महिला प्रतिनिधींनी भूमिका घेतल्याने व्यवस्था परिवर्तन घडून येऊ लागले. महिला राजकारणात प्रवेश करताना लोकप्रतिनिधी म्हणून प्रवेश करतात. त्या आपल्या जातीची अस्मिता विसरतात. त्याचबरोबर कोणतेही कार्य यशस्वी करण्यासाठी त्या पक्षभेददेखील विसरून जातात.

ज्या महिलेकडे घराचा उंबरठा ओलांडून सार्वजनिक जीवनामध्ये सहभाग घेण्याचा आत्मविश्वास नव्हता त्या महिला आत्मविश्वासाने घराची चौकट ओलांडून सार्वजनिक क्षेत्रामध्ये निर्णय-निश्चितीचे राजकारण करीत आहेत. ज्या महिला घरामध्ये कार्य करीत होत्या त्या आरक्षणातून सत्ता प्राप्त झाल्याने लाल दिव्याच्या गाडीत फिरून त्या जिल्ह्याबाबतचे निर्णय घेऊ लागल्या. महिला सबलीकरण प्रक्रियेने पुरुष अधिसत्ता व वर्चस्वाच्या पारंपरिक संकल्पनांना आव्हान दिले आहे (स्वाती शिंदे). महिला उत्कृष्ट काम करू शकणार नाहीत, त्या वेळ देऊ शकणार नाहीत, राजकारण ही चोवीस तासांचे काम आहे, राजकारणातील धावपळ महिलांना पेलवणारी नाही, सार्वजनिक व्यवहारांचे व्यवस्थापन करण्याची क्षमता महिलांमध्ये नाही. यांसारख्या महिलांबाबत असणाऱ्या अनेक भ्रामक विचारांना महिला सबलीकरण प्रक्रियेतून शह मिळाला आहे. महिला या उत्कृष्ट लोकप्रतिनिधी आहेत हे त्यांनी सिद्ध करून दाखविले आहे. महिला लोकप्रतिनिधी गावामध्ये हजर असतात. त्यामुळे कोणतीही समस्या निर्माण झाली तरी त्या नेहमीच उपलब्ध असल्याने त्या समस्येची सोडवणूक सहजपणे होते. याउलट, पुरुष प्रतिनिधी सतत फिरत असतात. ते गावापेक्षा शहरांमध्ये जास्त वेळ असतात, अशी प्रतिक्रिया निवडून आलेल्या महिलांनी दिलेली आहे. महिला उत्कृष्ट कार्य करतात याचे उदाहरण म्हणजे पश्चिम बंगालमधील कुलटीकोरी या गावामध्ये सीपीआय (एम) या पक्षाने ग्रामपंचायतीच्या सर्वच्या सर्व ११ जागांवर महिला उमेदवार दिले व त्या सर्व निवडून

आल्या. संपूर्ण ग्रामपंचायतीवर महिलांची सत्ता प्रस्थापित झाली.

राजकीय सत्ताप्राप्तीमधून सबलीकरण

महाराष्ट्रामध्ये डिसेंबर २०१६मध्ये नगरपालिका निवडणुका झाल्या. या निवडणुकीमध्ये नगराध्यक्ष पद हे प्रत्यक्ष जनतेकडून निवडून देण्याची पद्धत स्वीकारली होती. नगराध्यक्ष पदेदेखील महिलांसाठी राखीव होती. सर्वसाधारण, ओबीसी, अनुसूचित जाती व जमातीतील महिला अशा प्रकारे महिलांसाठी असणाऱ्या राखीव पदांसाठी आरक्षण होते. संपूर्ण महाराष्ट्रातून आरक्षित असणाऱ्या तर काही ठिकाणी आरक्षित नसणाऱ्या जागांवरून महिला नगराध्यक्ष म्हणून निवडून आल्या. एकूण ७७ नगराध्यक्ष निवडून आल्या. पश्चिम महाराष्ट्रातून १८, मराठवाडा विभागातून १७, उत्तर महाराष्ट्रातून १२, विदर्भातून २४ व कोकण विभागातून ६ महिला नगराध्यक्ष म्हणून निवडून आल्या. एकूण ७७ महिला या थेट जनतेकडून निवडून आलेल्या आहेत. निर्णय-निश्चितीचा सर्वोच्च अधिकार त्यांना प्राप्त झाला आहे. महिलांना राजकीय पदे, सत्ता प्राप्त होणे ही राजकीय सबलीकरणाची प्रक्रिया आहे. स्थानिक राजकारणाच्या रंगभूमीवरील महिला या मुख्य कलाकाराच्या भूमिकेमध्ये येत आहेत.

महाराष्ट्रामध्ये डिसेंबर २०१६मध्ये नगरपालिकांच्या नगराध्यक्ष पदाच्या निवडणुकांमधील विभागनिहाय निवडून आलेल्या महिलांची माहिती खालीलप्रमाणे-

तक्ता क्र.२ : पश्चिम महाराष्ट्रातील महिला नगराध्यक्ष

जिल्हा	नगरपालिका	नगराध्यक्ष	जातीगट
कोल्हापूर	कागल	माणिक रमेश माळी	ओबीसी (महिला)
	पन्हाळा	रूपाली धडेल	ओबीसी (महिला)
	गडहिंग्लज	स्वाती कोरे	सर्वसाधारण
	जयसिंगपूर	नीता माने	अनुसूचित जाती (महिला)
	इचलकरंजी	अलका स्वामी	अनुसूचित जाती
सोलापुर	मंगळवेढा	अरुणा माळी	ओबीसी (महिला)
	पंढरपूर	साधना भोसले	सर्वसाधारण
	मैंदर्गी	दीप्ती केसूर	सर्वसाधारण (महिला)
	अक्कलकोट	शोभा खेडगी	सर्वसाधारण (महिला)
	सांगोला	राणी माने	सर्वसाधारण (महिला)

सांगली	आष्टा	स्नेहा माळी	ओबीसी (महिला)
	विटा	प्रतिभा पाटील	सर्वसाधारण (महिला)
सातारा	सातारा	माधवी कदम	सर्वसाधारण (महिला)
	कराड	रोहिणी शिंदे	अनुसूचित जाती (महिला)
	वाई	प्रतिभा शिंदे	अनुसूचित जाती
	फलटण	नीता नेवसे	ओबीसी (महिला)
	पाचगणी	लक्ष्मी कऱ्हाडकर	सर्वसाधारण
	महाबळेश्वर	स्वप्नाली शिंदे	अनुसूचित जाती
पुणे	बारामती	पौर्णिमा तावरे	सर्वसाधारण
	तळेगाव	चित्रा जगनाडे	NA
	शिरूर	वैशाली वारवारे	सर्वसाधारण
	जेजुरी	वीणा सोनवणे	NA
	दौंड	शीतल कटारिया	सर्वसाधारण
	इदापूर	अंकिता शहा	सर्वसाधारण
	लोणावळा	सुरेखा जाधव	

तक्ता क्र.३ : मराठवाडा विभागातील महिला नगराध्यक्ष

जिल्हा	नगरपालिका	नगराध्यक्ष	जातीगट
लातूर	अहमदपूर	अश्विनी कासनाळे	ओबीसी महिला
उस्मानाबाद	नळदुर्ग	सुरेखा जगदाळे	सर्वसाधारण
	कळंब	सुवर्णा मुंडे	ओबीसी महिला
	भूम	सुप्रिया वारे	ओबीसी महिला
	तुळजापूर	अर्चना गंगणे	सर्वसाधारण महिला
	मुरूम	अनिता अंबर	ओबीसी महिला
	उमरगा	प्रेमलता टोपगे	ओबीसी महिला
परभणी	पाथरी	मीना भोरे	अनुसूचित जाती
	सोनपेठ	जिजाबाई राठोड	सर्वसाधारण महिला
	पूर्णा	गंगाबाई ऐकलारे	ओबीसी महिला
	जिंतूर	सबीया बेगम फारूकी	सर्वसाधारण महिला
	मानवत	शिवकन्या स्वामी	अनुसूचित जाती
बीड	आंबेजोगाई	रचना मोदी	सर्वसाधारण महिला
	परळी वैजनाथ	सरोजिनी हालगे	ओबीसी महिला

जालना	जालना	संगीता गोरटयाल	सर्वसाधारण महिला
	अंबड	संगीता कुचे	अनुसूचित जाती (महिला)
	परतूर	विमल जेथलिया	अनुसूचित जाती
	भोकरदन	मंजुषा देशमुख	सर्वसाधारण

तक्ता क्र.४ : उत्तर महाराष्ट्रातील महिला नगराध्यक्ष

जिल्हा	नगरपालिका	नगराध्यक्ष	जातीगट
नाशिक	मनमाड	पद्मावती धात्रक	सर्वसाधारण महिला
	भगूर	अनिता करंजकर	सर्वसाधारण महिला
अहमदनगर	राहुरी	प्राजक्ता तनपुरे	ओबीसी
	संगमनेर	दुर्गा तांबे	सर्वसाधारण
	श्रीरामपूर	अनुराधा अधिक	सर्वसाधारण महिला
धुळे	शिरपूर	जयश्रीबेन पटेल	सर्वसाधारण महिला
	अमळनेर	पुष्पलता पाटील	सर्वसाधारण महिला
	चोपडा	मनीषा चौधरी	सर्वसाधारण महिला
	सावदा	अनिता येवले	सर्वसाधारण महिला
	फैजपूर	महानंदा ढोले	अनुसूचित जमाती
	यावल	सुरेखा कोळी	अनुसूचित जमाती महिला
	चाळीसगाव	आशालता चव्हाण	अनुसूचित जाती

तक्ता क्र.५ : विदर्भ पूर्व विदर्भातील महिला नगराध्यक्ष

जिल्हा	नगरपालिका	नगराध्यक्ष	जातीगट
वर्धा	पुलगाव	शीतल गाते	सर्वसाधारण महिला
	देवळी	सुचिता मंडावी	अनुसूचित जमाती
	सिंद्री (रेल्वे)	संगीता शेंडे	अनुसूचित जाती
चंद्रपूर	मूल	रत्नमाला भोपर	सर्वसाधारण महिला

तक्ता क्र.६ : अमरावती विभागातील महिला नगराध्यक्ष

जिल्हा	नगरपालिका	नगराध्यक्ष	जातीगट
अमरावती	अचलपूर	सुनीता फिस्के	ओबीसी महिला
	वरूड	स्वाती आंडे	सर्वसाधारण महिला
	मोर्शी	शीला रोडे	सर्वसाधारण महिला
	दर्यापूर	नलिनी भारसाकळे	सर्वसाधारण
अकोला	मुर्तीजापूर	मोनाली गावंडे	सर्वसाधारण महिला
	पातूर	प्रभा कोथळकर	अनुसूचित जाती
	तेल्हारा	जयश्री पुंडकर	सर्वसाधारण महिला
बुलढाणा	चिखली	प्रिया बोंद्रे	ओबीसी महिला
	देवळगावराजा	सुनीता शिंदे	सर्वसाधारण महिला
	खामगाव	अनिता डवरी	अनुसूचित जाती
	शेगाव	शकुंतला बुच	अनुसूचित जाती
	जळगाव जामोद	सीमा डोंबे	ओबीसी महिला
	नांदूरा	रजनी जवरे	अनुसूचित जाती महिला
वाशिम	मंगळूरपीर	गझाल यास्मिन खान	सर्वसाधारण महिला
यवतमाळ	यवतमाळ	कांचन चौधरी	सर्वसाधारण महिला
	पुसद	अनिता नाईक	ओबीसी महिला
	उमरखेड	नामदेवी ससाने	सर्वसाधारण महिला
	दिग्रज	सदफजहाँ जावेद	सर्वसाधारण महिला
	आर्णी	अर्चना मंगाम	अनुसूचित जमाती
	घाटंजी	नैना ठाकूर	सर्वसाधारण महिला

तक्ता क्र.७ : कोकण विभागातील महिला नगराध्यक्ष

जिल्हा	नगरपालिका	नगराध्यक्ष	जातीगट
रत्नागिरी	चिपळूण	सुरेखा खेराडे	सर्वसाधारण
रायगड	उरण	सायली म्हात्रे	ओबीसी
	खोपोली	सुमन अवसरमल	अनुसूचित जाती
	मुरूड	स्नेहा पाटील	सर्वसाधारण महिला
	महाड	स्नेहल जगताप	सर्वसाधारण महिला
	माथेरान	प्रेरणा सावंत	सर्वसाधारण महिला

छोट्या शहरात पितृसत्ताक पक्षाकडून महिला राजकारणात सहभागी झाल्या आहेत. परंतु, सामूहिक भागीदारीमुळे क्षमतांचा विकास होत आहे. स्थानिक पातळीवर महिलांच्या राजकीय सबलीकरणाची प्रक्रिया घडत आहे. स्वतःच्या जीवनामध्ये सकारात्मक बदल घडवून आणण्याचे माध्यम किंवा साधन म्हणून राजकारणाकडे पाहण्याची दृष्टी महिलांमध्ये विकसित होत आहे. यादृष्टीने स्थानिक राजकारणातील व निर्णयप्रक्रियेतील त्यांचा सहभाग वाढत आहे. या प्रक्रियेमुळे लोकशाहीचा विस्तार होत आहे. महिलांनी राजकारणाचे प्राधान्यक्रम बदलविले. दैनंदिन गरजा यांना राजकारणाच्या मध्यभागी आणले. सामान्यातील सामान्य माणसाच्या हितप्राप्तीसाठी राजकीय सत्ता वापरली जाऊ लागली. राजकीय प्रक्रियेमध्ये सहभागी होऊन महिला स्वतःची स्वतंत्र ओळख निर्माण करीत आहेत. स्थानिक राजकारणातील संधी व अनुभव यामधून महिलांचे राजकीय शिक्षण होत आहे. महिलांमधील राजकीय कौशल्य विकसित करण्यासाठी स्वयंसेवी संस्था प्रशिक्षण देत आहेत. पुरुषप्रधान व्यवस्थेमध्ये महिला वाटाघाटीचे तंत्र व सौदेबाजीचे कसब आत्मसात करीत आहेत. संस्थात्मक प्रथा, परंपरा बदलण्यासाठी त्या संघर्ष करीत आहेत. राजकारण हे समस्यांवरील उपायांचे क्षेत्र आहे, हे आपल्या निर्णय व कृतीमधून त्या सिद्ध करीत आहेत. स्थानिक पातळीवर हा सकारात्मक बदल घडून आलेला आहे. परंतु, राज्य व राष्ट्रीय पातळीवर मात्र महिलांना त्यांच्या लोकसंख्येच्या प्रमाणात राजकीय प्रतिनिधित्व नाही. तसेच राजकीय सत्तादेखील मिळत नाही. महिलांच्या राजकीय सबलीकरणाची प्रक्रिया ही केवळ स्थानिक पातळीवर राबविली जात आहे. राज्य व राष्ट्रीय पातळीवर मात्र महिलांचे राजकीय समावेशन घडून येताना दिसत नाही. महाराष्ट्र विधानसभेच्या झालेल्या १२ सार्वत्रिक निवडणुकांमधून ३३९६ सदस्य निवडून आले. त्यांपैकी ३२५९ (९५.९७ टक्के) पुरुष आमदार व केवळ १३७ (४.०३ टक्के) महिला आमदार आहेत. महाराष्ट्र राज्यपातळीवर केवळ ४.०३ टक्के महिलांचे प्रतिनिधित्व आहे. ही आकडेवारी असे दर्शविते की, राज्यपातळीवरील राजकारणात महिला या परिघावर आहेत. महिला घटकाचे प्रतिनिधित्व अत्यंत कमी असल्याने निर्णय-निश्चितीच्या राजकारणामध्ये महिलांचे समावेशन घडून येताना दिसत नाही. यासाठी राज्य व राष्ट्रीय पातळीवर सकारात्मक कृती धोरण अमलात आणण्याची गरज आहे. केवळ स्थानिक पातळीवरच महिलांच्या क्षमता व कौशल्याचा विकास होत आहे. स्थानिक पातळीवर आत्मसात केलेल्या क्षमता व कौशल्यांचा प्रभावीपणे वापर करण्याची संधी राज्य व राष्ट्रीय पातळीवर मात्र नाकारली जात आहे. जोपर्यंत राज्य व राष्ट्रीय पातळीवर महिलांना

समान संधी प्राप्त होत नाही तोपर्यंत महिलांच्या राजकीय सबलीकरणाची प्रक्रिया अपूर्ण आहे असे म्हणता येते. स्थानिक पातळीवरील राजकारणामध्ये महिलांना राजकीय क्षेत्रात समान संधी मिळाल्याने महिलांचे स्थानिक पातळीवर महिलांचे मर्यादित राजकीय सबलीकरण घडून येत आहे, असे म्हणता येईल.

२२

शहरी राजकारण आणि पक्षीय सत्ता स्पर्धा

डॉ. वैशाली पवार

नव्वदीच्या नंतर महाराष्ट्राचे राजकारण शहरी भागाकडे हळूहळू वळत गेले. ग्रामीण महाराष्ट्रावर शहरी महाराष्ट्राचे नियंत्रण आले आहे. जनगणना अहवालानुसार शहरी लोकसंख्या ४५.२ टक्के आहे (२०११). साठच्या दशकात शहरी लोकसंख्या १.१२ कोटी होती; तर एकविसाव्या शतकाच्या दुसऱ्या दशकात ५.०८ कोटी शहरी लोकसंख्या आहे. परंतु, वस्तुस्थितीमध्ये शहरी व निम-शहरी अशी लोकसंख्या ग्रामीण लोकसंख्येच्या तुलनेत जास्त आहे. महाराष्ट्रात शहरांची संख्या ५३४ इतकी आहे (महाराष्ट्राची आर्थिक पाहणी). अशा शहरांमध्ये महाराष्ट्राचे राजकारण आणि अर्थकारण घडते. महाराष्ट्रातील सेवा क्षेत्राचा राज्यातील उत्पादनात वाटा ५४.४ व उद्योगांचा राज्यातील उत्पादनात वाटा ३३.८ टक्के आहे (महाराष्ट्राची आर्थिक पाहणी, २०१६-१७, २३). सर्व स्थानिक शासन संस्थांमध्ये महानगरपालिकांचे अर्थसंकल्प जास्त प्रभावी ठरणारे आहेत. त्यामुळे एकूण राजकीय सत्तास्पर्धा आणि आर्थिक हितसंबंधाची स्पर्धा महानगरांमध्ये गेली पाव शतक रंगली आहे. त्यामुळे राजकीय सत्तेचे रणमैदानदेखील शहरी महानगरे झाली आहेत. या प्रकरणात शहरी भागातील पक्षीय सत्तास्पर्धांचे बदलते स्वरूप मांडले आहे. तसेच पक्षीय सत्तास्पर्धेचे आर्थिक आधार आणि राजकीय पक्ष यांचे संबंध स्पष्ट केले आहेत. सामाजिक-आर्थिक पार्श्वभूमी आणि राजकीय पक्ष यांच्या सहसंबंधाचे विवेचन केले आहे.

महानगरपालिका आणि पक्षीय सत्तास्पर्धा

महाराष्ट्रातील महानगरपालिकांपैकी १८ महानगरपालिकांतील निवडणुकांमधील आकडेवारीवरून असे म्हणता येते की, भाजप या पक्षाचे शहरी राजकारणावर एक पक्षीय प्रभुत्व निर्माण झालेले दिसते. पूर्वीपासून शहरी भागातून भाजपला पाठिंबा मिळत होता. त्यामुळे शहरी पक्ष म्हणून त्याने आपली ओळख निर्माण केलेली होती. परंतु, शहरी राजकारणावर भाजपला एकतर्फी वर्चस्व निर्माण करता आलेले नव्हते. महाराष्ट्रातील सर्वच विभागातील शहरी राजकारणावर भाजपने आपले वर्चस्व निर्माण केलेले आहे. बृहन्मुंबई, ठाणे, उल्हासनगर, पुणे, पिंपरी-चिंचवड, सोलापूर, कोल्हापूर, नाशिक, अकोला, अमरावती, नागपूर, पनवेल, मालेगाव, भिवंडी निजामपूर, परभणी, लातूर, चंद्रपूर व कल्याण भिवंडी या महानगरपालिकांमध्ये झालेल्या निवडणुकांमध्ये १९२२ जागांपैकी भाजपने ८४१ जागा जिंकल्या आहेत. याचा अर्थ भाजपच्या ४४ टक्के जागा निवडून आल्या आहेत.

म्हणजेच जवळ-जवळ निम्म्या जागा भाजपने जिंकल्या आहेत. महाराष्ट्राच्या शहरी राजकारणातील एक नंबरचा पक्ष म्हणून तो उदयाला आलेला दिसतो. शिवसेना हा पक्ष दोन नंबरवर आहे. त्याने ३५७ जागा (१९ टक्के) मिळविल्या आहेत. शिवसेनेच्या तुलनेत भाजपने दुप्पटीपेक्षाही अधिक जागा मिळविल्या आहेत. भाजप व शिवसेना या दोन पक्षांमध्ये शहरी सत्ता स्पर्धा होती. या स्पर्धेमध्ये भाजपने निर्णायकपणे आपले वर्चस्व निर्माण केले. तसेच ही स्पर्धा एकतर्फी असल्याचेदेखील यामधून दिसून येते. या स्पर्धेत काँग्रेस पक्ष तीन नंबरवर राहिला आहे. त्याला ३०७ जागा (१६ टक्के) मिळाल्या आहेत. काँग्रेस पक्षाच्या तीन पट जास्त जागा भाजप पक्षाला मिळालेल्या दिसतात. चौरंगी पक्षीय स्पर्धेमध्ये राष्ट्रवादी काँग्रेस पक्ष हा चौथ्या स्थानावर राहिला आहे. राष्ट्रवादी काँग्रेसला १९७ जागा (१० टक्के) मिळाल्या आहेत. शहरी राजकारणामध्ये नव्याने उदयाला आलेल्या एमआयएम या पक्षाने लक्षवेधकरीत्या जागा जिंकल्या आहेत. एमआयएमने ३३ जागा (२ टक्के) मिळविल्या आहेत.

तक्ता क्र.१ : अठरा महानगरपालिकांमधील जागांची पक्षनिहाय आकडेवारी

अ.क्र	महानगरपालिका	एकूण	भाजप	रा.काँ.	काँग्रेस	शिवसेना	मनसे	इतर	एमआयएम	बसपा
१	बृहन्मुंबई	२२७	८२	०९	३१	८४	०७	१२	०२	-
२	ठाणे	१३१	२३	३४	०३	६७	-	०२	०२	-
३	उल्हासनगर	७८	३२	०४	०१	२५	-	१६	-	-
४	पुणे	१६२	९८	३८	०९	१०	०२	०४	०१	-
५	पिंपरी-चिंचवड	१२८	७७	३६	-	०९	०१	०५	-	-
६	सोलापूर	१०२	४९	०४	१४	२१	-	०१	०९	०४
७	नाशिक	१२२	६६	०६	०६	३५	०५	०४	-	-
८	अकोला	८०	४८	०५	१३	०८	-	०५	०१	-
९	अमरावती	८७	४५	-	१५	०७	-	०५	१०	०५
१०	नागपूर	१५१	१०८	०१	२९	०२	-	०१	-	१०
११	पनवेल	७८	५१	०२	०२	-		२३		
१२	मालेगाव	८४	०९	२०	२८	१३		०७	०७	
१३	भिवंडी निजामपूर	९०	१९	-	४७	१२		१२		
१४	परभणी	६५	०८	१८	३१	०६		०२		
१५	लातूर	७०	३६	०१	३३	००		००		
१६	चंद्रपूर	६६	३६	०२	१४	०२		०४		०८
१७	कोल्हापूर	८१	१२	१५	२७	०४		२३		
१८	कल्याण-डोंबिवली	१२०	४२	०२	०४	५२	०९	०९	०१	०१
	एकूण	१९२२	८४१	१९७	३०७	३५७	२४	१३५	३३	२८
	टक्केवारी		४४	१०	१६	१९	०१	०७	०२	०१

तक्ता क्र.२ : महानगरपालिकांमधील मतदान व त्यांची टक्केवारी

अ.क्र.	पक्षाचे नाव	एकूण पडलेले मतदान	मतदानाची टक्केवारी
१	भारतीय जनता पक्ष	८११७२८९	३५.३६%
२	शिवसेना	४१६१०५२	१८.१३%
३	राष्ट्रवादी काँग्रेस	३४१७०७२	१४.८८%
४	काँग्रेस	३०१६८३२	१३.१४%
५	अपक्ष	१२१५७२०	५.३०%
६	मनसे	९०९६३२	३.९६%
७	बहुजन समाज पक्ष	७६७२७८	३.३४%
८	एमआयएम	४४९३७३	१.९६%
९	रेस्ट ऑल इतर पक्ष	९०२७८३	३.९३%
	एकूण	२२९५७०३१	१००.००%

कल्याण–डोंबिवली महानगरपालिका

कल्याण–डोंबिवली महानगरपालिका निवडणुकीत सत्तास्पर्धा भाजप विरोधी शिवसेना अशी झाली होती. निवडणूक थेट उद्धव ठाकरे विरुद्ध देवेंद्र फडणवीस अशी झाली. उद्धव ठाकरे व रामदास कदम यांनी मुख्यमंत्र्यांवर टीका केल्या. त्यास देवेंद्र फडणवीसांनी आक्रमक प्रत्युत्तर दिले (वाघाच्या जबड्यात हात घालणारी आमची जातकुळी). शिवसेना नेते एकनाथ शिंदे यांनी ठाकरे यांच्याकडे मंत्रिपदाचा राजीनामा दिला होता. भाजपकडून पोलीस दलाचा गैरवापर झाला, असा आरोप झाला. पोलिसांनी लाठीमार केला होता (लोकसत्ता, २ नोव्हेंबर, २०१५). या तपशिलाचा मथितार्थ म्हणजे निवडणुकीचा केंद्रबिंदू हा शिवसेना विरुद्ध भाजप असा होता. या महापालिकेत मराठी भाषिकांचे वर्चस्व होते. अमराठी भाषिकांचे प्रमाण जवळपास १० टक्के होते.

पुणे महानगरपालिका निवडणूक

पुणे मनपा क्षेत्रातील राजकीय स्पर्धा २०१४मध्ये बदलली होती. लोकसभा व विधानसभा निवडणुकीत राष्ट्रवादी काँग्रेस पक्षाच्या पुढे भाजप गेला होता. त्यामुळे पुणे मनपा निवडणुकीत भाजपला पोषक वातावरण होते. संजय काकडे हे नवीन नेते भाजपमध्ये आले. त्यामुळे सामाजिक व आर्थिक अशा दोन्ही समीकरणामध्ये बदल झाले होते. पुणे महानगरपालिकेच्या २०१७च्या निवडणुकीमध्ये १६२ नगरसेवकांपैकी ९७ (५९.८७ टक्के) नगरसेवक भाजप पक्षाकडून निवडून आले. पुणे मनपामध्ये निम्म्यापेक्षा जास्त

सदस्यसंख्या एकट्या भाजप पक्षाची आहे. पुणे मनपाच्या इतिहासातील भाजपची ही सर्वांत चित्तवेधक अशी कामगिरी आहे. पुणे महानगरपालिकेमध्ये पहिल्यांदा भाजपने स्वबळावर सत्ता प्राप्त केली. सर्वच जातीगटातून भाजपचे सदस्य निवडून आले. सर्वसाधारण गटातून ५६, ओबीसी गटातून २४, अनुसूचित जाती गटातून १५ तर अनुसूचित जमाती गटातून ०२ असे सदस्य निवडून आले. दोन नंबरवर राष्ट्रवादी काँग्रेस पक्षाकडून सदस्य निवडून आले. राष्ट्रवादीचे ३९ (२४.०७ टक्के) सदस्य निवडून आले. भाजप व राष्ट्रवादी काँग्रेस यांच्यामध्ये ५८ जागांचा फरक राहिला आहे. भाजपने राष्ट्रवादी काँग्रेसपेक्षा जवळजवळ अडीच पट जागा जास्त जिंकल्या आहे. सर्वसाधारण गटातून राष्ट्रवादीचे २३ (२४.७७ टक्के) तर भाजपचे ५६ (६० टक्के) सदस्य निवडून आले. ओबीसी १४ व अनुसूचित जाती ०२ असे सदस्य निवडून आले. काँग्रेस पक्ष जो मनपामध्ये सत्ताधारी पक्ष होता तो केवळ ९ जागा जिंकून तिसऱ्या स्थानावर राहिला आहे; तर शिवसेना ५ जागा जिंकून चौथ्या स्थानावर राहिली आहे. मनसेला केवळ २ जागा मिळाल्या आहेत. अपक्ष व इतरांना ५ जागा मिळाल्या आहेत.

तक्ता क्र.३ : पुणे महानगरपालिका जातीनिहाय पक्षीय संख्याबळ

अ.क्र.	जात/पक्ष	भाजप	शिवसेना	काँग्रेस	रा. काँ.	मनसे	अपक्ष/इतर	एकूण
१	अनुसूचित जाती	१५	०३	०२	०२	-	०१	२२
२	अनुसूचित जमाती	०२	-	-	-	-	-	०२
३	नागरिकांचा मागास प्रवर्ग	२४	०३	०१	१४	-	०२	४४
४	सर्वसाधारण	५६	०४	०६	२३	०२	०२	९३
	एकूण	९७	१०	०९	३९	०२	०५	१६१

ठाणे महानगरपालिका निवडणूक

ठाणे मनपा हा शिवसेना पक्षाचा बाल्लेकिल्ला आहे. या मनपाची जबाबदारी एकनाथ शिंदे यांच्यावर होती. शिवसेना पक्षा इतका मोठा सामाजिक व आर्थिक आधार भाजप व राष्ट्रवादी काँग्रेसकडे नव्हता. ठाणे महानगरपालिकेच्या निवडणुकीमध्ये १३२ नगरसेवकांपैकी ६७ (५०.७५ टक्के) नगरसेवक ठाणे शिवसेना पक्षाकडून निवडून आले. ठाणे मनपामध्ये एकट्या शिवसेना पक्षाची निम्म्यापेक्षा जास्त सदस्यसंख्या आहे. ठाणे मनपातील शिवसेनेची ही सर्वांत चित्तवेधक अशी कामगिरी आहे. सर्वच जातीगटातून शिवसेनेचे सदस्य निवडून आले. सर्वसाधारण गटातून ४४, ओबीसी गटातून १६, अनुसूचित जाती गटातून ५ तर अनुसूचित जमाती गटातून ०२ असे सदस्य निवडून

आले. शिवसेनेचे सर्वसाधारण गटातून ४४ (५० टक्के)सदस्य निवडून आले. दोन नंबरवर राष्ट्रवादी काँग्रेस पक्षाचे सदस्य निवडून आले. राष्ट्रवादी काँग्रेसचे ३४ (२५.७५ टक्के) सदस्य निवडून आले. शिवसेना व राष्ट्रवादी काँग्रेस यांच्यामध्ये ३३ जागांचा फरक राहिला आहे. शिवसेनेने राष्ट्रवादी काँग्रेसपेक्षा दुप्पट जागा जास्त जिंकल्या आहे. राष्ट्रवादी काँग्रेसचे सर्वसाधारण गटातून २२ (२५ टक्के) सदस्य निवडून आले. सर्वसाधारण गटातून शिवसेनेच्या निम्मे राष्ट्रवादी काँग्रेसचे सदस्य निवडून आले. ओबीसी १० व अनुसूचित जाती ०२ असे सदस्य निवडून आले. भाजप २३ (१७.४२) जागा जिंकून तिसऱ्या स्थानावर राहिला आहे. काँग्रेसला केवळ ३ (२.७२) तर अपक्ष व इतरांना ५ जागा मिळाल्या आहेत. मनसेला एकही जागा मिळालेली नाही.

तक्ता क्र.४ : ठाणे महानगरपालिका जातीनिहाय पक्षीय संख्याबळ

अ.क्र.	जात/पक्ष	भाजप	शिसवेना	काँग्रेस	रा. काँ.	अपक्ष/इतर	एकूण
१	अनुसूचित जाती	०२	०५	-	०२	-	०९
२	अनुसूचित जमाती	०१	०२	-	-	-	०३
३	नागरिकांचा मागास प्रवर्ग	०६	१६	-	१०	-	३२
४	सर्वसाधारण	१४	४४	०३	२२	०५	८८
	एकूण	२३	६७	०३	३४	०५	१३२

चंद्रपूर महानगरपालिका निवडणूक

पूर्व विदर्भातील चंद्रपूर ही मनपा भाजपासाठी जास्त महत्त्वाची होती; कारण देवेंद्र फडणवीस, सुधीर मुनगंटीवार, हंसराज अहिर असे भाजपचे तीन मातब्बर नेते चंद्रपूर जिल्हातील आहेत. मुख्यमंत्री, वित्तमंत्री, केंद्रीय गृहराज्यमंत्री अशी तीन महत्त्वाची पदे (खाती) चंद्रपूर जिल्हाशी संबंधित आहेत. भाजपला या सत्तेचा पक्ष विस्तारासाठी फायदा झाला. भाजपने ६६ पैकी ३६ जागा जिंकून स्पष्ट बहुमत प्राप्त केले. या निवडणुकीत भाजपने काँग्रेस पक्षाचा पराभव केला; कारण काँग्रेस पक्ष सत्ताधारी होता. त्याला केवळ बारा जागा जिंकता आल्या. बसपाने मात्र दलित बहुलपट्ट्यात आठ जागा जिंकल्या आहेत. येथील राजकारणात बसपा हा तिसऱ्या क्रमांकाचा पक्ष ठरला. रिपब्लिकन पक्षाच्या–गटांच्या पेक्षा बसपाची ताकद जास्त दिसते. एकूण भाजप, काँग्रेस अशी दुहेरी राजकीय स्पर्धा झाली. परंतु, पक्षांतर्गत गटबाजी आणि उमेदवारांची निवड याबद्दलच्या वादामुळे भाजपच्या जागा कमी झाल्या (लोकसत्ता, २२ एप्रिल, २०१७). भाजपच्या नगरसेवकांमध्ये वाढ झाली. १८ वरून ३६ वर ही संख्या गेली. या मागे राजकीय अर्थकारण

हा मुद्दा प्रभावी ठरला; कारण सुधीर मुनगंटीवार यांनी २६०० कोटींची विकास कामे या ज़िल्हात आणली (जुनारकर रवींद्र, लोकसत्ता, २२ एप्रिल, २०१७). हंसराज अहिर, नाना श्यामकुळे व सुधीर मुनगंटीवार यांच्यातील मतभिन्नता भाजपला नियंत्रणात ठेवता आली. शासकीय महाविद्यालय, वन अकादमी, बाबूपेठ उड्डाणपूल, नाट्यगृह, अटल अमृत पाणीपुरवठा योजना, सिमेंटीकरण, डांबरीकरण, नालेसफाई, वाय-फाय सिटी, रामाळा तलाव, बगीचे, मोकळ्या जागांचा विकास अशा विकासकामांच्या मुद्द्यांवर प्रचार मुनगंटीवारांनी केला होता. रामू तिवारी काँग्रेसमधून भाजपत आले होते. त्यांचा पराभव झाला. भाजपने प्रत्येक प्रभागात व घरोघरी ५०च्या वर सभा, बैठका घेतल्या. म्हणजेच भाजप पक्ष शिस्तशीर व एकोप्याने काम करत होता. त्या तुलनेत काँग्रेस पक्ष हळूहळू निवडणूक लढवत होता. प्रदेशाध्यक्ष अशोक चव्हाण वगळता इतर नेते प्रचारात नव्हते. नरेश पुंगलिया (माजी खासदार) हे एकमेव काँग्रेसचे नेते भाजपशी झुंजत होते. त्यातही पक्षाच्यावतीने आर्थिक मदत, प्रचार साहित्य दिले गेले नाही. काँग्रेसमध्ये विजय वडेट्टीवार, सुभाष धोटे अशी गटबाजी होती. काँग्रेसचा प्रचार प्रभावी झाला नाही. काँग्रेसने मालमत्ता कराचा मुद्दा मांडला, परंतु त्याचा प्रभाव पडला नाही (लोकसत्ता, २२ एप्रिल, २०१७).

बहुजन समाज पक्षाने इंडस्ट्रियल व डॉ. बाबासाहेब आंबेडकर या दोन प्रभागात आठ जागा जिंकल्या आहेत. याठिकाणी रिपब्लिकन व भारिप यांनी उमेदवार उभे केले होते. परंतु, त्यांना यश आले नाही. काँग्रेसच्या १४, शिवसेनेच्या ०३ व राष्ट्रवादीच्या ०२ जागा कमी झालेल्या दिसतात. या पक्षांमधील अंतर्गत गटबाजीमुळे त्यांच्या जागा कमी झाल्या. मनसेने मात्र दोन जागा मिळविल्या; तर प्रहारचे पप्पू देशमुख यांनी एका ठिकाणी विजय मिळविला. या निवडणुकीत मुस्लीम व रिपब्लिकन मतांचे विभाजन झाले (जुनारकर रवींद्र, लोकसत्ता, २२ एप्रिल, २०१७).

अमरावती महानगरपालिका निवडणूक

अमरावती मनपामध्ये दोन्ही काँग्रेस नेत्यांमध्ये तणाव होते. रावसाहेब शेखावत यांनी काँग्रेस पक्षासाठी फारसा उत्साह दाखविला नाही. संजय खोडके हे काँग्रेस पक्षाचे सरचिटणीस होते. परंतु, त्यांचा पदवीधर मतदारसंघात पराभव झाला होता. त्यामुळे त्याचा प्रभाव पडला नाही. संजय खोडके राष्ट्रवादी काँग्रेस पक्षातून बाहेर पडले. त्यामुळे राष्ट्रवादी काँग्रेस पक्षामध्ये नेतृत्वाची पोकळी तयार झाली. नवे नेतृत्व उभे राहू शकले नाही. नवनीत राणा व रवि राणा यांनी राष्ट्रवादी काँग्रेस विरोधी बंड केले. त्यांनी युवा स्वाभिमान पक्षात पक्षांतर केले. त्यामुळे दोन्ही काँग्रेस पक्षात नेतृत्वाची पोकळी होती.

हा अवकाश भाजपने भरून काढला. सुनील देशमुख (भाजप आमदार) यांनी नेतृत्वाचा हा अवकाश व्यापला. त्यांनी भाजपच्या प्रचार यंत्रणेची धुरा स्वत:कडे ठेवली होती. शिवसेना पक्षातही गटबाजी होती. आनंदराव अडसूळ यांचा गट प्रभावी ठरला नाही. दोन्ही काँग्रेस, युवा स्वाभिमान आणि शिवसेना पक्ष यांच्या विस्कळीतपणाचा भाजपप्रमाणे एमआयएमनेदेखील फायदा उठविला. एमआयएमने सहा जागा जिंकल्या (लोकसत्ता, २२ फेब्रुवारी, २०१७).

अमरावती मनपाच्या निवडणुकीमध्ये ८७ नगरसेवकांपैकी ४५ (५१.७२ टक्के) सदस्य भाजप पक्षाकडून निवडून आले. अमरावती मनपामध्ये निम्म्यापेक्षा जास्त सदस्यसंख्या एकट्या भाजप पक्षाची आहे. अमरावती मनपातील भाजपची उठावदार अशी कामगिरी आहे. सर्वच जातीगटातून भाजपचे सदस्य निवडून आले. सर्वसाधारण गटातून २५, ओबीसी गटातून ९, अनुसूचित जाती गटातून १० तर अनुसूचित जमाती गटातून ०१ असे सदस्य निवडून आले. अनुसूचित जाती गटातून भाजपला सर्वाधिक पाठिंबा मिळालेला दिसतो. भाजपचे १० सदस्य (६२.५ टक्के) अनुसूचित जाती गटातून निवडून आलेले दिसतात. दोन नंबरवरती काँग्रेस पक्षाकडून सदस्य निवडून आले. काँग्रेसचे १५ (१७.२४ टक्के) सदस्य निवडून आले. भाजप व काँग्रेस यांच्यामध्ये ३० जागांचा फरक राहिला आहे. भाजपने काँग्रेसपेक्षा तीन पट जागा जास्त जिंकल्या आहेत. सर्वसाधारण गटातून काँग्रेसचे ७ (१५.२१ टक्के) तर भाजपचे २५ (५४.३४ टक्के) सदस्य निवडून आले. एम.आय. एम. या पक्षाने अमरावती मनपामध्ये लक्षवेधक अशी कामगिरी केली आहे. एम.आय. एम. ने १० जागा (११.४९ टक्के) मिळवत तिसरे स्थान मिळविले आहे. शिवसेना ७ जागा (८.०४ टक्के) जिंकून चौथ्या स्थानावर राहिली आहे. बसपाला ५ जागा (५.७४ टक्के) मिळाल्या आहेत; तर आरपीआय व अपक्षांना १ जागा मिळाली आहे. राष्ट्रवादीला अमरावती मनपामध्ये एकही जागा मिळाली नाही.

तक्ता क्र.५ : अमरावती महानगरपालिका जातीनिहाय पक्षीय संख्याबळ

अ.क्र.	जात/पक्ष	भाजप	शिवसेना	काँग्रेस	बसपा	युवा शक्ति	आरपी आय	एम. आय.एम.	अपक्ष	एकूण
१	अनुसूचित जाती	१०	०२	०२	०१	०१	-	-	-	१६
२	अनुसूचित जमाती	०१	-	०१	-	-	-	-	-	०२
३	नागरिकांचा मागास प्रवर्ग	०९	०२	०५	०२	०१	-	०४	-	२३
४	सर्वसाधारण	२५	०३	०७	०२	०१	०१	०६	०१	४६
	एकूण	४५	०७	१५	०५	०३	०१	१०	०१	८७

मुंबई महापालिका निवडणूक

मुंबई मनपासाठी २,२७५ उमेदवार उभे होते. मुख्य राजकीय स्पर्धा शिवसेना विरोधी भाजप अशी होती. भाजप हा शिवसेना पक्षा बरोबर मुंबईमध्ये सत्ताधारी पक्ष होता. मात्र, शिवसेना-भाजप यांची पंचवीस वर्षांतील युती संपुष्टात आली. त्यामुळे सत्ताधारी पक्ष विरोधीचा असंतोष शिवसेना पक्षाकडे वळवला गेला. परंतु, शिवसेना पक्षाने मराठी-अमराठी असा मुद्दा उपस्थित करत सत्ताधारी पक्ष विरोधीच्या असंतोषाची धार कमी केली. त्यामुळे शिवसेना पक्षाच्या एकूण नगरसेवकांमध्ये ७५ नगरसेवक मराठी आहेत; तर भाजपने मराठी आणि अमराठी असा नवीन समझोता घडविलेला दिसतो; कारण भाजपचे ३८ मराठी व ४४ अमराठी नगरसेवक आहेत. गेल्या पाव शतकामध्ये शिवसेना मराठी व भाजप अमराठी अशी जुळणी करत होती. २०१७मध्ये भाजपने हा अवकाश व्यापण्यास सुरुवात केली आहे. काँग्रेसकडील अमराठी अवकाशदेखील भाजपकडे वळला आहे. मुंबईमध्ये ३९ टक्के अल्पसंख्याक लोकसंख्या आहे. विशेष म्हणजे २५ टक्के मुस्लीम आणि ५.५ टक्के जैन लोकसंख्या आहे. या दोन्ही समूहांशी नव्याने जुळवाजुळवी करण्याचे मोठे आव्हान सर्वच पक्षांच्या समोर होते. भाजपने जैन समूहाशी जुळवून घेतले. त्यामुळे शिवसेना पक्षाच्या पुढे जैन समूहाच्या निमित्ताने सामाजिक व आर्थिक आव्हान होते; तर मुस्लीम समाजाची कोंडी झाली होती. त्यामुळे तो कोणाकडे वळणार हा एक यक्ष प्रश्न होता. मुस्लीम समाजाची दोन वैशिष्ट्ये दिसून आली. एक, मुस्लीम समाजातील २६ पैकी १३ नगरसेवक काँग्रेस पक्षाचे निवडून आले. दोन, तेरा नगरसेवक विविध पक्षाकडून निवडून आले. त्यामुळे मुस्लीम समाजाची द्विधा राजकीय मनःस्थिती होती. एमआयएम पक्षाच्या केवळ सहा जागा निवडून आल्या आहेत. त्यामुळे मुस्लीम राजकारणाचा अवकाश एमआयएम पक्षाने व्यापलेला नाही. परंतु, मुंबईच्या राजकारणात त्यांचे स्थान दिसते. मुंबईमध्ये ख्रिश्चन समाज तीन टक्के आहे. त्यांचे दोन उमेदवार निवडून आले आहेत. काँग्रेस पक्ष मराठी, मुस्लीम व महिला या तीन समाज घटकांमध्ये टिकून राहिला आहे. शिवसेना पक्षाला मराठी, मुस्लीम व दलित अशा तीन सामाजिक घटकांचा मुख्य आधार मिळालेला आहे. शिवशक्ती-भीमशक्ती युतीचा हा परिणाम दिसतो. भाजपला मात्र मुंबई महानगरपालिकेमध्ये मुस्लीम व ख्रिश्चन अल्पसंख्याक समूहामध्ये शिरकाव करता आला नाही.

तक्ता क्र.६ : मुंबई मनपामधील पक्षीय आकडेवारी

अ.क्र.	पक्ष	मराठी	अमराठी	महिला	मुस्लीम	ख्रिश्चन	एससी	एसटी	एकूण
१	शिवसेना	७५	०८	४५	०२	-	१२	०२	१३६
२	भाजप	३८	४४	४४	-	-	०२	-	१२८
३	काँग्रेस	१२	०३	१६	१३	०२	०१	-	४७
४	राष्ट्रवादी	०३	०१	०७	०३	-	-	-	१४
५	मनसे	०७	-	०३	-	-	-	-	१०
६	एमआयएम	-	-	०४	०२	-	-	-	०६
७	सपा	-	-	-	०६	-	-	-	०६
८	अ.भा.से.	०१	-	०१	-	-	-	-	०२
९	अपक्ष	०३	-	०२	-	-	-	-	०५
	एकूण	१३९	५६	१२२	२६	०२	१५	०२	३५४

तक्ता क्र.७ : मुंबई महानगरपालिकेतील अनुसूचित जातीचे विजयी उमेदवार

अ.क्र.	उमेदवार	प्रभाग	पक्ष
१	प्रीतम पडागळे	कांदीवली	भाजप
२	रेखा रामवंशी	गोरेगाव	शिवसेना
३	रोहिणी कांबळे	सांताक्रुझ (पू.)	शिवसेना
४	चंद्रावती मोरे	भांडूप	शिवसेना
५	वैशाली शेवाळे	गोवंडी	शिवसेना
६	समृद्धी काटे	गोवंडी	शिवसेना
७	आशा सुभाष मराठे	चेंबूर	भाजपा
८	विक्रांत शेटे	चेंबूर	शिवसेना
९	प्रवीण मोरस्कर	कुर्ला	शिवसेना
१०	प्रल्हाद ठोंबरे	माटुंगा	शिवसेना
११	संतोष खरात	ना.म.जोशी मार्ग	शिवसेना
१२	स्नेहल आंबेकर	ना.म.जोशी मार्ग	शिवसेना
१३	उर्मिला पांचाळ	परळ	शिवसेना
१४	सोनम जामसुतकर	भायखळा	काँग्रेस
१५	सुजाता सानप	शहीद भगतसिंग मार्ग	शिवसेना

तक्ता क्र.८ : मुंबई महानगरपालिकेतील अनुसूचित जमातींचे विजयी उमेदवार

अ.क्र.	उमेदवार	प्रभाग	पक्ष
१	प्रतिभा खोपडे	अंधेरी (प.)	शिवसेना
२	संजय अगलदरे	बांद्रा (प.)	शिवसेना

कोल्हापूर महानगरपालिका निवडणूक

कोल्हापूर मनपामध्ये गटांची सत्तास्पर्धा गेली पंधरा-वीस वर्षं सुरू होती. २०१५च्या निवडणुकीमध्ये गटांमध्ये सत्तास्पर्धा राहूनही सत्तास्पर्धा पक्षीय पातळीवरदेखील झाली. हे कोल्हापूरच्या राजकारणाचे नवीन वैशिष्ट्य उदयाला आले आहे. पालकमंत्री चंद्रकांत पाटील यांनी भाजपची युती ताराराणी आघाडीबरोबर केली होती. ताराराणी आघाडीमधून महादेवराव महाडीक व मालोजीराजे यांचे समर्थक लढले. त्यामुळे ताराराणी आघाडीपेक्षा भाजपचा पुढाकार अशी प्रतिमा पुढे आली.

सतेज पाटील यांनी काँग्रेस पक्षाचे नेतृत्व केले; तर हसन मुश्रीफ यांनी राष्ट्रवादी काँग्रेस पक्षाचे नेतृत्व केले. त्यामुळे व्यक्तिनिष्ठ गट असूनही पक्षाच्या चौकटीमध्ये सत्तास्पर्धा झाली. भाजप-ताराराणी आघाडी व दोन्ही काँग्रेस अशी मुख्य दुरंगी सत्तास्पर्धा होती. मात्र वस्तुस्थितीमध्ये बहुपदरी सत्तास्पर्धा होती. बहुपदरी सत्तास्पर्धा दुरंगी स्वरूपात घडली. भाजपने या निवडणुकीत तिप्पट यश मिळविले. या पक्षाच्या नगरसेवकांची संख्या तीन जागांवरून बारा जागांवर जाऊन पोहचली. मात्र, भाजप-ताराराणी आघाडीला प्रभावी यश मिळाले नाही. ताराराणी आघाडीने वीस जागा जिंकल्या. मात्र, गुन्हेगारी पार्श्वभूमीची टीका आघाडीवर झाली होती (लोकसत्ता, ३ नोव्हेंबर, २०१५). काँग्रेस, राष्ट्रवादी काँग्रेस अशी पक्षीय स्पर्धा होती. या स्पर्धेत काँग्रेस पक्षाने राष्ट्रवादी काँग्रेसला मागे टाकले. अपक्षांसह काँग्रेसने २९ जागा जिंकल्या. राष्ट्रवादी काँग्रेस जो सत्ताधारी पक्ष होता त्याला १५ जागा जिंकता आल्या. सतेज पाटील व हसन मुश्रीफ यांनी निवडणुकीनंतर संयुक्त सत्ता स्थापन करण्याची आघाडी केली. शिवसेनेने चार व मनसे एक जागा जिंकली. भाजप-ताराराणी आघाडी, शिवसेना व मनसे यांचे संख्याबळ केवळ ३७ झाले; तर दोन्ही काँग्रेसचे संख्याबळ ४४ झाले. त्यामुळे दोन्ही काँग्रेस पक्षाचा हा एकत्रित विजय ठरला. परंतु, राजकीय सत्तास्पर्धा मात्र बहुकेंद्री झाली. व्यक्तींचे गट दुय्यम स्थानावर गेले. पक्षीय चौकट पुढे आली. हा मोठा फेरबदल घडला.

तक्ता क्र.९ : कोल्हापूर महानगरपालिकेतील पक्षीय बलाबल

अ.क्र.	पक्ष	महिला	मुस्लीम	एससी	एसटी	ओबीसी
१	राष्ट्रवादी काँग्रेस	०८	०४	-	-	०४
२	काँग्रेस	१५	-	०६	-	०७
३	भाजप	०७	-	०२	-	०४
४	शिवसेना	०१	०१	०१	-	०२
५	ताराराणी आघाडी	१०	०१	०२	-	०५
६	अपक्ष	०१	०१	-	-	-
	एकूण	४२	०७	११	-	२२

नागपूर महानगरपालिका निवडणूक

संघाचे जाळे, मुख्यमंत्री देवेंद्र फडणवीस व केंद्रीय मंत्री नितीन गडकरी अशी तीन वेगवेगळी सत्ताकेंद्रे नागपूरमध्ये होती. त्यांची एकत्रित ताकद विलक्षण प्रभावी ठरणार हेही निश्चित होते. मागील निवडणुकीत भाजपला स्पष्ट बहुमत मिळाले नव्हते. मात्र, या तीन ताकदींच्या एकोप्यामुळे नागपूर मनपामध्ये स्पष्ट बहुमत मिळाले. नागपूर मनपाची आर्थिक स्थिती अत्यंत खराब होती. फडणवीस व गडकरी यांनी केंद्र व राज्याकडून भरपूर निधी मिळविला. त्यामुळे विकासाची कामे सुरू झाली. फडणवीसांनी प्रभागा-प्रभागांमध्ये प्रचार सभा घेतल्या. गडकरी नागपूरमध्ये तळ ठोकून होते. गडकरींनी कार्यकर्त्यांचे भाजपविरोधीचे बंड मोडून काढले. संघाच्या स्वयंसेवकांनीही बंड केलेले होते. त्यांच्याशीही वाटाघाटी केल्या. महापौर पातळीवरील सत्ता केंद्रापेक्षा फडणवीस व गडकरी सत्ता केंद्रावर लक्ष केंद्रित केले गेले. मेट्रो रेल्वे, अतिक्रमित झोपडपट्टी धारकांना भूखंड देणे, रस्त्यांची कामे, मिहानला मिळालेली गती या राजकीय अर्थकारणामुळे मतदार व भाजप यांची जुळवाजुळव झाली. नागपूर मनपामध्ये नोटाबंदीचा मुद्दा राजकीय चर्चा म्हणून खूप गाजला. परंतु, राष्ट्रवादाच्या आणि श्रीमंतांच्या विरोधातील चळवळ अशी भाजपने त्याची मांडणी केली. त्यामुळे नोटाबंदीचा राजकीय असंतोष वळविण्यामध्ये भाजप यशस्वी झाली. काँग्रेस पक्ष एकोप्याने लढला नाही. विलास मुत्तेमवार, सतीश चतुर्वेदी, नितीन राऊत अशी त्रिकोणी गटाची स्पर्धा काँग्रेसमध्ये होती. प्रचाराच्या आरंभी प्रदेशाध्यक्ष अशोक चव्हाणांवर शाई फेकण्याचा प्रकार घडला. हा काँग्रेसला मोठा धक्का बसला. त्यामुळे प्रचार केला गेला नाही. राऊत व चतुर्वेदी यांनी बंडखोरांचे समर्थन केले. काँग्रेस पक्षाने भाजपला आव्हान दिले नाही. त्यामुळे विरोधकांचे आव्हान नसलेली नागपूर मनपाची निवडणूक होती. नागपूर मनपामध्ये बहुजन समाज पक्षात फूट पडली

होती. त्याचा फायदा भाजपला झाला. दलित मते खेचून घेण्याची संधी काँग्रेससमोर होती. मात्र, तो अवकाश काँग्रेसऐवजी भाजपने व्यापला असे दिसते.

तक्ता क्र.१० : नागपूर महानगरपालिकेतील जातीनिहाय पक्षीय संख्याबळ

अ.क्र.	पक्ष	सर्वसाधारण		ओबीसी		एससी		एसटी		मुस्लीम		एकूण		एकूण
		M	F	M	F	M	F	M	F	M	F	M	F	
१	भाजप	२५	२५	०६	२०	१२	१०	०५	०५	-	०१	४८	६१	१०९
२	काँग्रेस	०६	०५	१०	-	०१	०६	-	०१	०१	०२	१८	१४	३२
३	राष्ट्रवादी	०१	-	-	-	-	-	-	-	-	-	०१	-	०१
४	शिवसेना	-	-	०१	०१	-	-	-	-	-	-	०१	०१	०२
५	बसपा	०२	०३	०२	०१	०१	०१	-	-	०२	-	०७	०५	१२
६	अपक्ष	-	०१	-	-	-	-	-	-	-	-	-	०१	०१
	एकूण	३४	३४	११	२२	१४	१७	०५	०६	०३	०३	७५	८२	१५७

अकोला

अकोला मनपा ही बहुजनवादाची प्रयोगशाळा आहे. येथे २०१६ पासून राजकीय नवहिंदुत्वाचा प्रयोग सुरू झाला होता. संजय धोत्रे, गोवर्धन शर्मा (भाजप आमदार), रणधीर सावरकर (आमदार), किशोर मांगटे पाटील (महानगराध्यक्ष) यांच्याकडे निवडणुकीची सर्व सूत्रे होती. हे भाजपचे प्रभावी नेते आहेत. निवडणुकीचे नियोजन, सक्षम उमेदवारांची निवड, प्रभावी प्रचार मोहीम व विकासकामांचा प्रचार अशा राजकीय अर्थकारणाच्या चौकटीमध्ये अकोला मनपा निवडणूक झाली. पक्षातील गटबाजी, तिकीट वाटपानंतरची बंडखोरी हे मुद्दे प्रभावी होऊ दिले नाहीत. २०१२च्या तुलनेत भाजपची ताकद ३० ने वाढली. म्हणजेच भाजप १८ जागांवरून थेट ४८ जागांवर गेला. भाजपनंतर दुसऱ्या पक्षांची कामगिरी सुमार ठरली. काँग्रेस पक्षाला केवळ १३ जागा जिंकता आल्या. गेल्या निवडणुकीच्या तुलनेत काँग्रेसच्या पाच जागांमध्ये घट झाली. आठ जागा जिंकून शिवसेना तिसऱ्या स्थानावर राहिली. राष्ट्रवादी काँग्रेस पक्षाला गेल्या निवडणुकीइतक्याच म्हणजेच पाच जागा जिंकता आल्या (प्रबोध देशपांडे, अकोला, २२ फेब्रुवारी २०१७).

भारिप बहुजन महासंघ प्रभावहीन ठरला. या पक्षाला केवळ तीन जागा जिंकता आल्या. एमआयएम पक्षाने या निवडणुकीत एक जागा जिंकली आहे. यावरून अकोला मनपाच्या संदर्भात चार निष्कर्ष दिसतात.

१) बहुजन प्रयोगाची जागा नवहिंदुत्वाने घेतली आहे.
२) नवहिंदुत्व प्रयोग शिवसेना पक्षाकडून भाजप पक्षाकडे वळालेला दिसतो.
३) एमआयएम पक्षाने येथे प्रवेश केलेला दिसतो.
४) दोन्ही काँग्रेस, भारिप बहुजन महासंघ यांचे राजकारण परिघावर गेले आहे.

तक्ता क्र.११ : अकोला महानगरपालिकेतील जातीनिहाय पक्षीय संख्याबळ

अ.क्र.	पक्ष	सर्वसाधारण		ओबीसी		एससी		एसटी		मुस्लीम		एकूण		एकूण
		M	F	M	F	M	F	M	F	M	F	M	F	
१	भाजप	१०	१२	०७	०८	०६	०५	-	-	-	-	२३	२५	४८
२	काँग्रेस	०६	०३	०२	-	०१	०१	-	-	०८	०२	१७	०६	२३
३	राष्ट्रवादी	०१	०२	०१	-	-	०१	-	-	०२	-	०४	०३	०७
४	शिवसेना	०२	०१	०१	०२	०१	०१	-	-	-	-	०४	०४	०८
५	भारीप	०१	०१	०१	-	-	-	-	-	-	-	०२	०१	०३
६	एमआयएम	०१	-	-	-	-	-	-	-	०१	-	०२	-	०२
७	अपक्ष	०१	०१	-	-	-	-	-	-	०१	-	०२	०१	०३
	एकूण	२२	२०	१२	१०	०८	०८	-	-	१२	०२	५४	४०	९४

नाशिक महानगरपालिका

नाशिक मनपामध्ये बहुपदरी सत्तास्पर्धा खरी तिरंगी स्वरूपाची झाली. तिरंगी सत्तास्पर्धेत मुख्य लढती भाजप विरुद्ध शिवसेना अशा झाल्या. भाजपने सत्ताधारी मनसेचा पराभव केला. परंतु, मनसेपेक्षाही भाजपशी लढा शिवसेना पक्षाने दिला. भाजपने शिवसेना पक्षाचा पराभव करत ६५ जागा जिंकल्या. नाशिक मनपामध्ये भाजप हा सर्वांत मोठा पक्ष म्हणून पुढे आला. शिवसेनेला ३४ जागा मिळाल्या. दोन्ही काँग्रेसला प्रत्येकी सहा अशा बारा जागा जिंकता आल्या. मनसेच्या जागांमध्ये फार मोठ्या प्रमाणात घट झाली. रिपाइं एक व अपक्षांना तीन जागा मिळाल्या. निकालाच्या वेळी प्रतिस्पर्धी उमेदवारावर हल्ला (भद्रकाली परिसर), दगडफेक, वाहनांची तोडफोड (जेल रोड, बागवानपुरा भाग), धक्काबुक्की (नाशिक रोड) असे बिगर लोकशाही स्वरूपाचे प्रकार घडले (लोकसत्ता, २४ फेब्रुवारी, २०१७).

नाशिक महानगरपालिकेच्या २०१७च्या निवडणुकीमध्ये १२२ नगरसेवकांपैकी ६६ (५४.०९ टक्के) सदस्य भाजप पक्षाकडून निवडून आले. नाशिक मनपामध्ये निम्म्यापेक्षा जास्त सदस्यसंख्या एकट्या भाजप पक्षाची आहे. मनसेकडून भाजपने ही मनपा स्वत:कडे घेतलेली दिसते. नाशिक मनपाच्या इतिहासातील भाजपची ही सर्वांत चित्तवेधक अशी

कामगिरी आहे. नाशिक महापालिकेमध्ये भाजपने स्वबळावर सत्ता प्राप्त केली. सर्वच जातीगटातून भाजपचे सदस्य निवडून आले. सर्वसाधारण गटातून ३४, ओबीसी गटातून १४, अनुसूचित जाती गटातून १२ तर अनुसूचित जमाती गटातून ६ असे सदस्य निवडून आले. दोन नंबरवर शिवसेना पक्षाचे सदस्य निवडून आले. शिवसेनेचे ३५ (२८.६८ टक्के) सदस्य निवडून आले. भाजप व शिवसेना यांच्यामध्ये ३१ जागांचा फरक राहिला आहे. भाजपने शिवसेनेपेक्षा दुपटीच्या जवळपास तर मनसेच्या बारा पट आणि काँग्रेस व राष्ट्रवादी काँग्रेसपेक्षा पाच पट जास्त जागा जिंकल्या. सर्वसाधारण गटातून शिवसेनेचे १९ (२९.६८ टक्के) तर भाजपचे ३४ (५३.१२ टक्के) सदस्य निवडून आले. सर्वसाधारण गटातूनही भाजपने ५० टक्क्यांपेक्षाही अधिक जागा जिंकल्या. काँग्रेस व राष्ट्रवादी काँग्रेस प्रत्येकी ६ जागा जिंकून तिसऱ्या स्थानावर राहिला. मनसे जो मनपामध्ये सत्ताधारी पक्ष होता तो केवळ ५ जागा (४.०९ टक्के) जिंकून चौथ्या स्थानावर राहिला. अपक्षांना ४ जागा मिळाल्या.

तक्ता क्र.१२ : नाशिक महानगरपालिकेतील जातीनिहाय पक्षीय संख्याबळ

अ.क्र.	पक्ष /जात	भाजप	शिवसेना	काँग्रेस	रा.काँग्रेस	मनसे	अपक्ष	एकूण
१	अनुसूचित जाती	१२	०४	-	०२	-	-	१८
२	अनुसूचित जमाती	०६	०२	०१	-	०१	-	१०
३	नागरिकांचा मागास प्रवर्ग	१४	१०	०२	०३	०१	-	३०
४	सर्वसाधारण	३४	१९	०३	०१	०३	०४	६४
	एकूण	६६	३५	०६	०६	०५	०४	१२२

उल्हासनगर महानगरपालिका निवडणूक

उल्हासनगर मनपाच्या निवडणुकीमध्ये ७८ नगरसेवकांपैकी भाजपचे ३२ (४१.०२ टक्के) सदस्य निवडून आले. भाजप व शिवसेना यांच्यामध्ये मुख्य स्पर्धा घडून आली. जागांच्या स्पर्धेमध्ये भाजप एक तर शिवसेना दोन नंबरवर राहिली. शिवसेनेने २५ जागा (३२.०५ टक्के) मिळविल्या. सर्वच जातीगटातून भाजपचे सदस्य निवडून आले. सर्वसाधारण गटातून १७, ओबीसी गटातून १०, अनुसूचित जाती गटातून ०४ तर अनुसूचित जमाती गटातून १ असे सदस्य निवडून आले. भाजप व शिवसेना यांच्यामध्ये केवळ ७ जागांचा फरक राहिला. काँग्रेस व राष्ट्रवादी काँग्रेसचे स्थान या मनपामध्ये स्पर्धेच्या बाहेर राहिलेले दिसते. काँग्रेस पक्ष तर उल्हासनगर मनपामधून हद्दपार झालेला दिसतो. या मनपा निवडणुकीचे वैशिष्ट्य म्हणजे सत्तास्पर्धेमध्ये अपक्षांना महत्त्वाचे स्थान मिळाले. राजकीय पक्षांऐवजी अपक्षांना पसंती मिळाली. अपक्षांना १६ जागा (२०.५१

टक्के) मिळाल्या. इतर मनपांमध्ये राजकीय पक्षांमध्ये स्पर्धा घडत असताना या मनपा निवडणुकीत अपक्ष स्पर्धेच्या मध्यभागी असलेले दिसतात.

तक्ता क्र.१३ : उल्हासनगर महानगरपालिकेतील जातीनिहाय पक्षीय संख्याबळ

अ.क्र.	पक्ष /जात	भाजप	शिवसेना	काँग्रेस	रा.काँग्रेस	अपक्ष	एकूण
१	अनुसूचित जाती	०४	०५	०१	०१	-	११
२	अनुसूचित जमाती	०१	-	-	-	-	०१
३	नागरिकांचा मागास प्रवर्ग	१०	०६	-	०१	०५	२२
४	सर्वसाधारण	१७	१४	-	०२	११	४४
	एकूण	३२	२५	०१	०४	१६	७८

पिंपरी-चिंचवड महानगरपालिका

पिंपरी-चिंचवड मनपाची सत्ता काँग्रेस पक्षाकडून राष्ट्रवादी काँग्रेस पक्षाकडे सरकवण्यात अजित पवारांनी महत्त्वाची भूमिका पार पाडली होती. रामकृष्ण मोरे व अजित पवार असा दोन्ही काँग्रेस पक्षांमध्ये सत्तासंघर्ष होता. अजूनही रामकृष्ण मोरे यांच्या धोरणाचा पिंपरी-चिंचवड शहरावर प्रभाव आहे. परंतु, अजित पवारांनी पिंपरी-चिंचवड हे शहरी विकासाचे एक प्रारूप घडवले. रस्ते, उद्योग, सेवा व्यवसाय यांचा विकास केला. त्यामुळे पिंपरी-चिंचवडमध्ये उद्योग व सेवा व्यवसाय यांच्या समझोत्याचे एक प्रारूप तयार झाले. पिंपरी-चिंचवड शहरात उद्योगांना मागे टाकत सेवा व्यवसाय पुढे गेला. यातून रियल इस्टेटची एक साखळी तयार झाली. रियल इस्टेट पक्षनिष्ठेपेक्षा व्यवसायनिष्ठ जास्त असते. यामुळे काँग्रेसकडून राष्ट्रवादी काँग्रेस (२००९), राष्ट्रवादी काँग्रेस कडून भाजप (२०१७) असा तिच्या निष्ठांचा प्रवास झाला. हे चित्र २०१७च्या पिंपरी-चिंचवड मनपा निवडणुकीत दिसून आले.

पिंपरी-चिंचवड मनपामध्ये १२८ जागांसाठी ७५० उमेदवार उभे होते. राष्ट्रवादी काँग्रेसच्या जवळपास ३० नगरसेवकांनी पक्षांतर केले. राष्ट्रवादी काँग्रेसचे मुख्य नेते लक्ष्मण जगताप, आझम पानसरे, महेश लांडगे यांनीदेखील पक्षांतर केले. त्यांचे समर्थक रियल इस्टेटशी संबंधित आहेत. अशा मातब्बगार रियल इस्टेटमधील गटाची राष्ट्रवादी काँग्रेसच्या विरोधात बंडखोरी झाली. राष्ट्रवादी काँग्रेस पक्षाला या नेत्यांना नियंत्रणात ठेवता आले नाही. रियल इस्टेटशी संबंधित नेतृत्वाच्या बंडखोरीने शरद पवार व अजित पवारांचे शहरी विकासाचे प्रारूप पराभूत केले. उलट, बंडखोरांनी स्थानिक व बाहेरील असा फरक करत अजित पवारांचे नेतृत्व नाकारले. पिंपरी-चिंचवडमध्ये स्थानिकांचा स्थलांतरांना मोठा विरोध आहे. स्थानिक व स्थलांतरित यांच्यामध्ये सातत्याने राजकीय

अंतराय उभा राहिला होता. त्याला अजित पवार नियंत्रित करत होते. परंतु, २०१७मध्ये स्थानिक विरोधी स्थलांतरित हा राजकीय अंतराय राष्ट्रवादी काँग्रेसच्या विरोधी व भाजपला पोषक ठरला. हा अंतराय स्थानिकांनी पक्षीय पातळीपर्यंतच मर्यादित ठेवला. पक्षाच्या खेरीज जनतेमध्ये फार जाऊ दिला नाही; कारण स्थलांतरित मतदारवर्ग स्थानिकांच्या तुलनेत मोठ्या प्रमाणात होता. त्यामुळे स्थानिकांची दुहेरी भूमिका होती. नेतृत्वाच्या पातळीवर स्थानिक विरोधी स्थलांतरित असे ध्रुवीकरण करणे व मतदार वर्गाच्या पातळीवर स्थलांतरितांची बाजू घेणे. उदा. शहरात अनधिकृत बांधकामे नियंत्रित करणे, शास्तीकर रद्द करणे, संरक्षण खात्याशी संबंधित प्रलंबित प्रश्न सोडवणे हे मुद्दे स्थानिकवादी नेत्यांनी हाती घेतले होते. शहरातील अनधिकृत बांधकामे नियंत्रित करण्याबाबत राष्ट्रवादी काँग्रेस पक्षात असतानाच राष्ट्रवादी काँग्रेस व अजित पवार यांच्या विरोधी भूमिका घेतली होती. म्हणजेच स्थानिक व स्थलांतरित यांच्यामध्ये अनधिकृत बांधकामाच्या प्रश्नावर गुप्त व उघड समझोता होता.

पिंपरी-चिंचवड महापालिकेत ४४ उमेदवारांवर फसवणूक, खून, खुनाचा प्रयत्न, मारामारी, विनयभंग, जबरीचोरी, दरोडा, दंगल अशा स्वरूपाचे गुन्हे दाखल असल्याचे प्रतिज्ञापत्रावरून स्पष्ट झाले होते (महाराष्ट्र टाइम्स, १ मार्च, २०१७). तसेच उमेदवारांच्या संपत्तीमध्ये प्रचंड वाढ झाल्याची प्रतिज्ञापत्रावरून दिसून आले. नऊ कोटी (योगेश बहल), ३२ कोटी ३९ लाख (भाऊसाहेब भोईर), ९४ लाख (यशवंत भोसले), ७ कोटी (आरती चोंधे), २६ लाख (शकुंतला धराडे), ३ कोटी (अपर्णा डोके), ३७ कोटी (प्रभाकर वाघेरे), ७९ कोटी ७५ लाख (संदीप वाघेरे), ९ कोटी (उषा वाघेरे), ३ कोटी (अतुल शितोळे), ९ कोटी (प्रशांत शितोळे), १८ कोटी (वैशाली घोडेकर), ८ कोटी (मंगल कदम) अशा नोंदी प्रतिज्ञापत्रात आहेत. कोट्यवधीची ही संपत्ती व्यवसाय उद्योगांद्वारे कमाविल्याचे स्पष्टीकरण उमेदवारांनी दिले. (महाराष्ट्र टाइम्स, १९ फेब्रुवारी, २०१७, पिंपरी). या आकडेवारीचा अर्थ संपत्तीधारक वर्गाचे राजकारणावर वर्चस्व असा आहे. निवडणुकीच्या नंतर पक्षांतर झाले. परंतु, पक्षांतरानंतरदेखील ४९ जुने उमेदवार निवडून आले. म्हणजे जवळपास ४० टक्के जुने नगरसेवक निवडून आले. ७९ नवीन उमेदवार निवडून आले. त्यांपैकी अनेकांना घराण्याचा वारसा आहे; तर काही निवडक उमेदवार नव्याने निवडून आले. विक्रांत लांडे हे माजी आमदार विलास लांडे व माजी महापौर मोहिनी लांडे यांचे चिरंजीव आहेत. ते निवडून आले. म्हणजेच लांडे यांची दुसरी पिढी राजकारणात आली. शिक्षणाच्या मुद्द्यावरही पिंपरी-चिंचवडमध्ये फार मोठा फरक झाला नाही. ७७३ उमेदवारांपैकी २६० उमेदवार हे दहावीपेक्षा कमी शिक्षण घेतलेले आहेत. पदवीधर उमेदवारांची संख्या १४७ होती. पीएच.डी. केलेला १, पदव्युत्तर ४६, पदवीधर १४७,

टेक्निकल १९, प्रोफेशनल ५, बारावी पास १५०, दहावी पास १३५, दहावी न झालेले २६०, शिक्षण न घेतलेले १० उमेदवार निवडणुकीला उभे होते (महाराष्ट्र टाइम्स, १९ फेब्रुवारी, २०१७).

तक्ता क्र.१४ : पिंपरी-चिंचवड महानगरपालिकेतील पक्ष, जागा व मतनिहाय संख्याबळ

अ.क्र.	पक्ष	जागा	मते	टक्केवारी	
				२०१२	२०१७
१	भाजप	७७	११,५३,०६०	३७.०६	६.७३
२	राष्ट्रवादी	३६	८,८८,६५९	२८.५६	३९.४६
३	शिवसेना	०९	५,१६,७२१	१६.६१	११.८५
४	मनसे	०१	४२,२९०	१.३८	६.६०
५	काँग्रेस	०	९७,०६३	३.१२	११.७५
६	अपक्ष	५	२,६७,२२९	८.५९	२१.४६
७	नोटा	-	८७,७७३	२.८२	-
८	इतर	-	५८,१५३	१.८६	-

पिंपरी-चिंचवड महानगरपालिकेच्या २०१७च्या निवडणुकीमध्ये १२८ नगरसेवकांपैकी ७७ (६०.१५ टक्के) नगरसेवक भाजप पक्षाकडून निवडून आले. पिंपरी-चिंचवड मनपामध्ये निम्म्यापेक्षा जास्त सदस्यसंख्या एकट्या भाजप पक्षाची आहे. पिंपरी-चिंचवड मनपाच्या इतिहासातील भाजपची ही सर्वांत चित्तवेधक अशी कामगिरी आहे. पिंपरी-चिंचवड महानगरपालिकेमध्ये पहिल्यांदा भाजपने स्वबळावर सत्ता प्राप्त केली. सर्वच जातीगटातून भाजपचे सदस्य निवडून आले. सर्वसाधारण गटातून ३६, ओबीसी गटातून २४, अनुसूचित जाती गटातून १४ तर अनुसूचित जमाती गटातून ०३ असे सदस्य निवडून आले. सत्ताधारी असणाऱ्या राष्ट्रवादी काँग्रेस पक्षाला भाजपने मागे टाकले. ३६ (२८.१२ टक्के) जागा मिळवून हा पक्ष दोन नंबरवर राहिला. भाजप व राष्ट्रवादी काँग्रेस यांच्यामध्ये ४१ जागांचा फरक राहिला. भाजपने राष्ट्रवादी काँग्रेसपेक्षा दुप्पटीपेक्षा जास्त जागा जिंकल्या. सर्वसाधारण गटातून राष्ट्रवादीचे २३ (३२.८५ टक्के) तर भाजपचे ३६ (५१.४२ टक्के) सदस्य निवडून आले. शिवसेना केवळ ९ जागा (७.०३ टक्के) जिंकून तिसऱ्या स्थानावर राहिला आहे. मनसेला केवळ १ जागा मिळाली. अपक्ष व इतरांना ५ जागा मिळाल्या. एके काळी जो काँग्रेस पक्ष मनपामध्ये सत्ताधारी पक्ष होता त्याला या निवडणुकीमध्ये एकही जागा जिंकता आली नाही. राजकीय सत्तास्पर्धेमध्ये तो नामशेष झालेला दिसतो.

तक्ता क्र.१५ : पिंपरी-चिंचवड महानगरपालिकेतील जातीनिहाय पक्षीय संख्याबळ

अ.क्र.	पक्ष/जात	भाजप	शिवसेना	रा.काँग्रेस	मनसे	अपक्ष	एकूण
१	अनुसूचित जाती	१४	०२	०४	-	-	२०
२	अनुसूचित जमाती	०३	-	-	-	-	०३
३	नागरिकांचा मागास प्रवर्ग	२४	०१	०९	-	०१	३५
४	सर्वसाधारण	३६	०६	२३	०१	०४	७०
	एकूण	७७	०९	३६	०१	०५	१२८

महिलांची भागीदारी

स्थानिक शासन संस्थांच्या शहरी राजकारणात महिलांची भागीदारी ५० टक्क्यांच्या पुढे गेली आहे. हा एक महत्त्वाचा फेरबदल दिसतो. शहरी राजकारण हे पक्षांच्या नियंत्रणाखाली आणलं जात आहे. त्यामुळे शहरात महिलांचे म्हणून राजकारण घडत नाही. महिलांच्या खेरीज हे राजकारण राजकीय पक्षांचे म्हणून घडते. भाजप या पक्षाला जवळपास ५० टक्के महिला शहरी भागात निवडून आणता आल्या आहेत (४६ टक्के). शहरी भागात शिवसेना व काँग्रेस या दोन्ही पक्षांची महिला वर्गात समान ताकद आहे (१७ टक्के). परंतु, राष्ट्रवादी काँग्रेस पक्ष त्यापेक्षा खाली घसरला आहे. शहरी भागात राष्ट्रवादी काँग्रेस पक्षाची महिला वर्गातील ताकद केवळ १० टक्के आहे (पहा- तक्ता क्र. १६) भाजपच्या तुलनेत काँग्रेसची ताकद फारच कमी झाली आहे. भाजपची ताकद काँग्रेसच्या दुपटीपेक्षा जास्त आहे. तशीच भाजपची ताकद शिवसेना पक्षाच्याही दुपटीपेक्षा जास्त आहे. मनसे, बसपा, एमआयएम व सपा या पक्षांना महिलांचा चांगला प्रतिसाद मिळत नाही.

तक्ता क्र.१६ : महानगरपालिका व पक्षनिहाय विजयी महिला उमेदवार (२०१७)

अ.क्र.	पक्ष/मनपा.	काँग्रेस	रा. काँ.	भाजप	शिवसेना	मनसे	बसपा	एमआयएम	अपक्ष	सपा	इतर
१	कोल्हापूर	१५	८	७	१	-	-	-	१	-	१०
२	मुंबई	१४	६	४३	४१	-	-	-	-	३	-
३	पुणे	३	१८	५२	४	-	-	१	१	-	-
४	ठाणे	१	१७	११	३५	१	-	-	३	-	-
५	नागपूर	१२	-	६१	१	-	४	-	१	-	-
६	नाशिक	३	३	३१	१६	३	-	-	१	-	१
७	लातूर	१७	-	१७	-	-	-	-	-	-	-

८	अमरावती	७	–	२५	३	–	३	२	–	–	२
९	परभणी	१७	९	५	–	–	–	–	२	–	–
१०	अकोला	४	३	२४	४	–	–	–	१	–	१
११	भिवंडी	१७	–	९	४	–	–	–	२	१	४
१२	पनवेल	२	–	२४	–	–	–	–	–	–	१४
१३	मालेगाव	७	८	४	८	–	–	१	–	–	२
१४	उल्हासनगर	–	२	१८	८	–	–	–	–	–	१
	एकूण	११९	७४	३३१	१२५	४	७	४	१२	४	३५

पश्चिम महाराष्ट्रात शहरी भागात सर्वांत जास्त जागा भाजपच्या निवडून आल्या आहेत (१२१ पैकी ५९ जागा). त्यानंतर दुसऱ्या क्रमांकाच्या जागा राष्ट्रवादी काँग्रेस पक्षाच्या आल्या आहेत. परंतु, राष्ट्रवादी काँग्रेस पक्षाच्या दुप्पट जागा भाजपच्या निवडून आल्या आहेत. विदर्भात ७० टक्के जागा एकट्या भाजपने जिंकलेल्या आहेत (१५७ पैकी ११० जागा). काँग्रेस पक्षाला केवळ १५ टक्के जागा जिंकता आल्या आहेत. हा काँग्रेस पक्षाचा विदर्भातील ऱ्हास दिसतो. राष्ट्रवादी काँग्रेस पक्षाला केवळ तीन जागा मिळालेल्या आहेत. विदर्भात हा पक्ष शहरी भागातील महिला वर्गांत दिसत नाही. मराठवाडा विभागात काँग्रेस पक्ष पहिल्या स्थानावर गेलेला दिसतो; तर भाजप हा दुसऱ्या स्थानावर आहे. येथे काँग्रेस विरोधी भाजप अशी महिला समाजामध्ये स्पर्धा दिसते. उत्तर महाराष्ट्रात भाजप प्रथम स्थानी व शिवसेना दुसऱ्या स्थानावर आहे. कोकण विभागात भाजपने प्रथम स्थान मिळवले आहे. भाजपला ३८ टक्के जागा मिळालेल्या आहेत; तर शिवसेना पक्षाला ३२ टक्के जागा मिळालेल्या आहेत.

तक्ता क्र.१७ : विभागनिहाय महानगरपालिका निवडणूक २०१७ : पक्षनिहाय विजयी महिला उमेदवार

अ.क्र.	पक्ष/विभाग	काँग्रेस	रा. काँ.	भाजप	शिवसेना	मनसे	बसपा	एमआयएम	अपक्ष	सपा	इतर
१	प.महाराष्ट्र	१८	२६	५९	५	–	–	१	२	–	१०
२	विदर्भ	२३	३	११०	७	–	७	२	२	–	३
३	मराठवाडा	३४	९	२२	–	–	–	–	२	१	–
४	उ.महाराष्ट्र	१०	११	३५	२४	३	–	१	१	–	३
५	कोकण	३४	२५	१०५	८८	१	–	–	५	४	१७
	एकूण	११९	७४	३३१	१२४	४	७	४	१२	५	३३

शहरी भागात भाजप पक्षाचे वर्चस्व नव्याने उदयास आले आहे. मराठी–अमराठी, शहरी मध्यम वर्ग–झोपडपट्टीवासी, शहरी गरीब–व्यापारी–उद्योजक यांचे प्रतिनिधित्व भाजपकडे व्यापक अर्थाने गेले आहे. भाजप या सर्वांच्या प्रतिनिधित्वाचा दावा करत आहे. जनतेच्या इच्छा व अपेक्षांना सार्वजनिक धोरण व निर्णय निश्चितीमध्ये फारसे स्थान नाही. परंतु, पक्षांनी जिंकलेल्या जागा व मतांमध्ये पक्षाचे वर्चस्व दिसते. ही विसंगती शहरी राजकारणात दिसते. त्यामुळे शहरी प्रतिनिधित्व करणे म्हणजे काय? शहरी प्रतिनिधींनी शहरी जनतेच्या इच्छा व्यक्त कराव्यात असा केवळ अर्थ व्यक्त होत नाही. जनतेच्या इच्छांचे प्रतिनिधित्व मर्यादित आहे. मात्र, प्रतिनिधी पक्षाच्या इच्छेला जनतेची इच्छा संबोधित आहेत. त्यामुळे निवडणुकीय राजकारणात संपूर्ण लोकशाहीचा आशय अभिव्यक्त होत नाही.

संदर्भसूची

मराठी संदर्भ

- अनुभव-निवडणूक विश्लेषण, १९९५, पश्चिम महाराष्ट्रातील निवडणूक निकालाचे विश्लेषण, युनिक फिचर्स, मुंबई.
- अरणकल्ले मल्हार, २०१०, साप्ताहिक सकाळ, सहकार विशेषांक (कोल्हापूर), बुधवार पेठ, पुणे-२.
- अहमदनगर जिल्हा परिषद अंदाजपत्रक, २०११, अहमदनगर जिल्हा परिषद, अहमदनगर.
- कारंडे मोहिनी (संपा.), २०१६, स्त्री सक्षमीकरण : विविधांगी प्रवास, मैत्री पब्लिकेशन, पुणे.
- कुलकर्णी सुहास, २००७, दोन काँग्रेस मधील संघर्ष आणि महाराष्ट्राचे राजकारण, प्रतिमा प्रकाशन, पुणे-३०.
- चव्हाण वैशाली, २००७, पश्चिम महाराष्ट्रातील महानगरपालिकांचे राजकारण (१९९२ ते २००३), पुणे विद्यापीठास सादर केलेला पीएच.डी.चा अप्रकाशित शोधप्रबंध, पुणे.
- दास्ताने संतोष, २०११, महाराष्ट्र, दास्ताने प्रकाशन, पुणे.
- देशपांडे राजेश्वरी, २००७, काँग्रेस सत्तासंघर्ष-महाराष्ट्रातील राजकीय पक्षांची वाटचाल, समकालीन प्रकाशन, पुणे.
- देसाई हेमंत, २०१२, लोकराज्य, बेरजेच्या राजकारणाचा रसिक राजा (लेख), महाराष्ट्र शासन, मुंबई, अंक-१२.
- पळशीकर सुहास, बिरमल नितीन, संपा. (२००७), स्थानिक राजकीय प्रक्रियांच्या अभ्यासाचे महत्त्व, महाराष्ट्राचे राजकारण, राजकीय प्रक्रियेचे स्थानिक संदर्भ, प्रतिमा प्रकाशन, पुणे-३०.
- पळशीकर सुहास, २००३, जात व महाराष्ट्रातील सत्ताकारण, सुगावा प्रकाशन, पुणे.
- पळशीकर सुहास, २००३, महाराष्ट्राचे बदलते राजकारण, काँग्रेस वर्चस्वाची जडणघडण आणि पडझड, बदलता महाराष्ट्र, आंबेडकर अकादमी, सातारा.
- पळशीकर सुहास, २००७, काँग्रेस वर्चस्वाची जडणघडण आणि पडझड, महाराष्ट्राचे राजकारण, राजकीय प्रक्रियेचे स्थानिक संदर्भ, प्रतिमा प्रकाशन, पुणे-३०.
- पळशीकर सुहास, २००७, स्थानिक शासनसंस्थांच्या निवडणुका २००१-२००२ आणि महाराष्ट्राचे राजकारण, प्रतिमा प्रकाशन, पुणे-३०.

- पवार प्रकाश, जानेवारी २०१६, सामाजिक न्यायाची संघर्षभूमी, काँग्रेसपुढील आव्हाने आणि भाजपचा उदय, डायमंड पब्लिकेशन्स, पुणे.
- पवार प्रकाश, २००९, महाराष्ट्राच्या नव्या राजकारणाची पुनर्रचना, प्रतिमा प्रकाशन, पुणे-३०.
- पवार प्रकाश, २०११, समकालीन राजकीय चळवळी : नवहिंदुत्व व जात संघटना, डायमंड पब्लिकेशन्स, पुणे.
- पवार वैशाली, २०१२, महिलांच्या सत्तासंघर्षाचा आलेख, डायमंड पब्लिकेशन्स, पुणे.
- पुणे जिल्हा परिषद निवडणूक संक्षिप्त माहिती, २०११, निवडणूक विभाग, पुणे जिल्हा परिषद, पुणे.
- फडके य. दि. १९८९, विसाव्या शतकातील महाराष्ट्र खंड – २, विद्या प्रकाशन, पुणे.
- बिरमल नितीन, २००७, दक्षिण महाराष्ट्रातील स्थानिक राजकारण, महाराष्ट्राचे राजकारण राजकीय प्रक्रियेचे स्थानिक संदर्भ, प्रतिमा प्रकाशन, पुणे-३०.
- व्होरा राजेंद्र, १९९६, सत्तांतराची रंगीत तालीम, महाराष्ट्रातील सत्तांतर, ग्रंथाली प्रकाशन, मुंबई.
- व्होरा राजेंद्र, पळशीकर सुहास (संपा.),२०१०, भारतीय लोकशाही अर्थ आणि व्यवहार, (चित्रा लेले अनुवाद), डायमंड पब्लिकेशन्स, पुणे.
- व्होरा राजेंद्र, पळशीकर सुहास, १९९६, काँग्रेसची पडझड १९७८ ते १९९०, महाराष्ट्रातील सत्तांतर, ग्रंथाली प्रकाशन, मुंबई.
- व्होरा राजेंद्र, ग. प्र. प्रधान (संपा.), २००३, समतेचा लढा व मध्यमवर्गाची संस्कृती, आव्हानांशी संघर्ष आणि परिवर्तनाची दिशा, पुणे.
- व्होरा राजेंद्र, २००७, मराठा वर्चस्व : स्वरूप व मर्यादा, महाराष्ट्राचे राजकारण राजकीय प्रक्रियेचे स्थानिक संदर्भ, प्रतिमा प्रकाशन, पुणे – ७.
- शिंदे बी. एस., १९८८, महाराष्ट्रातील जिल्हा परिषद निवडणुका, राज्यशास्त्र व लोकप्रशासन विभागास सादर केलेला एम. फिल. साठीचा अप्रकाशित शोधप्रबंध, पुणे विद्यापीठ, पुणे.
- शिरसीकर व. म., २००१, आधुनिक महाराष्ट्राचे राजकारण, कॉन्टिनेन्टल प्रकाशन, पुणे.
- सुमंत यशवंत, २०१२, भारतीय लोकशाहीचे चर्चा विश्व : काही निरीक्षणे, महाराष्ट्र राज्यशास्त्र व लोक प्रशासन परिषद.

वर्तमानपत्रातील लेख

- पळशीकर सुहास, भाजप वरचढ पण स्पर्धात्मकता कायम, लोकसत्ता, शुक्रवार, २४ फेब्रुवारी २०१७.

- पवार प्रकाश, सामाजिक घुसळण, लोकसत्ता, शुक्रवार, २४ फेब्रुवारी २०१७.
- महाराष्ट्राची आर्थिक पाहणी, २०११-२०१२, अर्थ व सांख्यिकी विभाग, मुंबई.
- महाराष्ट्राची आर्थिक पाहणी, २०१५-१६, महाराष्ट्र शासन, मुंबई.
- मोरे नंदकुमार, आसाराम लोमटे यांची कथा खेड्यांच्या उजाडीकरणाची कर्मकहाणी, महाराष्ट्र साहित्य परिषद.
- मोरे नंदकुमार, चाळेगत : तळकोकणच्या वर्तमानाची गाज, मुक्त शब्द, ऑक्टोबर २०१५.
- मोरे नंदकुमार, २०१३, ब-बळीचा अर्थात शेतकऱ्यांसहित शेतकीची हल्लीची स्थिती, भुगवानी, जुलै-ऑगस्ट-सप्टेंबर, २०१३.
- लेले जयंत, १९९०, महाराष्ट्रातील निवडणूक आणि मराठ्यांचे धुरीणत्व (लेख), समाज प्रबोधन पत्रिका, एप्रिल-जून, पुणे.
- वानखेडे चंद्रकांत, पक्षांमधील सीमारेषा धूसर, लोकसत्ता, शुक्रवार, २४ फेब्रुवारी २०१७.
- सामाजिक आर्थिक पाहणी अहवाल, पुणे जिल्हा, २०११, अर्थ व सांख्यिकी विभाग, मुंबई.
- सामाजिक आर्थिक पाहणी अहवाल, सोलापूर जिल्हा, २०११, अर्थ व सांख्यिकी विभाग, मुंबई.
- सामाजिक, आर्थिक समालोचन, अहमदनगर जिल्हा, २०११, अर्थ व सांख्यिकी विभाग, मुंबई.

इंग्रजी संदर्भ

- Anthony T. Carter, 1995, Elite Politics in Rural India : Political Stratification and Political Alliances in Western Maharashtra, Vikas Publishing House, Mumbai.
- Baldev Raj Nayar, 2004, BJPS Economic Nationalism in Theory and Practice, India and the Politics of Developing Countries : Essays in memory of my ron weiner, Ashutosh Varsheney (ed.), Sage Publication, New Delhi.
- Edward N. Zalta, (P:ed), Stanford Encyclopedia of Philosophy, Standford University. (online encyclopedia).
- G.Palanithurai (edited), 2004, Dynamics of New Panchayati Raj System in India : Empowering women, concept publishing company, New Delhi.
- Ganesamurthy V.S., 2008, Empowerment of Women in India : Social, Economic & Political, New Century Publication, New Delhi.
- Jayant Lele, 1982, Elite Pluralism and Class Rule : Political Development in Maharashtra, Popular Prakashan, Mumbai.

- Kohali Atul, 2002, The Success of India's Democracy, Foundation Books, New Delhi.
- Palshikar Suhas and Nitin Birmal, 2003, Fragmented Marathas in Retain Power, in Paul Wallace and Ramashray Roy (eds.), India's 1999 Elections and Twentieth Century Politics, New Delhi.
- Phadke Y. D., 1979, Politics and Language, Bombay, Himalaya Publishing House, Bombay.
- Poonacha Veena, 1997, Women Empowerment & Political Participation, Research centre for women's studies, SNDT Women's University, Mumbai.
- Rao Koteswara M. (Edited), Empowerment of Women in India, Discovery Publishing House, New Delhi.
- Sangmeshwar Neela, 2015, Political Elite in Western Maharashtra : A Case Study of Ligayat Community, Solapur University, Editorial.
- Sarkar Sumit (Kohali Atul (Ed.)), 2002, Indian Democracy : The Historical Inheritance, The Success of Indian Democracy, Foundation Books, New Delhi.
- Sirsikar V. M., 1970, The Rural Elite in a Developing Society, New Delhi, Orient Longman.
- Swati Chaturvedi, 2016, I am a Troll : inside the secret world of the BJP's Digital Army, Juggernaut Books.
- Usha Thakkar, Mangesh Kulkarni, 1995, Politics in Maharashtra, Himalaya Publishing House, Bombay.
- Yogendra Yadav, 2000, "Understanding the Second Democractic UPSUR ge: Trends of Bahujan Participation in Electoral Politics in the 1990s" in Francine R. Frankel (ed), Transforming Indian : Social and Political Dynamics of Democracy, OUP, Delhi.

वेबसाईट्स

www.economic census of maharashtra
www.egazette.maharashtra.in
www.ekarnala.com
www.election commission of maharashtra
www.epaper.deshonnati.com
www.epaper.divyabharati.com

www.epaper.lokmat.com
www.epaper.loksatta.com
www.epaper.sakal.com
www.epaper.divyamarathi.com
www.eprahar.in.
www.mahades.gov.in
www.mahades.maharashtra.gov.in
www.mahasecnews.blogspot.com
www.ramprahar.com

तळटिपा

१) सिंधुदुर्ग जिल्हा परिषद : एससी सदस्य

१) शारदा कांबळे (काँग्रेस), कोळपे मतदारसंघ, २) मानसी जाधव (भाजप), शिरगाव मतदारसंघ, ३) अंकुश जाधव (काँग्रेस), ओरस बु. मतदार संघ

२) रत्नागिरी जिल्हा परिषद : एससी सदस्य

१) प्रमोद जाधव (राष्ट्रवादी काँग्रेस), शिरगाव मतदार संघ, २) ऋतुजा जाधव (शिवसेना), वाटद मतदारसंघ, ३) परशुराम कदम (शिवसेना), हातखंबा मतदारसंघ

३) रत्नागिरी जिल्हा : पंचायत समिती एसटी सदस्य

१) काळू वाघमारे (राष्ट्रवादी काँग्रेस), अडखळ (दापोली पं.स.)

४) रायगड जिल्हा परिषद एससी सदस्य

१) अमित जाधव (भाजप), पालीदेवद मतदारसंघ

२) अमृता हरवंडकर (शिवसेना), गोरेगाव मतदारसंघ

५) रायगड जिल्हा परिषद एसटी सदस्य

१) द्रौपदी पवार (शिवसेना), निजामपूर मतदारसंघ, २) सहारा कोळंबे (शिवसेना), सावेळे, ३) दयाराम पवार (राष्ट्रवादी काँग्रेस), आंबेवाडी, ४) योगिता पारधी (शेकाप), वावंजे, ५) पदीबाई ठाकरे (शेकाप), वडघर, ६) नारायण डामसे (शेकाप), उमरोली, ७) महादेव दिवेकर (शेकाप), ८) मधु पारधी (शेकाप), बेलोशी, ९) अनसूया पादीर (काँगेस), नेरळ

६) सिंधुदुर्ग जिल्हा : पंचायत समिती एससी सदस्य

१) गणेश तांबे (काँग्रेस), बिडवाडी (कणकवली पं.स.), २) बाबु अजित कांबळे (काँग्रेस), तळवडे (देवगड पं.स.), ३) राजन जाधव (शिवसेना), पावशी (कुडाळ पं.स.), ४) मोहन चव्हाण (शिवसेना), आंबोली, (सावंतवाडी पं.स.), ५) अजिंक्य पाताडे (काँग्रेस), सुकळवाड (मालवण पं.स.)

७) रत्नागिरी जिल्हा : पंचायत समिती एससी सदस्य

१) उत्तम सावंत (शिवसेना), पाली (रत्नागिरी पं.स.), २) संजय कांबळे (शिवसेना), कोंडगाव (संगमेश्वर पं.स.), ३) रीया कांबळे (राष्ट्रवादी काँग्रेस), खेर्डी (चिपळूण पं.स.), ४) श्रीकांत कांबळे (शिवसेना), वेरवली बु. (लांजा पं.स.), ५) गणेश मोरे (शिवसेना), फुरूस (खेड पं.स.)

८) रायगड जिल्हा : पंचायत समिती एससी सदस्य

१) गुलाब वाघमारे (शेकाप), खारगाव (रोहा पं.स.), २) देवकी लासे (राष्ट्रवादी काँग्रेस), रहाटाड (तळा पं.स.), ३) दीपिका शेलार (शिवसेना), सवाणे (महाड पं.स.), ४) प्रणीता पाटील (काँग्रेस), नांदगाव (मुरूड पं.स.), ५) सविता हंबीर (शेकाप), पाली (सुधागड पं.स.), ६) चंद्रकांत कातकरी (शेकाप), वडगाव (खालापूर पं.स.), ७) कमल भस्मा (शिवसेना), चौक (खालापूर पं.स.), ८) काशिनाथ मिरकुटे (शिवसेना), पिंपळोली (कर्जत पं.स.), ९) भिमाबाई पवार (शिवसेना) सोवळे (कर्जत पं.स.), १०) जयवंती हिंदोळा (शेकाप), पाथरज (कर्जत पं.स.), ११) ताई बेलोशी (काँग्रेस) बेलोशी (अलिबाग पं.स.), १२) प्रिया पेढवी (शेकाप), रामराज (अलिबाग पं.स.), १३) श्रावण भल्ला (काँग्रेस), करंजाडे (पनवेल पं.स.), १४) देवकी कातकरी (भाजप), वहाळ (पनवेल पं.स.), १५) स्मिता पेणकर (शेकाप), दादर (पेण पं.स.), १६) निळकंठ दिवेकर (शेकाप), कामार्ली (पेण पं.स.), १७) अलका जाधव (राष्ट्रवादी), तळाशेत (माणगाव पं.स.)

९) हेरॉल्ड-डोमर प्रतिमान : इंग्लिश अर्थशास्त्रज्ञ, सर रॉय फोर्ब्स हेरॉल्ड यांनी १९३९ व अमेरिकेतील रशियान अर्थशास्त्रज्ञ एव्हसे डेविड डोमर यांनी १९४६मध्ये विकसित केलेला साचा आहे.

१०) सोलापूर मनपा निवडणुकीत उमेदवारांचे वर्गीकरण.

पक्ष	एकूण सदस्य	गुन्हेगारी खटले	टक्केवारी	गंभीर गुन्हे	टक्केवारी
भाजप	४७	१०	२१%	५	११%
शिवसेना	२०	५	२५%	४	२०%
काँग्रेस	१३	३	२३%	१	८%
एम.आय.एम.	९	२	२२%	१	११%
बी.एस.पी.	४	१	२५%	१	२५%
राष्ट्रवादी काँग्रेस	४	२	५०%	२	५०%
इतर	१	१	०%	१	०%
एकूण	९८	२४	२३%	१५	१४%

लेखक-परिचय

डॉ. अशोक चौसाळकर : राज्यशास्त्राचे निवृत्त विभागप्रमुख व प्राध्यापक, शिवाजी विद्यापीठ, कोल्हापूर. 'राजकीय विचारवंत' व 'समाज प्रबोधन पत्रिके'चे मुख्य संपादक. राजकीय विचार, राजकीय प्रक्रिया, आंतरराष्ट्रीय संबंध या राज्यशास्त्राच्या ज्ञानशाखांचा विशेष अभ्यास.

डॉ. जे. एफ. पाटील : अर्थशास्त्र विभागाचे माजी विभाग प्रमुख व प्राध्यापक, आर्थिक क्षेत्रातील विचारवंत व अभ्यासक. राजकीय अर्थकारण या विषयाचे सूक्ष्म व चिकित्सक अभ्यासक.

डॉ. प्रकाश पवार : राज्यशास्त्राचे प्राध्यापक व विभाग प्रमुख, शिवाजी विद्यापीठ. राजकीय प्रक्रियेचे अभ्यासक, महाराष्ट्र सरकारच्या साहित्य व संस्कृती मंडळाचा दोन पुस्तकांना पुरस्कार.

डॉ. सुनील शिंदे : राज्यशास्त्राचे प्राध्यापक, राज्यशास्त्र विभाग प्रमुख, ज्ञानोपासना महाविद्यालय, परभणी.

डॉ. वैशाली पवार : राज्यशास्त्राच्या प्राध्यापक, राज्यशास्त्र विभागप्रमुख, श्री शाहू मंदिर महाविद्यालय, पर्वती, पुणे.

डॉ. राजकुमार सुरवसे : राज्यशास्त्राचे प्राध्यापक, शारदाबाई पवार महाविद्यालय, बारामती, पुणे. स्थानिक अभिजन वर्ग हा त्यांच्या अभ्यासाचा विषय आहे.

डॉ. संगमेश्वर नीला : राज्यशास्त्राच्या प्राध्यापक, वालचंद कॉलेज ऑफ आर्ट्स अँड सायन्स, सोलापूर. 'शहरी स्थानिक राजकारण' हा त्यांच्या अभ्यासाचा विषय आहे.

डॉ. विशाल पतंगे : राज्यशास्त्राचे प्राध्यापक, पीपल्स कॉलेज, नांदेड.

डॉ. प्रमोद शिंदे : राज्यशास्त्राचे प्राध्यापक, दयानंद विधि महाविद्यालय, लातूर.

डॉ. सुरेश भालेराव : राज्यशास्त्राचे प्राध्यापक, बी. रघुनाथ महाविद्यालय, परभणी.

प्रा. सचिन मरळे : 'आयसीएसएसआर' या संस्थेची संशोधन शिष्यवृत्ती मिळवून राज्यशास्त्र विभाग, शिवाजी विद्यापीठ येथे संशोधनाचे काम करीत आहेत. 'राजकीय विकास' या विषयावर त्यांचे संशोधन सुरू आहे. त्यांनी महाराष्ट्राची राजकीय प्रक्रिया समजून घेण्यासाठी सरपंच, सभापती व वेगवेगळ्या विषयातील विषयतज्ज्ञ

यांच्यासोबत परिसंवाद आयोजित केले होते.

डॉ. सूर्यकांत गायकवाड : युजीसी या संस्थेची नेट जीआरएफ संशोधन शिष्यवृत्ती मिळवून त्यांनी शिवाजी विद्यापीठातील राज्यशास्त्र विभाग येथून 'आधुनिक भारतातील भाषा आणि राजकारण' या विषयावर पीएच.डी. केली. त्यांनी 'डॉ. बाबासाहेब आंबेडकर आणि भाषावार प्रांतरचना' या विषयावर पुस्तक लेखन केले आहे. डॉ. बाबासाहेब आंबेडकरांचे विचार आणि राजकीय प्रक्रिया हे त्यांच्या अभ्यासाचे विशेष विषय आहेत.

सचिन भोसले : राज्यशास्त्र विभाग, शिवाजी विद्यापीठ येथे 'गांधी अभ्यास केंद्राची' सुवर्ण महोत्सवी शिष्यवृत्ती मिळवून संशोधन करीत आहेत. 'राममनोहर लोहिया यांचे विषमता निर्मूलनाचे राजकारण' या विषयावर त्यांचे संशोधन चालू आहे. माहिती संकलनाच्या विविध मार्गांचे विशेष कौशल्य त्यांच्याकडे आहे.

शीतल पाटील : शिवाजी विद्यापीठाची सुवर्ण महोत्सवी संशोधन शिष्यवृत्ती मिळवून त्या राज्यशास्त्र विभाग, शिवाजी विद्यापीठ येथे संशोधन करीत आहेत. महाराष्ट्रातील 'आधुनिक उदारमतवादी राष्ट्रवाद' या विषयावर त्यांचे संशोधन सुरू आहे. त्यांनी महाराष्ट्राची राजकीय प्रक्रिया समजून घेण्यासाठी 'महिला सरपंच कार्यशाळेमध्ये' विषयतज्ज्ञांसोबत सहभाग घेतला होता. तसेच साहित्य आणि राजकारण यांचे सहसंबंध हे त्यांच्या विशेष आवडीचे क्षेत्र आहे.

श्रावण पाटील : शिवाजी विद्यापीठाची सुवर्ण महोत्सवी संशोधन शिष्यवृत्ती मिळवून ते राज्यशास्त्र विभागात, शिवाजी विद्यापीठ येथे संशोधन करीत आहेत. राज्यशास्त्र विभाग, शिवाजी विद्यापीठ, कोल्हापूर येथे 'राजारामशास्त्री भागवत यांचे सामाजिक व राजकीय विचार' या विषयावर संशोधन करीत आहेत.

मोहन कांबळे : 'बार्टी, पुणे' या संस्थेची संशोधन शिष्यवृत्ती मिळवून, राज्यशास्त्र विभाग, शिवाजी विद्यापीठ येथे संशोधन करीत आहेत. 'डॉ. बाबासाहेब आंबेडकर यांचे राज्यविषयक विचार' या विषयावर त्यांचे संशोधन चालू आहे. दुर्बल घटकांच्या योजना आणि राजकारण हा त्यांचा विशेष अभ्यासाचा विषय आहे.

प्रा. दत्ता जाधव : राज्यशास्त्र विभाग, शिवाजी विद्यापीठ येथे एम.फिल. करीत आहेत. 'महाराष्ट्रातील समझोत्याचे व विरोधाचे राजकारण (१९६०-१९६७)' या विषयावर त्यांचे संशोधन चालू आहे.

FCW - #0249 - 061026 - C48 - 216/140/22 - PB - 9789386401250 - Gloss Lamination